AF759051

ಪ್ರೊ. ಶ್ರೀನಿವಾಸ ಎಸ್. ಬಳ್ಳಿ

ಬೆಂಗಳೂರಿನ ನೃಪತುಂಗ ವಿಶ್ವವಿದ್ಯಾಲಯದ ಸಂಸ್ಥಾಪಕ ಕುಲಪತಿಗಳಾದ ಪ್ರೊ. ಶ್ರೀನಿವಾಸ ಬಳ್ಳಿ ಅವರು ಬಸವೇಶ್ವರ ಇಂಜಿನಿಯರಿಂಗ್ ಕಾಲೇಜಿನ ಮೆಕ್ಯಾನಿಕಲ್ ಇಂಜಿನಿಯರಿಂಗ್ ವಿಭಾಗದಲ್ಲಿ ಪ್ರಾಧ್ಯಾಪಕರಾಗಿ, ಮುಖ್ಯಸ್ಥರಾಗಿ ಮತ್ತು ಪ್ಲೇಸ್ಮೆಂಟ್ ಡೀನ್ ಆಗಿ ಒಟ್ಟಾರೆ ೩೪ ವರ್ಷ ಸೇವೆ ಸಲ್ಲಿಸಿದ್ದಾರೆ. ಅದಕ್ಕೂ ಮೊದಲು ಅವರು ತುಮಕೂರಿನ SSITಯಲ್ಲೂ ಕೆಲ ಕಾಲ ಅಧ್ಯಾಪಕರಾಗಿದ್ದರು. ಅಧ್ಯಯನ, ಅಧ್ಯಾಪನ, ಬರಹ, ಪ್ರಕಾಶನ, ಸಂಶೋಧನೆ, ಮಾರ್ಗದರ್ಶನ, ತರಬೇತಿ, ಸಂಘಟನೆ ಮತ್ತು ಆಡಳಿತಗಳಲ್ಲಿ ನಿರಂತರವಾಗಿ ತೊಡಗಿಸಿಕೊಂಡಿರುವ ಅವರು ನ್ಯಾಕ್ ಪೀರ್‌ಕಮಿಟಿಯ ಚೇರ್ಮೇನರಾಗಿ, ಎನ್‌ಇಪಿ ಸಲಹಾ ಸಮಿತಿ ಸದಸ್ಯರಾಗಿ ಹಾಗೂ ಕರ್ನಾಟಕ ಜ್ಞಾನ ಆಯೋಗದ ಉನ್ನತ ಶಿಕ್ಷಣ ನೀತಿ ಕಾರ್ಯಪಡೆಯ ಸದಸ್ಯರಾಗಿ ಕಾರ್ಯ ನಿರ್ವಹಿಸಿದ್ದಾರೆ. ಬೆಳಗಾವಿಯ KLE ಡೀಮ್ಡ್ ವಿಶ್ವವಿದ್ಯಾಲಯ ಮತ್ತು ಬಸವೇಶ್ವರ ಇಂಜನಿಯರಿಂಗ್ ಕಾಲೇಜಿನ ಆಡಳಿತ ಮಂಡಳಿಯ ಸದಸ್ಯರಾಗಿದ್ದರು. AICTEಯ ದಕ್ಷಿಣ ವಲಯದ (ಕರ್ನಾಟಕ-ಕೇರಳ) ಸದಸ್ಯರಾಗಿ, ಅಕ್ಕಮಹಾದೇವಿ ಮಹಿಳಾ ವಿಶ್ವವಿದ್ಯಾಲಯದ ಸಿಂಡಿಕೇಟ್ ಸದಸ್ಯರಾಗಿ, ರಾಣಿಚೆನ್ನಮ್ಮ ವಿಶ್ವವಿದ್ಯಾಲಯದ ವಿದ್ಯಾ ಪರಿಷತ್ ಸದಸ್ಯರಾಗಿ, ವಿಟಿಯುನ ಎಲ್‌ಐಸಿ ಸದಸ್ಯರಾಗಿ ಮತ್ತು ಅಲಹಾಬಾದಿನ MNNITಯ ಅಧ್ಯಾಪಕರ ಆಯ್ಕೆ ಸಮಿತಿ ಸದಸ್ಯರಾಗಿ ಅನುಭವವನ್ನು ಪಡೆದಿದ್ದಾರೆ.

ರಾಷ್ಟ್ರೀಯ ಮತ್ತು ಅಂತರರಾಷ್ಟ್ರೀಯ ಜರ್ನಲ್ಲಗಳಲ್ಲಿ ೪೦ ತಾಂತ್ರಿಕ ಲೇಖನ ಪ್ರಕಟಿಸಿರುವ ಅವರು ರಾಷ್ಟ್ರೀಯ ಹಾಗೂ ಅಂತರಾಷ್ಟ್ರೀಯ ತಾಂತ್ರಿಕ ಅಧಿವೇಶನಗಳಲ್ಲಿ ಪ್ರಬಂಧಗಳನ್ನು ಮಂಡಿಸಿದ್ದಾರೆ. ಹಲವರಿಗೆ ಪಿಹೆಚ್.ಡಿ ಮಾರ್ಗದರ್ಶನ ಮಾಡಿದ್ದಾರೆ. ಪ್ರತಿಷ್ಠಿತ ಅಂತರಾಷ್ಟ್ರೀಯ ಜರ್ನಲ್ಲಗಳ ರಿವ್ಯೂವರ್ ಆಗಿದ್ದಾರೆ. ನಾಡಿನ ಸಂಯುಕ್ತ ಕರ್ನಾಟಕ, ವಿಜಯ ಕರ್ನಾಟಕ, ಉದಯವಾಣಿ, ವಿಜಯವಾಣಿ, ಪ್ರಪಂಚ ಪತ್ರಿಕೆಗಳಲ್ಲಿ ನೂರಾರು ಲೇಖನಗಳನ್ನು ಪ್ರಕಟಿಸಿದ್ದಾರೆ. 'ಯಶಸ್ಸಿನ ಸೂತ್ರಗಳು',

'ರಾಷ್ಟ್ರೀಯ ಶಿಕ್ಷಣ ನೀತಿ' ಮತ್ತು 'ಸ್ವತಂತ್ರ ಭಾರತದ ಅಮೃತಗಳಿಗೆ' ಎಂಬ ಪುಸ್ತಕಗಳನ್ನು ಪ್ರಕಟಿಸಿದ್ದಾರೆ. ಆಕಾಶವಾಣಿ ಮತ್ತು ದೂರದರ್ಶನ ವಾಹಿನಿಗಳಲ್ಲಿ ಸಂದರ್ಶನವನ್ನು ನೀಡಿದ್ದಾರೆ. ಶಿಕ್ಷಣ, ತರಬೇತಿ, ವ್ಯಕ್ತಿತ್ವ ವಿಕಸನ, ಸಾಮಾಜಿಕ ಸ್ಪಂದನ, ರಾಷ್ಟ್ರೀಯತೆ ಮತ್ತು ಸಂಘಟನೆ ಇತ್ಯಾದಿಗಳು ಅವರ ಹೃದಯಕ್ಕೆ ಹತ್ತಿರವಾದ ವಿಷಯಗಳು. ೪೦ ವರ್ಷಗಳಲ್ಲಿ ೪೦,೦೦೦ ವಿದ್ಯಾರ್ಥಿ-ಯುವಪಡೆ, ಶಿಕ್ಷಕ ಮತ್ತು ಶಿಕ್ಷಕೇತರ ಸಿಬ್ಬಂದಿಗಳಿಗೆ ವ್ಯಕ್ತಿತ್ವ ವಿಕಸನ, ವೃತ್ತಿ ಮಾರ್ಗದರ್ಶನ ಮತ್ತು ಪ್ರೇರಣಾ ಶಿಬಿರಗಳನ್ನು ಸಂಘಟಿಸಿದ್ದಾರೆ. ಅವರ ಶಿಕ್ಷಣ, ತರಬೇತಿ, ಪ್ರೇರಣೆ, ಸಂಘಟನೆ ಮತ್ತು ಬರಹಗಳನ್ನು ಮೆಚ್ಚಿ ಟಾಟಾ ಕನ್ಸಲ್ಟನ್ಸಿ ಸರ್ವಿಸಸ್ನಿಂದ ವಿಶ್ವಾಸಾರ್ಹ ಪ್ಲೇಸ್ಮೆಂಟ್ ಅಧಿಕಾರಿಯೆಂದು ಸತತ ೫ ಸಲ ಪ್ರಶಸ್ತಿ, ಜೀವಮಾನ ಸಾಧನೆಗಾಗಿ ಪಾಂಚಜನ್ಯ ಪ್ರಶಸ್ತಿ, ಲಯನ್ಸ್ ಕ್ಲಬ್ನಿಂದ ಸರ್ವೋತ್ಕೃಷ್ಟ ಪ್ರಾಧ್ಯಾಪಕ ಪ್ರಶಸ್ತಿ ಮತ್ತು ಕಲಬುರಗಿಯ ಗಾಯತ್ರಿ ಪ್ರತಿಷ್ಠಾನದಿಂದ ದೇವರ ದಾಸಿಮಯ್ಯ ಪ್ರಶಸ್ತಿಗಳನ್ನು ಕೊಟ್ಟು ಸನ್ಮಾನಿಸಲಾಗಿದೆ. ಅಮೆರಿಕದ ಮಾರ್ಕ್ವ್ಯೂಸ್ನ Who's who in the world-೨೨(೨೦೦೫) ಸಂಚಿಕೆಯಲ್ಲಿ ಪ್ರೊ. ಶ್ರೀನಿವಾಸ ಬಳ್ಳಿ ಅವರ ಹೆಸರನ್ನು ದಾಖಲಿಸಲಾಗಿದೆ.

'ಸಾಧನಾಪಥ'ವು ಅವರ ಪುಸ್ತಕ ರೂಪದ ನಾಲ್ಕನೇ ಕೃತಿ ಪುಷ್ಪವಾಗಿದೆ.

ಸಾಧನಾಪಥ

ಪ್ರೊ. ಶ್ರೀನಿವಾಸ ಬಳ್ಳಿ

ಅಕ್ಷರ ಮಂಟಪ
ಹಂಪಿನಗರ, ಬೆಂಗಳೂರು-೫೬೦ ೧೦೪

SADHANAPATHA : by Srinivas Balli,
Bengaluru-560001

Published by
AKSHARA MANTAPA
1667, 6th Cross
6th `C' Main, Hampi Nagar
Bangalore- 560104,Ph-9986167684

First Edition : 2023
Pages : 156
Copies : 1000
Size : Demy 1/8
Paper Used : 70 GSM Maplitho

ISBN :978-93-94771-78-9

ಸಾಧನಾಪಥ
ಪ್ರಥಮ ಮುದ್ರಣ : ೨೦೨೩
ಪುಟಗಳು : ೧೫೬
ಬೆಲೆ : ೧೮೦/-
ಕಾಗದ : ೭೦ ಜಿಎಸ್‌ಎಂ ಮ್ಯಾಪ್ಲಿತೋ
ಮುಖಪುಟ ವಿನ್ಯಾಸ : Ajith

‘ಸಾಧನಾಪಥ’ ಕೃತಿಯನ್ನು ಕುರಿತು...

ಒಬ್ಬ ಮನುಷ್ಯನ ಯಶಸ್ಸಿಗೆ ರಹಸ್ಯ ಸೂತ್ರವನ್ನು ನೀಡುವ ಸ್ವಸಹಾಯದ ಪುಸ್ತಕಗಳಿಂದ ತುಂಬಿದ ಈ ಜಗತ್ತಿನಲ್ಲಿ ಡಾ. ಶ್ರೀನಿವಾಸ ಬಳ್ಳಿ ಅವರು ಒಂದು ಉಲ್ಲಾಸದಾಯಕ ಮತ್ತು ಪ್ರಾಯೋಗಿಕ ಮಾರ್ಗದರ್ಶನವನ್ನು ‘ಸಾಧನಾಪಥ’ದ ಮೂಲಕ ನೀಡಿದ್ದಾರೆ. ತಮ್ಮ ವೈಯುಕ್ತಿಕ ಮತ್ತು ವೃತ್ತಿಪರ ಜೀವನದಲ್ಲಿ ಸಾಧನೆಯನ್ನು ಮಾಡಬೇಕೆನ್ನುವವರಿಗೆ ಈ ಹೊತ್ತಿಗೆಯು ಸ್ಫೂರ್ತಿಯ ಹೊಂಗಿರಣವಾಗಿದೆ. ಈ ಪುಸ್ತಕದ ಅತೀ ಮುಖ್ಯ ಶಕ್ತಿಯು ಯಶಸ್ಸನ್ನು ವ್ಯಾಖ್ಯಾನಿಸುವ ಅದರ ಸಾಮರ್ಥ್ಯದಲ್ಲಿದೆ. ನಿಜ ಜೀವನದ ಉದಾಹರಣೆಗಳ ಹೂಗುಚ್ಛವಿದಾಗಿದೆ. ಯಶಸ್ಸು ಮತ್ತು ಅದನ್ನು ಪಡೆಯಲು ಅನುಸರಿಸುವ ಮಾರ್ಗೋಪಾಯಗಳ ಬಹುಮುಖ ಸ್ವಭಾವವನ್ನು ಪರಿಚಯಿಸುವ ನೀಲನಕ್ಷೆಯು ಇದಾಗಿದೆ. ಒಂದು ಸುರಚಿತ ಸರಣಿ ಅಧ್ಯಾಯಗಳ ಮೂಲಕ ಈ ಪುಸ್ತಕವು ಯಶಸ್ಸಿನ ವಿವಿಧ ಆಯಾಮಗಳು, ಮಾರ್ಗದಲ್ಲಿ ಎದುರಾಗುವ ಅಡ್ಡಿ–ಆತಂಕಗಳು ಮತ್ತು ಒಂದು ಧನಾತ್ಮಕ ಮನಸ್ಥಿತಿಯನ್ನು ಕಾಯ್ದುಕೊಳ್ಳುವ ಅಂಶಗಳನ್ನು ಸಂಬೋಧಿಸುತ್ತದೆ. ಸ್ಥಿತಿಸ್ಥಾಪಕತ್ವ, ಹೊಂದಿಕೊಳ್ಳುವಿಕೆ ಮತ್ತು ದೃಢವಾದ ಅವಿರತ ಪ್ರಯತ್ನಗಳಿಗೆ ಒತ್ತು ಕೊಟ್ಟಿರುವುದು ಈ ಕೃತಿಯನ್ನು ಉಳಿದ ಬರಹಗಳಿಂದ ಭಿನ್ನವಾಗಿಸಿದೆ. ಯಶಸ್ಸಿಗೆ ಒಂದು ಸಮಗ್ರವಾದ ಮಾರ್ಗವನ್ನು ಅನುಸರಿಸುವ ಮಹತ್ವವನ್ನು ಈ ಕೃತಿಯು ಪ್ರತಿಪಾದಿಸಿದೆ.

ಯಶಸ್ಸೆಂದರೆ ಬರೀ ಗುರಿಯನ್ನು ಮುಟ್ಟುವುದಲ್ಲ. ಆದರೆ ಅದಕ್ಕೆ ಅನುಸರಿಸುವ ದಾರಿಯನ್ನು ಖುಷಿಯಿಂದ ಅನುಭವಿಸುವುದು ಮತ್ತು ಜೀವನದಲ್ಲಿ ಸಾಮರಸ್ಯವನ್ನು ಕಾಯ್ದುಕೊಳ್ಳುವುದು ಆಗಿದೆ. ಲೇಖಕರ ಭಾಷೆಯು ತುಂಬ ಸ್ಪಷ್ಟ ಮತ್ತು ಸ್ಫುಟವಾಗಿದ್ದು ಓದಿಸಿಕೊಂಡು ಹೋಗುವಂತಹುದಾಗಿದೆ. ಇದು ಒಂದು ಬಹು ಸಂಖ್ಯಾತ ಓದುಗರಿಗೆ ತಲುಪಬಹುದಾಗಿದೆ. ಪುಸ್ತಕದಲ್ಲಿ ಬರುವ ಸಂದೇಶಗಳು ಬಹಳ ಹೊಸವಲ್ಲವಾದರೂ

ವಿಷಯದ ನಿರೂಪಣೆ ಮತ್ತು ಅದರ ಪ್ರಾಯೋಗಿಕತೆಗಳು ಏನನ್ನಾದರೂ ಸಾಧಿಸಬೇಕೆನ್ನುವವರಿಗೆ ಹಾಗೂ ಪ್ರಾರಂಭಿಕ ಸಾಧಕರಿಗೆ ಒಂದು ಮೌಲ್ಯಯುತ ಸಂಪನ್ಮೂಲವಾಗಿವೆ. ಪುಸ್ತಕದಲ್ಲಿ ಯಶಸ್ಸಿನ ವಿವಿಧ ಅಂಶಗಳ ಬಗ್ಗೆ ಚರ್ಚಿಸಲಾಗಿದೆ. ಆದರೂ ಕೆಲವು ಅಂಶಗಳ ಬಗ್ಗೆ ಇನ್ನೂ ಹೆಚ್ಚಿನ ಆಳಕ್ಕೆ ಇಳಿದು ಪರಿಶೋಧಿಸುವುದರಿಂದ ಕೃತಿಯ ಮೌಲ್ಯವರ್ಧನೆಯಾಗುತ್ತದೆ. ಒಟ್ಟಾರೆ ಹೇಳುವುದಾದರೆ 'ಸಾಧನಾ ಪಥ'ವು ಸ್ವಸಹಾಯ ಸಾಹಿತ್ಯ ಸಾಗರದಲ್ಲಿ ಒಂದು ಪ್ರಾಯೋಗಿಕ ಜ್ಞಾನದ ಬೆಳಕಾಗಿದೆ. ಪುಸ್ತಕವು ಪವಾಡಗಳನ್ನು ಮಾಡುವುದಿಲ್ಲವಾದರೂ ವ್ಯಕ್ತಿಯೊಬ್ಬರು ತಾವಂದುಕೊಂಡ ಯಶದೆಡೆಗೆ ಸಾಗಲು ಪಾಲಿಸಬಹುದಾದ ವಾಸ್ತವಿಕ ನೆಲಗಟ್ಟನ್ನು ತಿಳಿಸುತ್ತದೆ. ಉದ್ಯಮಶೀಲರಾಗಿರಲಿ, ವಿದ್ಯಾರ್ಥಿಯಾಗಿರಲಿ ಅಥವಾ ವ್ಯಕ್ತಿಗತ ಬೆಳವಣಿಗೆಯನ್ನು ಬಯಸುವ ಉದಯೋನ್ಮುಖ ವ್ಯಕ್ತಿಯಾಗಿರಲಿ ಈ ಪುಸ್ತಕವನ್ನು ಒಮ್ಮೆ ಓದಲೇ ಬೇಕು. ಜೀವನದಲ್ಲಿ ಯಾರು ಯಶ ಸಾಧನೆಗಾಗಿ ಪ್ರಾಯೋಗಿಕ ವಿಧಾನ ಬಯಸುವವರೋ ಅವರಿಗೆ ಒಟ್ಟಾರೆಯಾಗಿ ಒಂದು ಪ್ರಶಂಸಾರ್ಹವಾದ ಮತ್ತು ಒಳನೋಟವುಳ್ಳ ಶಿಫಾರಸುಗಳನ್ನು ಈ ಪುಸ್ತಕ ನೀಡುತ್ತದೆ.

ದಿನಾಂಕ: ೧೧.೧೧.೨೦೨೩ **ನಾಗನಗೌಡ ಎಸ್. ಜಕ್ಕನಗೌಡರ**
ಸ್ಥಳ: ಬೆಂಗಳೂರು ಚೀಫ್ ಪಿಪ್ಯುಲ್ಸ್‌ಆಫೀಸರ್
ಟ್ಯಾಲಿ ಸಲ್ಯೂಷನ್ಸ್ ಪ್ರಾ. ಲಿ. ಬೆಂಗಳೂರು

ಕೃತಿಕಾರನ ನುಡಿ

ನಾಡಿನ ಪ್ರಸಿದ್ಧ ಕನ್ನಡ ದಿನಪತ್ರಿಕೆಯಾದ ಸಂಯುಕ್ತ ಕರ್ನಾಟಕದ ರವಿವಾರದ "ಮುಖಾಮುಖಿ" ಅಂಕಣದಲ್ಲಿ ನಾನು ಬರೆದ ಲೇಖನಗಳ ಮತ್ತೊಂದು ಗುಚ್ಛವೇ ಈಗ 'ಸಾಧನಾ ಪಥ'ವೆಂಬ ಪುಸ್ತಕ ರೂಪದಲ್ಲಿ ಹೊರ ಬಂದಿದೆ. ಇದು ಯುವ ಸಾಧಕರ ಕೈಪಿಡಿ ಎನ್ನುವುದಕ್ಕಿಂತ ಅವರಿಗೆ ಪ್ರೇರಣೆಕೊಡುವ ವ್ಯಕ್ತಿ, ಘಟನೆ ಮತ್ತು ಸಾಧನೆಗಳು ಎಂದೆನ್ನಬಹುದು. ಇದರಲ್ಲಿ ಲೇಖಕರ ಸ್ವಾನುಭವ ಮತ್ತು ಜಗತ್ತಿನ ಅನೇಕ ಕ್ಷೇತ್ರಗಳ ಸಾಧಕರ ಅನುಭವಗಳ ಸಮ್ಮಿಲನವಾಗಿದೆ. ಒಬ್ಬ ಸಾಧಕನಿಗೆ ಇರಬೇಕಾದ ದೃಢಸಂಕಲ್ಪ, ಅವಿರತ ಪ್ರಯತ್ನ, ಅಡಚಣೆಗಳನ್ನು ಮೀರಿ ನಿಲ್ಲುವ ಸ್ವಭಾವ, ಸಮಯಪ್ರಜ್ಞೆ, ಸಾಧಿಸಬೇಕೆನ್ನುವ ಹಟ, ತೆರೆದ ಹೃದಯ–ಮನಸ್ಸು–ಕಣ್ಣು, ಸ್ಥಿತಿಸ್ಥಾಪನಾ ಶಕ್ತಿ, ಬಹುಮುಖ ಪ್ರತಿಭೆಗಳನ್ನು ಸಂದರ್ಭಾನುಸಾರವಾಗಿ ವಿವರಿಸಲಾಗಿದೆ. ಯುವಜನತೆಗೆ ವಿಶೇಷವಾಗಿ ವಿದ್ಯಾರ್ಥಿಗಳಿಗೆ ಕೃತಿಯ ಓದಿನಿಂದ ಕಿಂಚಿತ್ತಾದರೂ ಪ್ರೇರಣೆ ಸಿಕ್ಕರೆ ನನ್ನ ಶ್ರಮ ಸಾರ್ಥಕವಾಯಿತೆಂದುಕೊಳ್ಳುತ್ತೇನೆ.

ಈ ಹೊತ್ತಿಗೆಯನ್ನು ಪ್ರಕಟಿಸುತ್ತಿರುವ 'ಅಕ್ಷರ ಮಂಟಪ' ಇವರಿಗೆ, ಮುನ್ನುಡಿ ಬರೆದ ಆತ್ಮೀಯ ಮಿತ್ರರಾದ ಶ್ರೀ ನಾಗನಗೌಡ ಎಸ್. ಜಕ್ಕನಗೌಡರಿಗೆ, ಮುಖಪುಟ ವಿನ್ಯಾಸಗೊಳಿಸಿದ ಚೇತನ್‌ರಿಗೆ ವಂದನೆಗಳು. ನನ್ನ ಪ್ರತಿ ಲೇಖನವನ್ನು ಓದಿ ಸಂತಸ ಹಂಚಿಕೊಂಡ ಶಿಕ್ಷಣ ತಜ್ಞರಾದ ವಿಜಯಪುರದ ಪ್ರೊ. ಎನ್.ಜಿ. ಕರೂರ, ತುಮಕೂರಿನ ನಿವೃತ್ತ ಪ್ರಿನ್ಸಿಪಾಲರಾದ ಪ್ರೊ. ವೈ.ಎಂ.ರೆಡ್ಡಿ, ಹುಬ್ಬಳ್ಳಿಯ ದಿವಂಗತ ಪ್ರೊ. ಇ.ವಿ. ಬಿಳೇಕಲ್, ಧಾರವಾಡದ ಶ್ರೀರಾಮಚಂದ್ರ ಗೆದ್ದಣ್ಣವರ, ಮುನವಳ್ಳಿಯ ವಕೀಲರಾದ ಶ್ರೀ ವಿ.ಎಸ್. ಯಕ್ಕುಂಡಿ, ನನ್ನ ಬಿವಿಬಿ ಮತ್ತು ಜಾಬಿನ್ ಕಾಲೇಜಿನ ಸಹಪಾಠಿಗಳು, ಬಾಗಲಕೋಟೆಯ ಸಹೋದ್ಯೋಗಿಗಳು, ನೃಪತುಂಗ ವಿಶ್ವವಿದ್ಯಾಲಯರ ಅಧ್ಯಾಪಕ ಮಿತ್ರರು, ಶ್ರೀ ಚವಡಾಪುರ ಮತ್ತು ಶ್ರೀ ಶಿವಶಂಕರ ಮುತ್ತಗಿ ಅವರು ನಾನು

ಬರವಣಿಗೆಯನ್ನು ಇನ್ನೂ ಉತ್ಸಾಹದಿಂದ ಮುಂದುವರೆಸಲು ಪ್ರೋತ್ಸಾಹಿಸಿದವರು. ಇಂತಹ ಸ್ಪಂದನಶೀಲ ಓದುಗರೇ ಮತ್ತು ವಿಮರ್ಶಕರೇ ಲೇಖಕನನ್ನು ತಿದ್ದಿತೀಡಿ ಮೂರ್ತಿಯಾಗಿಸಲು ಅನುವಾಗುತ್ತಾರೆ. ತಮ್ಮ ತರ್ಕ–ವಿತರ್ಕಗಳಿಂದ ವೈಚಾರಿಕ ಮಂಥನಕ್ಕೆ ವೇಗ ವರ್ಧಕರಾಗುತ್ತಾರೆ. ಇವರೆಲ್ಲರಿಗೆ ನನ್ನ ಕೃತಜ್ಞತೆಗಳು.

ದೇಶ, ಜನ, ಮಾನವೀಯತೆಗಾಗಿ ಮಿಡಿದು ಅವರಿಗಾಗಿ ಸಾಧನೆಗೈದ ಎಲ್ಲ ಸಾಧಕರಿಗೆ ಈ ಕೃತಿ ಸಮರ್ಪಣೆ. 'ಸಾಧನಾ ಪಥ'ದಲ್ಲಿ ಸಾಗುತ್ತಿರುವ ಯುವಸಾಧಕರೆಲ್ಲರಿಗೆ ಸಪ್ರೇಮ ಶುಭ ಆಶಯಗಳು.

ದಿನಾಂಕ: .೧೧.೨೦೨೩

ಸ್ಥಳ: ಬೆಂಗಳೂರು

ಪ್ರೊ. ಶ್ರೀನಿವಾಸ ಎಸ್. ಬಳ್ಳಿ

ಕುಲಪತಿಗಳು ನೃಪತುಂಗ ವಿಶ್ವವಿದ್ಯಾಲಯ

ಪಥದೊಳಗಿನ ಹೆಜ್ಜೆಗಳು...

ಸಾಧನಾಪಥ

ಶಿಕ್ಷಣ, ವಿಶ್ವವಿದ್ಯಾಲಯ, ಭಾಷೆ

ಸಾಧನಾಪಥ

೧. ಕನಸು ಕಾಣುವ ಮನಸು

"ನನ್ನ ಕನಸು ಇಂದು ನನಸಾಯಿತು!" ಎಂದು ಪ್ರತಿಯೊಬ್ಬ ವ್ಯಕ್ತಿಯೂ ಒಂದಿಲ್ಲ ಒಂದು ಸಲ ಉದ್ಗಾರ ತಗೆದಿರುತ್ತಾನೆ. ಏನೋ ಸಾಧಿಸಿದ ಸಂತೃಪ್ತಿ ಅವನ ಮಾತಿನಲ್ಲಿರುತ್ತದೆ. ಕನಸು ಮನುಷ್ಯನ ಜೀವನದ ಅವಿಭಾಜ್ಯ ಅಂಗ. ಕನಸು ಬೀಳದ, ಕನಸು ಕಾಣದ ಮನುಷ್ಯರನ್ನಂತೂ ನಾವು ಕಂಡಿಲ್ಲ. ಸಾಮಾನ್ಯವಾಗಿ ಎಲ್ಲರಿಗೂ ರಾತ್ರಿ ಮಲಗಿದಾಗ ಕನಸು ಬಿದ್ದರೆ ಕೆಲವರು ಹಗಲಿನಲ್ಲೇ ಮಲಗದೆಯೇ ಕನಸು ಕಾಣುತ್ತಾರೆ! ಹದಿಹರೆಯದವರಂತೂ ಕನಸುಗಳಲ್ಲೇ ಮುಳುಗಿರುತ್ತಾರೆ. ಅದು ಪರೀಕ್ಷೆ ಪಾಸಾಗುವುದಿರಲಿ, ಜೊತೆಗಾರರ ಕುರಿತಾಗಿರಲಿ, ನೌಕರಿ ಪಡೆಯುವುದಿರಲಿ, ಮನೆ ಕಟ್ಟುವುದಿರಲಿ ಮತ್ತು ಮದುವೆ ಆಗುವುದಿರಲಿ ಎಲ್ಲ ರೀತಿಯ ಕನಸುಗಳೂ ಇರುತ್ತವೆ. ಹಾಗೆ ನೋಡಿದರೆ ಇವೆಲ್ಲ ಜೀವನದ ಮಹತ್ವದ ಘಟ್ಟಗಳೇ. ಇಂತಹವುಗಳು ಕನಸಿನಲ್ಲಿ ಬರುತ್ತವೆಂದರೆ ಅಥವಾ ಆ ಕುರಿತು ಕನಸು ಕಾಣುತ್ತಾರೆಂದರೆ ಕನಸಿಗೂ ಮಹತ್ವ ಇರಲೇ ಬೇಕಲ್ಲವೇ?

ಏನನ್ನೋ ಸಾಧಿಸುವ ಹಂಬಲ, ಪಡೆದುಕೊಳ್ಳುವ ಹಟ, ಮತ್ಯಾರಂತೆಯೋ ಆಗುವ ಆಸೆ ಅದಕ್ಕಾಗಿ ಸತತವಾಗಿ ಕನವರಿಕೆ – ಇವು ಕನಸಿನ ಮೂಲವಾಗಿರುತ್ತವೆ. ರಾತ್ರಿ ಕನಸಾದರೆ ಸಹಜ, ಹಗಲುಗನಸಾದರೆ ತಾವಾಗಿಯೇ ಆಸೆ ಪಟ್ಟುಕಾಣುವ ಕನಸದು.

ಅದಕ್ಕೆಂದೇ ಡಾ. ಎಪಿಜೆ ಅಬ್ದುಲ್ ಕಲಾಂ ಮೇಸ್ಟ್ರು ತಾವು ಹೋದಲ್ಲೆಲ್ಲ ವಿಶೇಷವಾಗಿ ವಿದ್ಯಾರ್ಥಿಗಳನ್ನು ಮತ್ತು ಯುವಜನತೆಯನ್ನು ಉದ್ದೇಶಿಸಿ ಮಾತನಾಡುವಾಗಲೆಲ್ಲ ಹೇಳಿದರು, "ನೀವು ಕನಸು ಕಾಣಿ, ಕನಸು ಕಾಣಿ ಮತ್ತು ಅವುಗಳನ್ನು ನಿಜವಾಗಿಸಲು ಪ್ರಯತ್ನ ಪಡಿ." ಒಂದು ಕನಸು ನನಸಾದ ಮೇಲೆ ಮತ್ತೊಂದು ಕನಸು ಕಾಣಬೇಕು. ಮತ್ತೇ ಅದನ್ನು ನನಸಾಗಿಸಬೇಕು. ಅದುವೇ ಜೀವನ, ಅದು ಕನಸುಗಳನ್ನು ನಿಜವಾಗಿಸುವ ಯಾತ್ರೆ. ನನಸಾದಾಗ ಖುಸಿಪಡುವ ಜಾತ್ರೆ.

ಪಾಲಕರು ತಮ್ಮ ಮಕ್ಕಳು ಡಾಕ್ಟರಗಳಾಗಲಿ, ಇಂಜಿನೀಯರುಗಳಾಗಲಿ ಮತ್ತು ಐಎಎಸ್, ಐಪಿಸ್ ಅಧಿಕಾರಿಗಳಾಗಲಿ ಎಂದು ಕನಸು ಕಾಣುತ್ತಾರೆ. ಅವರಿಂದ ತಮ್ಮ ಜೀವನ ಸುಖಕರವಾಗಲಿ, ಸಮಾಜದಲ್ಲಿ ಪ್ರತಿಷ್ಠೆ ಹೆಚ್ಚಲಿ, ಜನ ತಮ್ಮನ್ನು ಗುರುತಿಸುವಂತಾಗಲಿ ಎಂದು ಬಯಸುತ್ತಾರೆ.

ಅಕ್ಕರೆಯ ಮಗಳಿಗಾಗಿ ಕನಸು ಕಂಡ ತಂದೆಯೊಬ್ಬ ಮಗಳಿಗೇ ಜನ್ಮವಿತ್ತ. ಅವಳಿಗೆ ಕನಸು ಎಂದು ಹೆಸರಿಟ್ಟು ಯಾರಿಗೂ ಬಿಟ್ಟುಕೊಡದ, ತಂದೆಯೊಬ್ಬನ ಮನದಾಳದ ತೊಳಲಾಟದ ಕತೆ ಚಲನಚಿತ್ರವಾಗಿದ್ದೂ ಇದೆ. ಪ್ರತಿಯೊಬ್ಬ ತಂದೆಯ ಮನಸ್ಸನ್ನು ಮನೋಜ್ಞವಾಗಿ ಅರ್ಥಪೂರ್ಣವಾಗಿ ಚಿತ್ರಿಸಲ್ಪಟ್ಟಿದೆ.

ಪರಕೀಯರ ಕುಟಿಲತೆಯಿಂದಾಗಿ, ನಿರಂತರ ಆಕ್ರಮಣ, ಆಡಳಿತದಿಂದಾಗಿ ತನ್ನತನವನ್ನು ಕಳೆದುಕೊಂಡ ಭಾರತಕ್ಕೆ ಪುನರಪಿ ಅದರ ಅರಿವು ಮೂಡಿಸುವ ಕನಸು ಸ್ವಾಮಿ ವಿವೇಕಾನಂದರದಾಗಿತ್ತು. ಅದನ್ನು ನನಸಾಗಿಸಲು ತಮಗೆ ಸಿಕ್ಕ ಎಲ್ಲ ಅವಕಾಶಗಳನ್ನು ಉಪಯೋಗಿಸಿಕೊಳ್ಳುತ್ತಿದ್ದರು. ಅವರು ಕಂಡ ಆತ್ಮನಿರ್ಭರ ಭಾರತದ ಕನಸೇ ಮುಂದೆ ಎಲ್ಲ ಸ್ವಾತಂತ್ರ್ಯ ಹೋರಾಟಗಾರರ ಮಂತ್ರವಾಯಿತು.

ಕನಸನಷ್ಟೇ ಕಂಡು ಸುಮ್ಮನೇ ಕುಳಿತರೆ ಕನಸು ಕನಸಾಗೇ ಉಳಿಯುತ್ತದೆ. ಮನಸಿನಲ್ಲಿ ಮಂಡಿಗೆ ತಿಂದರೆ ಗೋಧಿಯ ಲೆಕ್ಕ ಕೊಡುವವರು ಯಾರು ಎನ್ನುವ ಮಾತಿದೆ. ಅದಕ್ಕಾಗಿ ಕಂಡ ಕನಸನ್ನು ನನಸಾಗಿಸಲು ಕತೃತ್ವ ಶಕ್ತಿ ಇರಬೇಕು. ಸಾಧಿಸುವ ಛಲ, ಹಟ ಇರಬೇಕು. ಅದಕ್ಕಾಗಿ ಸತತ ಪರಿಶ್ರಮ, ಪ್ರಯತ್ನ ಪಡಬೇಕು. ಯೋಗ್ಯ ಮಾರ್ಗದರ್ಶನವಿರಬೇಕು. ಸಂಪನ್ಮೂಲಗಳನ್ನು ಹೊಂದಿಸಬೇಕು. ಸಾಧಿಸುವ ಮಾರ್ಗ ನೇರವಾಗಿರಬೇಕು. ವಾಮಮಾರ್ಗಗಳನ್ನು ಬಳಸದೇ ಸ್ವಂತ ಬಲದ ಮೇಲೆ ಮಾಡುವ ಪ್ರಯತ್ನಗಳು ಇತರರಿಗೆ ಆದರ್ಶ ಪ್ರಾಯವಾಗಿರುತ್ತದೆ.

ಕನಸುಗಳಲ್ಲಿ ಅದೆಷ್ಟು ಬಗೆ! ರಂಗು ರಂಗಾದ ಕನಸುಗಳು ನಿದ್ರಾ ಭಂಗವಾದ ಕೂಡಲೇ ಭ್ರಮನಿರಸವನ್ನುಂಟು ಮಾಡುತ್ತವೆ. ಅಯ್ಯೋ ಅದು ಕನಸೇ? ನಿಜವಾಗಿಯೂ ಆಗಿರಬಾರದಾ? ಇನ್ನೂ ಸ್ವಲ್ಪ ಹೊತ್ತ ಇರಬಾರದಾಗಿತ್ತಾ ಎಂದೆನಿಸುತ್ತದೆ. ಅದೇ ಕೆಟ್ಟ ಕನಸಾಗಿದ್ದರೆ ಕನಸೆಂದು ಗೊತ್ತಾದ ತಕ್ಷಣ ಸಧ್ಯ ಕನಸಲ್ಲ! ಎಂದು ನಿಟ್ಟಿಸುರು ಬಿಡುವಂತಾಗುತ್ತದೆ. ಕೆಲವು ಸಲ ಬಿದ್ದ ಕನಸೇ ಮತ್ತೆ ಮತ್ತೆ ಬೀಳುತ್ತದೆ. ಏನಾದರಾಗಲಿ ಕನಸಿನಿಂದ ಒಳ್ಳೆಯದಾಗುತ್ತಿದ್ದರೆ ಆಗಲಿ ಅದರೆ ಕೆಟ್ಟದ್ದಾಗುವುದು ಬೇಡ.

ಕನಸು ಮನಸಿನಲ್ಲಿ ಆಸೆ ಹುಟ್ಟಿಸುತ್ತದೆ. ಅಥವಾ ನಾವು ಪಟ್ಟ ಆಸೆ ಕನಸಾಗಿಯೂ ಕಾಡುತ್ತದೆ! ಒಳ್ಳೆಯದಾಗಿದ್ದರೆ ಅದು ಜೀವನಕ್ಕೆ ಒಂದು ಮಾರ್ಗವನ್ನೂ ತೋರಿಸಬಹುದು. ಮಾಡುವ ಕೆಲಸದ ಬಗ್ಗೆ ದೃಢಸಂಕಲ್ಪವನ್ನೂ ಮೂಡಿಸಬಹುದು.

ಕನಸುಗಳು ಕೆಲವೊಮ್ಮೆ ಆಗಿ ಹೋಗಿರುವ ಘಟನೆಗಳನ್ನು ಮೆಲಕು ಹಾಕಿದರೆ ಇನ್ನೂ ಕೆಲವು ಸಲ ಭವಿಷ್ಯದಲ್ಲಿ ಆಗಬಹುದಾದ ಘಟನೆಗಳ ಕುರಿತಾಗಿರುತ್ತವೆ. ಕನಸನ್ನೇ ಕುರಿತಾದ ಜ್ಯೋತಿಷ್ ಶಾಸ್ತ್ರವೂ ಇದೆ. ಪ್ರತಿ ಕನಸಿಗೂ ಅದರದೇ ಆದ ಅರ್ಥ, ಆಯಾಮಗಳಿವೆ. ಕೆಲವು ಸಲ ಕನಸು ತಕ್ಷಣವೇ ಮರೆತು ಹೋದರೆ ಇನ್ನೂ ಕೆಲವು ಸಲ ಎಷ್ಟೋ ದಿನಗಳವರೆಗೆ ನಮ್ಮ ಸ್ಮೃತಿಪಟಲದಲ್ಲಿರುತ್ತದೆ. ಕೆಲವರು ಕನಸಿನಲ್ಲಿ ಕನವರಿಸುತ್ತಾರೆ. ಕನಸು ಅವರಿಗೆ ಕಂಡರೆ ಕನವರಿಕೆ ಉಳಿದವರಿಗೆ ಕೇಳಿಸುತ್ತದೆ!

ಕನಸು ಕಾಣದ ಬದುಕು, ಅದೊಂದು ಬದುಕೆ? ಕನಸು ಕಾಣದಿರಲು ನಾವೇನು ಪ್ರಾಣಿಗಳೇ? ಅಂದ ಹಾಗೆ ಪಶು-ಪಕ್ಷಿಗಳಿಗೆ ಕನಸುಗಳು ಬಿಳುತ್ತವೆಯೇ? ನಸುಕಿನ ಸಕ್ಕರೆ ನಿದ್ರೆಯ ಸಮಯದಲ್ಲಿ ಕಾಣುವ ಕನಸು ನನಸಾಗುತ್ತದೆ ಎನ್ನುವ ನಂಬಿಗೆ ಇದೆ. ಅದು ಕೆಲ ಸಂದರ್ಭಗಳಲ್ಲಿ, ಅನುಭವಕ್ಕೂ ಕೆಲವರಿಗೆ ಬಂದಿದೆ. ಅರೆ ಪ್ರಜ್ಞಾವಸ್ಥೆಯ ಮನಸ್ಸಿನ ಈ ಕಾರುಬಾರವನ್ನು ವೈಜ್ಞಾನಿಕವಾಗಿ ವಿಶ್ಲೇಷಿಸಬೇಕು ಹಾಗೂ ಸಂಶೋಧನೆಗಳಾಗಬೇಕು.

ಒತ್ತುಗಾಡಿಯನ್ನು (ಬಂಡಿ) ಎಳೆಯುತ್ತಿದ್ದ ಹುಡುಗನೊಬ್ಬ ಕನಸು ಕಾಣುತ್ತಿದ್ದ. ಕಲಿತವರ, ಉಳ್ಳವರ ಬದುಕು ಕಂಡು ತಾನೂ ಹಾಗೇ ಆಗಬೇಕೆಂದು ಕೊಂಡ ಕನಸನ್ನೇ ಆಧಾರವಾಗಿಟ್ಟುಕೊಂಡು ನಿರಂತರ ಶ್ರಮಪಟ್ಟು ಮುಂದೊಂದು ದಿನ ಅಮೇರಿಕದ ಅಧ್ಯಕ್ಷ ಗಾದಿಯ ಮೇಲೆ ಕುಳಿತ! ಅವರೇ ಜಿಮ್ಮಿ ಕಾರ್ಟರ್! ಸಿನೇಮಾನ ಹುಚ್ಚು ಹಿಡಿದುಕೊಂಡ ಯುವಕನೊಬ್ಬ ನಿರುಪಯೋಗಿ ದಂಡಪಿಂಡವೆನಿಸಿಕೊಂಡವ ಚಿತ್ರನಗರಿ ಮುಂಬಯಿಗೆ ಓಡಿಹೋದ. ವರುಷಗಳ ನಂತರ ತಿರುಗಿ ಬಂದಾಗ ಕನಸುಗಳ ಹೊತ್ತು ತಂದ ಕನ್ನಡದ ಪ್ರಸಿದ್ಧ ಚಲನಚಿತ್ರ ನಿರ್ದೇಶಕನಾದ – ಅವರೇ ಪುಟ್ಟಣ್ಣ ಕಣಗಲ್! ಮರೆತು ಹೋದ ಗ್ರಾಮಾಭ್ಯುಧಯದ ಸರ್ವಾಂಗೀಣ ವಿಕಾಸದ ಭಾರತೀಯ ವಿಚಾರದ ಅಭ್ಯುದಯನ್ನು ಭಾತರದ ನೇತಾರರಿಗೆ ನೆನಪಿಸುವ ಕನಸು ಕಂಡವರು ನಾನಜೀ ದೇಶಮುಖ. ಮಧ್ಯಪ್ರದೇಶದ ಒಂದು ಇಡೀ ಜಿಲ್ಲೆಯನ್ನೇ ದತ್ತು ಪಡೆದು ಕಂಡ ಕನಸನ್ನು ಸಾಕಾರಗೊಳಿಸಿದ ಅವರು ಇತರರಿಗೆ ಆದರ್ಶಪ್ರಾಯವಾಗಿದ್ದಾರೆ. ಭ್ರಷ್ಟಾಚಾರದ ವಿರುದ್ಧ ಕಹಳೆ ಕೂಗಿದ ಅಣ್ಣಾಹಜಾರೆ ಭ್ರಷ್ಟ ಮುಕ್ತ ದೇಶದ ಕನಸು ಕಂಡರು. ದುರದೃಷ್ಟವಶಾತ್ ಆ ಕನಸು ಇನ್ನೂ ಕನಸಾಗೇ ಉಳಿದಿದೆ.

ಅತೀ ಹಿಂದುಳಿದ ಹೈದರಾಬಾದ ಕರ್ನಾಟಕದ ಅತೀ ಹಿಂದುಳಿದ ಜಾತಿಗೆ ಸೇರಿದ ಮಹಿಳೆಯೊಬ್ಬಳು ತರಕಾರಿ ಮಾರುತ್ತಿದ್ದಳು. ಸ್ಲಂ ಒಂದರಲ್ಲಿ ವಾಸಿಸುತ್ತಿದ್ದ ಅವಳಿಗೊಬ್ಬ ಕುಡುಕ ಗಂಡ, ನಾಲ್ಕು ಜನ ಹೆಣ್ಣು ಮಕ್ಕಳು. ದೊಡ್ಡ, ಅಚ್ಚು ಕಟ್ಟಾದ

ಮನೆಗಳಿರುವ ಜನ ವಸತಿಗಳಲ್ಲಿ ಒತ್ತುವ ಗಾಡಿಯಲ್ಲಿ ತರಕಾರಿ ಮಾರುತ್ತ ಹೋಗುತ್ತಿದ್ದ ಆ ತಾಯಿ ಕನಸು ಕಂಡಳು. ನನ್ನ ಮಕ್ಕಳಿಗೂ ಏಕೆ ಶಿಕ್ಷಣ ಕೊಡಬಾರದು. ಅವರೂ ಸಹ ಇಂತಹ ಸುಧಾರಿತ ಜೀವನ ನಡೆಸಬೇಕು ಎಂದು ಕಂಡ ಕನಸನ್ನ ನಿಜವಾಗಿಸಲು ಪಣ ತೊಟ್ಟಳು. ಹೆಚ್ಚು ಕೆಲಸ ಹಿಡಿದಳು. ಹತ್ತಾರು ಮನೆಗಳಲ್ಲಿ ಕಸ ಮುಸುರೆ ಮಾಡಿದಳು. ಮಕ್ಕಳನ್ನು ಶಾಲೆಗೆ ಸೇರಿಸಿದಳು. ಇಂದು ಆ ಮಹಾತಾಯಿ ಕಂಡ ಕನಸು ನನಸಾಗಿದೆ. ಆಕೆಯ ೩ ಜನ ಹೆಣ್ಣುಮಕ್ಕಳೂ ವೈದ್ಯರಾದರೆ ಇನ್ನುಬ್ಬಳು ಪಿಹೆಚ್ಡಿ ಅವರಲ್ಲೊಬ್ಬಳು ಡಾ. ವಿಜಯ ಲಕ್ಷ್ಮಿ ದೇಶಮಾನೆ.

ಒಬ್ಬ ವ್ಯಕ್ತಿ, ಸಂಘಟನೆ, ದೇಶದ ಬೆಳವಣಿಗೆಗೆ ಕನಸೂ ಆಧಾರವಾಗಬಲ್ಲದು. ಕಂಡ ಕನಸನ್ನು ನನಸಾಗಿಸುವುದರಲ್ಲಿ ನಡೆಸುವ ಪ್ರಯತ್ನ, ಪ್ರಯೋಗ, ಏಳುಬೀಳುಗಳೇ ಕಲಿತ ಪಾಠವಾಗಬಲ್ಲವು. ಹೀಗಾಗಿ ಕನಸೊಂದು ಮಾರ್ಗದರ್ಶಕ, ಅದೊಂದು ಪ್ರೇರಣೆ, ಸಾದನೆಯೆಡೆ ಒಯ್ಯುವ ವಾಹಕ. ನಾವು ಕನಸು ಕಾಣುವ, ನನಸು ಮಾಡುವ ಮನಸು ಮಾಡಬೇಕಷ್ಟೇ.

೨. ಒಳ್ಳೆಯವನಾಗು, ಒಳಿತನ್ನುಮಾಡು

ನಾವು ಆಡುವ ಮಾತು, ಮಾಡುವ ಕೆಲಸಗಳು ನಮ್ಮದೇ ಸ್ವಭಾವವನ್ನು ಪ್ರತಿನಿಧಿಸುತ್ತವೆ. ನಮ್ಮ ಜೊತೆಗಾರರು, ಅವರೊಂದಿಗಿನ ನಮ್ಮ ವ್ಯವಹಾರಗಳು ನಾವು ಏನು? ಯಾವುದರಿಂದ ನಾವು ಮಾಡಲ್ಪಟ್ಟಿದ್ದೇವೆ? ಎನ್ನುವುದನ್ನು ಸಾರಿ ಹೇಳುತ್ತವೆ.

ಪುರಾಣದ ದಧೀಚಿಯ ಕತೆಯನ್ನು ನೆನಪಿಸಿಕೊಳ್ಳಿ. ಇಂದ್ರನ ಶತೃವಾದ ವೃತಾಸುರನೆಂಬ ದಾನವನು ದೇವತೆಗಳ ಸಕಲ ದಿವ್ಯಾಸ್ತ್ರಗಳನ್ನು ನುಂಗಿ ಹಾಕುತ್ತಾನೆ. ಅಸಹಾಯಕರಾದ ದೇವತೆಗಳೆದುರು ಅವನ ಅಟ್ಟಹಾಸ ಮಿತಿ ಮೀರಿರುತ್ತದೆ. ಏನೂ ತೋಚದೇ ಇಂದ್ರಾದಿ ದೇವತೆಗಳು ಭಗವಾನ್ ವಿಷ್ಣುವಿನ ಮೊರೆ ಹೋಗುತ್ತಾರೆ. ದಾನವನಿಂದ ದೇವತೆಗಳನ್ನು ರಕ್ಷಿಸಲು ದಧೀಚಿಯ ಬೆನ್ನುಮೂಳೆಗಳಿಂದ ಮಾಡಿದ ವಜ್ರಾಯುಧವನ್ನು ಉಪಯೋಗಿಸಲು ವಿಷ್ಣು ಹೇಳುತ್ತಾರೆ. ದೇವತೆಗಳು ದಧೀಚಿಯ ಹತ್ತಿರ ಬಂದು ಮುಜುಗುರದಿಂದಲೇ ವಿಷಯ ಪ್ರಾಸ್ತಾಪಿಸುತ್ತಾರೆ. ಋಷಿಯು ಮತ್ತೊಂದನ್ನು ಆಲೋಚಿಸದೇ ತತಕ್ಷಣವೇ ಯೋಗಬಲದಿಂದ ದೇಹತ್ಯಾಗ ಮಾಡಿ ತನ್ನ ಮೂಳೆಗಳನ್ನು ದಾನವಾಗಿ ಕೊಡುತ್ತಾನೆ! ಹೀಗೆ ದಧೀಚಿಯು ಒಂದು ಒಳ್ಳೆಯ ಕೆಲಸಕ್ಕಾಗಿ ತನ್ನ ಪ್ರಾಣವನ್ನೇ ತ್ಯಾಗ ಮಾಡುತ್ತಾನೆ. ಅವನು ತನ್ನ ನಿಮಿತ್ತದಿಂದ ಒಂದು ಒಳ್ಳೆಯ ಕೆಲಸವಾಗುವುದಾದರೆ ಎಂತಹ ತ್ಯಾಗವನ್ನೂ ಮಾಡುವ ಉದಾರ ಸ್ವಭಾವದವನಾಗಿದ್ದನು. ತಮ್ಮ ಹಿತವನ್ನೂ ಲೆಕ್ಕಿಸದೇ, ತಮಗೆ ಹಾನಿ ಆಗುತ್ತಿದ್ದರೂ ಸಹಿತ ಇನ್ನೊಬ್ಬರಿಗೆ ಲೇಸ ಬಯಸುವವರನ್ನು ತ್ಯಾಗಿಗಳೆನ್ನುತ್ತೇವೆ.

ಅನಪೇಕ್ಷಿತ, ಅನಿರೀಕ್ಷಿತ ವಾಹನಗಳ ಅಪಘಾತದಂತಹ ಸಂಕಷ್ಟದ ಸಂದರ್ಭಗಳಲ್ಲಿ ಕರ್ತವ್ಯ ಪ್ರಜ್ಞೆಯನ್ನು ಮೆರೆದ ರೈಲು/ಬಸ್ ಚಾಲಕರ ಬಗ್ಗೆ ನೀವು ಕೇಳಿರಬಹುದು. ಹೀಗೊಂದು ಸಂದರ್ಭ. ತನ್ನೊಡಲ ತುಂಬ ಪ್ರಯಾಣಿಕರನ್ನು ತುಂಬಿಕೊಂಡ ಬಸ್ಸೊಂದು ವೇಗವಾಗಿ ಚಲಿಸುತ್ತಿತ್ತು. ಇದ್ದಕ್ಕಿದ್ದಂತೆ ಅಡ್ಡಲಾಗಿ ಲಾರಿಯೊಂದು ಬಂತು! ಬಸ್

ಚಾಲಕನಿಗೆ ಅಪಘಾತವನ್ನು ತಪ್ಪಿಸಲಾಗದೆಂದು ಅರಿವಾಗಿತ್ತು. ತನ್ನ ಪಕ್ಕಕ್ಕಿರುವ ಬಾಗಿಲಿನಿಂದ ಜಿಗಿದು ಚಾಲಕ ಪ್ರಾಣಾಪಾಯದಿಂದ ಪಾರಾಗಬಹುದಿತ್ತು. ಆದರೆ ಅಪಾಯದ ಸುಳಿವೇ ಇಲ್ಲದೇ ತನ್ನನ್ನೇ ನಂಬಿ, ಮೈ ಛಳಿಬಿಟ್ಟು ಪಯಣಿಸುತ್ತಿರುವ ಅಮಾಯಕ ಮಕ್ಕಳು, ಮಹಿಳೆಯರು, ಮುದುಕರು ಮತ್ತು ಜೀವನದಲ್ಲಿ ಇನ್ನು ಏನೋ ಸಾಧಿಸಬೇಕಾದ ಹದಿಹರೆಯದ ಶಾಲಾ-ಕಾಲೇಜಿನ ವಿದ್ಯಾರ್ಥಿಗಳು ಅವನ ಕಣ್ಣಮುಂದೆ ಬಂದು ಹೋಗುತ್ತಾರೆ. ತನ್ನ ಹೆಂಡತಿ ಮಕ್ಕಳ ನೆನಪೂ ಅವನಿಗೆ ಆಗುತ್ತದೆ. ನಾನು ಸತ್ತರೆ ನನ್ನದೊಂದೇ ಕುಟುಂಬ ತೊಂದರೆಗೊಳಗಾಗುತ್ತದೆ. ಆದರೆ ಅಪಘಾತ ದೊಡ್ಡದಾದರೆ ಎಷ್ಟೊಂದು ಕುಟುಂಬಗಳು ಒದ್ದಾಡುತ್ತವೆ? ಹೇಗಾದರೂ ಮಾಡಿ ಅಪಘಾತ ತಪ್ಪಿಸಬೇಕು. ಚಾಲಕನ ಮನ ಮಿಡಿಯಿತು. ತನ್ನೆಲ್ಲ ಶಕ್ತಿ ಹಾಕಿ ಬ್ರೇಕ್ ತುಳಿದ. ಆದರೂ ಬಸ್ಸಿನ ಮುಂಭಾಗ ನಜ್ಜುಗುಜ್ಜಾಯಿತು. ಆದೃಷ್ಟವಶಾತ ಚಿಕ್ಕಪುಟ್ಟಗಾಯಗಳನ್ನು ಬಿಟ್ಟರೆ ಯಾವೊಬ್ಬ ಪ್ರಯಾಣಿಕನಿಗೂ ಪ್ರಾಣಾಪಾಯವಾಗಲಿಲ್ಲ. ನಿಂತ ಬಸ್ಸಿನ ಮುಂಭಾಗಕ್ಕೆ ಬಂದು ಜನ ನೋಡುತ್ತಾರೆ, ಚಾಲಕನ ಕೈ ಬ್ರೆಕ್ಕಿನ ಹಿಡಿಕೆಯನ್ನು ಬಲವಾಗಿ ಕಚ್ಚಿಕೊಂಡಿದೆ. ಕುಳಿತ ಆಸನದಲ್ಲೇ ಅವನು ಕೊನೆ ಉಸಿರು ಬಿಟ್ಟಿದ್ದಾನೆ! ತಾನೆಣಿಸಿದಂತೆ ತನ್ನ ಪ್ರಾಣ ತ್ಯಾಗ ಮಾಡಿ ಅವನು ಹತ್ತಾರು ಪರಿವಾರಗಳ ಆಧಾರಗಳನ್ನು ಮತ್ತು ಭವಿಷ್ಯವನ್ನು ಕಾಪಾಡಿದ್ದನು.

ತಮ್ಮ ನೆಚ್ಚಿನ ಮತ್ತು ತಮ್ಮನ್ನೇ ನೆಚ್ಚಿದ ತಂದೆ-ತಾಯಿ, ಸತಿ-ಸುತರನ್ನು ತೊರೆದು ತಮ್ಮ ಮನೆಯಿಂದ ಸಾವಿರಾರು ಕಿಲೋಮೀಟರಗಳ ಆಚೆ ೨೪ ತಾಸು ಗಡಿಯನ್ನು ಕಾಯುವ ಸೈನಿಕರು ಮಾಡುವ ತ್ಯಾಗವನ್ನು ಎಷ್ಟೆಂದು ಬಣ್ಣಿಸುವುದು? ಎಲ್ಲ ಮೋಜು-ಮಸ್ತಿಗಳನ್ನು ಬಿಟ್ಟು ಸದಾ ಮರಣ ಮಾರಿಯ ನೆರಳಲ್ಲೇ ಬದುಕುವ ಒತ್ತಡದ ಜೀವನ ಅವರದು. ನಾಡಿನೊಳಗೆ ದಿನನಿತ್ಯ ನಡೆಯುವ ಹತ್ತಾರು ಸಂತೆ-ಜಾತ್ರೆಗಳು, ಮೆರವಣಿಗೆಗಳು, ಚಳುವಳಿಗಳು, ಪ್ರತಿಭಟನೆಗಳು, ದೊಂಬಿ-ಗಲಭೆಗಳು ಎಲ್ಲ ಸಂದರ್ಭಗಳಲ್ಲಿ ಶಾಂತಿ-ಸುವ್ಯವಸ್ಥೆ ಕಾಯುವ ಪೋಲೀಸರು ತಾವು ಹಬ್ಬ-ಹುಣ್ಣಿಮೆಗಳ ಆಚರಣೆ ಮಾಡದೇ ಇತರರಿಗಾಗಿ ರಜೆಗಳಿಲ್ಲದೆ ಹೆಣಗುತ್ತಾರೆ. ಒಂದೊಂದು ಸಲ ಹೆಣವೂ ಆಗುತ್ತಾರೆ. ಕರೋನಾ ಉಪಟಳದ ಸಂದರ್ಭದಲ್ಲಿ ವೈದ್ಯರುಗಳು, ನರ್ಸ್‌ಗಳು, ಸಫಾಯಿ ಕರ್ಮಚಾರಿಗಳು, ಟೆಕ್ನಿಸಿಯನ್‌ಗಳು, ಸಮಾಜ ಸೇವಕರು ತಮ್ಮ ಜೀವದ ಹಂಗು ತೊರೆದು ಕರೋನಾ ಪೀಡಿತರು ಮತ್ತು ಬಾಧಿತರ ಸೇವೆಯನ್ನು ಮಾಡಿದ್ದನ್ನು ಮರೆಯಲಾದಿತೆ? ಇವರೆಲ್ಲ ಮಾಡುವ ಕೆಲಸ ಅವರ ಬದ್ಧತೆಯನ್ನು, ಹೃದಯವಂತಿಕೆಯನ್ನು ಎತ್ತಿ ತೋರಿಸುತ್ತದೆ.

ಮನುಷ್ಯ ಮಾತ್ರರಲ್ಲದೆ ಪಶುಪಕ್ಷಿಗಳನ್ನೂ ತಮ್ಮಂತೆ ಭಾವಿಸುವವರಿದ್ದಾರೆ. ಉಕ್ರೇನ್ನಲ್ಲಿ ರಶಿಯಾ ಆಕ್ರಮಣ ಮಾಡಿದಾಗ ತಮ್ಮಕಾಲ ಬಳಿಯೇ ಬಾಂಬು-ಗುಂಡುಗಳು ಬೋರ್ಗರೆಯುತ್ತಿರುವಾಗ ತಾವು ಸಾಕಿದ ಮುದ್ದಿನ ನಾಯಿ, ಬೆಕ್ಕುಗಳನ್ನು ಬಿಟ್ಟು ತಾವಿದ್ದ ಜಾಗವನ್ನು ತೆರವು ಮಾಡಲು ವಿದ್ಯಾರ್ಥಿಗಳು ಸಿದ್ಧರಿರಲಿಲ್ಲ. ಅವರ ಸೂಕ್ಷ್ಮ ಸಂವೇಧನೆಯನ್ನು ಅರಿತ ಭಾರತ ಸರಕಾರ ಅವುಗಳ ವಿಮಾನಯಾನಕ್ಕೆ ಅನುವು ಮಾಡಿಕೊಟ್ಟಿತು. ತನ್ನವರನ್ನು ಬಿಟ್ಟುಕೊಡದ ಸಂಬಂಧದಿಂದ ನಿಯಮ ಸೋತಿತು, ಮಾನವೀಯತೆಯೇ ಗೆದ್ದಿತು!

ತನ್ನಷ್ಟಕ್ಕೆ ತಾನು ಒಳ್ಳೆಯವನಾಗಿರುವುದು ವೈಯುಕ್ತಿಕ ಎನಿಸುತ್ತದೆ. ಆದರೆ ತಾನಲ್ಲದ ಮತ್ತೊಬ್ಬರಿಗಾಗಿ ಮಾಡುವ ಕೆಲಸ ಒಳ್ಳೆಯ ವಿಚಾರದ ಅನ್ವಯಿಕ ರೂಪವಾಗುತ್ತದೆ. 'ತನ್ನ' ದರದ ವಿಸ್ತಾರವಾಗುತ್ತದೆ. ಇದು "ತನ್ನಂತೆ ಪರರ ಬಗೆದೊಡೆ"ದಾಗ ಮಾತ್ರ ಸಾಧ್ಯವಾಗುತ್ತದೆ. ಬೇರೆಯವರ 'ಶೂ'ನಲ್ಲಿ ನಮ್ಮ ಕಾಲನ್ನು ಸೇರಿಸಿದಾಗ ಅವರ ನೋವೋ ನಲಿವೋ ನಮಗೂ ಗೊತ್ತಾಗುತ್ತದೆ. ಪರರ ಸುಖ-ದುಃಖಗಳನ್ನು ನಮ್ಮ ಮೇಲೆ ನಾವು ಆವಿರ್ಭವಿಸಿಕೊಂಡಾಗ ನಮಗೆ ಅವರ ಪರಿಸ್ಥಿತಿಯ ಅರಿವಾಗುತ್ತದೆ. ಅದು ತಿಂಡಿ ಆಗಿರಲಿ, ಯಶಸ್ಸಾಗಿರಲಿ, ಮೋಜಾಗಿರಲಿ ಮತ್ತೊಬ್ಬರ ಜೊತೆಗೆ ಹಂಚಿಕೊಂಡಾಗಲೇ ಸಂತೃಪ್ತಿ. ಆಗಲೇ ಅದಕ್ಕೊಂದು ಬೆಲೆಬರುವುದು. ನಮ್ಮ ಸುತ್ತಲಿದ್ದವರು, ನಮಗೆ ಬೇಕಾದವರು ನಮ್ಮ ಅಭಿವೃದ್ಧಿಯನ್ನು ನೋಡಿ ಖುಷಿಪಟ್ಟಾಗ ನಮಗೂ ಸಂತಸವಾಗುತ್ತದೆ, ಜೀವನ ಸಾರ್ಥಕವಾಯಿತೆನಿಸುತ್ತದೆ.

ಏನೂ ಮಾಡದ, ನಿರುಪದ್ರವಿ ಸಾಧು ಪ್ರಾಣಿಯಂತಿರುವ ವ್ಯಕ್ತಿಗಿಂತ ಆಕ್ರಮಕ ಸ್ವಭಾವದ ಕ್ರೀಯಾಶೀಲನಾದ ದುಷ್ಟ ವ್ಯಕ್ತಿ ಲೇಸು. ಏಕೆಂದರೆ ಒಳ್ಳೆಯದೋ ಕೆಟ್ಟದ್ದೋ ಏನಾದರನ್ನು ಮಾಡಬೇಕಾದರೆ ಅವನು/ಅವಳು ಸ್ವಭಾವತಃ ಕ್ರಿಯಾಶೀಲರಾಗಿರ ಬೇಕಾಗಿರುತ್ತದೆ. ಇರುವ ಕೆಟ್ಟದ್ದನ್ನು ಒಳ್ಳೆಯದಾಗಿ ಪರಿವರ್ತಿಸಬಹುದು ಆದರೆ ಇರದಿರುವ ಕ್ರಿಯಾಶಿಲತೆಯನ್ನು ತರುವುದು ಕಷ್ಟ. ಹೀಗೆ ಹೇಳಿದ ಸ್ವಾಮಿ ವಿವೇಕಾನಂದರು ವಿದೇಶದಲ್ಲಿದ್ದಾಗ ಮೈಸೂರಿನ ಮಹಾರಾಜರಾದ ಜಯಚಾಮರಾಜ ಒಡೆಯರರಿಗೆ ಪತ್ರದಲ್ಲಿ ಬರೆಯುತ್ತಾರೆ, "ಯಾರು ಬೇರೆಯವರಿಗಾಗಿ ಕೆಲಸ ಮಾಡುತ್ತಾರೋ ಅವರೇ ನಿಜವಾಗಿ ಬದುಕಿದವರು. ಉಳಿದವರು ಇದ್ದರೂ ಸತ್ತಂತೆ ಸರಿ!" ಕೇವಲ ತನಗಾಗಿ ತನ್ನವರಿಗಾಗಿ ಮಾತ್ರ ಬದುಕದೆ, ಸಮಾಜಕ್ಕಾಗಿ, ದೇಶಕ್ಕಾಗಿ ಬದುಕಿದವರು ಸತ್ತನಂತರವೂ ಬದುಕುತ್ತಾರೆ. ಪರರ ಬಗೆಗೆ ಒಂದಿನಿತೂ ಯೋಚಿಸದ, ತನ್ನಷ್ಟಕ್ಕೆ ತಾನು ಬದುಕುವ ಸ್ವಾರ್ಥಿ ಜೀವಂತ ಇದ್ದರೂ ಸತ್ತಂತೆ.

ನಾವು ಯಾವಾಗಲೂ ಒಳ್ಳೆಯದನ್ನೇ ವಿಚಾರ ಮಾಡಬೇಕು. ನಿರಂತರವಾಗಿ ಹಾಗೆ ಮಾಡುವುದರಿಂದ ವೈಚಾರಿಕ ಸ್ಪಷ್ಟತೆ ಬರುತ್ತದೆ. ಒಳ್ಳೆಯ ವಿಚಾರಗಳು ಹರಳುಗಟ್ಟುತ್ತವೆ. ವಿವೇಕಯುತವಾದ ವಿಚಾರಗಳು ಒಳ್ಳೆಯ ಕೆಲಸಗಳಿಗೆ ದಾರಿಮಾಡಿ ಕೊಡುತ್ತವೆ. ಒಳ್ಳೆಯ ಕೆಲಸಗಳನ್ನು ಮಾಡುವುದು ಮನುಷ್ಯನು ಒಳ್ಳೆಯದಾಗಿರುವುದರ ಅಭಿವ್ಯಕ್ತಿಯಾಗಿರುತ್ತದೆ. ಅದು ನಮ್ಮಲ್ಲಿರುವ ಒಳ್ಳೆಯತನದ ಪ್ರಕಟಿತ ರೂಪವಾಗಿರುತ್ತದೆ. ನಿರಂತರವಾಗಿ ಒಳ್ಳೆಯದನ್ನು ಮಾಡುತ್ತ ಮಾಡುತ್ತ ಅದೇ ಸ್ವಭಾವವಾಗಿ ಪರಿವರ್ತನೆ ಆಗುತ್ತದೆ. ಉಸಿರಾಟದಂತೆ ಸಹಜ ಪ್ರವೃತ್ತಿಯಾಗುತ್ತದೆ. ಕಡುವೈರಿಗೂ ಕೇಡುಬಯಸದಂತಹ ಮಾನಸಿಕ ಪರಿಸ್ಥಿತಿ ನಿರ್ಮಾಣವಾಗುತ್ತದೆ. ಇದರಿಂದ ಪರಸ್ಪರ ಒಳ್ಳೆಯ ಭಾವನೆ ಮೂಡುತ್ತದೆ. ಏನೋ ಒಳ್ಳೆಯದನ್ನು ಮಾಡಿದ ಕೃತಾರ್ಥ ಭಾವ ಉಂಟಾಗುತ್ತದೆ. ಕೊನೆಯಲ್ಲಿ ಏನನ್ನೋ ಒಂದಿಷ್ಟನ್ನು ಸಾಧಿಸಿದ ಸಮಾಧಾನವಾಗುತ್ತದೆ.

ನಾವು ಯಾವ ರೀತಿಯಲ್ಲಿ ಯೋಚಿಸುತ್ತೇವೆ, ನಮ್ಮ ಮನಸಿನಲ್ಲಿ ಏನು ನಡೆಯುತ್ತಿದೆ, ನಮ್ಮ ಹೃದಯದ ತುಮುಲವೇನು ಇವೆಲ್ಲವೂ ನಮ್ಮ ಮಾತು, ಕೃತಿಗಳಲ್ಲಿ ಪ್ರತಿಫಲಿಸುತ್ತವೆ. ಆದ್ದರಿಂದ ನಾವು ಮಾಡುವ ಕೆಲಸ ನಮ್ಮದೇ, ನಮ್ಮ ವ್ಯಕ್ತಿತ್ವದ್ದೇ ಪ್ರತಿಬಿಂಬ! ಇದನ್ನು ತಿಳಿಸಿ ಹೇಳಲು ಯಾವ ದೊಡ್ಡ ಮನೋವಿಜ್ಞಾನಿಗಳು ಬೇಕಾಗಿಲ್ಲ. ಸೂಕ್ಷ್ಮವಾಗಿ ಗಮನಿಸುವ, ಕಳಕಳಿಯಿಂದ ವರ್ತಿಸುವ, ವಿವೇಚನೆಯಿಂದ ಮತಿಸುವ ಎಲ್ಲದಕ್ಕೂ ಹೆಚ್ಚಾಗಿ "ತನ್ನಂತೆ ಪರರ ಬಗೆಯುವ" ಯಾರೊಬ್ಬರೂ ಅರ್ಥಮಾಡಿಕೊಳ್ಳಬಹುದಾದ ಸಂಗತಿ ಇದು. ಹಾಗೆ ಮಾಡಬಲ್ಲವನಿಗೆ ಜಗಳವಿಲ್ಲ, ನೋವಿಲ್ಲ ಮತ್ತು ಹೃದಯ ಭಾರವಾಗುವುದಿಲ್ಲ. ಆದರೆ ಕನ್ನಡಿಯಲ್ಲಿ ನಮ್ಮ ಬಿಂಬವನ್ನು ನೋಡಿಕೊಂಡಾಗ ಖುಷಿಯಾಗುವಂತೆ ಇರಬೇಕು ಅಷ್ಟೇ! ಅದಕ್ಕಾಗಿ ಯಾವಾಗಲೂ ಒಳ್ಳೆಯವನಾಗು, ಒಳಿತನ್ನು ಮಾಡು.

೩. ಸಂಚಲನ ಸಾಧನೆಗೆ ಸೋಪಾನ

ನಾವಿರುವ ಭೂಮಿಯು ತನ್ನ ಸುತ್ತ ಸುತುತ್ತ ಸೂರ್ಯನನ್ನು ಸುತ್ತುತ್ತಿದೆ. ಚಂದ್ರನು ಭೂಮಿಯ ಸುತ್ತ ಗಿರಕಿ ಹೊಡೆಯುತ್ತಿದ್ದಾನೆ. ಬೇರೆ ಬೇರೆ ಗ್ರಹಗಳೂ ಸೂರ್ಯನನ್ನು ಸುತ್ತುತ್ತಿವೆ. ಅವುಗಳ ಸುತ್ತಲೂ ಹಲವಾರು ಉಪಗ್ರಹಗಳು ಸುತ್ತುತ್ತಿವೆ. ಇವರೆಲ್ಲ ಸೇರಿ ಮತ್ಯಾರೋ ಸುತ್ತ ಸುತ್ತುತ್ತಿವೆ. ಇಡೀ ವಿಶ್ವವೇ ಚಲನಶೀಲವಾಗಿದೆ. ಉರಿಯುವ ಕೆಂಡನಾದ ಸೂರ್ಯನೊಳಗಿನ ಅನಿಲ ರೂಪದ ಮೂಲವಸ್ತುಗಳ ಸಂಚಲನದಿಂದಾಗಿ ನಿರಂತರವಾಗಿ ವಿದಳನ, ಸಮ್ಮಿಳನ ಪ್ರಕ್ರಿಯೆಯಲ್ಲಿ ತೊಡಗಿ ಅಪಾರ ಸೌರಶಕ್ತಿಯನ್ನು ಬಿಡುಗಡೆ ಮಾಡುತ್ತವೆ.

ಚಂದ್ರನ ಬೆಳದಿಂಗಳು ರಸಿಕರ ಮನ ತೇಲಾಡುವಂತೆ ಮಾಡುತ್ತದೆ. ಸೂರ್ಯನ ಬೆಳಕು ತನ್ನೆಡೆಗೆ ಕಮಲ, ಸೂರ್ಯಕಾಂತಿ ಪುಷ್ಪಗಳು ಹೊರಳುವಂತೆ ಮಾಡುತ್ತದೆ. ಸೂರ್ಯನ ಶಕ್ತಿಯು ಜೀವಿಗಳಲ್ಲಿ ಶಕ್ತಿಯನ್ನು ಭರಿಸುತ್ತದೆ. ಹರಿಯುವ ನೀರಿನ ಝುಳು-ಝುಳು ನಾದ ಕಿವಿಗೆ ಇಂಪಾದ ಕಂಪನವಾದರೆ, ಧುಮುಕುವ ಜಲಪಾತಕ್ಕೆ 'head' ಇದೆ. ಆ 'head' ಚಕ್ರದ ಮೇಲೆ ಬಿದ್ದರೆ ಅದು ತಿರುಗಿ ವಿದ್ಯುತ್ ಸಂಚಾರವಾಗುತ್ತದೆ. ಅಬ್ಬರಿಸುವ ಸಮುದ್ರದ ಅಲೆಗಳು ದೈತ್ಯ ಅವತಾರ ತಳೆದಾಗ ಸುನಾಮಿ ರೂಪವನ್ನು ತಾಳುತ್ತದೆ.

ಚಲಿಸುವ ಗಾಳಿಯಲ್ಲಿ ಶಕ್ತಿಯಿದೆ. ಅದು ಹೊತ್ತುಯ್ಯುವ ಸುವಾಸನೆ ಸುತ್ತಲೂ ಬೀರುತ್ತದೆ. ಒಂದು ಆಹ್ಲಾದಕರ ವಾತಾವರಣ ಮೂಡಿಸುತ್ತದೆ. ಹಾಗೆಯೇ ಕೆಟ್ಟ ದುರ್ಗಂಧ ಹೊತ್ತು ತಂದಾಗ ಮೂಗು ಮುಚ್ಚಿಸುತ್ತದೆ. ಚಳಿಗಾಲದಲ್ಲಿ ಬೀಸುವ ಸುಳಿಗಾಳಿ ಮೈ ಕೊರೆಯುತ್ತದೆ. ಬೇಸಿಗೆಯಲ್ಲಂತೂ ಗಾಳಿ ಚಲಿಸುತ್ತಿದ್ದರೆ ಅದಕ್ಕೆ ಬೆಲೆ. ತಂಗಾಳಿಯಂತಿದ್ದರಂತೂ ಇನ್ನೂ ಮಜ. ಸುಂಟರಗಾಳಿ/ಬಿರುಗಾಳಿ ಅಥವಾ

ಚಂಡಮಾರುತದ ವಿನಾಶಕ ಶಕ್ತಿಯ ಅರಿವು ನಮಗೆ ಆಗಾಗ ಆಗುತ್ತಿರುತ್ತದೆ. ಈಗ ಗಾಳಿಯಂತ್ರದಿಂದಲೂ, ಸೂರ್ಯನಿಂದಲೂ, ಸಮುದ್ರದ ಅಲೆಗಳಿಂದಲೂ ವಿದ್ಯುಚ್ಛಕ್ತಿ ಉತ್ಪನ್ನವಾಗುತ್ತದೆ. ಹೀಗೆ ಗ್ರಹ, ನಕ್ಷತ್ರ, ವಾಯು, ಜಲಗಳಲ್ಲಿನ ಸಂಚಲನವು ಶಕ್ತಿಯ ರೂಪವನ್ನು ತಾಳಿ ಉಪಯುಕ್ತತೆ ಪಡೆಯುತ್ತದೆ. ಒಮ್ಮೊಮ್ಮೆ ವಿನಾಶವನ್ನು ತಂದೊಡ್ಡುತ್ತದೆ.

ನಿಂತ ನೀರಿಗೆ, ಸ್ಥಬ್ಧವಾದ ಗಾಳಿಗೆ ಬೆಲೆ ಇಲ್ಲ! ನಿಂತ ನೀರು ಮಲಿನವಾಗುತ್ತದೆ. ನಿಂತ ಗಾಳಿಯ ಅಸ್ತಿತ್ವ ಗೊತ್ತಾಗುವುದಿಲ್ಲ. ಹಾಗೆಯೇ ತಟಸ್ಥವಾದ ಮೀನು, ಹಕ್ಕಿಗಳು ನಿರ್ಜೀವ ಗೊಂಬೆಗೆ ಸಮ! ಹಕ್ಕಿ ಹಾರುತ್ತಿದ್ದರೇನೇ ಚೆನ್ನ, ಮೀನು ಈಜುತ್ತಿದ್ದರೇನೇ ಚೆನ್ನ! ನವಿಲು ಕುಣಿಯುತ್ತಿದ್ದರೇನೇ ಕಣ್ಣಿಗೆ ಸೊಬಗು. ಸಂಚಲನದಲ್ಲಿ ಸೌಂದರ್ಯವಿದೆ. ಮೀಟಿದ ತಂತಿಯಿಂದಲೇ ಸಂಗೀತ, ಕೊಳಲಿನಲ್ಲಿ ಕೊಸರಾಡುವ ಗಾಳಿಯಿಂದಲೇ ಮಧುರ ಕಂಪನ, ಹೀಗೆ ಎಲ್ಲೆಡೆಯಲ್ಲಿ, ಎಲ್ಲದರಲ್ಲಿಯೂ 'ಸಂ'ಚಲನ ಅಡಗಿದೆ. ಆ ಚಲನೆಯೇ ಸಜೀವಿಯ ಲಕ್ಷಣ, ಸಂಚಲನ ಬೆಳವಣಿಗೆಯ ಸಂಕೇತ. ಸಂಚಲನವೇ ಕ್ರಿಯಾತ್ಮಕತೆಯ ಸಹಜ, ಸ್ವಭಾವಿಕ ಗುಣ.

ಚಲನಶೀಲತೆ ಕೇವಲ ಭೌತಿಕ ಚಲನೆಗಷ್ಟೇ ಸೀಮಿತವಲ್ಲ. ಮಾನಸಿಕವಾಗಿಯೂ ಒಬ್ಬ ವ್ಯಕ್ತಿ ಚಲನಶೀಲನಾಗಿರಬಹುದು. ದೈಹಿಕ ನ್ಯೂನತೆಯಿದ್ದರೂ ಮಾನಸಿಕವಾಗಿ ಕ್ರಿಯಾಶೀಲನಾಗಿರಬಹುದು. ವಯಸ್ಸು ಹೆಚ್ಚಾಗಿ, ದೇಹ ದುರ್ಬಲವಾಗಿದ್ದರೂ ಹದಿಹರಿಯದ ಮನಸ್ಸನ್ನು, ಕ್ರಿಯಾಶೀಲತೆಯನ್ನು ಉಳಿಸಿಕೊಂಡವರನ್ನು ಕಾಣುತ್ತೇವೆ.

ರಾಮಕೃಷ್ಣ ಪರಮ ಹಂಸರು ಕಾಲವಾದ ನಂತರ ಸ್ವಾಮಿ ವಿವೇಕಾನಂದರು ಭಾರತ ದೇಶದಾದ್ಯಂತ ಸಂಚರಿಸುತ್ತಾರೆ. ಹತ್ತಾರು ಬಗೆಯ ಜನರ ಸಂಪರ್ಕಕ್ಕೆ ಬರುತ್ತಾರೆ. ದೀನರು, ದಲಿತರು, ಬಡವರ ದಯನೀಯ ಪರಿಸ್ಥಿತಿಯನ್ನು ಮನಗಾಣುತ್ತಾರೆ. ಶ್ರೀಮಂತರು, ಪಂಡಿತರು, ರಾಜರುಗಳ ಜೊತೆಗೂ ಭಾರತದ ಭವಿಷ್ಯ ಕುರಿತು ಚಿಂತಿಸುತ್ತಾರೆ. ಹಲವೆಡೆ ಭವ್ಯ ಸ್ವಾಗತ, ಮೃಷ್ಟಾನ್ನ ಭೋಜನ, ಪಾಂಡಿತ್ಯ ಪೂರ್ಣಚರ್ಚೆಯಾದರೆ ಕೆಲವೆಡೆ ಗುರುತಿಸಲೂ ಯಾರೂ ಇರದೇ, ಆಹಾರವೂ ಸಿಗದೇ ಬಳಲುವಂತಹ ಸಂದರ್ಭಗಳೂ ಒದಗುತ್ತವೆ. ಕನ್ಯಾಕುಮಾರಿಗೆ ಬರುವಷ್ಟರಲ್ಲಿ ಸಂಪೂರ್ಣ "ಭಾರತದರ್ಶನ" ಅವರಿಗೆ ಆಗುತ್ತದೆ. ಭಾರತಮಾತೆಯನ್ನು ದಾಸ್ಯಮುಕ್ತ ಮಾಡುವ ವಿಚಾರ ಅವರಲ್ಲಿ ಗಟ್ಟಿಗೊಳ್ಳುತ್ತದೆ. ಕನ್ಯಾಕುಮಾರಿಯ ಶಿಲೆಯ ಮೇಲೆ ಕುಳಿತು ತಮ್ಮ ಜೀವನದ ಮಹತ್ವದ ನಿರ್ಧಾರ ಮಾಡುತ್ತಾರೆ. ಹೀಗೆ ಸ್ವಾಮೀಜಿಯ ದೇಶ ಸಂಚಾರ ಅವರ ಯೋಚನೆಗಳಲ್ಲಿ ಸಂಚಲನ ಮೂಡಿಸುತ್ತದೆ. ಅವರಿಗೆ ಜೀವನ ಧ್ಯೇಯದ ಸಾಕ್ಷಾತ್ಕಾರ ಮೂಡಿಸುತ್ತದೆ.

ಜಗತ್ತಿನ ನೂರಾರು ರಾಷ್ಟ್ರಗಳ ಜನರಿಗೆ ಭಾರತದ ಬಗೆಗಿರುವ ತಪ್ಪು ಪ್ರತಿಮೆಯನ್ನು ಅಳಿಸಿ ಹಾಕುವುದು, ಭಾರತದ ಆಧ್ಯಾತ್ಮಿಕ ಶಕ್ತಿಯನ್ನು ಪರಿಚಯಿಸುವುದು ಮತ್ತು ಭಾರತೀಯರಿಗೆ ತಮ್ಮ ಬಗೆಗೆ ಇರುವ ಕೀಳರಿಮೆ ಹೊಡದು ಹಾಕಿ ತನ್ನತನ ಮೆರೆಯುವುದು ಇದು ವಿವೇಕಾನಂದರ ಚಿಕ್ಯಾಗೋ ಪ್ರವಾಸದ ಉದ್ದೇಶಗಳಾಗಿದ್ದವು. ಅವರ ವಿದೇಶ ಸಂಚಾರ, ಭಾಷಣ, ವಿಚಾರಗಳು ಅಮೇರಿಕ ಮತ್ತು ಯುರೋಪ ದೇಶಗಳಲ್ಲಿ ಸಂಚಲನ ಉಂಟು ಮಾಡಿದ್ದವು. ಭಾರತದ ಘನತೆಯನ್ನು ಹೆಚ್ಚಿಸಿದ್ದವು. ಅವರ ವಾಣಿಗೆ ಸೋತ ವಿದೇಶಿಯರನ್ನು ಭಾರತದ ಸೇವೆಗೆ ಪ್ರೇರೇಪಿಸಿದ್ದವು.

ಸ್ವಾತಂತ್ರ್ಯ ಹೋರಾಟದ ಸಂದರ್ಭದಲ್ಲಿ ಮಹಾತ್ಮ ಗಾಂಧೀಜಿಯಷ್ಟು ದೇಶದ ತಿರುಗಾಟವನ್ನು ಯಾರೂ ಮಾಡಿರಲಿಕ್ಕಿಲ್ಲ. ಅವರ ಪರ್ಯಟನದಿಂದ ದೇಶದಾದ್ಯಂತ ಸಾಮಾನ್ಯ ಜನರು ಸ್ವಾತಂತ್ರ್ಯ ಹೋರಾಟಕ್ಕೆ ಧುಮುಕುವಂತಾಯಿತು ೨೦ನೇ ಶತಮಾನದ ಉತ್ತರಾರ್ಧದಲ್ಲಿ ಜಯಪ್ರಕಾಶ ನಾರಾಯಣರ ದೇಶ ಸಂಚಾರ ಸರ್ವಾಧಿಕಾರವನ್ನು ಕಿತ್ತು ಹಾಕುವುದಕ್ಕಾಗಿ ಇತ್ತು. ಬಾಬಾ ಆಮ್ಟೆ ಅವರು ಕನ್ಯಾಕುಮಾರಿಯಿಂದ ಕಾಶ್ಮೀರದವರೆಗೆ ಜನರನ್ನು ಒಂದಾಗಿ ಬೆಸೆಯಲು 'ಭಾರತ ಜೋಡೋ' ಆಂದೋಳನವನ್ನು ನಡೆಸಿದರು. ಸ್ವದೇಶಿ ಭಾವ ಜಾಗರಣಕ್ಕಾಗಿ ದಾದಾಬಾಯಿ ನವರೋಜಿ, ಗೋಖಲೆ, ತಿಲಕ, ರಾನಡ, ರಾಜೀವ ದಿಕ್ಷೀತ ಅವರು ಭಾರತದಾದ್ಯಂತ ಸಂಚರಿಸಿದರೆ, ಯೋಗ ಪ್ರಸಾರಕ್ಕಾಗಿ ದಯಾನಂದ ಸರಸ್ವತಿ, ಬಾಬಾ ರಾಮದೇವ ಪಯಣಿಸಿದರು.

ಸಾಧು, ಸನ್ಯಾಸಿಗಳ ಜೀವನ ಕ್ರಮದಲ್ಲಿ ದೇಶ ಸಂಚಾರವು ಒಂದು. ಆ ಮೂಲಕ ಧರ್ಮಪ್ರಸಾರ, ಆಧ್ಯಾತ್ಮಿಕ ಪ್ರಚಾರವನ್ನು ಅವರು ಕೈಗೊಳ್ಳುತ್ತಾರೆ. ಕೇರಳದ ಶಂಕರಾಚಾರ್ಯರು ಆವಾಗಲೇ ದೇಶದ ನಾಲ್ಕು ದಿಕ್ಕಿಗೆ ಸಂಚರಿಸಿ ನಾಲ್ಕು ಮಠ ಸ್ಥಾಪಿಸಿದರು, ಭಾರತದ ಏಕತೆಯನ್ನು ಸಾರಿ ಹೇಳಿದರು.

ರಾಜಕೀಯ ನೇತಾರರು ಬೇರೆ ಬೇರೆ ಉದ್ದೇಶಗಳಿಗಾಗಿ ಮುಖ್ಯವಾಗಿ ಜನಾಭಿಪ್ರಾಯವನ್ನು ತಮ್ಮ ಮತಗಳಾಗಿ ಪರಿವರ್ತಿಸಲು ಸಂಚರಿಸುತ್ತಾರೆ. ಕಳೆದೆರಡು ಲೋಕಸಭಾ ಚುನಾವಣೆಯಲ್ಲಿ ನರೇಂದ್ರ ಮೋದಿಯವರು ಬಿರುಗಾಳಿಯಂತೆ ದಾಖಲೆಯ ಪ್ರವಾಸ ಮಾಡಿದರು. ತಮ್ಮಗುರಿ ಸಾಧಿಸಲು ಅವರ ಸಂಚಲನ, ಮಾತಿನ ಓಘ, ಜನರ ಮುಂದಿತ್ತ ಅಭಿವೃದ್ಧಿ ಪಥ ಕಾರಣಗಳಾದವು. ಜನಜಾಗೃತಿಗಾಗಿ, ಶಾಂತಿ ಸ್ಥಾಪನೆಗಾಗಿ, ಎಚ್ಚರಿಕೆಯಾಗಿ ಪೋಲಿಸ್, ಸೈನ್ಯ, ಎನ್‌ಎಸ್‌ಎಸ್, ಎನ್‌ಸಿಸಿ, ಸ್ಕೌಟ್ಸ್ ಅಂಡ್ ಗೈಡ್ಸ್, ರೆಡ್‌ಕ್ರಾಸ್, ಹೋಂ ಗಾರ್ಡ್‌ಗಳ ಪಥ ಸಂಚಲನ ನಡೆಸಲಾಗುತ್ತದೆ. ಬೇಟೆ ಆಡುವ ಪ್ರಾಣಿ ಆಹಾರಕ್ಕಾಗಿ ಓಡುತ್ತಿದ್ದರೆ, ಬೇಟೆತನ್ನ ಪ್ರಾಣ ಉಳಿಸಿಕೊಳ್ಳಲು ಓಡಬೇಕಾಗುತ್ತದೆ.

ಬ್ರಹ್ಮಾಂಡದ ಕಣಕಣದಲ್ಲೂ ಸಂಚಲನ ಅಡಗಿದೆ, ಪರಮಾಣುವಿನ ನ್ಯೂಕ್ಲಿಯಸ್ ಸುತ್ತಲೂ ಇಲೆಕ್ಟ್ರಾನ್ ತನ್ನ ಪರೀಧಿಯಲ್ಲಿ ಸುತ್ತುತ್ತಿದೆ. ವಿದಳನ ಪ್ರಕ್ರಿಯೆಯಿಂದಾಗಿ ಶಕ್ತಿ ಬಿಡುಗಡೆಯಾಗುತ್ತದೆ. ಪರಮಾಣು ಸಮ್ಮಿಳನ ಪ್ರಕ್ರಿಯೆಯಲ್ಲಿ ಶಕ್ತಿ ಬಿಡುಗಡೆಯಾಗುತ್ತದೆ. ಇದೆಲ್ಲ ಎಲೆಕ್ಟ್ರಾನ್‌ಗಳ ಚಲನೆಯಿಂದ ಆಗುವ ಪರಿಣಾಮಗಳು.

ಹೀಗೆ ಇಡೀ ಬ್ರಹ್ಮಾಂಡವು ಸಂಚಲನ ಶೀಲವಾಗಿದೆ. ಹಲವರ ಸಂಚಲನ ಹತ್ತಾರು ಸಾಧನೆ ಮಾಡಿಸಿದೆ. ಸಾವಿರಾರು ಜನರಿಗೆ ಪ್ರೇರಣೆ ನೀಡಿವೆ. ದೇಶವನ್ನು, ಜನರನ್ನು ಒಂದಾಗಿ ಜೋಡಿಸಿವೆ. ಕುಳಿತಲ್ಲೇ ಕುಳಿತು ಮಾತನಾಡುವುದರಿಂದ ಏನನ್ನೂ ಸಾಧಿಸಲಾಗುವುದಿಲ್ಲ, ಸಂಚರಿಸಬೇಕು. ಆಗ ಹಲವಾರು ಬಗೆಯ ಜನರ ಸಂಪರ್ಕಕ್ಕೆ ಬರುತ್ತೇವೆ. ಹತ್ತಾರು ವಿಚಾರಗಳು ತಿಳಿಯುತ್ತವೆ. ಎಲ್ಲ ವಿಚಾರಗಳಲ್ಲಿಯ ಏಕಸೂತ್ರದ ದರ್ಶನವಾಗುತ್ತದೆ. "ಮನೆಯಲ್ಲಿ ಕುಳಿತು ಕೆಟ್ಟ" ಎನ್ನುವ ಮಾತು ನಿಷ್ಕ್ರಿಯತೆಯನ್ನು ತೋರಿಸುತ್ತದೆ. ಸಂಚಲನಕ್ಕೆ ಒಂದು ಅರ್ಥ ಇದೆ. ಒಂದು ಶಕ್ತಿ ಇದೆ. ಅದರಲ್ಲಿ ಪ್ರೇರಣೆ ಅಡಗಿದೆ. ಪರಿವರ್ತನೆ ಮಡಗಿದೆ. ಜೀವನ ಪಯಣದಲ್ಲಿ ನಾವು ಸುತ್ತಿದಷ್ಟು ನಮ್ಮ ಜ್ಞಾನ ಭಂಡಾರ ಹಿಗ್ಗುತ್ತದೆ. ಅನುಭವ ದಟ್ಟವಾಗುತ್ತದೆ. ಹೀಗಾಗಿ ಪ್ರತಿಯೊಬ್ಬರು ದೇಶ ಸುತ್ತ ಬೇಕು, ಕೋಶ ಓದಬೇಕು.

೪. ಸಂಕಲ್ಪಮಾಡಿದರೆ ಅರ್ಧಕೆಲಸವಾದಂತೆ!

ಪಾಂಡವರದು ೭ ಅಕ್ಷೋಹಿಣಿ ಸೈನ್ಯ. ಕೌರವರದು ೧೧ ಅಕ್ಷೋಹಿಣಿ ಸೈನ್ಯ. ಕೌರವರ ಜೋತೆಗಾದರೋ ಕಲಿಸಿದ ಗುರು ದ್ರೋಣ, ಬೆಳೆಸಿದ ಭೀಷ್ಮ ಪಿತಾಮಹ, ಕೃಪಾಚಾರ್ಯ, ಶಲ್ಯ, ಕರ್ಣ ಅಲ್ಲದೇ ನೂರಾರು ಅತಿರಥ ಮಹಾರಥರು. ಇವರ ಕಡೆಗೆ ತಾವೇ ಐದು ಜನ ಕುಂತಿಪುತ್ರರು, ದ್ರುಪದರಾಜ. ಆದರೂ ಕೃಷ್ಣ ಪರಮಾತ್ಮನನ್ನು ನಂಬಿ ಧರ್ಮದ ಪರವಾಗಿ ಹೋರಾಡಲು ಸಂಕಲ್ಪತೊಟ್ಟರು ಪಾಂಡವ ಪುತ್ರರು. ಧರ್ಮ ಕೈ ಬಿಡಲಿಲ್ಲ, ಧರ್ಮೋ ರಕ್ಷತೀ ರಕ್ಷಿತಃ!

ಸಾವಿರ ವರ್ಷಗಳ ದುರಾಕ್ರಮಣ, ತನ್ನತನವ ಕಳೆದುಕೊಂಡ ಗುಲಾಮಿ ರಾಷ್ಟ್ರ, ತನ್ನ ದೇಶದ ಇತಿಹಾಸ, ಪರಂಪರೆಗಳನ್ನೇ ಹೀಗಳೆಯುವ ಅಭಿಮಾನ ಶೂನ್ಯ ಭಾರತಿಯರು ಕೀಳರಮೆಯ ಕತ್ತಲಲ್ಲಿ ತಮ್ಮ ಅಂತಃ ಸತ್ವವನ್ನೇ ಕಾಣದ / ಕಳೆದುಕೊಂಡ ಹತ ಭಾಗ್ಯರು. ಅವರೆಲ್ಲರ ಪ್ರತಿನಿಧಿಯಾಗಿ ವಿಶ್ವಧರ್ಮ ಸಮ್ಮೇಳನದಲ್ಲಿ ಪಾಲ್ಗೊಳ್ಳಲು ನಿಶ್ಚಯಿಸಿದರು ಸ್ವಾಮಿ ವಿವೇಕಾನಂದರು. ಅಲ್ಲಿ ತಲುಪುವರೆಗೂ ಹತ್ತು ಹಲವು ತೊಂದರೆಗಳು. ಅದ್ಯಾವುವೂ ಅವರ ಆತ್ಮವಿಶ್ವಾಸವನ್ನು ಅಲುಗಾಡಿಸಲಿಕ್ಕೆ ಆಗಲಿಲ್ಲ. ಜಗತ್ತಿನ ಮೂಲೆ ಮೂಲೆಗಳಿಂದ ಬಂದಿರುವ ಎಲ್ಲ ಧರ್ಮ, ಜಾತಿ, ಪಂಥ, ದೇಶಗಳ ಮುಂದೆ ಭಾರತದ ನೈಜ ಸತ್ಯವನ್ನು, ಸತ್ವವನ್ನು, ಆಧ್ಯಾತ್ಮಿಕ ಹಿರಿಮೆಯನ್ನು, ವಿಶ್ವ ಭ್ರಾತೃತ್ವವನ್ನು ಸಾರಲು ಈ ಜಾಗತಿಕ ವೇದಿಕೆಯನ್ನು ಬಳಸಿಕೊಳ್ಳಲು ಸ್ವಾಮೀಜೀ ದೃಢ ಸಂಕಲ್ಪ ಮಾಡಿದ್ದರು. ಆ ಸಂಕಲ್ಪವೇ ಅವರನ್ನು ದಡಕ್ಕೆ ಸೇರಿಸಿತು. ತಮ್ಮ ಮೊದಲ ಭಾಷಣದ ಮೊದಲ ಮಾತುಗಳಲ್ಲೇ ದಿಗ್ವಿಜಯ ಸಾಧಿಸಿದರು. ಭಾರತದ ಬಗೆಗೆ ನಿದೇಶಿಗರಿಗೆ ಇದ್ದ ತಪ್ಪು ಕಲ್ಪನೆಗಳನ್ನು ದೂರಮಾಡಿ ಇಡೀ ಜಗತ್ತು ಭಾರತದ ಬಗ್ಗೆ ಉತ್ಸುಕತೆ, ಗೌರವಗಳಿಂದ ಕಾಣುವಂತೆ ಮಾಡಿದರು.

ಸ್ವಾತಂತ್ರ್ಯಾ ನಂತರ ಕ್ಷೀರಕ್ರಾಂತಿ (ಶ್ವೇತಕ್ರಾಂತಿ)ಗೆ ಮುನ್ನುಡಿ ಬರೆದವರು ಹಾಲಿನ ಪುರುಷ ಶ್ರೀ ವರ್ಗೀಸ್ ಕುರಿಯೆನ್, ಅವರು ಕರ್ನಾಟಕದಿಂದ ಪ್ರಾರಂಭವಾದ ಸಹಕಾರ ಕ್ರಾಂತಿಗೆ ಶ್ರೀಕಾರ ಹಾಡಿದವರು ಗದಗ ಜಿಲ್ಲೆಯ ಚಿಕ್ಕಹಳ್ಳಿ ಕಣಗಿನಹಾಳಿನ ಶ್ರೀ ಸಿದ್ಧನಗೌಡ ಎಸ್. ಪಾಟೀಲರು. ಇಡೀ ದೇಶದಲ್ಲಾದ ಹಸಿರು ಕ್ರಾಂತಿಗೆ ಹಾಗೂ ಆಹಾರ ಸ್ವಾವಲಂಭನೆಗೆ ಕಾರಣ ಪುರುಷರಾದ ಸಸ್ಯ ತಳಿ ಶಾಸ್ತ್ರಜ್ಞ ಶ್ರೀ ಎಂ.ಎಸ್. ಸ್ವಾಮಿನಾಥನ್ ಅವರು ಹೀಗೆ ಆಯಾ ಕ್ಷೇತ್ರದ ನೇತೃತ್ವವಹಿಸಿದ ನಾಯಕರ ಸಂಕಲ್ಪಗಳೇ ಅವರು ಮಾಡಿದ ಸಾಧನೆಗಳಿಗೆ ಕಾರಣ. ಹಿಂದೂ ಸಮಾಜದ ಏಳಿಗೆಗೆ ಪಣತೊಟ್ಟ ಶ್ರೀ ಮದನ ಮೋಹನ ಮಾಳವೀಯರು ಬನಾರಸ್ ಹಿಂದೂ ವಿಶ್ವವಿದ್ಯಾಲಯನವನ್ನು ಸ್ಥಾಪಿಸಿಲು ಹೈದರಾಬಾದಿನ ನಿಜಾಮರನ್ನು ಸಹಾಯ ಕೇಳುತ್ತಾರೆ. ನಿಜಾಮನು ಸಿಟ್ಟಿಗೆದ್ದು ತಮ್ಮ ಚಪ್ಪಲಿಯನ್ನು ಇವರೆಡೆ ಎಸೆಯುತ್ತಾನೆ. ಆದರೂ ಧೃತಿಗೆಡದ ಅವರು ಅದನ್ನೇ ಸಾರ್ವಜನಿಕವಾಗಿ ಹರಾಜಿಗೆ ಹಚ್ಚುತ್ತಾರೆ! ಎಲ್ಲಿ ಕಡಿಮೆ ಬೆಲೆಗೆ ತನ್ನ ಚಪ್ಪಲಿ ಬಿಕರಿಯಾಗಿ ಅವಮಾನವಾಗುವುದೋ ಎಂದು ಹೆದರಿ ನಿಜಾಮನು ತನ್ನ ಜನರ ಮೂಲಕ ಲಿಲಾವಿನಲ್ಲಿ ಭಾಗವಹಿಸಿ ಒಂದು ಗೌರವದ ಮೊತ್ತ ಬರುವಂತೆ ಮಾಡುತ್ತಾನೆ. ಮಾಲವೀಯರ ಆ ಚಿತ್ತಾವಧಾನವು ಅವರು ತೊಟ್ಟ ಸಂಕಲ್ಪದ ಸಿದ್ದಿಗಾಗಿ ಅವರು ಪಟ್ಟ ಸತತ ಪ್ರಯತ್ನದ ಚಾಕಚಕ್ಯತೆಯಾಗಿತ್ತು.

ಕಾರ್ಗಿಲ್ ರಣಭೂಮಿಯನ್ನೊಮ್ಮೆ ನೆನಪಿಸಿಕೊಳ್ಳಿ. ಅಮೆರಿಕ ಮತ್ತು ಚೀನಾ ನಿರ್ಮಿತ ಅತ್ಯಾಧುನಿಕ ಕ್ಷಿಪಣಿ, ಶಸ್ತ್ರಗಳ ಸಮೇತ ಎರಗಿದವರು ಪಾಕಿಗಳು. ಅವರಿಗದು ಪೂರ್ವಯೋಜಿತ ಮತ್ತು ಸುಸಜ್ಜಿತ ದಾಳಿ ಆಗಿತ್ತು. ಹಿಮಾಲಯದ ಪರ್ವತ ಶ್ರೇಣಿಯ ಮೇಲಿನಿಂದ ಅವರ ದಾಳಿ. ಕೊರೆವ ಚಳಿಯಿಂದ ರಕ್ಷಿಸಿಕೊಳ್ಳಲು ಅವರ ಹತ್ತಿರ ಅತ್ಯಾಧುನಿಕ ರಕ್ಷಣಾ ಕವಚಗಳಿದ್ದವು. ಭಾರತೀಯ ಸೈನಿಕರಿಗಾದರೋ ಇದು ತೀರ ಅನಿರೀಕ್ಷಿತವಾದ ದಾಳಿಯಾಗಿತ್ತು. ಯುದ್ದಕ್ಕೆ ಪೂರ್ವ ತಯಾರಿಯಾಗಲಿ, ಮಾನಸಿಕ ತಯಾರಿಯಾಗಲಿ ಇರಲಿಲ್ಲ. ಇತ್ತ ಶಾಂತಿಸಭೆ ನಡೆಸಿದ ಪಾಕ್ ಅತ್ತ ಧುತ್ತನೇ ಬಂದೆರೆಗಿತ್ತು. ಭಾರತೀಯ ಜವಾನರಿಗೆ ಸುಸಜ್ಜಿತ ಯುದ್ಧ ಶಸ್ತ್ರಗಳಿರಲಿಲ್ಲ, ಕೊರೆಯುವ ಚಳಿಯಿಂದ ರಕ್ಷಿಸಿಕೊಳ್ಳಲು ಸಾಕಷ್ಟು ವ್ಯವಸ್ಥೆಯೂ ಇರಲಿಲ್ಲ. ಪರ್ವತ ಶ್ರೇಣಿಯ ಮೇಲಿಂದ ಗುಂಡಿನ ಮಳೆ ಸುರಿಸಿತ್ತಿದ್ದ ವೈರಿಯನ್ನು ಎದುರಿಸಬೇಕಿತ್ತು ! ತಾವು ಗುರುತ್ವಾಕರ್ಷಣೆ ವಿರುದ್ಧ ಎಸೆಯುವ ಶೆಲ್ಗಳು, ಮದ್ದು, ಗುಂಡುಗಳು ತಮ್ಮ ಮೇಲೇ ತಿರುಗಿ ಬೀಳುವ ಸಾಧ್ಯತೆ ಇದ್ದವು. ಆದರೆ ನಮ್ಮ ಸೈನಿಕರ ರಾಷ್ಟ್ರಭಕ್ತಿ ಜಾಗೃತಗೊಂಡಿತ್ತು. ತಾಯ್ನಾಡ ರಕ್ಷಣೆಗಾಗಿ ಸರ್ವವನ್ನೂ ಸಮರ್ಪಿಸಿಕೊಳ್ಳುವ ತವಕ ಅವರಿಗಿತ್ತು ಏನಾದರಾಗಲಿ ವೈರಿಯನ್ನು ಹಿಮ್ಮೆಟಿಸುವ ಛಲ ಅವರದಾಗಿತ್ತು. ತಮ್ಮ ತಾಯಿಯ ಮಾನ ಮತ್ತು

ಗಡಿ ರಕ್ಷಣೆಗಾಗಿ ಅವರು ಸಂಕಲ್ಪ ಮಾಡಿಯಾಗಿತ್ತು. ಹೀಗಿರುವಾಗ ಅವರಿಗಲ್ಲದೇ ಜಯ ಇನ್ಯಾರ ಪಾಲಿಗೆ ಹೋಗಲು ಸಾಧ್ಯ? ಸೆಣಸುವ ಸಂಕಲ್ಪವಿದ್ದರೆ ವೈಫರಿತ್ಯಗಳ ನಡುವೆಯೂ ಜಯಮಾಲೆ ತಾನಾಗೇ ಕೊರಳಿಗೆ ಬಂದು ಬೀಳುತ್ತದೇ !

೧೩೦ ಕೋಟಿಗೂ ಮಿಕ್ಕಿದ ಜನಸಂಖ್ಯೆ, ಅಮೆರಿಕದಂತಹ ದೇಶಗಳಲ್ಲಿ ಇರಬಹುದಾದಷ್ಟು ಸುಧಾರಿತ ವೈದ್ಯಕೀಯ ಸೌಲಭ್ಯಗಳ ವಿರಳದಾಗಿ ಲಭ್ಯತೆ, ಇನ್ನೂ ಸುಧಾರಿಸಬೇಕಾಗಿರುವ ಸ್ವಚ್ಛತಾ ವಾತಾವರಣ, ದೇಶದಲ್ಲೇ ವಿರೋಧ ಪಕ್ಷಗಳ ಪ್ರತಿರೋಧ ಮತ್ತು ಅಪಪ್ರಚಾರ, ಕೋಟ್ಯಾಂತರ ವೃದ್ಧರು, ಹೆಣ್ಣುಮಕ್ಕಳು, ಚಿಕ್ಕಮಕ್ಕಳು ಮತ್ತು ಸವಿಸ್ತಾರವಾದ ದೇಶದ ಉದ್ದಗಲಕ್ಕೂ ತಲುಪಿಸಬೇಕಾದ ಲಸಿಕೆಗಳು. ಸಿಕ್ಕ ಪ್ರತಿಯೊಂದು ಚಿಕ್ಕ ಅವಕಾಶವನ್ನೂ ತಮ್ಮ ಮೂಗಿನ ನೇರಕ್ಕೆ ವಿಶ್ಲೇಷಿಸಿ ಮೋದಿಯ ಮುಖಕ್ಕೆ ಮಸಿಬಳೆಯಲೆಂದೇ ಹಟತೊಟ್ಟು ನಿಂತ ಸೈದ್ಧಾಂತಿಕ ವಿರೋಧಿಗಳು ಮತ್ತು ಮಾಧ್ಯಮಗಳು.. ಒಂದೇ? ಎರಡೇ? ಹೀಗೆ ಹೆಜ್ಜೆ ಹೆಜ್ಜೆಗೂ ಕ್ಷಣಕ್ಷಣಕ್ಕೂ ನೂರಾರೂ ತೊಂದರೆಗಳ ನಡುವೆಯೂ ಕರೋನಾ ಗೆಲ್ಲುವ ಪಣ ತೊಡುತ್ತಾರೆ ನರೇಂದ್ರ ಮೋದಿ. ಇಡೀ ಜಗತ್ತೇ ಬೆರಗಾಗುವಂತೆ ಸಾಧಿಸಿತೋರಿಸುತ್ತಾರೆ. ಪ್ರಪಂಚದ ಯಾವ ದೇಶವೂ ಯಾವ ನಾಯಕರೂ ಸಾಧಿಸದ ವಿಜಯವನ್ನು ಕರೋನಾ ಮೇಲೆ ಸಾಧಿಸುತ್ತಾರೆ. ಜನರಲ್ಲಿ ವಿಶ್ವಾಸ ತುಂಬಿ, ಅವರನ್ನ ಹುರುದುಂಬಿಸಿ, ನಿಯಮಗಳನ್ನು ಪಾಲಿಸುವಂತೆ ಮಾಡಿ, ಲಸಿಕಾ ಅಭಿಯಾನವನ್ನು ಸಂಘಟಿಸಿ ಕರೋನಾ ಮತ್ತು ಒಮ್ರಿಕಾನ್ಗಳಿಗೆ ಮೂಗುದಾರವನ್ನು ಹಾಕುತ್ತಾರೆ. ಇತರ ದೇಶಗಳಿಗೂ ಲಸಿಕೆ ಕಳಿಸುತ್ತಾರೆ, ಆಕ್ಸಿಜನ್ ಮತ್ತು ಕರೋನಾ ಕಿಟ್‌ಗಳ ಉತ್ಪಾದನೆ ಹೆಚ್ಚಿಸುತ್ತಾರೆ, ಇದಕ್ಕೆಲ್ಲ ಕಾರಣ ಕರೋನಾವನ್ನು ಗೆಲ್ಲುವ ಅವರ ಧೃಡವಾದ ಸಂಕಲ್ಪವೇ !

ಕೇವಲ ಜನರ ಮನಸನ್ನು ಗೆಲ್ಲಲು ಮಾತ್ರ ಅಕರ್ಷಕ ಘೋಷಣೆ, ಮಾತುಗಳನ್ನು ಅಡುತ್ತಿದ್ದರೆ ಸಾಲದು. ನಮ್ಮ ಹೃದಯದಲ್ಲಿ ಅದಮ್ಯವಾದ ಮಾಡಲೇಬೇಕೆಂಬ ಸಂಕಲ್ಪ, ಸತತವಾದ ಪ್ರಯತ್ನ ಮತ್ತು ಒದಗಿಬರುವ ಎಲ್ಲ ಸಂದರ್ಭ, ಅವಕಾಶಗಳನ್ನು ಸೂಕ್ತವಾಗಿ ಆ ಉದ್ಧೇಶಕ್ಕಾಗಿ ಬಳಸಿಕೊಳ್ಳವುದು ಅಷ್ಟೇ ಅವಶ್ಯ. ಭಾರತ ಮಾತೆಯನ್ನು ವಿಶ್ವಗುರುವನ್ನಾಗಿ ಪುನಃ ಪ್ರತಿಷ್ಠಾಪಿಸುವ ದೃಡಸಂಕಲ್ಪ ತೊಟ್ಟ ಪ್ರಧಾನಿ ನರೇಂದ್ರ ಮೋದಿ ಅದಕ್ಕಾಗಿ ಸರ್ವಪ್ರಯತ್ನಗಳನ್ನು ಎಲ್ಲ ವೇದಿಕೆಗಳ ಮೂಲಕವೂ ಮಾಡುತ್ತಿದ್ದಾರೆ. ಕರೋನಾ ಮಹಾಮಾರಿ ನಿಯಂತ್ರಣದಲ್ಲಿ ಜಗತ್ತೇ ನಿರೀಕ್ಷಿಸದ ಮಟ್ಟದಲ್ಲಿ ಯಶಸ್ಸು ಕಂಡ ಅವರು ಉಳಿದ ರಾಷ್ಟ್ರಗಳಿಗೂ ತಮ್ಮ ಸಹಾಯಹಸ್ತವನ್ನು ಚಾಚಿದರು. ವೈರಿ ರಾಷ್ಟ್ರಗಳಿಗೂ, ಶ್ರೀಮಂತ ರಾಷ್ಟ್ರಗಳಿಗೂ ಸಹಾಯ, ಮಾರ್ಗದರ್ಶನ ನೀಡಿದ ಅವರು ಲಸಿಕಾ ಅಭಿಯಾನದಲ್ಲಿ ದಾಖಲೆ ಸ್ಥಾಪಿಸಿದರು. ಬಲಾಢ್ಯ ರಾಷ್ಟ್ರಗಳು ಮಾಡಲಾಗದ

ಸಾಹಸವನ್ನು ಮೋದಿ ಮಾಡಿ ತೋರಿಸಿದರು. ಉಕ್ರೇನ್-ರಷಿಯಾ ಯುದ್ಧದ ಸಂದರ್ಭದಲ್ಲಿ ತಟಸ್ಥ ನೀತಿಯನ್ನು ಅನುಸರಿಸಿ ರಣರಂಗದಲ್ಲಿ ಸಿಲುಕಿಕೊಂಡಿದ್ದ ೨೫ ಸಾವಿರ ಭಾರತಿಯ ವಿದ್ಯಾರ್ಥಿಗಳನ್ನು/ಸಾರ್ವಜನಿಕರನ್ನು ಪಾರುಮಾಡಿದರು. ಇದರಲ್ಲಿ ಹತ್ತಾರು ವಿದೇಶಿ ವಿದ್ಯಾರ್ಥಿಗಳೂ ಇದ್ದರು. ಜಾಗತಿಕ, ದೈಹಿಕ ಮತು ಮಾನಸಿಕ ಆರೋಗ್ಯಕ್ಕಾಗಿ ಯೋಗವನ್ನು ಪ್ರಚಾರ ಪಡಿಸಿ ನೂರಾರು ರಾಷ್ಟ್ರಗಳನ್ನು ಅಂತರ್-ರಾಷ್ಟ್ರಿಯ ಯೋಗ ದಿನ ಆಚರಿಸುವಂತೆ ಮಾಡಿದರು. ಪರಿಸರದ ಸಮತೋಲನಕ್ಕಾಗಿ ಮತ್ತು ಜಾಗತಿಕ ತಾಪಮಾನ ವೈಪರಿತ್ಯ ತಡೆಯಲು ಜಗತ್ತಿನ ರಾಷ್ಟ್ರಗಳನ್ನು ಪ್ರೇರೇಪಿಸಿದರು. ಜಗತ್ತಿನ ಹಲವೆಡೆ ಹರಡಿ ಕಿತ್ತು ತಿನ್ನುತ್ತಿರುವ ಉಗ್ರವಾದದ ವಿರುದ್ಧ ಜಗತ್ತು ಒಂದಾಗಿ ನಿಲ್ಲುವಂತೆ ಮನವರಿಕೆ ಮಾಡಿದರು. ಇವೆಲ್ಲವುಗಳಿಂದಾಗಿ ಭಾರತವನ್ನು 'ಕ್ಯಾರೇ' ಎನ್ನದ ಜಗತ್ತಿನ ತಥಾಕಥಿತ ಬಲಾಢ್ಯ ರಾಷ್ಟ್ರಗಳು ಇಂದು ಭಾರತವನ್ನು ಗೌರವದಿಂದ ಕಾಣುತ್ತಿವೆ. ತಮ್ಮ ಸಮಸ್ಯೆಗಳ ಪರಿಹಾರಕ್ಕಾಗಿ ನಮ್ಮೆಡೆ ನೋಡುತ್ತಿವೆ. ಸಹಜವಾಗೇ ವಿಶ್ವ ನಾಯಕತ್ವ ಭಾರತಕ್ಕೆ ಲಭಿಸುತ್ತಿದೆ. ಇದೆಲ್ಲ ಭಾರತವನ್ನು ವಿಶ್ವಗುರುವನ್ನಾಗಿಸುವ ಸಂಕಲ್ಪದ ಪರಣಾಮ !

ಸಂಕಲ್ಪದಿಂದಾಗಿ ಸಾಧಿಸುವ ಛಲ ದೃಢವಾಗುತ್ತದೆ, ಸಾಧನೆಗಾಗಿ ನಡೆಸುವ ಪ್ರಯತ್ನಗಳ ಕ್ರೂಢೀಕರಣವಾಗುತ್ತದೆ. ತಲುಪಬೇಕಾದ ಗುರಿಯಡೆಗೆ ಯತ್ನಗಳ ಗಮನ ಹರಿಯುತ್ತದೆ. ಏನನ್ನಾದರೂ ಸಾಧಿಸಬೇಕೆನ್ನುವ ಕನಸು, ಆಸೆ ಬಹಳಷ್ಟು ಜನರಿಗೆ ಇರುತ್ತದೆ. ಆದರೆ ಅದನ್ನು ಸಾಧಿಸುವ ಸಂಕಲ್ಪವನ್ನು ಕೆಲವರು ಮಾಡುತ್ತಾರೆ. ಪ್ರಯತ್ನವಿರದಿದ್ದರೆ ಸಂಕಲ್ಪವೂ ಬರೀ ಆಸೆಯಾಗಿ ಉಳಿಯುತ್ತದೆ. ಸಂಕಲ್ಪಕ್ಕೆ ತಕ್ಕಂತೆ ಶ್ರಮ ಪಟ್ಟಾಗ ಸಾಧನೆ ಸಮೀಪಿಸುತ್ತದೆ. ಇದನ್ನು ಮಾಡಿದವರು ಸಾಧಕರಾಗುತ್ತಾರೆ. ಸಂಕಲ್ಪ ಮಾತ್ರದಿಂದಲೇ ಕಾರ್ಯಸಿದ್ಧಿಯಾಗುತ್ತದೆ. ಈ ರೀತಿ ಮಾಡುವ ವ್ಯಕ್ತಿಯನ್ನ "ಹಿಡಿದ ಕೆಲಸವನ್ನು ಪಟ್ಟು ಬಿಡದೇ ಮಾಡಿ ತೋರಿಸುವವ" ಎನ್ನುತ್ತಾರೆ. ಆ ವಿಶ್ವಾಸಾರ್ಹತೆಯಿಂದ ವ್ಯಕ್ತಿಯ ವ್ಯಕ್ತಿತ್ವಕ್ಕೆ ಹೊಸ ಮೆರುಗು ಬರುತ್ತದೆ.

○

೫. ಸ್ಥಿರತೆ ಸಾವಧಾನ, ಗೆಲುವಿನ ಸೋಪಾನ

ಆಮೆ ಮತ್ತು ಮೊಲದ ಕತೆಯನ್ನು ಯಾರು ಕೇಳಿಲ್ಲ? ಆಮೆಯ ಸಾವಧಾನದ ಸತತ ನಡಿಗೆಯ ಮುಂದೆ ಮೊಲದ ಠೇಂಕಾರದ ಜಿಗಿತ ಸೋತು ಹೋಯಿತು. ತನ್ನ ಮೇಲಿದ್ದ ಅತಿಯಾದ ವಿಶ್ವಾಸ ಮತ್ತು ಮಾರ್ಗಮಧ್ಯದಲ್ಲಿ ಸೋಮಾರಿತನದ ನಿದ್ದೆಯಿಂದಾಗಿ ಮೊದಮೊದಲು ಮುಂದಿದ್ದ ಮೊಲ ನಂತರ ಹಿಂದುಳಿದು ಆಮೆಯು ಗೆದ್ದಿತು. ಆಮೆಯ ನಿರಂತರ ಮತ್ತು ದೃಢವಾದ ಪ್ರಯತ್ನಗಳು ಅದನ್ನು ಗೆಲುವಿನ ದಡಕ್ಕೆ ಸೇರಿಸಿದವು.

ಈ ಹಿಂದೆ ಕ್ಯಾಲ್ಕುಲೇಟರ್ ಇರಲಿಲ್ಲ. ಆದರೂ ದೊಡ್ಡ ದೊಡ್ಡ ಲೆಕ್ಕಗಳನ್ನು ಜನ ಸಲೀಸಾಗಿ ಬಿಡಿಸುತ್ತಿದ್ದರು. ಅದಕ್ಕೆ ಕಾರಣ ಅವರಿಗೆಲ್ಲ 'ಮಗ್ಗಿ'ಗಳು ಕರತಲಾಮಲಕವಾಗಿರುತ್ತಿದ್ದವು. ೧ ರಿಂದ ೩೦ ರ ವರೆಗೂ ಸಾಲಾಗಿ ಅಥವಾ ಮಧ್ಯದಲ್ಲಿ ಯಾವುದೇ ಮಗ್ಗಿ ಕೇಳಿದರೂ ಹೇಳುವ ಸಾಮರ್ಥ್ಯ ಅವರಿಗಿರುತ್ತಿತ್ತು. ಒಂದೊಂದಾಗಿ ಮಗ್ಗಿಗಳನ್ನು ಸಾವಕಾಶವಾಗಿ ಮತ್ತು ಸತತವಾಗಿ ಅಭ್ಯಾಸ ಮಾಡಿದ್ದರಿಂದ ಅವು ಕಂಠಪಾಠವಾಗಿರುತ್ತಿದ್ದವು.

ಈಗಂತೂ ಬೆರಳಚ್ಚು ಯಂತ್ರಗಳು ಮಾಯವಾಗಿಬಿಟ್ಟಿವೆ. ಒಂದು ಕಾಲದಲ್ಲಿ ಬೆರಳಚ್ಚು ಕಲಿಕೆಯಲ್ಲಿ ೨-೩ ಹಂತದ ಸರ್ಟಿಫಿಕೇಟ್ ಕೋರ್ಸಗಳಿದ್ದವು. ಕನ್ನಡ, ಇಂಗ್ಲಿಷ್, ಹಿಂದಿ ಮತ್ತಿತರ ಭಾಷೆಯಲ್ಲೂ ತರಬೇತಿ ಕೋರ್ಸಗಳಿದ್ದವು ನಿಮಿಷಕ್ಕೆ ಇಂತಿಷ್ಟು ಅಕ್ಷರಗಳೆಂದು ವೇಗವನ್ನು ಅಳೆಯಲಾಗುತ್ತಿತ್ತು. ಈಗ ಅದರದೇ ಮಾರ್ಪಡಿಸಿದ ಗಣಕಯಂತ್ರದ ಕೀಲಿಮಣೆ ಬಂದಿದೆ. ರೂಪ ಬದಲಾದರೂ ಮೂಲ ಒಂದೇ. ಒಂದು ವಿಶಿಷ್ಟ ರೀತಿಯಲ್ಲಿ ಸಾವಧಾನವಾಗಿ ರೂಢಿಸಿಕೊಂಡರೆ ವೇಗವಾಗಿ ತಪ್ಪು ಮಾಡದೇ ಟೈಪ್ ಮಾಡಬಹುದು. ಮೊದಮೊದಲು A ದಿಂದ Z ಅಥವಾ ಅ ದಿಂದ ಜ್ಞ ವರೆಗಿನ ಅಕ್ಷರಗಳನ್ನು ಹುಡುಕಾಡುವ ದುಗುಡ ಇರುತ್ತಿತ್ತು. ಬರಬರುತ್ತ ರೂಢಿಯಾದಂತೆ

ಅವುಗಳ ಕಡೆಗೆ ನೋಡದೆಯೇ ಬೇಕಾದ ಅಕ್ಷರಗಳನ್ನೇ ಟೈಪಿಸುವ ಕೌಶಲ್ಯ ಕರಗತವಾಗುತ್ತದೆ. ಈ ಮೊದಲು ಪ್ರಿಂಟಿಂಗ್ ಪ್ರೆಸ್ ನಲ್ಲಿಯೂ ಅಕ್ಷರ ಮೊಳೆಗಳನ್ನು ಜೋಡಿಸುವ ಕೆಲಸ ಇದೇ ತೆರನಾಗಿರುತ್ತಿತ್ತು. ಈಗ ತಂತ್ರಾಂಶ ಬದಲಾಗಿದೆ. ಇದು DTP ಯುಗ ಆ ಕಷ್ಟವಿಲ್ಲ. "ಆಡುತ್ತ ಆಡುತ್ತಾ ಭಾಷೆ, ಹಾಡುತ್ತಾ ಹಾಡುತ್ತಾ ರಾಗ" ಎನ್ನುವ ಮಾತನ್ನು ಕೇಳಿರಬಹುದು. ಇದು ಕೂಡ ನಾವು ಮಾಡಬೇಕಾದ ನಿರಂತರ ಅಭ್ಯಾಸದ ಬಗೆಗೇ ಹೇಳುತ್ತದೆ. ಸಾಮಾನ್ಯವಾಗಿ ಯಾರಿಗಾದರೂ ಒಂದು ಕೆಲಸವನ್ನು ಅದರಲ್ಲೂ ಹೊಸದಾದ ಕೆಲಸವನ್ನು ಪ್ರಾರಂಭಿಸಲು ಆರಂಭಿಕ ಸಮಸ್ಯೆ ಕಾಡುತ್ತದೆ. ಆದರೆ ಒಂದು ಸಲ ಶುರುವಾದರೆ ತಾನೇ ತಾನಾಗಿ ಮುಂದುವರೆಯುತ್ತದೆ. ಅದಕ್ಕಾಗಿ ನಾವು ಧೈರ್ಯ ಮಾಡಿ ಒಂದು ಅಡಿ ಮುಂದಿಡಬೇಕು. ಆಗ ಮತ್ತೊಂದು ಅಡಿ ಹಿಂಬಾಲಿಸುತ್ತದೆ. ಒಂದೊಂದೇ ಅಡಿ ಸೇರಿ ನಡಿಗೆಯಾಗುತ್ತದೆ. ಸಾವಿರಾರು ಕಿಲೋಮೀಟರಗಳ ಪಯಣವೂ ಕೂಡ ಮೊದಲ ಹೆಜ್ಜೆಯಿಂದಲೇ ಪ್ರಾರಂಭವಾಗುತ್ತದೆ. ಮಾಡುವ ಕೆಲಸಗಳು ಅನೇಕವಿದ್ದಾಗ ಯಾವುದನ್ನು ಮಾಡುವುದು? ಎಂದು ತಿಳಿಯದಾಗುತ್ತದೆ. ಅದರ ಯೋಚನೆಯಲ್ಲೇ ಸಮಯ ಸರಿದು ಹೋಗುತ್ತದೆ. ಅದಕ್ಕಾಗಿ ಎಲ್ಲಿಂದಾದರೂ ಸರಿ ಒಟ್ಟಾರೆ ಪ್ರಾರಂಭಿಸಬೇಕು. ಸತತವಾಗಿ ಮುಂದುವರಿಸಬೇಕು. ಸ್ವಲ್ಪ ಹೆಚ್ಚು ಕಡಿಮೆ ಆದರೂ ನಂತರ ಹೊಂದಾಣಿಕೆ ಅಥವಾ ತಿದ್ದುಪಡಿ ಮಾಡಿಕೊಳ್ಳಬಹುದು.

ನೀರಿದ್ದರೆ ಸಾಕು ಬಾಳೆಯ ಗಿಡ ಎಷ್ಟೊಂದು ಬೇಗ ಬೆಳೆಯುತ್ತದೆ. ಆದರೆ ಅಷ್ಟೇ ಬೇಗ ಅದರ ಆಯಸ್ಸು ತೀರಿ ಹೋಗುತ್ತದೆ. ನಿಧಾನವಾಗಿ ಬೇರೂರುವ ಮಾವು, ಬೇವು, ತೆಂಗು, ಅರಳಿ ಮುಂತಾದ ಮರಗಳು ತಲೆತಲಾಂತರದ ವರಗೆ ನೆರಳು, ಫಲ ಮತ್ತು ಆಶ್ರಯ ಕೊಡುತ್ತವೆ. ಮಗ್ಗಲು ಹೊರಳುವಾಗ, ಅಂಬೆಗಾಲಿಕ್ಕುವಾಗ, ನಡೆಯಲು ಕಲಿಯುವಾಗ ಚಿಕ್ಕ ಮಕ್ಕಳು ಸಾವಕಾಶವಾಗಿ, ಸಾವಧಾನವಾಗಿ ಒಂದೊಂದಾಗಿ ಹೆಜ್ಜೆ ಇಟ್ಟು ಕಲಿಯುತ್ತವೆ. ಹೀಗೆ ಕಲಿತ ವಿದ್ಯೆ ಜೀವಮಾನವಿಡೀ ಉಪಯೋಗವಾಗುತ್ತದೆ. ನಂತರ ತಮಗರಿವಿಲ್ಲದಂತೆ ಅತ್ಯಂತ ಸಹಜವಾಗಿ ಮತ್ತು ಸ್ವಾಭಾವಿಕವಾಗಿ ನಡೆಯುತ್ತವೆ. ಯಾವುದೇ ಸಂಗೀತ ಉಪಕರಣ ನುಡಿಸುವಾಗಲೂ ಕೈ ಬೆರಳುಗಳ ಚಲನೆ, ಪ್ರಾರಂಭದಲ್ಲಿ ಒಂದು ಸಾವಕಾಶ ಗತಿಯಲ್ಲಿದ್ದು ಬರ ಬರುತ್ತ ವೇಗ ಪಡೆಯುತ್ತವೆ. ಕ್ರೀಡೆಯಲ್ಲಿ ರಿಲೇ ರೇಸ್‌ಗಳಲ್ಲಿ ಮ್ಯಾರಥಾನ್ ನಡಿಗೆ ಸ್ಪರ್ಧೆಯಲ್ಲಿ ತೊಡಗಿದವರು ಮೊದ ಮೊದಲು ಒಂದು ಸೀಮಿತ ವೇಗದಲ್ಲಿದ್ದು ಕ್ರಮೇಣ ಹೆಚ್ಚಿಸುತ್ತ ಹೋಗುತ್ತಾರೆ.

ಪರೀಕ್ಷಾ ತಯಾರಿ ನಡೆಸುವ ಗಂಭೀರವಾದ ವಿದ್ಯಾರ್ಥಿಗಳು ವರ್ಷದ ಪ್ರಾರಂಭದಿಂದಲೇ ಒಂದೊಂದಾಗಿ ಪಾಠಗಳನ್ನು ಅಭ್ಯಸಿಸುತ್ತ ಆಗಾಗ ಪುನರ್ ಮನನ

ಮಾಡುತ್ತಾರೆ. ಇದರಿಂದ ಕೊನೆಯಲ್ಲಿ ಯಾವ ಒತ್ತಡವೂ ಇರುವುದಿಲ್ಲ. ಇದರಿಂದ ಓದಿದ ಪಾಠ ತಲೆಗಿಳಿದು, ಮನನವಾಗಿ, ನೆನಪಿನಾಳದಲ್ಲಿ ಉಳಿಯಲು ಸಹಾಯವಾಗುತ್ತದೆ. ವಿಶ್ಲೇಷಣಾತ್ಮಕ ಸ್ವಭಾವವಿದ್ದವರಿಗೆ ವಿಷಯಗಳು ಇನ್ನೂ ಹೆಚ್ಚು ಸ್ಪಷ್ಟವಾಗಿ ವಿಷಯದಾಳಕ್ಕೆ ಇಳಿಯಲು ಅನುವಾಗುತ್ತದೆ. ಇದರಿಂದ ಅವರು ವಿಷಯವನ್ನು ಹಲವಾರು ಮಗ್ಗಲುಗಳಿಂದ ಅರಿತು ತಮ್ಮದೇ ಆದ ಅಭಿಪ್ರಾಯವನ್ನು ರೂಪಿಸಿಕೊಳ್ಳಲು ದಾರಿಮಾಡಿ ಕೊಡುತ್ತದೆ. ಆ ಜ್ಞಾನದ ಅನ್ವಯಿಕ ರೂಪಗಳನ್ನು ಗ್ರಹಿಸುವಂತೆ ಮತ್ತು ಸೃಜನಾತ್ಮಕವಾಗಿ ಯೋಚಿಸುವಂತೆ ಮಾಡುತ್ತದೆ. ಪಠಣ, ಪುನರ್ಪಠಣ, ಮನನ, ಪುನರ್ಮನನ, ವಿಶ್ಲೇಷಣೆಗಳು ಕಲಿಯುವಿಕೆಯ ವಿವಿಧ ಹಂತಗಳು.

ಸಾವಧಾನದ ಇನ್ನೊಂದು ಅರ್ಥ ಜಾಗರೂಕತೆ ಅಥವಾ ಎಚ್ಚರಿಕೆಯಿಂದ ಮುಂದಡಿ ಇಡು ಎಂದು. ಗಮನವಿಟ್ಟು, ಕಾಳಜಿಯಿಂದ, ಲಕ್ಷ್ಯವಿಟ್ಟು ಎಂದೂ ಹೇಳಬಹುದು. ಹಿಡಿದ ಕೆಲಸವನ್ನು ಯಶಗೊಳಿಸಲು ನಮ್ಮ ಪ್ರಯತ್ನಗಳು ಚಿಕ್ಕವೂ, ಸಾವಕಾಶವೂ ಆದರೂ ದೃಢವಾಗಿಯೂ ಸ್ಥಿರವಾಗಿಯು ಇರಬೇಕು. ಯಾವುದೇ ಕಾರಣಕ್ಕೂ ಆ ದೃಢತೆ ಅಲುಗಾಡಬಾರದು. ನಿರಂತರವಾದ ಈ ನಿಲುವು ಯಶದತ್ತ ದಾಪುಗಾಲು ಹಾಕುವಂತೆ ಮಾಡುತ್ತದೆ. ಧೈರ್ಯವನ್ನು ಇಮ್ಮಡಿಗೊಳಿಸುತ್ತದೆ. ಚಿಕ್ಕ ಚಿಕ್ಕ ಯಶಸ್ಸುಗಳು ಆತ್ಮವಿಶ್ವಾಸವನ್ನು ಗಟ್ಟಿಗೊಳಿಸುತ್ತ ಹೋಗುತ್ತವೆ. ಅಂತಿಮವಾಗಿ ದೊಡ್ಡ ಜಯದಲ್ಲಿ ಕೊನೆಗೊಳ್ಳುತ್ತವೆ.

ನಾಲ್ಕಾರು ಮಕ್ಕಳಿಂದ ಎಲ್ಲೋ ಒಂದು ಚಿಕ್ಕ ಕೊಠಡಿಯಲ್ಲಿ ಪ್ರಾರಂಭವಾದ ಶಿಶುವಿಹಾರಗಳು, ಗುಡಿಶಾಲೆಗಳು ಇಂದು ಎಲ್ಲಾ ರೀತಿಯ ಶಿಕ್ಷಣ ಕೊಡುವ ಬೃಹತ್ ವಿದ್ಯಾಸಂಸ್ಥೆಗಳಾಗಿ ಬೆಳೆದಿವೆ. ಅಂತಹ ವಿದ್ಯಾಸಂಸ್ಥೆಗಳು ನಮ್ಮ ದೇಶದಲ್ಲಿ ಬೇಕಾದಷ್ಟಿವೆ. ಮೈಸೂರಿನ ಜೆಎಸ್‌ಎಸ್, ಬೆಂಗಳೂರಿನ ನ್ಯಾಷನಲ್ ಕಾಲೇಜ್, ಆರ್.ವಿ. ಸಂಸ್ಥೆ, ಬೆಳಗಾವಿಯ ಕೆಎಲ್‌ಇ ಬಾಗಲಕೋಟೆಯ ಬಿವಿವಿ ಸಂಘ, ಕಲಬುರ್ಗಿಯ ಎಚ್‌ಕೆಇ, ಮತ್ತು ಶರಣ ಬಸಪ್ಪ ಅಪ್ಪ ಸಂಸ್ಥೆಗಳು ಕರ್ನಾಟಕದ ಕೆಲವು ಉದಾಹರಣೆಗಳು ಮಾತ್ರ.

ನಾಲ್ಕಾರು ಜನರು ಸೇರಿ ಮಾಡಿದ ಸಣ್ಣ ಉಳಿತಾಯ, ಚಿಕ್ಕ ಹೂಡಿಕೆಗಳಿಂದಲೇ ಬೃಹತ್ ಬ್ಯಾಂಕ್‌ಗಳಾಗಿ ಬೆಳೆದ ಉದಾಹರಣೆಗಳು ಕರ್ನಾಟಕ ಕರಾವಳಿಗುಂಟ ಸಿಗುತ್ತವೆ. ಏಳು ಜನರಿಂದ ಪ್ರಾರಂಭವಾಗಿ ಇಂದು ವಿಶ್ವದ ಸಾಫ್ಟ್‌ವೇರ್ ದಿಗ್ಗಜಗಳೊಂದಾದ ಇನ್ಫೋಸಿಸ್, ಪಿನ್ ಟು ಪ್ಲೇನ್ ವರೆಗಿನ ಎಲ್ಲಾ ಕ್ಷೇತ್ರಗಳನ್ನು ವ್ಯಾಪಿಸಿರುವ ಟಾಟಾ ಉದ್ಯಮ ಸಮೂಹ, ಒಂದು ಟ್ರಕ್ ನಿಂದ ಪ್ರಾರಂಭಿಸಿ ಬೃಹತ್

ಸಾರಿಗೆ ಉದ್ಯಮವಾದ ವಿ.ಆರ್.ಎಲ್, ಸೈಕಲ್ ಶಾಪ್ ನಿಂದ ಆರಂಭವಾಗಿ ಬೃಹತ್ ಉದ್ಯಮವಾಗಿ ಬೆಳೆದ ಕಿರ್ಲೋಸ್ಕರ್, ಒಂದೊಂದೇ ರನ್ ತಗೆಯುತ್ತ "ಶತಕಗಳ ಶತಕ" ಬಾರಿಸಿದ ಸಚಿನ್ ತೆಂಡೂಲ್ಕರ್, ಒಂದೊಂದೇ ಹಾಡು ಹಾಡುತ್ತಾ ವಿವಿಧ ಭಾಷೆಗಳಲ್ಲಿ ಹತ್ತಾರು ಸಾವಿರ ಹಾಡು ಹಾಡಿದ ಲತಾ ಮಂಗೇಶ್ಕರ್, ಮಹಮ್ಮದ್ ರಫಿ, ಕಿಶೋರ್ ಕುಮಾರ್, ಪಿ.ಬಿ. ಶ್ರೀನಿವಾಸ್, ಬಾಲಸುಬ್ರಹ್ಮಣ್ಯಂ ನಮ್ಮ ಕಣ್ಣೆದುರಿಗಿರುವ ಜ್ವಲಂತ ಉದಾಹರಣೆಗಳು.

ಬಂಡೆಗಲ್ಲೊಂದು ಒಂದೇ ಹೊಡೆತಕ್ಕೆ ಚೂರು ಚೂರಾಗದು. ಸತತವಾಗಿ, ಸ್ಥಿರವಾಗಿ ಬೀಳುವ ಒಂದೊಂದು ಏಟು ಅದನ್ನು ಶಿಥಿಲಗೊಳಿಸುತ್ತ ಹೋಗುತ್ತದೆ. ಕೊನೆಗೆ ಒಂದು ಏಟಿಗೆ ಹೋಳಾಗುತ್ತದೆ. ಕಷ್ಟ, ಸಮಸ್ಯೆಗಳೂ ಹಾಗೆಯೇ. ಅವೆಷ್ಟೇ ದೊಡ್ಡದಾಗಿದ್ದರೂ ನಿರಂತರ ಪ್ರಯತ್ನಗಳಿಂದ ಮತ್ತು ಧೃಡ ಸಂಕಲ್ಪದಿಂದ ಅವುಗಳನ್ನು ಬಗೆಹರಿಸಬಹುದು. ಹೀಗೆ ಯಾವುದೊಂದು ಬೃಹತ್ ಸಾಧನೆಯೂ ಚಿಕ್ಕ ಪ್ರಾರಂಭದಿಂದಲೇ ಆಗುತ್ತದೆ. ಆದರೆ ಸತತವಾದ, ಸ್ಥಿರವಾದ ಪ್ರಯತ್ನಗಳನ್ನಂತೂ ಮುಂದುವರೇಸಬೇಕು. ಗುರಿಯಿಂದ ವಿಚಲಿತರಾಗದೇ ಪ್ರಯತ್ನವನ್ನು ಸಡಿಲಿಸದೇ ದೃಢವಾಗಿ ಕೆಲಸ ಮುಂದುವರೆಸಿದರೆ ಜಯ ಕಟ್ಟಿಟ್ಟ ಬುತ್ತಿ.

೬. ಸ್ವಾಭಿಮಾನ – ವಿಕಾಸದ ಹೆಬ್ಬಾಗಿಲು

ತನ್ನ ಬಗೆಗೆ ತನಗೆ ಇರುವ ಅಭಿಮಾನವೇ ಸ್ವಾಭಿಮಾನ. ಇದು ಒಬ್ಬ ಮನುಷ್ಯನಿಗೆ ಇರುವ ಆತ್ಮ ವಿಶ್ವಾಸದ ಸಂಕೇತವೂ ಹೌದು. ಪ್ರತಿಯೊಬ್ಬ ವ್ಯಕ್ತಿಯಲ್ಲೂ ಮನೆ ಮಾಡಿರುವ ಈ ಗುಣಸ್ವಭಾವ ಅವನನ್ನು ತಲೆ ಎತ್ತಿ ನಡೆದಾಡುವಂತೆ ಮಾಡುತ್ತದೆ. ಮತ್ತೊಬ್ಬರ ಹಂಗು ತನಗೆ ಬೇಡವೆನ್ನುವ ಭಾವವಿದು. ಪರಾವಲಂಬನೆ ಇಲ್ಲದೇ ತನ್ನ ಕೆಲಸವೆಲ್ಲವನ್ನು ತಾನೇ ಮಾಡಿಕೊಳ್ಳುವ ಸ್ವಾವಲಂಭಿ ಜೀವನವಿದು.

ಮತ್ತೊಬ್ಬರಿಗೆ ಏಕೆ ತೊಂದರೆ ಕೊಡುವುದೆಂದು ತನ್ನ ಕಾಲ ಮೇಲೆ ತಾನು ನಿಲ್ಲಬೇಕೆನ್ನುವ ಪ್ರಯತ್ನದ ಸೂಕ್ಷ್ಮಸಂವೇದನೆಯ ಪರಿಯೂ ಹೌದು. ಸಹಾಯಕ್ಕಾಗಿ, ಮಾರ್ಗದರ್ಶನಕ್ಕಾಗಿ ಮತ್ತೊಬ್ಬರನ್ನು ಕೇಳಲು ಸಂಕೋಚ ಪಟ್ಟುಕೊಳ್ಳುವ ನಾಚಿಕೆ ಸ್ವಭಾವವೂ ಇರಬಹುದು. ಯಾವುದೋ ಸಹಾಯಕ್ಕಾಗಿ ಕೇಳಿ ಅವರಿಂದ 'ಇಲ್ಲ, ಆಗಲ್ಲ' ಎಂದು ಎಲ್ಲಿ ಅನ್ನಿಸಿ ಕೊಳ್ಳುತ್ತೇವೆಯೋ ಎನ್ನುವ ಭಯವೂ ಇರಬಹುದು. ನಮ್ಮ ಅಸಹಾಯಕತೆಯನ್ನು, ದೌರ್ಬಲ್ಯವನ್ನು ಪ್ರದರ್ಶಿಸಬಾರದೆನ್ನುವ ಹಟವೂ ಇರಬಹುದು.

ಸ್ವಾಮಿ ವಿವೇಕಾನಂದರ ಪ್ರತಿ ವಾಣಿಯಲ್ಲೂ ಸ್ವಾಭಿಮಾನದ ಚಿಲುಮೆ ಚಿಮ್ಮುತ್ತದೆ. ಭಾರತೀಯರನ್ನು ಅದರಲ್ಲೂ ಯುವಕರನ್ನು ಉದ್ದೇಶಿಸಿ ಅವರು ಹೇಳುವ ಮಾತು ಮಾತುಗಳಲ್ಲಿ ಆತ್ಮಾಭಿಮಾನವು ಪುಟಿದೇಳುತ್ತದೆ. ಭಾರತದ ಇತಿಹಾಸ, ವೇದ, ಉಪನಿಷತ್ತು ಪರಂಪರೆ, ಕಲೆ, ಸಂಸ್ಕೃತಿ, ಮಹಾಪುರುಷರು ಎಲ್ಲದರ ಬಗೆಗೂ ಅಪಾರವಾದ ಪ್ರೀತಿ ಅಭಿಮಾನಗಳನ್ನು ವಿವೇಕಾನಂದರು ಹೊಂದಿದ್ದರು. ಅದಕ್ಕೆ ಧಕ್ಕೆ ಬಂದಾಗ ಬ್ರಿಟಿಷರು, ಅಮೇರಿಕನ್ನರು, ಪಾಶ್ಚಾತ್ಯರು ಯಾರೇ ಆಗಿದ್ದರೂ ಅವರ ಮುಖದ ಮೇಲೆ ಹೊಡೆದಂತೆ ಹೇಳುತ್ತಿದ್ದರು, ಪ್ರತಿಭಟಿಸುತ್ತಿದ್ದರು. ರೈಲಿನಲ್ಲಿ ಸ್ವಾಮೀಜಿ ಪಯಣಿಸುವ ಒಂದು ಸಂದರ್ಭದಲ್ಲಿ ಕರಿಯರ ಬಗೆಗೆ ಪೂರ್ವಾಗ್ರಹ ಪೀಡಿತನಾದ ಒಬ್ಬ ಬಿಳಿಯ ವಿದೇಶಿ

ಸಹಪ್ರಯಾಣಿಕನಿದ್ದ. ಸ್ವಾಮೀಜಿ ಏನಕ್ಕೋ ತಮ್ಮ ಜಾಗವನ್ನು ಬಿಟ್ಟು ಸ್ವಲ್ಪ ಕಾಲ ಆಚೆ ಹೋದರು. ಹೋಗುವಾಗ ತಮ್ಮ ಆವುಗೆ (ಕಟ್ಟಿಗೆಯ ಪಾದರಕ್ಷೆ) ಗಳನ್ನು ಅಲ್ಲಿಯೇ ಬಿಟ್ಟಿದ್ದರು. ಈ ವಿದೇಶಿ ಪ್ರವಾಸಿ ಸ್ವಾಮೀಜಿಯನ್ನು ಕುರಿತು ಲೇವಡಿ ಮಾಡಲು ಇದು ಒಂದು ಒಳ್ಳೆಯ ಅವಕಾಶವೆಂದು ಅವರ ಆವುಗೆಗಳನ್ನು ಚಲಿಸುವ ರೈಲಿನ ಕಿಟಕಿಯಾಚೆ ಎಸೆದು ತೆಪ್ಪಗೇ ಕುಳಿತ. ಹಿಂತಿರುಗಿದ ಸ್ವಾಮೀಜಿ ತಮ್ಮ ಪಾದರಕ್ಷೆಗಳಿಗಾಗಿ ಹುಡುಕಾಡಿದರು. ವಿದೇಶಿ ಪ್ರಯಾಣಿಕ ಕುಹಕ ನಗೆ ಬೇರಿದ. ಪರಿಸ್ಥಿತಿಯ ಅಂದಾಜು ಮಾಡಿದ ಸ್ವಾಮೀಜಿ ಸುಮ್ಮನಾದರು. ಸ್ವಲ್ಪ ಹೊತ್ತಿನಲ್ಲಿ ಅದೇ ವಿದೇಶಿ ಏನಕ್ಕೊ ಅಚೆ ಹೋದರು. ಆಗ ಅವನ 'ಶೂ' ಗಳನ್ನು ಸ್ವಾಮೀಜಿ ಕಿಟಕಿ ಆಚೆ ಎಸೆದು ಸುಮ್ಮನೇ ಕುಳಿತರು. ಹಿಂತಿರುಗಿದ ಆ ವಿದೇಶಿ ತನ್ನಶೂ ಕಾಣದೇ ಏರು ಧ್ವನಿಯಲ್ಲಿ "ನನ್ನಶೂ ಗಳೆಲ್ಲಿ?" ಎಂದು ಕೇಳಿದ. ಆಗ ಸ್ವಾಮೀಜಿ ನಸುನಗುತ್ತ "ನಿಮ್ಮ ಶೂ ನನ್ನ ಚಪ್ಪಲಿಗಳನ್ನು ಹುಡುಕಲು ಹೋಗಿದೆ" ಎಂದು ನುಡಿದರು. ವಿದೇಶಿಗನಿಗೆ ಪಿತ್ತ ನೆತ್ತಿಗೇರಿತ್ತಾದರೂ ಏನೂ ಮಾಡುವಂತಿರಲಿಲ್ಲ. ಮುಳ್ಳನ್ನು ಮುಳ್ಳಿನಿಂದಲೇ ತಗೆಯುವ ವಿವೇಕ ವೈಖರಿ ಇದು. ತುಂಬ ಸ್ವಾಭಿಮಾನಿಯಾದ ವಿವೇಕಾನಂದರು ಅವರವರ ಭಾಷೆಯಲ್ಲೇ ಮಾರುತ್ತರ ನೀಡುತ್ತಿದ್ದರು.

ಜಪಾನಿಗೆ ಪಯಣಿಸುವ ಸಂದರ್ಭದಲ್ಲಿ ವಿವೇಕಾನಂದರ ಸಾಮಿಪ್ಯ ಪಡೆದ ಜೆ. ಆರ್.ಡಿ. ಟಾಟಾ ಅವರಿಂದ ತುಂಬ ಪ್ರಭಾವಿತರಾದರು. ಸ್ವಾಮೀಜಿ ಸಮಸ್ಯೆಯ ಮೂಲಕ್ಕೆ ಹೋಗಿ ವಿಚಾರ ಮಾಡುತ್ತಿದ್ದರು. ವಿದೇಶಗಳಿಂದ ಕಾರ್ಖಾನೆಗಳನ್ನು ಮಾತ್ರ ತಾರದೇ, ಅಂತಹ ಹತ್ತಾರು ಉದ್ದಿಮೆಗಳನ್ನು ಪ್ರಾರಂಭಿಸಲು ಬೇಕಾದ ಶಿಕ್ಷಣವನ್ನು ಮತ್ತು ತಂತ್ರಾಂಶಗಳನ್ನು ಯುವಕರಿಗೆ ಕೊಡಬಯಸಿದರು. ಇದರಿಂದ ನಮ್ಮ ದೇಶದ ಸಾವಿರಾರು ಯುವಕರು ನೂರಾರು ಉದ್ಯಮಗಳನ್ನು ಪ್ರಾರಂಭಿಸುವರು ಎನ್ನುವುದು ಸ್ವಾಮೀಜಿಯ ವಿಚಾರವಾಗಿತ್ತು. ಅದರಿಂದ ದೇಶದ ಸಂಪತ್ತಿಗೆ ವಿದೇಶಿ ವಿನಿಮಯದ ಉಳಿತಾಯವೂ ಆಗುತ್ತದೆ. ಸ್ವಾಮೀಜಿಯ ಈ ವಿಚಾರವನ್ನು ಒಪ್ಪಿ ಜೇಮಶೇಟಜೀ ಹಾಗೇ ಸುಮ್ಮನೇ ಕುಳಿತುಕೊಳ್ಳಲಿಲ್ಲ. ತಾವೇ ಸ್ವತಃ ಭಾರತೀಯ ವಿಜ್ಞಾನ ಸಂಸ್ಥೆ (ಐಐಎಸ್ಸಿ)ಯನ್ನು ಪ್ರಾರಂಭಿಸಿದರು. ಹಡಗು ಉದ್ಯಮ, ವಿಮಾನಯಾನ ಉದ್ಯಮ ಹೀಗೆ ಒಂದೊಂದಾಗಿ ಉಪ್ಪಿನಿಂದ ಹಿಡಿದು ಅಂತರಿಕ್ಷವರೆಗಿನ ವಿವಿಧ ಉದ್ಯಮಗಳನ್ನು ಸ್ಥಾಪಿಸಿದರು. ಲಕ್ಷಾಂತರ ಜನರಿಗೆ ಉದ್ಯೋಗಗಳನ್ನಿತ್ತು ಕೋಟ್ಯಾಂತರ ಭಾರತೀಯರು ತಲೆ ಎತ್ತಿ ನಡೆಯುವಂತೆ ಮಾಡಿದರು. ದೇಶದ ಸರ್ವತೋಮುಖ ಅಭಿವೃದ್ಧಿಯ ಹೊಂಗನಸು ಕಂಡ ಟಾಟಾರವರು ಭಾರತವು ಯಾವುದೇ ಕ್ಷೇತ್ರದಲ್ಲಿಯೂ ಮತ್ಯಾವುದೇ

ದೇಶಕ್ಕಿಂತಲೂ ಹಿಂದುಳಿಯಬಾರದು ಎಂಬ ಮಹಾತ್ವಾಕಾಂಕ್ಷೆ ಉಳ್ಳವರಾಗಿದ್ದರು. ಅಂತೆಯೇ ಅವರು ಉದ್ಯಮಗಳ ಹರಿಕಾರರಾಗಿದ್ದಾರೆ.

ಬ್ರಿಟಿಷರು ಭಾರತದ ಕಬ್ಬಿಣದ ಅದಿರು ಮತ್ತು ಹತ್ತಿಯನ್ನು ಕೊಳ್ಳೆ ಹೊಡೆದು ಲಂಡನ್ನಿಗೆ ಸಾಗಿಸುತ್ತಿದ್ದರು. ಅಲ್ಲಿ ಉಕ್ಕು ಮತ್ತು ಬಟ್ಟೆಯನ್ನು ತಯಾರಿಸಿ ಅದೆಷ್ಟೋ ಪಟ್ಟು ಬೆಲೆಗೆ ಪುನಃ ಭಾರತದಲ್ಲಿ ಮಾರುತ್ತಿದ್ದರು. ಸ್ವಾತಂತ್ರ್ಯಾ ನಂತರವೂ ಇದು ಮುಂದುವರೆದಿತ್ತು. ಇದರಿಂದ ಭಾರತಕ್ಕೆ ವಿದೇಶಿ ವಿನಿಮಯದ ರೂಪದಲ್ಲಾಗುವ ಅಪಾರ ಹಾನಿಯನ್ನು ತಪ್ಪಿಸಲು ಖ್ಯಾತ ಸ್ಟೀಲ್ ಉದ್ಯಮಿ ಲಕ್ಷ್ಮಿ ಮಿತ್ತಲ್ ಸಾಹಸಪಟ್ಟರು. ಇನ್ನೂರು ವರ್ಷ ನಮ್ಮನ್ನಾಳಿದ ಬ್ರಿಟಿಷರ ಸ್ಟೀಲ್ ಉದ್ಯಮವನ್ನೇ ಕೆಲ ವರ್ಷಗಳ ಹಿಂದೆ ಸಾರಾಸಗಟಾಗಿ ಖರೀದಿಸಿದರು. ಬ್ರಿಟಿಷರ ದುರಾಭಿಮಾನದ ಹುಟ್ಟಡಗಿಸಿದರು.

ಅಭಿಮಾನ ತೊರೆದು ಬೀದಿ ದೀಪದ ಕೆಳಗೆ ಸರ್ ಎಂ. ವಿಶ್ವೇಶ್ವರಯ್ಯ ಓದಿರದಿದ್ದರೆ ಅವರೊಬ್ಬ ವಿಶ್ವ ವಿಖ್ಯಾತ ಅಭಿಯಂತರರಾಗುತ್ತಿದ್ದರೆ? ಮೈಸೂರು ದಸರೆಯಲ್ಲಿ ಬ್ರಿಟಿಷರಿಗೆ ಖುರ್ಚಿ–ಟೇಬಲ್‌ಗಳ ಮೇಲೆ ಉಳಿದವರಿಗೆ ನೆಲದ ಮೇಲೆ ಕುಳ್ಳಿರಿಸುತ್ತಿದ್ದರು. ಬ್ರಿಟಿಷರಿಗೆ ಏಕೆ ಈ ವಿಶೇಷ ಆತಿಥ್ಯವೆಂದು ಪ್ರಶ್ನಿಸಿ ಕನ್ನಡಿಗರನ್ನು ಸಮಸಾಲಿನಲ್ಲಿ ಸರ್.ಎಂ.ವಿ. ಕುಳ್ಳಿರಿಸಿದರು. ಮೈಸೂರು ಪೇಟ, ಮೈಸೂರು ಬ್ಯಾಂಕ್, ಮೈಸೂರು ಸ್ಯಾಂಡಲ್ ಸೋಪ್, ಮೈಸೂರು ಸಾಹಿತ್ಯ ಪರಿಷತ್, ಮೈಸೂರು ಮುದ್ರಣಾಲಯ, ಮೈಸೂರು ಕಬ್ಬಿಣ ಮತ್ತು ಉಕ್ಕಿನ ಕಾರ್ಖಾನೆ, ಮೈಸೂರು ಶಿಲ್ಕ್, ಹೀಗೆ ಎಲ್ಲದರಲ್ಲೂ ಮೈಸೂರಿನ ಬಗೆಗೆ ಅಭಿಮಾನ ಮೆರೆದ ಕನ್ನಡದ ಅಭಿಮಾನಿ ಅವರು.

ದಕ್ಷಿಣ ಆಫ್ರಿಕಾದ ರೈಲಿನಲ್ಲಿ ಅಧಿಕೃತವಾದ ಪ್ರಥಮ ದರ್ಜೆ ಟಿಕೆಟ್ ಪಡೆದು ಪ್ರಯಣಿಸುತ್ತಿದ್ದ ಮೋಹನದಾಸ ಕರಮಚಂದ್ ಗಾಂಧೀಯನ್ನುಕರಿಯನೆಂಬ ಕಾರಣಕ್ಕೆ ಟಿಕೆಟ್ ಕಲೆಕ್ಟರ್ ಹೊರದಬ್ಬಿದ. ರೈಲು ಪ್ಲಾಟಫಾರಂ ಮೇಲೆ ಬಿದ್ದುಕೊಂಡೇ ಯುವಕ ಮೋಹನದಾಸ "ವರ್ಣಭೇದ ಮಾಡುತ್ತಿರುವ ಈ ಬಿಳಿಯ ಬ್ರಿಟಿಷರನ್ನು ಭಾರತದಿಂದ ಹೊರದಬ್ಬುವವರೆಗೂ ವಿಶ್ರಾಂತಿ ಮಾಡುವುದಿಲ್ಲ" ಎಂದು ಆಗಲೇ ಪ್ರತಿಜ್ಞೆ ಮಾಡಿರಬೇಕು. ಭಾರತೀಯನೊಬ್ಬನ ಅಭಿಮಾನವನ್ನು ಕೆಣಕಿದ ದುರಾಭಿಮಾನಿ ಬ್ರಿಟಿಷರಿಗೆ ಗಾಂಧೀಜಿ ಅವರ ಸ್ಥಾನವನ್ನು ತೋರಿಸಿದರು.

ವಿದೇಶಿ ಬಟ್ಟೆ/ವಸ್ತುಗಳನ್ನು ಬಹಿಷ್ಕರಿಸಿ, ದಹಿಸಿ ಸ್ವದೇಶಿ ವಸ್ತುಗಳನ್ನು ಬಳಸುವ ಪ್ರತಿಜ್ಞೆಯನ್ನು ಸ್ವಾತಂತ್ರ್ಯ ಹೋರಾಟಗಾರರು ಮಾಡಿದ್ದು ಸ್ವದೇಶಾಭಿಮಾನದ ಸಂಕೇತ. ರಾಜೀವ ದಿಕ್ಷಿತರ ವಿದೇಶಿ ಎಮ್.ಎನ್.ಸಿ.ಗಳ ವಿರುದ್ಧದ ಹೋರಾಟವೂ ಸ್ವದೇಶಾಭಿಮಾನ ಮತ್ತು ಸ್ವದೇಶಾಭಿವೃದ್ಧಿಯ ಉದ್ಧೇಶವನ್ನೇ ಹೊಂದಿದ್ದವು.

೧೯೭೪ರಲ್ಲಿ ಆಗಿನ ಪ್ರಧಾನಿ ಶ್ರೀಮತಿ ಇಂದಿರಾ ಗಾಂಧಿ ಮತ್ತು ೧೯೯೮ ರಲ್ಲಿ ಮಾಜಿ ಪ್ರಧಾನಿ ಅಟಲ್ ಬಿಹಾರಿ ವಾಜಪೇಯಿ ದೇಶದ ಸುರಕ್ಷತಾ ದೃಷ್ಟಿಯಿಂದ ಮತ್ತು ಬಲ ಪ್ರದರ್ಶನಕ್ಕಾಗಿ ಪ್ರೊಕ್ರಾಣು ಸ್ಫೋಟ ಮಾಡಿದರು. ಆಗ ಅಮೆರಿಕ ಮತ್ತು ಇತರ ದೇಶಗಳು ಭಾರತದ ಮೇಲೆ ಆರ್ಥಿಕ ದಿಗ್ಬಂಧನ ಹೇರಿದವು. ಇಡೀ ದೇಶ ಒಂದಾಗಿ ನಿಂತಿತು. ಎಲ್ಲ ದೇಶಗಳು ತಮ್ಮ ತಮ್ಮ ನಿರ್ಬಂದಗಳನ್ನು ತಾವೇ ಹಿಂತಗೆದವು. "ಬುದ್ಧ" ನಸುನಕ್ಕ! "ಆಪರೇಷನ್ ಶಕ್ತಿ" ಯಶಸ್ವಿಯಾಯಿತು. ದೇಶಾಭಿಮಾನ ಮತ್ತೆ ಜಯಿಸಿತು.

೧೯೯೨ ರಲ್ಲಿ ನಮ್ಮ ದೇಶದ ಅಂತರಿಕ್ಷ ಪ್ರಯೋಗಗಳಿಗಾಗಿ ಕ್ರಯೋಜನಿಕ್ ಇಂಧನವನ್ನು ಪೂರೈಸುತ್ತಿದ್ದ ರಶಿಯಾ ಇದ್ದಕ್ಕಿದ್ದಂತೆ ಪೂರೈಕೆಯನ್ನು ಬಂದು ಮಾಡಿತು. ಅನಪೇಕ್ಷಿತವಾಗಿ ಬಂದೆರಗಿದ ಈ ದಿಗ್ಭಂದನದಿಂದ ಭಾರತದ ವಿಜ್ಞಾನಿಗಳು ದೃತಿಗೆಡಲಿಲ್ಲ. ಅವರ ನಿರಂತರ ಮತ್ತು ಕಟಿಬದ್ಧ ಪ್ರಯತ್ನಗಳಿಂದಾಗಿ ಭಾರತೀಯ ವಿಜ್ಞಾನಿಗಳು ಕೊನೆಗೂ ಕ್ರಯೋಜನಿಕ್ ಇಂಧನವನ್ನು ಕಂಡುಹಿಡಿದರು. ರಷಿಯದ ನಕಾರದಿಂದ ಭಾರತದ ಸಾಧನೆಯ ಸಾಕಾರವಾಯಿತು! ಭಾರತೀಯರೆಲ್ಲ ಹೆಮ್ಮೆಯಿಂದ ಎದೆ ಉಬ್ಬಿಸುವಂತಾಯಿತು.

ಮಲತಾಯಿಯಾದ ಸುರುಚಿಯ ಅವಕೃಪೆಯಿಂದ ತಿರಸ್ಕಾರಕ್ಕೆ ಒಳಗಾದ ಧೃವ ತಂದೆಯ ಪ್ರೀತಿಯಿಂದ ವಂಚಿತನಾದ. ಸ್ವಾಭಿಮಾನಿ ಬಾಲಕ ತನ್ನ ಹಕ್ಕನ್ನು ಪಡೆಯಲು ಕಾಡಿನಲ್ಲಿ ಘೋರವಾದ ತಪಸ್ಸನ್ನು ಮಾಡಿದ. ಪುಟ್ಟ ಮಗುವಿನ ಭಕ್ತಿಗೆ ಮೆಚ್ಚಿದ ವಿಷ್ಣು ಪರಮಾತ್ಮ ಪ್ರತ್ಯಕ್ಷನಾಗಿ ಧೃವನಿಗೆ ಆಗಸದಲ್ಲಿ ಕೊನೆವರೆಗೂ ಒಂದು ಶಾಶ್ವತ ಸ್ಥಾನವನ್ನು ಧೃವನಕ್ಷತ್ರದ ರೂಪದಲ್ಲಿ ದಯಪಾಲಿಸಿದ. ಮಹಾಭಾರತದ ದುರ್ಯೋದನ-ದುಶ್ಯಾಸನರ ಅತಿಯಾದ ಸ್ವಾಭಿಮಾನ ಅವರ ಸ್ವಂತ ಬಲದ ಅರಿವನ್ನು ಮರೆಮಾಚಿತ್ತು. ಶ್ರೀ ಕೃಷ್ಣನಂತಹ ದೈವ ಬಲಕ್ಕಿಂತಲೂ ಅವರು ದೊಡ್ಡ ಸೈನ್ಯದ ಮೇಲೆ ವಿಶ್ವಾಸವಿಟ್ಟರು. ಇಂತಹ ದುರಭಿಮಾನದ ಪರಿಣಾಮ ಏನಾಯಿತು ಗೊತ್ತೇ ಇದೆ.

ಕೆಲ ದಶಕಗಳ ಹಿಂದೆ ಭಾರತದಲ್ಲಿ ಉಗ್ರವಾದಿಗಳು ಕಾಶ್ಮೀರದ ರಾಜಧಾನಿ ಶ್ರೀನಗರದ ಲಾಲಚೌಕ್ ನಲ್ಲಿ ತಿರಂಗಾ ರಾಷ್ಟ್ರಧ್ವಜ ಏರಿಸಲು ಸವಾಲು ಎಸೆದಿದ್ದರು. ಹತ್ತಾರು ವರ್ಷಗಳಿಂದಲೂ ಆಗಸ್ಟ್ ೧೫ ಮತ್ತು ಜನವರಿ ೨೬ ರಂದೂ ಅಲ್ಲಿ ಧ್ವಜಾರೋಹಣ ಮಾಡುವುದು ಮುಖ್ಯಮಂತ್ರಿ, ಪ್ರಧಾನ ಮಂತ್ರಿಗಳಿಗೂ ಒಂದು ದೊಡ್ಡ ಸವಾಲೇ ಆಗಿತ್ತು. ಭಾರತೀಯಯರ ಸ್ವಾಭಿಮಾನ ಕೆಣಕಿದ ಉಗ್ರವಾದಿಗಳಿಗೆ ತಕ್ಕ ಉತ್ತರ ಕೊಡಬೇಕಿತ್ತು. ಸಂವಿಧಾನದ ಆರ್ಟಿಕಲ್ ೩೭೦ ಯನ್ನು ರದ್ದುಗೊಳಿಸಿ

ಕಾಶ್ಮೀರವು ಭಾರತದ ಅವಿಭಾಜ್ಯ ಅಂಗವೆಂದು ಪ್ರಧಾನಿ ಮೋದಿ ತೋರಿಸಿಕೊಟ್ಟರು. ಭಾರತದ ಭಾವುಟ ನಿತ್ಯ ಹಾರಾಡುವಂತೆ ಮಾಡಿದರು.

ಸಾಲಸೋಲ ಮಾಡಿಯಾದರೂ ಸುಖವನ್ನು ಅನುಭವಿಸಬೇಕೆಂದು ಹೇಳುತ್ತಾರೆ. ಕೇಳುವವನ ಕೈ ಯಾವಾಗಲೂ ಕೆಳಗೇ! ಕೊಡುವವನ ಕೈ ಯಾವಾಗಲೂ ಮೇಲೇಯೇ. ಅದರಿಂದ ಸಿಗುವ ಆನಂದಕ್ಕಿಂತ ನೋವೇ ಜಾಸ್ತಿ. ನಾವು ಯಾರಾಗಬೇಕು? ಹಂಗಿನ ಅರಮನೆಗಿಂತ ಸ್ವಾಭಿಮಾನದ ಗುಡಿಸಲೇ ಲೇಸು ಅಲ್ಲವೇ? ಹೀಗೆ ಮನುಷ್ಯನ ಸ್ವಾಭಿಮಾನವು ಅವನನ್ನು ಮತ್ತೊಬ್ಬರಿಗೆ ಮಾರಿಕೊಳ್ಳದ ವ್ಯಕ್ತಿಯನ್ನಾಗಿಸುತ್ತದೆ. ಯಾರ ಮುಂದೆಯೂ ಕೈ ಚಾಚದ, ಇದ್ದುದನ್ನೇ ಹೊದ್ದು ಮಲಗುವ, ಹಾಸಿಗೆ ಇದ್ದಷ್ಟು ಕಾಲು ಚಾಚುವ, ತನ್ನತನವನ್ನು ಮರೆಯದ ವ್ಯಕ್ತಿತ್ವ ನಮ್ಮದಾಗುವಂತೆ ಮಾಡುತ್ತದೆ. ಕರೋನಾ ಕಾಲದಲ್ಲಿ ಆತ್ಮನಿರ್ಭರತೆಯ ಮಾತು ಜೋರಾಯಿತು. ಜಗತ್ತಿನ ಅನೇಕ ದೇಶಗಳು ವ್ಯಾಕ್ಸಿನ್, ಕರೋನಾ ಕಿಟ್, ಆಕ್ಸಿಜನ್ ಇತ್ಯಾದಿಗಳನ್ನು ಹತ್ತಾರು ಪಟ್ಟು ಬೆಲೆಗೆ ಮಾರಿಕೊಳ್ಳಲು ತುದಿಗಾಲ ಮೇಲೆ ನಿಂತಿದ್ದವು. ಸ್ವಾಭಿಮಾನಿ ಭಾರತ ತಾನೇ ಸ್ವತಃ ಅವನ್ನೆಲ್ಲ ಉತ್ಪಾದಿಸಿ ನೂರಾರು ದೇಶಗಳಿಗೆ ಉಚಿತವಾಗಿ ಹಂಚಿ ತನ್ನ ಪಾರಮ್ಯವನ್ನು ಮೆರೆಯಿತು. ಸ್ವಾಭಿಮಾನವನ್ನು ಪ್ರಶ್ನಿಸಿದವನಿಗೆ ಸಾಧನೆಯೇ ಉತ್ತರ!

ಯಾವಾಗ್ಯಾವಾಗ ನಮ್ಮ ದೇಶದ ಸ್ವಾಭಿಮಾನಕ್ಕೆ ಧಕ್ಕೆ ಬಂದಿದೆಯೋ ಆವಾಗಾವಾಗ ವಿಕಾಸದ ಹೆಬ್ಬಾಗಿಲು ತೆರೆದಿದೆ. ಆವಾಗ ಹೊಸ ಸಾಧನೆಯ ಪುಷ್ಪಗಳು ಅರಳಿವೆ. ಸಾಮಾನ್ಯ ದಿನಗಳಿಗಿಂತಲೂ ಸವಾಲು ಬಂದಾಗಲೇ ಭಾರತೀಯರು ಪುಟಿದೇಳುವುದು! ಅದಕ್ಕೆಂದೇ ಸವಾಲುಗಳಿಗೆ ಸದಾ ಸುಸ್ವಾಗತ!

○

೭. ಮಾತು ಮತ್ತು ಮಾತಿನ ಶಕ್ತಿ

'ಮಾತು ಆಡಿದರೆ ಆಯ್ತು ಮುತ್ತು ಒಡೆದರೆ ಹೋಯ್ತು' ಎನ್ನುವ ಗಾದೆ ಮಾತು ನಮಗೆಲ್ಲ ಗೊತ್ತಿದೆ. ಈ ನಾಣ್ನುಡಿ ಎಷ್ಟೊಂದು ಸತ್ಯ ಎನ್ನುವುದು ಆಗಾಗ ನಮಗೆ ಅನುಭವಕ್ಕೆ ಬರುತ್ತಿರುತ್ತದೆ. ಯಾರೋ ಆಡಿದ ಮಾತಿಗೆ ಜಗವೇ ಹೊತ್ತಿ ಉರಿದ ಉದಾಹರಣೆಗಳು ಸಾಕಷ್ಟಿವೆ. ಮತ್ಯಾರೋ ಆಡಿದ ಒಂದೇ ಮಾತಿನಿಂದ ಉರಿದ ಅಗ್ನಿ ತಣ್ಣಗಾದ ದೃಷ್ಟಾಂತಗಳೂ ಇವೆ. ಹಾಗಾದರೆ ಅಂತಹ ಶಕ್ತಿಯು ಮಾತಿನಲ್ಲಿದೆಯಾ? ಅಥವಾ ಆ ಮಾತನ್ನು ಕೇಳಿಸಿ ಕೊಳ್ಳುವ ಜನರ ಪ್ರತಿಕ್ರಿಯೆಯಲ್ಲಿದೆಯಾ? ಅಥವಾ ಆ ಮಾತು (ವಿಷಯ) ಕುರಿತ ಜನರ ದೃಷ್ಟಿಕೋನ, ಭಾವನೆಯಲ್ಲಿದೆಯಾ? ಅದೇನೇ ಇದ್ದರೂ ಒಡೆದು ಹೋದ ಮುತ್ತನ್ನು ಒಂದುಗೂಡಿಸಲು ಆಗುವುದಿಲ್ಲ. ಬಿಟ್ಟ ಬಾಣವನ್ನು ಹಿಂದೆ ಪಡೆಯಲಾಗದು. ಎದುರಿಗೆ ಒಗೆದ ಕಲ್ಲು ಹಿಂದಿರುಗಿಬಾರದು. ಅದಾವುದೇ ಅಂಟನ್ನು ಹಾಕಿ ಅಂಟಿಸಿದರೂ ಅದು ತೇಪೆ ಹಾಕುವ ಕೆಲಸವೇ!

ಆದರೆ ಚಂಡು, ರಬ್ಬರಿನಂತಹ ವಸ್ತುಗಳು ಹಿಂದಿರುಗಿ ಬರುತ್ತವಲ್ಲ. ಮೇಲೆ ಒಗೆದ ವಸ್ತು ಕೆಳಗೆ ಬರುತ್ತವಲ್ಲ?! ಅದಕ್ಕೆ ವಸ್ತುವಿಗೆ ಇರುವ ಸ್ಥಿತಿಸ್ಥಾಪಕತ್ವ ಕಾರಣವಾದರೆ ಗುರುತ್ವಾಕರ್ಷಣೆಯು ಶಕ್ತಿಯು ಮೇಲೆ ಒಗೆದ ವಸ್ತು ಮರಳಿ ಬರಲು ಕಾರಣ. ಅಂತಹ ಗುಣಗಳು ಮನುಷ್ಯರಲ್ಲೂ ಬರುವುದಾದರೆ ಸ್ವಲ್ಪ ಮಟ್ಟಿಗೆ ಸಮಸ್ಯೆಗಳನ್ನು ಮತ್ತು ಅನಾಹುತಗಳನ್ನು ನಿವಾರಿಸಬಹುದು.

ಯಾವುದೇ ಒಂದು ವಿಷಯದ ಬಗೆಗೆ ಪರ ಮತ್ತು ವಿರೋಧ ಅಭಿಪ್ರಾಯಗಳಿರ ಬಹುದು. ಅವುಗಳು ವಾದ, ಚರ್ಚೆ, ವಾಗ್ವಾದಗಳಿಗೇ ಸೀಮಿತವಾಗಿರಬೇಕು. ಆದರೆ ಇವತ್ತಿನ ದಿನಗಳಲ್ಲಿ ಆರೋಗ್ಯಕರ ಚರ್ಚೆ ಮಾಯವಾಗಿದೆ. ಪ್ರತಿವಾದಿಯ ಮಾತು

ಕೇಳಿಸದಂತೆ ಕಿರಿಚುವುದೇ ಸಂವಾದ ಎಂದು ಕೊಂಡಂತೆ ಇದೆ. ಅದೊಂದು ಪ್ರತ್ಯಕ್ಷ ವಾಗ್ಯುದ್ಧವಾಗಿ ಪರಿಣಮಿಸುತ್ತಿದೆ. ಪ್ರತಿವಾದಿಸುವ ಮಾತನ್ನು ಕೇಳಿಸಿಕೊಳ್ಳುವಷ್ಟು ವ್ಯವಧಾನ, ಸಮಾಧಾನ ಮತ್ತು ಸಮಚಿತ್ತಗಳೇ ಇಲ್ಲವಾಗಿವೆ.

ತೀರ ಇತ್ತೀಚಿನ ನೂಪರ್ ಹೇಳಿಕೆಯನ್ನೇ ನೋಡಿ. ಅವರ ಹೇಳಿಕೆ ಸಮಂಜಸವೋ, ಸತ್ಯವೋ ಅಲ್ಲವೋ ಅನ್ನುವ ಮಾತು ಬೇರೆ. ಆದರೆ ಅವರ ಹೇಳಿಕೆಯನ್ನೇ ನೆಪ ಮಾಡಿಕೊಂಡು ದೇಶದಾದ್ಯಂತ ನಡೆದ ಪ್ರತಿಭಟನೆ ಶಾಂತದಾಯಕವಾಗಿರದೇ ಅದೆಷ್ಟೋ ಕಡೆ ನಡೆದ ಹಿಂಸಾಚಾರ, ಕಲ್ಲು ತೂರಾಟ, ರೈಲಿಗೆ ಬೆಂಕಿ, ಹತ್ಯೆಗಳು ಸಮರ್ಥನೀಯವಲ್ಲ. ಅಭಿವ್ಯಕ್ತಿ ಸ್ವಾತಂತ್ರ್ಯದ ಬಗ್ಗೆ ಉದ್ದುದ್ದ ಭಾಷಣ ಮಾಡುವ ಬುದ್ಧಿ (?) ಜೀವಿಗಳು ಇಂತಹ ಸಂದರ್ಭದಲ್ಲಿ ಮಾತೇ ಆಡುವುದಿಲ್ಲ. ಅವರು ಭೂಗತವಾಗಿರುತ್ತಾರೆ. ಅವರೇನಿದ್ದರೂ ತಮಗೆ ಬೇಕಾದಾಗ ಮಾತ್ರ ತಮ್ಮ ಅನುಕೂಲಕ್ಕೆ ತಕ್ಕಂತೆ ತಮ್ಮದೇ ಆದ ಅಭಿಪ್ರಾಯ ವ್ಯಕ್ತಪಡಿಸುವ 'ಉತ್ತರ'ಭೂಪರು. ಪಕ್ಷಪಾತಿಗಳಾದ ಅವರ ಅಭಿಪ್ರಾಯ, ಅನಿಸಿಕೆ, ವಸ್ತುನಿಷ್ಠೆಯಲ್ಲ, ವ್ಯಕ್ತಿನಿಷ್ಠ, ಅನುಕೂಲ ಸಿಂಧು ಮತ್ತು ಪೂರ್ವಾಗ್ರಹ ಪೀಡಿತವಾದುದು.

ಮಾತು ಒಂದು ಹರಿತವಾದ ಅಯುಧ. ಆಡುವ ಒಂದೇ ಮಾತಿನಿಂದ ಸಂಪೂರ್ಣ ದೃಶ್ಯವೇ ಬದಲಾಗಬಹುದು/ತಿಳಿಯಾಗಬಹುದು. ಬಿರುಗಾಳಿ ಬೀಸಬಹುದು. ಪರಿಸ್ಥಿತಿ ತಣ್ಣಗಾಗಬಹುದು. ನಗೆ ಉಕ್ಕಿಸಬಹುದು. ಸದಾ ಸುದ್ದಿಯಲ್ಲಿರುವ, ದಿನಕ್ಕೊಂದು ವಿಚಿತ್ರ ಹೇಳಿಕೆಗಳನ್ನು ಸುದ್ದಿ ಪ್ರಿಯರು ಕೊಡುತ್ತಿರುತ್ತಾರೆ. ನೇತಾರರು, ಸಿಲಬ್ರೇಟಿಗಳು ಬಾಯಿತಪ್ಪಿ ಆಡುವುದನ್ನೇ ಮಾಧ್ಯಮದವರು ಕಾಯುತ್ತಿರುತ್ತಾರೆ. ಇಲ್ಲವೋ ತಾವೇ ಹಲವಾರು ಪ್ರಶ್ನೆ ಕೇಳಿ ದಾರಿ ತಪ್ಪಿಸುತ್ತಾರೆ. ನಂತರ ಅದನ್ನೇ ದೊಡ್ಡ ಸುದ್ದಿ ಮಾಡುತ್ತಾರೆ. ಯಾವಾಗಲೂ ಅವರಿಗೆ ಸಂವೇದನಾಶೀಲ ಸುದ್ದಿ ಇರಬೇಕು. ಇಲ್ಲವೋ ಇದ್ದುದನ್ನೇ ತಮಗೆ ಬೇಕಾದ ಹಾಗೆ ಸೂಕ್ಷ್ಮ ಸುದ್ಧಿಯಾಗಿಸಬೇಕು.

"ಮಾತು ಮನೆ ಕೆಡಿಸಿತು ತೂತು ಒಲೆ ಕೆಡಿಸಿತು" ಎನ್ನುವ ಮಾತೊಂದಿದೆ! 'ಮಾತು ಆಡಿ ಆಡಿ ಕೆಟ್ಟರು' ಎನ್ನುವ ಇನ್ನೊಂದು ನಾಣ್ಣುಡಿಯೂ ಇದೆ. ಅನಾವಶ್ಯಕವಾದ ಅಪ್ರಾಸಂಗಿಕವಾದ ಮತ್ತು ಅತಿಯಾದ ಮಾತುಗಳಿಂದ ಇವು ಹುಟ್ಟಿರಬೇಕು.

ಸರ್ವಜ್ಞ ಮತ್ತು ಶರಣರ ವಚನಗಳು, ದಾಸರ ಪದಗಳು ಮತ್ತು ಶಿಶುನಾಳ ಶರೀಫರ ಹಾಡುಗಳಲ್ಲಿ ಜನಪದದ ಸೊಗಡಿದೆ ಹೋರನೋಟಕ್ಕೆ ಅವರ ಮಾತುಗಳಲ್ಲಿ ನಿಜ ಜೀವನದ ಮತ್ತು ದಿನನಿತ್ಯದ ಸಂಗತಿಗಳು ಕಂಡುಬಂದರೂ ಅವುಗಳ ಒಳಾರ್ಥ (ಪರಮಾರ್ಥ) ಆಧ್ಯಾತ್ಮದ ಕಡೆಗೆ ಸೆಳೆಯುತ್ತದೆ.

ದೇಶದ ಭಾವೀ ಪ್ರಧಾನಿಯಂದು ಪ್ರತಿಬಿಂಬಿಸಲ್ಪಟ್ಟ ರಥಯಾತ್ರೆ ರುವಾರಿ ಶ್ರೀ ಲಾಲಕೃಷ್ಣ ಅದ್ವಾನಿ ಅವರು ಪ್ರಸಿದ್ಧಿಯ ಉತ್ತುಂಗದಲ್ಲಿದ್ದರು. ತಮ್ಮ ಜನ್ಮಸ್ಥಳ ಲಾಹೋರಿಗೆ ಹೋದಾಗ ಪಾಕ್ ನಿರ್ಮಾತೃ ಜಿನ್ನಾರ ಬಗೆಗೆ ಆಡಿದ ಅವರ ಮೆಚ್ಚಿಗೆ ಮಾತು ಅವರ ಪಕ್ಷದ ಸಿದ್ಧಾಂತಕ್ಕೆ ವಿರುದ್ಧವಾಗಿತ್ತು. ದೇಶದ ಅತ್ಯಂತ ಬಲಿಷ್ಠ ನಾಯಕರಾಗಿದ್ದ ಅವರ ಮಾತನ್ನು ಅರಗಿಸಿಕೊಳ್ಳುವುದು ಪಕ್ಷಕ್ಕಾಗಲಿಲ್ಲ. ಮಾತು ಸೋತಿತು ಸಿದ್ಧಾಂತ ಗೆದ್ದಿತು. ಪ್ರಧಾನಿ ಪಟ್ಟ ಅವರಿಂದ ದೂರವಾಗಿ ಉಪಪ್ರಧಾನಿ ಆಗಿದ್ದರೆನ್ನುವಲ್ಲಿಗೆ ಅವರ ರಾಜಕೀಯ ಸ್ಥಾನಮಾನ ಸ್ಥಗಿತವಾಯಿತು.

ದಶರತ ಕೈಕೆಯಿಗೆ ಕೊಟ್ಟ ಮಾತಿನಿಂದ 'ರಾಮಾಯಾಣ'ವೇ ಆಯಿತು. 'ಗೆದ್ದು ತಂದ ಫಲವನ್ನು ಐವರು ಸೋದರರು ಹಂಚಿಕೊಂಡು ತಿನ್ನಿರಿ' ಎಂದು ತಾಯಿ ಕುಂತಿ ಮಕ್ಕಳಾದ ಪಾಂಡವರಿಗೆ ಹೇಳಿದಳು! ಮಕ್ಕಳು ತಂದ ಫಲ ದ್ರೌಪದಿ ಎಂದು ಆಕೆಗೆ ಗೊತ್ತಿರಲಿಲ್ಲ. ಆದರೆ ತಾಯಿ ಆಡಿದ ಮಾತನ್ನು ಪಾಂಡವರು ಪಾಲಿಸಬೇಕಲ್ಲ! ಆ ಒಂದು ಮಾತು ಪಾಂಡವರನ್ನು ಜೀವನವಿಡೀ ಕಟ್ಟಿಹಾಕಿತು. "ಅಶ್ವತ್ಥಾಮಃ ಹತಃ ಕುಂಜರಹಃ" ಎಂದು ಧರ್ಮಜನು ಯುದ್ಧ ಭೂಮಿಯಲ್ಲಿ ಅರ್ಧ ಸತ್ಯವನ್ನು ನುಡಿದ. ಅವನ ಮಾತು ನಂಬಿ ದ್ರೋಣರು ಕೈಯೊಳಗಿನ ಬಿಲ್ಲು ಬಿಸುಟರು, ಅರ್ಜುನನು ಬಾಣ ಬಿಟ್ಟನು, ದ್ರೋಣರು ಪ್ರಾಣ ಬಿಟ್ಟರು.

ಹೊಗಳು ಭಟ್ಟರು ಮಾತು ಮಾತಿಗೂ ಪ್ರಶಂಸೆ/ವರ್ಣನೆ ಮಾಡಿದರೆ, ತೆಗಳುವವರು ಮಾತು ಮಾತಿಗೂ ಜರಿಯುತ್ತಾರೆ. ಪಾಚೀನ ಭಾರತದಲ್ಲಿ ಯುದ್ಧ ಭೂಮಿಯಲ್ಲಿ ಪ್ರತಿಸ್ಪರ್ಧಿಗಳನ್ನು ಮಾತಿನಲ್ಲೇ ಜರೆಯುವ ಮೂಲಕ ಅವರನ್ನು ಮಾನಸಿಕವಾಗಿ ದುರ್ಬಲಾರನ್ನಾಗಿಸುವ ಮಾತಿನ ಯುದ್ಧಗಳನ್ನು ಮಾಡುತ್ತಿದ್ದರು. ಅರ್ಜುನ–ಬಬ್ರುವಾಹನರ ಇಂತಹ ಜುಗಲ್ಬಂಧಿ ಅತೀರೋಚಕವಾಗಿರುತ್ತಿದ್ದವು. ಕುರುಕ್ಷೇತ್ರ ಯುದ್ಧದಲ್ಲಿ ತನ್ನವರನ್ನೆಲ್ಲ ಕಳೆದುಕೊಂಡ ದುರ್ಯೋಧನ ಸರೋವರದಲ್ಲಿ ಅಡಗಿ ಕುಳಿತಾಗ ಅವನ ಕಡುವೈರಿ ಭೀಮನು ಸರೋವರ ದಂಡೆಯ ಮೇಲೆ ನಿಂತೇ ಆಡಿದ ಮಾತುಗಳು ಅವನ ಅಭಿಮಾನವನ್ನು ಕೆಣಕಿದವು. ಪಂಪ ಮಹಾಕವಿಯು ಆಗ ಹೇಳುತ್ತಾನೆ, "ನೀರೊಳಗಿರ್ದುಂ ಬೆಮರ್ಥನುರಗಪತಾಕಂ" ಎಂದು ಸುಂದರ ಉಪಮೇಯವನ್ನು ಕೊಡುತ್ತಾನೆ. ಮಾತು ಅಭಿಮಾನವನ್ನು ಕೆಣಕುತ್ತದೆ. ಸಾಧನೆಗೂ ಕಾರಣವಾಗುತ್ತದೆ. ಅಥಃಪತನಕ್ಕೂ ಸೆಳೆಯುತ್ತದೆ. ಹೀಗಾಗಿ ಮಾತೆಂಬ ಶಬ್ದ ಶಕ್ತಿಯೂ ಹೌದು! ಅದು ಕಂಪನಗಳನ್ನು ಸೃಷ್ಟಿಸುತ್ತದೆ. ಆ ಕಂಪನ "ಭೂಕಂಪನ"ದಂತೆ ಅನಾಹುತವನ್ನು ತರಬಹುದು ಅಥವಾ ಸಂಗೀತದ ಸುಮಧುರ ಅಲೆಗಳನ್ನು ಸೃಷ್ಟಿಸಬಹುದು.

ಚುಚ್ಚು ಮಾತುಗಳು ಕೊಚ್ಚಿ ಹಾಕುವಂತೆ ರೊಚ್ಚಿಗೇಳಿಸುತ್ತವೆ. ಮೆಚ್ಚು ಮಾತುಗಳು ಮನುಷ್ಯರ ಸಂಬಂಧಗಳನ್ನು ಹೆಣೆಯುತ್ತವೆ. ಗುರುಹಿರಿಯರ, ಅನುಭವಸ್ಥರ ಮಾತುಗಳು ಜೀವನವನ್ನು ಸ್ವಚ್ಛಗೊಳಿಸುತ್ತವೆ ಮತ್ತು ಪಾವನಗೊಳಿಸುತ್ತವೆ.

ರಾಜ್ಯದ ವಿಧಾನಸಭೆಯ ಸಭಾಪತಿಯಾಗಿದ್ದ ಶ್ರೀ ಕೆ. ಆರ್. ರಮೇಶ ಕುಮಾರರು ಒಳ್ಳೆಯ ಮಾತುಗಾರರು. ಅವರ ಮಾತಿನಲ್ಲಿ ತೂಕವಿರುತ್ತದೆ. ಅಂತಹವರೂ ಸಹ ಒಮ್ಮೊಮ್ಮೆ ಮಾತಿನ ಭರದಲ್ಲಿ ಆಯತಪ್ಪುತ್ತಾರೆ. ಮಹಿಳಾ ಗೌರವಕ್ಕೆ ಸಂಬಂಧಿಸಿದಂತೆ ಅವರಾಡಿದ ಮಾತು ಅನೇಕರನ್ನು ಹುಬ್ಬೇರಿಸುವಂತೆ ಮಾಡಿತು. ಅವರು ಹೀಗೂ ಯೋಚಿಸುತ್ತಾರಾ? ಹೀಗೂ ಮಾತನಾಡುತ್ತಾರಾ? ಎನ್ನುವಂತಾಯಿತು. ತಕ್ಷಣ ತಮ್ಮ ತಪ್ಪಿನ ಅರಿವಾದ ಅವರು ಕ್ಷಮೆ ಕೇಳಿದರು.

ಹಂಸಲೇಖರಂತಹ ಸಂಗೀತ ಮಹಾಗುರುಗಳೂ ಇದಕ್ಕೆ ಹೊರತಲ್ಲ. ಮಾತಿನ ಭರದಲ್ಲಿ ಪೇಜಾವರ ಶ್ರೀಗಳು ಹರಿಜನಕೇರಿಗಳಿಗೆ ಹೋಗಿ, ಪಾದಪೂಜೆ ಸ್ವೀಕರಿಸುವಾಗ ಕೋಳಿಯ ರಕ್ತದ ಸೂಪು ಕುಡಿಯುತ್ತಾರಾ? ಎಂದು ಕೇಳಿದರು. ತಮ್ಮ ಸನ್ಯಾಸತ್ವದ ನೂರೆಂಟು ಕಟ್ಟಳೆಗಳ ಮಧ್ಯದಲ್ಲಿಯೂ ಉಡುಪಿಯ ಶ್ರೀಗಳು ನಿಜವಾದ ಕಳಕಳಿಯಿಂದ ಮಾಡುವ, ಸಮಾಜವನ್ನು ಒಂದುಗೂಡಿಸುವ ಸಣ್ಣ ಪ್ರಯತ್ನಗಳನ್ನು ಅವರು ಶ್ಲಾಘಿಸಬೇಕಿತ್ತು. ಇಲ್ಲದಿದ್ರೆ ಸುಮನಿರಬೇಕಿತ್ತು. ಆದರೆ ಈ ಸಂಕುಚಿತ ಭಾವ ತೋರಿಸಬಾರದಿತ್ತು. ಇದರಿಂದ ಅವರ ಬಗ್ಗೆ ತುಂಬ ಅಭಿಮಾನವಿರಿಸಿಕೊಂಡ ಕೋಟ್ಯಾನು ಕೋಟಿ ಜನತೆಗೆ ನಿರಾಸೆಯಾಯಿತು, ನೋವಾಯ್ತು. ಇಂತಹ ಸಂದರ್ಭಗಳಿಗಾಗಿಯೇ ಕಾಯುವ ಅನೇಕರು ಅವುಗಳನ್ನು ತಮ್ಮ ಅನುಕೂಲಕ್ಕೆ ತಕ್ಕಂತೆ ಬಳಸಿಕೊಳ್ಳುತ್ತಾರೆ. ಹಂಸಲೇಖರಂತವರು ಬಲಿಪಶುಗಳಾಗುತ್ತಾರೆ. ಪ್ರತಿಕ್ರಿಯಿಸಲು, ಪ್ರತಿಭಟಿಸಲು ತುದಿಗಾಲ ಮೇಲೆ ಕೆಲ ಸಂಘಟನೆಗಳು ನಿಂತಿರುತ್ತಾರೆ. ಅವರ ನೀತಿಯೆಂದರೆ ತಮ್ಮವರು ಏನು ಹೇಳಿದರೂ 'ಬಾರಾ ಖೂನಮಾಫ್' ಎಂದು ಅವರ ಸಮರ್ಥನೆಗೆ ನಿಲ್ಲುತ್ತಾರೆ. ಬೇರೆಯರು ಏನು ಹೇಳಿದರೂ ಪ್ರತಭಟನೆಯನ್ನು ಮಾಡುತ್ತಾರೆ. ಇದು ಸರಿಯಲ್ಲ.

ನಮ್ಮ ಮಾತು, ಕೃತಿ, ನಡತೆಗಳು ಸತ್ಯ, ನ್ಯಾಯದ ಪಕ್ಷಪಾತಿಯಾಗಿರಬೇಕು. ವಸ್ತುನಿಷ್ಠವಾಗಿರಬೇಕು. ಸಮಾಜ ಮತ್ತು ದೇಶದ ಒಳಿತಿನ ಪರವಾಗಿರಬೇಕು. ಆಡುವ ಪ್ರತಿ ಶಬ್ದದ ಪರಿಣಾಮವನ್ನು ಆಡುವ ಮೊದಲೇ ಗ್ರಹಿಸಬೇಕು. ಹಾಗೆಂದಾಗ ಯಾವ ಅನಾಹುತವು ಆಗುವುದಿಲ್ಲ.

೮. ಮಿತಿಮೀರದ ಹಿತವರಿತ ಮಾತು, ನಡತೆ

ಸಾರ್ವಜನಿಕ ಕ್ಷೇತ್ರದಲ್ಲಿ ಇರುವವರ ಒಂದೊಂದು ಮಾತು ಬಹಳ ಮಹತ್ವ ಪಡೆದಿರುತ್ತದೆ. ಅದರಿಂದ ಆಗುವ ಪರಿಣಾಮ ಕೆಟ್ಟದ್ದೋ, ಒಳ್ಳೆಯದೋ ಹೆಚ್ಚಿನದೇ ಆಗಿರುತ್ತದೆ. ಜವಾಬ್ದಾರಿಯ ಸ್ಥಾನದಲ್ಲಿ ಇರುವವರು ಬಹಳ ಜಾಗ್ರತೆಯಿಂದ ಮಾತನಾಡಬೇಕು ಮತ್ತು ಸೂಕ್ತವಾಗಿ ವರ್ತಿಸಬೇಕು. ವಿಚಾರ, ಸಿದ್ಧಾಂತಗಳಲ್ಲಿ ಅದೆಷ್ಟೇ ಭಿನ್ನಾಭಿಪ್ರಾಯವಿದ್ದರೂ ನಾಯಕರೆನಿಸಿಕೊಂಡವರು ತಮ್ಮ ಮಾತುಕತೆ, ವ್ಯವಹಾರಗಳಲ್ಲಿ ವ್ಯಕ್ತಿ-ವ್ಯಕ್ತಿಗೆ ತೋರಬೇಕಾದ ಗೌರವ, ಸೌಜನ್ಯ, ಸಂಯಮಗಳನ್ನು ತೋರಿಸಬೇಕಾಗುತ್ತದೆ. ಅದು ಪ್ರಬುದ್ಧತೆಯ ಲಕ್ಷಣ. ಅವರ ಈ ನಡವಳಿಕೆಯನ್ನು ಅವರ ಬೆಂಬಲಿಗರು, ವಿರೋಧಿಗಳು, ತಟಸ್ಥವಾಗಿದ್ದವರೂ ಸಹ ಗಮನಿಸುತ್ತಿರುತ್ತಾರೆ. ಸಾರ್ವಜನಿಕ ಗಾಂಭಿರ್ಯವೆನ್ನುವುದೊಂದು ಇರುತ್ತದೆ ಎಂಬುದನ್ನು ಅವರು ಅರಿತಿರಬೇಕು. ಆದರೆ ಇತ್ತೀಚೆಗೆ ಈ ಜವಾಬ್ದಾರಿಯುತ ನಡವಳಿಕೆಯು ಮಾಯವಾಗುತ್ತಿದೆ. ಅಂದರೆ ಅವರು ಸಾರ್ವಜನಿಕರನ್ನು ಗಂಭೀರವಾಗಿ ತಗೆದುಕೊಳ್ಳದೇ ಅಸಡ್ಡೆಯಿಂದ ಕಾಣುತ್ತಾರೆ ಎಂದರ್ಥ. ಇದು ಜನರನ್ನು ಅವಮಾನಿಸಿದ್ದಂತೆಯೇ ಸರಿ. ಇದರ ಪರಿಣಾಮ ಅವರಿಗೆ ಋಣಾತ್ಮಕವಾಗುತ್ತದೆ. ಅವರ ಪ್ರಭಾವ ಕುಗ್ಗುತ್ತದೆ. ಜನತೆಯೂ ಅವರನ್ನು ತಿರಸ್ಕರಿಸುತ್ತಾರೆ.

ಮಹಾತ್ಮಗಾಂಧೀಜಿ, ನೆಹರೂ, ಸುಭಾಶ್ಚಂದ್ರ ಬೋಸ್, ವಲ್ಲಭಭಾಯಿ ಪಟೇಲ, ಸಾವರಕರ, ಜಿನ್ನಾ ಅವರ ನಡುವೆ ಅದೆಷ್ಟೋ ವೈಚಾರಿಕ ಭಿನ್ನತೆಗಳಿದ್ದರೂ ಅವರೆಂದೂ ಪರಸ್ಪರ ಕೀಳಾಗಿ ಕಾಣಲಿಲ್ಲ, ಅವಾಚ್ಯ ಶಬ್ದಗಳನ್ನಾಡಲಿಲ್ಲ, ಅಷ್ಟೇ ಅಲ್ಲದೇ ಪರಸ್ಪರ ಗೌರವಿಸಿದರು. ತಮ್ಮ ಪ್ರಭಾವದ ಅತ್ಯುಚ್ಚ ಮಟ್ಟದಲ್ಲಿ ಇದ್ದಾಗಲೂ ಅಟಲ ಬಿಹಾರಿ ವಾಜಪೇಯಿ ಅವರು ಸಾಮಾನ್ಯ ಜನರನ್ನು "ದೇವಿಯೋ... ಸಜ್ಜನೋ" ಎಂದೇ ಸಂಭೋಧಿಸುತ್ತಿದ್ದರು. ಬಂಗ್ಲಾ ಯುದ್ಧದಲ್ಲಿ ಭಾರತ ಗೆದ್ದಾಗ ಆಗಿನ ಪ್ರಧಾನಿ ಶ್ರೀಮತಿ ಇಂದಿರಾಗಾಂಧಿಯವರನ್ನು ವಾಜಪೇಯಿ ಮನಬಿಚ್ಚಿ ಗುಣಗಾನ ಮಾಡಿದರು. ಅಶೋಕ

ಗೆಹ್ಲೋಟ್ ಅವರದು ಕಾಂಗ್ರೆಸ್ ಪಕ್ಷ. ಕೇಂದ್ರ ಸಚಿವ ಪ್ರಲ್ಹಾದ್ ಜೋಶಿ ಅವರದು ಭಾಜಪ. ಅದಾಗ್ಯೂ ರಾಜಸ್ಥಾನದ ವಿದ್ಯುತ್ ಸಮಸ್ಯೆಯನ್ನು ಬಗೆಹರಿಸಲು ಮತ್ತು ರಾಜ್ಯಗಳು ಕಲ್ಲಿದ್ದಲನ್ನು ಆಮದು ಮಾಡಿಕೊಳ್ಳಲು ಜೋಶಿ ಅವರು ರಚನಾತ್ಮಕವಾಗಿ ಮತ್ತು ಧನಾತ್ಮಕವಾಗಿ ಸ್ಪಂಧಿಸುತ್ತಿದ್ದಾರೆಂದು ಮುಕ್ತವಾಗಿ ಶ್ಲಾಘಿಸಿದರು. ಬೆಂಗಳೂರಿನ ಅಭಿವೃದ್ಧಿ ವಿಷಯ ಬಂದಾಗ ತಾವು ರಾಜಕೀಯವನ್ನು ಮಾಡುವುದಿಲ್ಲವೆಂದು ಕುಮಾರಸ್ವಾಮಿ ಹೇಳುತ್ತಿರುತ್ತಾರೆ. ಕರ್ನಾಟಕದಲ್ಲಿ ಕಾಂಗ್ರೆಸ್ ಆಡಳಿತ ನಡೆಸುತ್ತಿದ್ದರೂ ಕೇಂದ್ರ ಸಚಿವರಾಗಿದ್ದ ಅನಂತಕುಮಾರ ಮೆಟ್ರೋ ರೈಲು, ಅಂತರ್ ರಾಷ್ಟ್ರೀಯ ವಿಮಾನ ನಿಲ್ದಾಣ ಇತ್ಯಾದಿಗಳನ್ನು ತರಲು ಮತ್ತು ರಾಜ್ಯದ ಸಮಸ್ಯೆಗಳಿಗೆ ಧ್ವನಿಯಾಗಲು ವಿರೋಧಿಗಳೊಂದಿಗೆ ಸಂಪೂರ್ಣ ಸಹಕಾರ ಕೊಡುತ್ತಿದ್ದರು. ಕಾಶ್ಮೀರ ವಿಷಯ ಕುರಿತಂತೆ ಕರಣಸಿಂಗರು ಪಕ್ಷಾತೀತ ನಿಲುವನ್ನು ಹೊಂದಿದ್ದಾರೆ. ರಾಮಕೃಷ್ಣ ಹೆಗಡೆ-ನಜೀರಸಾಬ್ ಅವರ ಪಂಚಾಯತ್ ರಾಜ್ಯ ಮತ್ತು ಜಲಸಂಬಂಧಿತ ಯೋಜನೆಗಳನ್ನು ಎಲ್ಲ ಪಕ್ಷದವರೂ ಮುಕ್ತವಾಗಿ ಪ್ರಶಂಸಿದ್ದರು. ಹೀಗೆ ದೇಶದ ಅಭಿವೃದ್ಧಿಯ ವಿಷಯಗಳು ಬಂದಾಗ ಪಕ್ಷಕ್ಕಿಂತ ಅಭಿವೃದ್ಧಿಯ ಪರವಾಗಿ ನಿಲ್ಲುವುದು ಸೂಕ್ತ. ಅಂತಹ ನಿಲುವು ತಳೆಯುವ ಪ್ರಭುದ್ಧತೆಯನ್ನು ನಾಯಕರು ತೋರಬೇಕು. ಅದು ಮುತ್ಸದ್ಧಿ ನಾಯಕತ್ವದ ಲಕ್ಷಣವಾಗುತ್ತದೆ. ಆಗ ಅವರ ಮಾತಿಗೊಂದು ಬೆಲೆ ಬರುತ್ತದೆ. ಪಕ್ಷಾತೀತವಾದ ಬೆಂಬಲ ದೊರೆಯುತ್ತದೆ.

ಸ್ವಾತಂತ್ರ್ಯದ ನಂತರ ಕೇಂದ್ರ ಮತ್ತು ರಾಜ್ಯ ಸರಕಾರಗಳ ಮಧ್ಯೆ ಒಂದು ವ್ಯವಸ್ಥೆ ನಿರ್ಮಾಣವಾಗಿದೆ. ದೇಶದ ಸುರಕ್ಷತೆ, ರಾಷ್ಟ್ರೀಯ ಸಂಪನ್ಮೂಲಗಳು, ಸಾರ್ವಭೌಮತೆಯಂತಹ ೯೮ ವಿಷಯಗಳಲ್ಲಿ ಕೇಂದ್ರಕ್ಕೆ ಪರಮಾಧಿಕಾರವಿದೆ. ಪ್ರಾದೇಶಿಕ ಅಭಿವೃದ್ಧಿ, ಕಾನೂನು ಸುವ್ಯವಸ್ಥೆ, ಆರೋಗ್ಯದಂತಹ ೫೯ ವಿಷಯಗಳಲ್ಲಿ ರಾಜ್ಯಗಳಿಗೆ ಮುಕ್ತ ಅವಕಾಶವಿದೆ. ಶಿಕ್ಷಣ, ಅರಣ್ಯ ಇತ್ಯಾದಿ ೫೨ ವಿಷಯಗಳಲ್ಲಿ ರಾಜ್ಯ-ಕೇಂದ್ರಗಳೆರಡೂ ಪರಸ್ಪರ ಅರಿತುಕೊಂಡು ಹೊಂದಿಕೊಂಡು ಮಾಡುವ ವ್ಯವಸ್ಥೆ ಇದೆ. ರಾಜ್ಯ ಮತ್ತು ಕೇಂದ್ರಗಳಲ್ಲಿ ಪರಸ್ಪರ ವಿರೋಧಿಸುವ ಪಕ್ಷಗಳು ಅಧಿಕಾರದಲ್ಲಿದ್ದರೂ ಇದನ್ನು ಇದುವರೆಗೂ ತಪ್ಪದೇ ಪಾಲಿಸಲಾಗಿದೆ. ಆದರೆ ಇತ್ತೀಚಿನ ಕೆಲ ರಾಜ್ಯಗಳ ನಡತೆ ಇದಕ್ಕೆ ವಿರುದ್ಧವಾಗಿದೆ. ಕನಿಷ್ಠ ಸೌಜನ್ಯವನ್ನು ವ್ಯಕ್ತಪಡಿಸಲೂ ಆಗದಷ್ಟು ನಾಯಕರು ಸಂಕುಚಿತವಾಗುತ್ತಿರುವುದು ವಿಷಾಧನೀಯ. ದೇಶದ ಪ್ರಧಾನಿ ರಾಜ್ಯಕ್ಕೆ ಬಂದಾಗ ಅವರನ್ನು ಆಯಾ ರಾಜ್ಯಗಳ ಮುಖ್ಯಮಂತ್ರಿಗಳು ಸ್ವಾಗತಿಸುವುದು ಒಂದು ಶಿಷ್ಟಾಚಾರ. ಕೆಲ ತಿಂಗಳ ಹಿಂದೆ ಪ್ರಧಾನಿ ಹೈದರಾಬಾದಿಗೆ/ಕಲ್ಕತ್ತಗೆ ಹೋದಾಗ ಅವರನ್ನು ಸ್ವಾಗತಿಸಲು ಅಲ್ಲಿಯ ಮುಖ್ಯಮಂತ್ರಿಗಳು ಹೋಗಲಿಲ್ಲ. ಎಲ್ಲ ರಾಜ್ಯಗಳ ಮುಖ್ಯಮಂತ್ರಿಗಳು

ಸದಸ್ಯರಾಗಿರುವ ನೀತಿ ಆಯೋಗದ ೭ನೇ ಸಭೆಗೆ ವಿರೋಧಿ ಬಣದ ಕೆಲ ಮುಖ್ಯಮಂತ್ರಿಗಳು ಗೈರು ಹಾಜರಾದರು. ಸಂಸತ್ತಿನಲ್ಲಿ ಪಾಸ್ ಆದ ರಾಷ್ಟ್ರೀಯ ಶಿಕ್ಷಣ ನೀತಿ - ೨೦೨೦ನ್ನು ತಮಿಳುನಾಡು, ಪಶ್ಚಿಮ ಬಂಗಾಳ ರಾಜ್ಯಸರ್ಕಾರಗಳು ಜಾರಿಗೊಳಿಸಲು ತಯಾರಿಲ್ಲ. ಐಟಿ, ಇಡಿ, ಕೇಂದ್ರೀಯ ತನಿಖಾ ದಳಗಳನ್ನು ಕೇಂದ್ರ ದುರುಪಯೋಗಪಡಿಸಿಕೊಳ್ಳುತ್ತಿದೆ ಎಂದು ತನಿಖೆಗೆ ಇದ್ದ ಮುಕ್ತ ಅವಕಾಶವನ್ನು ೯ ರಾಜ್ಯಗಳು ಹಿಂದೆ ಪಡೆದಿವೆ. ದೆಹಲಿಯಂತೂ ನಿತ್ಯವೂ ಒಂದಿಲ್ಲೊಂದು ವಿಷಯದಲ್ಲಿ ಕೇಂದ್ರದ ಜೊತೆಗೆ ಘರ್ಷಣೆಗಿಳಿಯುತ್ತಿದೆ. ರಾಷ್ಟ್ರೀಯ ಭಾವೈಕ್ಯತೆಯ ವಿಷಯವಾದ ಭಾಷಾ ವಿಷಯವನ್ನು ಅವಶ್ಯಕತೆಗಿಂತಲೂ ಹೆಚ್ಚು ಭಾವತಿರೇಕಗೊಳಿಸಲಾಗುತ್ತಿದೆ. ಕೇಂದ್ರ ಮತ್ತು ರಾಜ್ಯ ಸರಕಾರಗಳು ನಿರಂತರವಾಗಿ ಪರಸ್ಪರ ದೂಷಿಸುತ್ತವೆ. ಅದು ನೈಸರ್ಗಿಕ ವಿಕೋಪಗಳು, ಅಪಘಾತಗಳು, ಕೊಲೆ-ದೊಂಬಿಗಳು, ಉಗ್ರರ ಉಪಟಳದಂತಹ ವಿಷಯಗಳನ್ನೂ ಬಿಟ್ಟಿಲ್ಲ. ಇದು ದೇಶದ ಶಾಂತಿ, ವ್ಯಾಪಾರ-ವಹಿವಾಟು, ರಾಷ್ಟ್ರದ ಏಕತೆ, ಭದ್ರತೆ ಮತ್ತು ವಿದೇಶಗಳೊಂದಿಗಿನ ಸಂಬಂಧಗಳ ಮೇಲೆ ಕೆಟ್ಟ ಪರಿಣಾಮ ಬೀರುತ್ತದೆ.

ದೇಶದ ಸಾಮಾನ್ಯ ಜನತೆಯು ವಿವಿಧ ಕ್ಷೇತ್ರಗಳಲ್ಲಿ ಮಾಡಿದ ಸಾಧನೆಗಳನ್ನು ಗುರುತಿಸಿ, ಅಭಿನಂದಿಸಿ, ಹುರಿದುಂಬಿಸಲು ಪ್ರಧಾನಿಯು ಒಂದು ನೇರವಾದ ಸಂವಹನದ ಸಂಪರ್ಕ ಕೊಂಡಿಯಾಗಿ "ಮನ್ ಕೀ ಬಾತ್"ನ್ನು ಪ್ರಾರಂಭಿಸಿದರು. ಸ್ವಾತಂತ್ರ್ಯಾನಂತರ ಈ ತೆರನಾದ ಮೊದಲ ಪ್ರಯತ್ನವಿದು. ಸಮಾಜದ ಕಟ್ಟ ಕಡೆಯ ವ್ಯಕ್ತಿಯೊಬ್ಬರು ದೇಶದ ಚುಕ್ಕಾಣಿ ಹಿಡಿದ ಪ್ರಧಾನಿ ಜೊತೆ ನೇರವಾಗಿ ಮಾತನಾಡುವ ಅವಕಾಶವೊದಗಿಸುವ ಒಂದು ಸಂವೇದನಾಶೀಲ ನಡೆ ಇದು. ಅದರ ಹಿನ್ನಲೆ, ಸೂಕ್ಷ್ಮತೆಯನ್ನು ಗಮನಿಸದೇ ಅದನ್ನೂ ಟೀಕೆ ಮಾಡುವುದೆಂದರೆ ಹೇಗೆ?! ಸ್ವಾತಂತ್ರ್ಯದ ಅಮೃತ ಮಹೋತ್ಸವದ ಶುಭ ಸಂದರ್ಭದಲ್ಲಿ ದೇಶದಾದ್ಯಂತ ಮನೆ-ಮನೆಯಲ್ಲಿ ಒಂದು ಸಂಚಲನ ಉಂಟು ಮಾಡಿದ "ಹರ ಘರ್ ತಿರಂಗಾ"ಕ್ಕೂ ಕೊಂಕು ನುಡಿಯುವಷ್ಟು ಅಸಹಿಸ್ಣುತೆ ಏಕೆ?

ಸಾರ್ವಜನಿಕ ಕ್ಷೇತ್ರದಲ್ಲಿದ್ದವರು ತುಂಬ ತಾಳ್ಮೆಯಿಂದ ವ್ಯವಹರಿಸಬೇಕಾಗುತ್ತದೆ. ನಿತ್ಯ ನೂರಾರು ಜನರು ಹತ್ತಾರು ಸಮಸ್ಯೆಗಳನ್ನು ತಗೆದುಕೊಂಡು ಬರುತ್ತಾರೆ. ತಾಳ್ಮೆ ಕಳೆದುಕೊಂಡು ಏನನ್ನಾದರೂ ತಪ್ಪು ಮಾಡಿದರೆ ಪರಿಸ್ಥಿತಿ ಗಂಭೀರವಾಗುತ್ತದೆ. ಮಾಡಿರುವ ಹತ್ತಾರು ಒಳ್ಳೆಯ ಕೆಲಸಗಳಿಗಿಂತಲೂ ಆಕಸ್ಮಿಕವಾಗಿ ಸಂಭವಿಸುವ ಯಡವಟ್ಟುಗಳೇ ಸುದ್ಧಿಯಾಗುತ್ತವೆ. ಮಾತು ಆಡಿದರಾಯಿತು, ಮುತ್ತು ಒಡೆದರೆ ಹೊಯ್ತು ಅನ್ನುವ ಹಾಗಾಗುತ್ತದೆ. ಆ ಕ್ಷಣಕ್ಕೆ ಮನಸ್ಸಿನಲ್ಲಿ ಮೂಡಿದ್ದನ್ನು ಹಾಗೇ ಹೊರಗೆ ಹರಿಬಿಡುವ

ಮೊದಲು ಅದನ್ನು ತಾಳ್ಮೆಯಿಂದ ಸಂಸ್ಕರಿಸಬೇಕು. ಸಿಟ್ಟಿನ ಕೈಗೆ ಬುದ್ಧಿ ಕೊಟ್ಟು ಬಿಟ್ಟರೆ ಮಾತು ಮಿತಿ ತಪ್ಪುತ್ತದೆ. ಆಡಿದ ತಪ್ಪು ಮಾತನ್ನು ಸಮರ್ಥಿಸಿಕೊಳ್ಳಲು ಹತ್ತು ಹಲವು ಕತೆ ಕಟ್ಟಬೇಕಾಗುತ್ತದೆ! ಸಮಸ್ಯೆ ಇನ್ನೂ ಸಂಕೀರ್ಣವಾಗುತ್ತ ಹೋಗುತ್ತದೆ. ಕೆಲವರಂತೂ ಪ್ರಶ್ನಿಸುವವರಿಗೆ, ಪತ್ರಿಕಾ ಕರ್ತರಿಗೆ ಬೆದರಿಸುತ್ತಾರೆ. ಕಪಾಳ ಮೋಕ್ಷ ಮಾಡಿಬಿಡುತ್ತಾರೆ. ಆಮೇಲೆ ಅವರ ಮೇಲಿನ ಸಲುಗೆಯಿಂದ "ಕೆನ್ನೆ ಸವರಿದೆ" ಎಂದೂ ಸಾರಿಸುತ್ತಾರೆ! ಇದು ಒಳ್ಳೆಯದಲ್ಲ. ಪ್ರಜಾಪ್ರಭುತ್ವದಲ್ಲಿ ಯಾರೂ ಪ್ರಶ್ನಾತೀತರಲ್ಲ. ಜನರು ಅಮಾಯಕರಲ್ಲ. ಆದರೆ ಸಭ್ಯತೆಯನ್ನು ಮೀರಬಾರದಷ್ಟೇ! ತನ್ನ ಅನಪೇಕ್ಷಿತ ಮಾತು ನಡತೆಗಳನ್ನು ಸಮರ್ಥಿಸಿಕೊಳ್ಳುವ ಬದಲು, ಆಡಿರುವ ಅಥವಾ ಆಗಿರುವ ಆಚಾತುರ್ಯಕ್ಕಾಗಿ ಕ್ಷಮೆ ಕೇಳುವುದು ಒಳಿತು. ಅದು ಪರಿಸ್ಥಿತಿಯ ಬಿಸಿಯನ್ನು ತಣ್ಣಗಾಗಿಸುತ್ತದೆ. ತಪ್ಪಿನ/ ಅನ್ಯಾಯದ ಜೊತೆಗೆ ನಿಲ್ಲದೇ ಕಾನೂನಿನ ಪರವಾಗಿ ನಿಂತರೆ ಅವರ ಬಗ್ಗೆ ಗೌರವ ಮೂಡುತ್ತದೆ.

ರಾಷ್ಟ್ರಪತಿ, ಪ್ರಧಾನಿ, ಮುಖ್ಯಮಂತ್ರಿ, ಪ್ರತಿಪಕ್ಷ ನಾಯಕರದ್ದು ಸಂವಿಧಾನದತ್ತವಾದ ಉನ್ನತ ಹುದ್ದೆಗಳಾಗಿದ್ದು ಅವುಗಳಿಗೆ ಅವುಗಳದೇ ಆದ ಘನತೆ, ಗಂಭೀರತೆ ಇರುತ್ತದೆ. ಆ ಸ್ಥಾನಗಳಿಗೆ ಗೌರವ ಕೊಡುವುದು ಪ್ರತಿಯೊಬ್ಬರ ಆದ್ಯ ಕರ್ತವ್ಯವಾಗಿರುತ್ತದೆ. ಆ ಸ್ಥಾನದಲ್ಲಿರುವವರು ತಮ್ಮ ಸ್ಥಾನಕ್ಕೆ ತಕ್ಕಂತೆ ನಡೆದುಕೊಳ್ಳಬೇಕು. ವ್ಯತಿರಿಕ್ತವಾಗಿ ನಡೆದುಕೊಂಡರೆ ಅವರನ್ನು ಆಯ್ಕೆ ಮಾಡಿದರನ್ನೇ ಅವಮಾನಿಸಿದಂತೆ. ಮುಂದೇನಾಗುತ್ತದೋ ಆಗಲಿ ಎಂದು ಬಾಯಿಗೆ ಬಂದ ಹಾಗೆ ಮಾತನಾಡುವುದಾಗಲಿ, "ಹಿಟ್ ಅಂಡ್ ರನ್" ತರಹ ಆ ಕ್ಷಣದ ಲಾಭಕ್ಕಾಗಿ ಸುಳ್ಳು ಆರೋಪವನ್ನು ಹೊರಿಸುವುದಾಗಲಿ ತರವಲ್ಲ. ಏಕವಚನದಲ್ಲಿ ಸಂಭೋದಿಸುವುದು, ಅಸಂವಿಧಾನಿಕ ಪದಗಳನ್ನು ಬಳಸುವುದು ಸಭ್ಯತೆಯ ಲಕ್ಷಣವಲ್ಲ. ಮತ್ತೊಬ್ಬರು ಆಯತಪ್ಪಿ ಮಾತನಾಡಿದಾಗ ಅವರ ಸ್ಥಾನಕ್ಕದು ಶೋಭಿಸುವುದಿಲ್ಲವೆಂದು ಹೇಳುತ್ತಾರೆ. ಆದರೆ ಅದೇ ತಪ್ಪನ್ನು ತಾವೇ ಮಾಡುತ್ತಾರೆ! ತನಗೆ ಎಲ್ಲರೂ ಮಾನ-ಮರ್ಯಾದೆಯನ್ನು ಕೊಡಬೇಕೆಂದು ಬಯಸುವವರು ತಾವು ಇತರರೊಂದಿಗೆ ಹಾಗೇ ನಡೆದು ಕೊಳ್ಳಬೇಕಲ್ಲವೇ? ತನಗೊಂದು ನೀತಿ ಉಳಿದವರಿಗೊಂದು ನೀತಿಯಾದರೆ ಹೇಗೆ? ಕೆಲವು ನಾಯಕರಿಗೆ ತಮ್ಮ ಮೇಲೆ ಮಿತಿಮೀರಿದ ವಿಶ್ವಾಸವಿರುತ್ತದೆ. ತಾವು ಏನು ಮಾಡಿದರೂ ನಡೆಯುತ್ತದೆ ಎನ್ನುವ ದುರಹಂಕಾರವಿರುತ್ತದೆ. ತಾವು ಇರುವುದೇ ಹಾಗೇ ಎನ್ನುವ ರೀತಿಯ ವ್ಯವಹಾರ ಅವರದು. ಪಕ್ಷಗಳ ಕೆಲ ವಕ್ತಾರರು ತಮ್ಮ ವಿಚಾರಗಳನ್ನು ಪ್ರತಿಪಾದಿಸುವಾಗ ಅಥವಾ ಸಮರ್ಥಿಸಿಕೊಳ್ಳುವ ಭರದಲ್ಲಿ ಒನ್ನೊಬ್ಬರ ಬಗ್ಗೆ ಅನಪೇಕ್ಷಿತವಾದುದನ್ನು ಮಾತನಾಡುತ್ತಾರೆ. ಅದಕ್ಕೆ ವಿರೋಧವುಂಟಾದಾಗ ತಾವು

ಹಾಗೆ ಹೇಳಿಯೇ ಇಲ್ಲವೆನ್ನುತ್ತಾರೆ. ತಮ್ಮ ಮಾತನ್ನು ತಿರುಚಲಾಗಿದೆ ಎನ್ನುತ್ತಾರೆ. ತಪ್ಪಾಗಿ ಅರ್ಥೈಸಲಾಗಿದೆ ಅನ್ನುತ್ತಾರೆ. ಆಧುನಿಕ ತಂತ್ರಜ್ಞಾನ ಯುಗದಲ್ಲಿ ಎಲ್ಲವೂ ದಾಖಲಾಗುತ್ತಿರುವಾಗ ಇದು ಅಪಹಾಸ್ಯಕ್ಕೀಡಾಗುತ್ತದೆ.

ಜನನಾಯಕರು ದುಡುಕು, ಸಿಡುಕಿನ ಸ್ವಭಾವದವರಾಗಿ ಅಸಹನೆಯಿಂದ, ಬೇಕಾಬಿಟ್ಟಿಯಾಗಿ ನಾಲಿಗೆ ಹರಿ ಬಿಟ್ಟರೆ ಅಧ್ವಾನವಾಗುತ್ತದೆ. ಅವರ ಅನುಯಾಯಿಗಳೂ ಬಾಯಿ ತಪ್ಪುತ್ತಾರೆ. ಸಮಾಜದ ಶಾಂತಿ ಹದಗೆಡುತ್ತದೆ. ವಾದ-ವಿವಾದ, ಕ್ರಿಯೆ-ಪ್ರತಿಕ್ರಿಯೆಗಳಿಗೆ ಎಡೆ ಮಾಡಿಕೊಡುತ್ತದೆ. ಇದರಿಂದ ವ್ಯಕ್ತಿಗಳ ಪ್ರತಿಮೆಗೆ ಧಕ್ಕೆಯಾದರೆ ಅವರನ್ನು ಅನುಸರಿಸುವವರಿಗೆ ಮುಜುಗರವಾಗುತ್ತದೆ. ಸೂಕ್ಷ್ಮಮತಿಯಾದ ಸಾರ್ವಜನಿಕರು ಇದನ್ನು ಮೌನದಿಂದಲೇ ಗಮನಿಸುತ್ತಿರುತ್ತಾರೆ. ನಾಯಕರ ವರ್ತನೆ ಕುರಿತು ಸಾರ್ವಜನಿಕರಲ್ಲಿ ಕ್ರಮೇಣ ಒಂದು ಅಭಿಪ್ರಾಯ ನಿರ್ಮಾಣವಾಗುತ್ತಿರುತ್ತದೆ. ಬಹಿರಂಗವಾಗಿ ವ್ಯಕ್ತಪಡಿಸದಿದ್ದರೂ ಒಳಗೊಳಗೇ ಅವರ ಅನಿಸಿಕೆಗಳು ಹರಳುಗಟ್ಟುತ್ತಿರುತ್ತವೆ. ಸರಿಯಾದ ಸಂದರ್ಭದಲ್ಲಿ ಅದು ಹೊರಗೆ ಬರುತ್ತದೆ. ಇದೊಂದು ತರಹದ ಮೌನಕ್ರಾಂತಿ! ಆದ್ದರಿಂದ ನಾಯಕರು ಸನ್ನಡತೆಯುಳ್ಳವರಾಗಿ, ಸಹಿಷ್ಣುಗಳಾಗಿ, ಸಮಾಧಾನದಿಂದ ಸಂವಹನ ನಡೆಸಿದರೆ, ಅವರ ಹಿಂಬಾಲಕರು ಹಾಗೇ ವರ್ತಿಸುತ್ತಾರೆ. ವಿರೋಧಿಗಳು ಗೌರವಿಸುತ್ತಾರೆ. ಅವರ ಮಿತಿ ಮೀರದ ಹಿತವರಿತ ಮಾತು, ನಡತೆ ಅನುಕರಣೀಯವಾಗುತ್ತದೆ.

೯. ಸಂವೇದನಾಶೀಲತೆ–ಮಾನವೀಯತೆಯ ಹೆಗ್ಗುರುತು

ಮನುಷ್ಯನು ತನಗೆ ನೋವಾದಾಗ ನಲುಗುವುದು ಸಹಜ. ಆದರೆ ಬೇರೇಯೆ ಒಬ್ಬರಿಗೆ ನೋವಾದಾಗ ಸ್ವತಃ ತನಗೇ ನೋವಾದಂತೆ ದುಃಖಿಸುವುದು ಸಂವೇದನೆ. ಈ ಸಂವೇದನೆಯು ಕೆಲವರಲ್ಲಿ ಸೂಕ್ಷ್ಮವಾಗಿದ್ದು ಅವರು ಬೇರೆಯವರ ಕಷ್ಟಗಳಿಗೆ ಸದಾ ಮಿಡಿಯುತ್ತಾರೆ. ಬರೀ ಮನುಜ–ಮನುಜನ ಕಷ್ಟಗಳಿಗೆ ಮಿಡಿಯುವುದಲ್ಲ, ಪಶು, ಪಕ್ಷಿ, ಪ್ರಾಣಿ, ಕ್ರಿಮಿ, ಕೀಟ, ಜಂತುಗಳ ನೋವಿಗೂ ಸ್ಪಂಧಿಸುವ ವಿಶಾಲ ಹೃದಯವಿರುವವರನ್ನು ಕಾಣುತ್ತೇವೆ. ಬರೀ ಸಜೀವಿಗಳಿಗಲ್ಲದೇ ನಿರ್ಜೀವಿಗಳಾದ ಬೆಟ್ಟ, ಗುಡ್ಡ, ನದಿ, ಕಣಿವೆ, ಬಂಡೆ, ಕಾಡುಗಳಿಗಾಗಿ ತುಡಿಯುವವರೂ ಇದ್ದಾರೆ. ತಾವು ಎಳೆದುಕೊಳ್ಳುವ ಶ್ವಾಸದಲ್ಲಿ ಕ್ರಿಮಿಗಳು ಮೂಗನ್ನು ಪ್ರವೇಶಿಸಿ ಅವುಗಳಿಗೆ ತೊಂದರೆ ಆಗಬಾರದೆಂದು ಜೈನಮುನಿಗಳು ಮುಖಗವಸನ್ನು ಅನಾದಿಕಾಲದಿಂದ ಧರಿಸುತ್ತಾರೆ. ಅಹಿಂಸಾ ತತ್ವವನ್ನು ಪಾಲಿಸುವ ಅವರದು ಧನಾತ್ಮಕವಾದ ನಿಲುವು. ಈಗ ಬಿಡಿ, ಕರೋನಾದಿಂದಾಗಿ ಜಗತ್ತಿನಾದ್ಯಂತ ಜಾತಿ, ಮತ, ಪಂಥ ಭೇದ–ಭಾವ ಮರೆತು ಎಲ್ಲರೂ ಇದನ್ನು ಅನುಸರಿಸುತ್ತಿದ್ದಾರೆ. ಆದರೆ ಇದು ಸ್ವರಕ್ಷಣೆಗಾಗಿ. ಕ್ರಮ ಒಂದೇ ಆದರೂ ಉದ್ಧೇಶ ಬೇರೆ ಬೇರೆ!

ಪ್ರಾಣಿ ದಯಾ ಸಂಘದವರು ದಿಕ್ಕಿಲ್ಲದ ಬೀದಿ ನಾಯಿಗಳು, ಹಸುಗಳು, ಬೆಕ್ಕುಗಳು, ಇನ್ನಿತರ ಪ್ರಾಣಿಗಳ ಹಸಿವನ್ನು ತಣಿಸಲು ಆಹಾರವನ್ನು ಒದಗಿಸುತ್ತಾರೆ. ಕರೋನಾ ಸಮಯದಲ್ಲಿ ಪ್ರವಾಸಿ ತಾಣಗಳಿಗೆ ಪ್ರವಾಸಿಗರು ಬಾರದೇ ಅವರನ್ನೇ ನಂಬಿಕೊಂಡಿದ್ದ ಕೋತಿಗಳು ಇತರ ಪ್ರಾಣಿಗಳಿಗೆ ಪ್ರಾಣಿ ಪ್ರಿಯರು ಹಣ್ಣು–ಹಂಪಲ, ಅನ್ನ–ನೀರಿನ ವ್ಯವಸ್ಥೆಯನ್ನು ಮಾಡಿದರು. ನಾಯಿ, ದನಕರುಗಳು ರಸ್ತೆಗಳನ್ನು ದಾಟುವಾಗ ಆಕಸ್ಮಿಕವಾಗಿ ಆಗುವ ಅಪಘಾತಗಳಿಂದ ತೊಂದರೆಗೊಳಗಾದಾಗ ಅವುಗಳಿಗೆ ಪಶುವೈದ್ಯರಿಂದ ಚಿಕಿತ್ಸೆಯನ್ನು ಕೊಡಿಸುತ್ತಾರೆ. ನೀರಡಿಸಿದ ಪಕ್ಷಿಗಳಿಗೆ ನೀರಿನ ವ್ಯವಸ್ಥೆ ಮಾಡುತ್ತಾರೆ.

ಕರೋನಾ ಸಮಯದಲ್ಲಿ ಮಕ್ಕಳು, ಸಂಬಂಧಿಕರು ಇದ್ದೂ ಅನಾಥರಾಗಿದ್ದ ರೋಗಿಗಳ ಆರೈಕೆಯನ್ನು ಮತ್ತು ಶವಗಳ ಅಂತ್ಯ ಸಂಸ್ಕಾರವನ್ನು ಮಾಡಿದ ಸಹೃದಯಿಗಳು ಇದ್ದಾರೆ. ದಿಕ್ಕಿಲ್ಲದ ಶವಗಳ ಸಂಸ್ಕಾರ ಮಾಡಿ, ಅಸ್ಥಿಯನ್ನು ನದಿಗಳಿಗೆ ಬಿಟ್ಟು, ಪಿಂಡಕೊಟ್ಟು ಶ್ರಾದ್ಧವನ್ನು ಕೂಡ ಮಾಡಿ ಮಾನವೀಯತೆಯನ್ನು ಮೆರೆದವರಿದ್ದಾರೆ.

ಹಿಂದಿನ ಕಾಲದಲ್ಲಿ ಊರಿಂದೂರಿಗೆ ಪಯಣಿಸುವ ಪ್ರಯಾಣಿಕರಿಗೆ ವಿಶ್ರಮಿಸಲು ಮಾರ್ಗದ ಇಕ್ಕೆಲಗಳಲ್ಲಿ ತಂಪಾದ ನೆರಳು ಕೊಡುವ ಗಿಡ ಮರಗಳನ್ನು ನೆಡುತ್ತಿದ್ದರು. ಸಾಮಾನ್ಯ ಪ್ರಜೆಗಳೂ ಕೂಡ ನೀರಡಿಸಿದವರಿಗೆ ನೀರು-ಬೆಲ್ಲವನ್ನು ಮತ್ತು ಹಸಿದು ಬಂದವರಿಗೆ ಊಟವನ್ನು ಉಚಿತವಾಗಿಯೇ ಕೊಡುತ್ತಿದ್ದರು. ಅವರ ಸಂತೃಪ್ತಿಯಲ್ಲಿ ತಾವು ಖುಷಿ ಪಡುತ್ತಿದ್ದರು. ಹಾಗೆ ಮಾಡುವುದು ಒಂದು ಪುಣ್ಯದ ಕಾರ್ಯವೆಂದು ತಿಳಿಯುತ್ತಿದ್ದರು. ತಾವು ಮಾಡಿರಬಹುದಾದ ಪಾಪದ ಪಶ್ಚಾತ್ತಾಪ/ ಪರಿಹಾರಕ್ಕೂ ಕೆಲವರು ಸೇವೆ ಮಾಡುತ್ತಾರೆ. 'ಪರೋಪಕಾರಾರ್ಥಮ್ ಇದಮ್‌ಶರೀರಂ' ಎಂಬ ನಂಬಿಗೆಯೊಂದಿಗೆ ಜನಸೇವೆ ಮಾಡುವ ಸಂವೇದನಾಶೀಲರೂ ಇದ್ದಾರೆ. ಯಾವುದೇ ಪ್ರತಿಫಲಾಪೇಕ್ಷೆ ಇಲ್ಲದೆಯೇ ಮಾಡುವ ಸಹಾಯ ನಿಜವಾದ ಸೇವೆ ಆಗುತ್ತದೆ.

ಭಾರತೀಯರು ಮತ್ತು ಪ್ರಕೃತಿಯ ನಡುವೆ ಒಂದು ಅವಿನಾಭಾವ ಸಂಭಂದವಿದೆ. ತನ್ನ ಉಪಜೀವನಕ್ಕೆ ಸಹಕರಿಸುವ ಪ್ರತಿ ವಸ್ತುವಿಗೂ ತನ್ನ ಕೃತಜ್ಞತೆಯನ್ನು ಅವನು ವ್ಯಕ್ತಪಡಿಸುತ್ತಾನೆ. ಕೃತಜ್ಞತಾರ್ಪಣೆ/ ಉಪಕಾರಸ್ಮರಣೆಯು ಸೂಕ್ಷ್ಮಸಂವೇದನೆಯ ಸ್ವರೂಪವಾಗಿದೆ. ಇದು ಭಾರತೀಯರ ಬಾಳಿನಲ್ಲಿ ಹಾಸುಹೊಕ್ಕಾಗಿದೆ. ಅದನ್ನು ಅವರು ಆಚರಿಸುವ ಹಬ್ಬಗಳ ಮೂಲಕವಾಗಿರಬಹುದು ಅಥವಾ ಮತ್ಯಾವುದೋ ಪೂಜೆಯ ಮುಖಾಂತರ ಆಗಿರಬಹುದು ವ್ಯಕ್ತಪಡಿಸುತ್ತಾರೆ. ಉತ್ತರ ಕರ್ನಾಟಕದಲ್ಲಿ ಮಣ್ಣೆತ್ತಿನ ಅಮವಾಸ್ಯೆಯ ದಿನ ವರ್ಷವಿಡೀ ತಮ್ಮ ಹೊಲದಲ್ಲಿ ನೇಗಿಲು ಎಳೆದ ಮತ್ತು ಸಹಾಯ ಮಾಡಿದ ನೆಚ್ಚಿನ ಬಸವನಿಗೆ (ಎತ್ತು) ಕೃತಜ್ಞತೆಯನ್ನು ಸೂಚಿಸಲು ಮಣ್ಣಿನ ಬಸವನ ಪೂಜೆ ಮಾಡುತ್ತಾರೆ. ನಾಗರಪಂಚಮಿ ದಿನ ನಾಗರಪೂಜೆ ಮಾಡುತ್ತಾರೆ. ಮನೆಯ ಸುತ್ತಮುತ್ತ ಕಂಡು ಬಂದ ಹಾವುಗಳನ್ನು ಸಾಯಿಸದೇ ಹಿಡಿದು ಕಾಡಿಗೆ ಬಿಟ್ಟು ಬರುವುದು ಆ ಜೀವ ಸಂಕುಲವನ್ನು ಉಳಿಸುವ ಒಂದು ಪ್ರಯತ್ನ. ಗಣೇಶೋತ್ಸವದ ದಿನ ಗಣೇಶ(ಆನೆ)ನನ್ನು ಪೂಜಿಸಿದರೆ ಮರುದಿನ 'ಇಲಿ ಹಬ್ಬ'ವೆಂದು ಆಚರಿಸಲಾಗುತ್ತದೆ. ಆನೆಯಂತಹ ದೊಡ್ಡ ಪ್ರಾಣಿಗೂ ಇಲಿಯಂತಹ ಚಿಕ್ಕ ಪ್ರಾಣಿಗೂ ಒಂದೇ ಮರ್ಯಾದೆ! ಎಳ್ಳ ಅಮವಾಸ್ಯೆಯಂದು ಹೊಲದಲ್ಲಿ ಚರಗ ಚೆಲ್ಲುವುದು ಭೂಮಿಯ ಫಲವತ್ತತೆಯನ್ನು ಹೆಚ್ಚಿಸಿದ ಕ್ರಿಮಿ, ಕೀಟ, ಜಂತುಗಳಿಗೆ ಪ್ರತ್ಯುಪಕಾರವಾಗಿ ಆಹಾರ ಹಾಕಲೆಂದು. ಭಾರತದಲ್ಲಿ ಕಸ-ಮುಸುರೆ ಇನ್ನುಳಿದ ತ್ಯಾಜ್ಯಗಳನ್ನು ಚೆಲ್ಲುವ ತಿಪ್ಪೆಗೂ ಪೂಜೆ ಸಲ್ಲುತ್ತದೆ!-ತಿಪ್ಪೆಯ

ಸಾವಯವ ಗೊಬ್ಬರ ಹೊಲದ ಬೆಳೆ ಚೆನ್ನಾಗಿ ಬರಲು ಅವಶ್ಯ. ಮನುಷ್ಯನು ಅನ್ನವನ್ನು ದೇವರಿಗೆ ಅರ್ಪಿಸಿ ಅದಕ್ಕೆ 'ಪ್ರಸಾದ'ವೆನ್ನುತ್ತಾನೆ. ನೀರನ್ನು ದೇವರಿಗೆ ಅರ್ಪಿಸಿ ಅದಕ್ಕೆ 'ತೀರ್ಥ'ವೆನ್ನುತ್ತಾನೆ. ಹೀಗೆ ದೇವರ ಸಾನಿಧ್ಯವು ನೀರು ಮತ್ತು ಅನ್ನಗಳ ಪಾವಿತ್ರ್ಯತೆಯನ್ನು ಹೆಚ್ಚಿಸುತ್ತದೆ. ಭೂಮಾತೆ, ಗಂಗಾಮಾತೆ, ಗೋಮಾತೆ ಮತ್ತು ವನದೇವತೆ ಎಂದು ಕ್ರಮವಾಗಿ ಜಮೀನು, ಜಲ, ಜಾನವಾರು ಮತ್ತು ಜಂಗಲ್‌ಗಳಿಗೆ ಭಾರತೀಯರು ಗೌರವದ ಮಾತೃ ಸ್ಥಾನವನ್ನು ಕೊಟ್ಟು ಪರಿಸರ ಪ್ರೇಮವನ್ನು ಮೆರೆದಿದ್ದಾರೆ.

ಮನೆ, ಕಾರ್ಖಾನೆ, ಅಂಗಡಿ ಮುಗ್ಗಟ್ಟು, ಮಠ–ಮಂದಿರ ಇತ್ಯಾದಿ ಕಟ್ಟಡಗಳನ್ನು ಕಟ್ಟುವಾಗ ಭೂಮಿಪೂಜೆಯನ್ನು ಮಾಡುತ್ತಾರೆ. ತನಗೆ ಆಧಾರ, ಆಹಾರ, ಜೀವನ ಮಾರ್ಗ ಒದಗಿಸುವ ಭೂಮಿಯನ್ನು ಭೂತಾಯಿಯೆಂದು ಪರಿಗಣಿಸಲಾಗುತ್ತದೆ. ತಮ್ಮ ನಿತ್ಯ ಜೀವನದ ಆಧಾರವಾಗಿದ್ದ ಗೋವರ್ಧನಗಿರಿಯನ್ನು ಪೂಜಿಸುವಂತೆ ಗೋಪಾಲ ಕರಿಗೆ ಶ್ರೀ ಕೃಷ್ಣ ಹೇಳಿದ್ದರು. ಹಾಗೆಯೇ ಮೀನುಗಾರರು, ಬೆಸ್ತರು ನದಿ, ಸಮುದ್ರಗಳನ್ನು ಆರಾಧಿಸುತ್ತಾರೆ. ಜೀವನ ಸೆಲೆ ಆಗಿರುವ ನದಿಗಳಿಗೆ ಕೃತಜ್ಞತಾ ಪೂರ್ವಕವಾಗಿ ಪೂಜೆ, ಗಂಗಾರತಿಯನ್ನು ಮಾಡಲಾಗುತ್ತಿದೆ.

ಬೆಳಕಿನ ಮತ್ತು ಶಕ್ತಿಯ ಮೂಲವಾಗಿರುವ ಸೂರ್ಯನ, ಆಹ್ಲಾದಕರವಾದ ವಾತಾವರಣ ಉಂಟು ಮಾಡುವ ಚಂದ್ರನ, ಗ್ರಹ, ನಕ್ಷತ್ರ, ಆಕಾಶ, ವಾಯು, ವರುಣ, ಅಗ್ನಿಗಳ ಒಟ್ಟಾರೆ ಪ್ರಕೃತಿಯ ಆರಾಧನೆಯನ್ನು ಭಾರತವಲ್ಲದೇ ಪ್ರಪಂಚದ ಇತರ ದೇಶಗಳಲ್ಲೂ ಮಾಡಲಾಗುತ್ತದೆ. ಇದು ಪರಿಸರ ಪ್ರೇಮ ಮತ್ತು ಪ್ರಜ್ಞೆಯ ಧ್ಯೋತಕವೂ ಆಗಿದೆ. ಅರಳಿ, ಬೇವು, ಬನ್ನಿ, ಬಿಲ್ವ ಮತ್ತು ಔದುಂಬರಗಳಿಗಂತೂ 'ಪಂಚವಟಿ'ಯೆಂದು ಅತೀ ಪಾವಿತ್ರ್ಯದ ಸ್ಥಾನವನ್ನು ಕೊಡಲಾಗಿದೆ. ಹಲವು ರೋಗಗಳಿಗೆ ಮನೆ ಮದ್ದಾಗಿರುವ ತುಳಸಿಯ ಪೂಜೆಯನ್ನು ಕಾರ್ತಿಕ ದ್ವಾದಶಿಯ ದಿನ ಮಾಡುತ್ತಾರೆ. ತುಳಸಿ, ಗರಿಕೆ, ಬಿಲ್ವಪತ್ರಿ, ನಾನಾ ತರಹದ ಪುಷ್ಪಗಳು ನಿತ್ಯ ಪೂಜೆಯ ಅವಿಭಾಜ್ಯ ಅಂಗಗಳಾಗಿವೆ.

ಸಾವಿರಾರು ಕಿಲೋ ಮೀಟರ ದೂರದಲ್ಲಿ ದೇಶದ ಗಡಿಯನ್ನು ಕಾಯುವ ಸೈನಿಕರ ಕಷ್ಟಗಳಿಗಾಗಿ ಕಂಬನಿ ಮಿಡಿವ ದೇಶ ಭಕ್ತರಿದ್ದಾರೆ. ಭೂಕಂಪ, ಸುನಾಮಿ, ನೆರೆಹಾವಳಿ, ಕಾಡ್ಗಿಚ್ಚು ಮತ್ತು ಬರದಂತಹ ನೈಸರ್ಗಿಕ ವಿಕೋಪಗಳ ಸಂದರ್ಭಗಳಲ್ಲಿ ಸಂಕಷ್ಟಕ್ಕೊಳಗಾದವರ ನೆರವಿಗೆ ತಮ್ಮ ಜೀವದ ಹಂಗು ತೊರೆದು ಧಾವಿಸುವ ಕರುಣಾಮಯಿಗಳಿದ್ದಾರೆ. ತಮ್ಮವರಲ್ಲದ ಪರರ ಮಕ್ಕಳಿಗೂ ತುಡಿವ ಮನಸ್ಸಿದ್ದವರಿದ್ದಾರೆ. ನೂರಾರು ಅನಾಥ ಮಕ್ಕಳಿಗೆ ತಂದೆ/ತಾಯಿಗಳಾಗಿ ಅವರನ್ನು ಸಾಕಿಸಲುಹಿದ ಹೃದಯವಂತರಿದ್ದಾರೆ. ಮಕ್ಕಳಿಲ್ಲದ ವೃದ್ಧ ತಂದೆ–ತಾಯಂದಿರಿಗೆ ಅವರ ಸ್ವಂತ ಹೊಟ್ಟೆಯಲ್ಲಿ ಹುಟ್ಟಿದ ಮಕ್ಕಳಂತೆ ಆರೈಕೆ ಮಾಡುವವರಿದ್ದಾರೆ.

ಕುಷ್ಠರೋಗಿಗಳ ಸೇವೆಗಾಗಿ ತಮ್ಮ ಜೀವನವನ್ನು ಮುಡಿಪಾಗಿಟ್ಟವರು ಬಾಬಾ ಆಮ್ಟೆ ಅವರು. ಅವರಿಗೆ ಕೀವು ಒಸರುವ ಹುಣ್ಣಿನಿಂದ ಬಳಲುವ ರೋಗಿಯ ಆರೈಕೆಯನ್ನು ತಮ್ಮ ಕೈಯಾರೆ ಮಾಡಲು ಒಂದಿನಿತೂ ಹೇಸಿಗೆ ಎನಿಸಲಿಲ್ಲ. ಅಷ್ಟೊಂದು ವಿಶಾಲವಾಗಿತ್ತು ಅವರ ಹೃದಯ. ಮಹಿಳೆ, ಬಡವ, ದೀನ, ದಲಿತ, ದರಿದ್ರರಿಗಾಗಿ ಮಿಡಿದ ಮನದವರಾದ ಸ್ವಾಮಿ ವಿವೇಕಾನಂದ, ನಿವೇದಿತಾ, ಗಾಂಧೀಜೀ, ಡಾ. ಅಂಬೇಡ್ಕರ್, ಸಾವರ್ಕರ, ವಿನೊಭಾ ಭಾವೆ, ಸಾವಿತ್ರಿ ಬಾಯಿ ಫುಲೆ ಹೀಗೆ ಮಾನವೀಯ ಮೌಲ್ಯಗಳನ್ನೇ ತಮ್ಮ ಉಸಿರಾಗಿಸಿಕೊಂಡವರು ಹಲವರು. ಅನಕ್ಷರಸ್ತರಿಗಾಗಿ, ಅನಾರೋಗ್ಯದಿಂದ ಬಳಲುವರಿಗಾಗಿ ದೌರ್ಜನ್ಯಕ್ಕೆ ಒಳಗಾದವರಿಗಾಗಿ, ಗಲಭೆಗಳ ಸಂತ್ರಸ್ತರಿಗಾಗಿ, ಉಗ್ರರ ಅಟ್ಟಹಾಸಕ್ಕೆ ಬಲಿಆದವರಿಗಾಗಿ ಕನಿಕರಪಟ್ಟು ಅವರಿಗೆ ಮತ್ತು ಅವರ ಕುಟುಂಬದವರಿಗೆ ಧನ-ದಾನ್ಯ, ಕಾನೂನು ಮತ್ತು ನೈತಿಕ ಸಹಾಯ ಮಾಡುವ ಜನಕ್ಕೇನೂ ಕಡಿಮೆ ಇಲ್ಲ.

ಹೀಗೆ 'ದಯವೇ ಧರ್ಮದ ಮೂಲವಯ್ಯ' ಎಂಬಂತೆ ಪ್ರತಿಯೊಬ್ಬ ಮನುಷ್ಯನಲ್ಲೂ ಮಾನವೀಯ ಮೌಲ್ಯಗಳು ರಕ್ತದಲ್ಲಿ ಬಂದಿರುತ್ತವೆ. ಯೋಗ್ಯ ಸಂದರ್ಭಗಳಲ್ಲಿ ವ್ಯಕ್ತವಾಗುತ್ತವೆ. ಮಾನವೀಯತೆಯ ಅವರ ಈ ನಡೆಯು ಅವರನ್ನು ದೊಡ್ಡ ವ್ಯಕ್ತಿಯನ್ನಾಗಿ ಮಾಡುತ್ತದೆ. ಬದಲಾದ ಧಾವಂತದ ಬದುಕಿನಲ್ಲಿ ಮನುಷ್ಯರಲ್ಲಿ ಮಾನವೀಯತೆ ಕಡಿಮೆಯಾಗುತ್ತಿದೆಯೋ ಎನಿಸುತ್ತದೆ. ಹತ್ತಿರದ ಕನಿಷ್ಠ ಇನ್ನೊಬ್ಬರಿಗಾಗದ ನಮ್ಮ ಬದುಕು ಬದುಕೇ? ಆದ್ದರಿಂದ ನಮ್ಮೆಲ್ಲ ಗಡಿಬಿಡಿಯಲ್ಲೂ ಸೂಕ್ಷ್ಮ ಸಂವೇದನಾ ಶೀಲತೆಯನ್ನು ಉಳಿಸಿಕೊಳ್ಳಬೇಕಿದೆ. ಏಕೆಂದರೆ ಸಂವೇದನಾ ಶೀಲತೆಯು ಮಾನವೀಯತೆಯ ಹೆಗ್ಗುರುತಾಗಿದೆ.

೧೦. ಆತ್ಮಶ್ಲಾಘನೆ, ಪರನಿಂದನೆಗಳು ಕೀಳರಿಮೆಯ ರೋಗಗಳು

ಅನೇಕ ಸಲ ನಾವು ನಮ್ಮ ವೈಫಲ್ಯಕ್ಕೆ ಬೇರೆಯವರು ಕಾರಣ ಎಂದು ದೂಷಿಸುತ್ತೇವೆ. ನಾವೆಲ್ಲ ಸರಿಯಾಗೇ ಇದ್ದೆವು, ಸರಿಯಾಗಿಯೇ ಯೋಚನೆ, ಯೋಜನೆ ಮಾಡಿದ್ದೆವು. ಆದರೆ 'ಅವರಿಂದಾಗಿ' ಎಲ್ಲಾ ಕೆಟ್ಟುಹೋಯಿತೆಂದು ಪರಿತಪಿಸುತ್ತೇವೆ. ಇದು ಒಂದು ಹಂತದವರೆಗೂ ಸರಿಯಾಗಿಯೂ ನಿಜವಾಗಿಯೂ ಇರಬಹುದು. ಈ ಅನುಭವ ಒಂದೆರಡು ಸಲ ಆದರೆ ಸರಿ. ಆದರೆ ನಿರಂತರವೂ ಇದುವೇ ಆದರೆ? ಅದೆಷ್ಟು ಸಲ ನಾವು ನಮ್ಮ ಅಪಯಶಕ್ಕೆ, ಆಗದ ಕೆಲಸಕ್ಕೆ ಬೇರೆಯವರ ಕಡೆಗೆ ಬೊಟ್ಟು ಮಾಡಿ ತೋರಿಸುವುದು? ಅದರಿಂದಾಗುವ ಲಾಭವೇನು? ಸಿಗುವ ಫಲವೇನು?

ಯಾವುದೊಂದು ಒಳ್ಳೆಯ ಕೆಲಸಕ್ಕೂ ಒಂದಿಲ್ಲೊಂದು ವಿಘ್ನಗಳು ಇದ್ದೇ ಇರುತ್ತವೆ. ಚಿಕ್ಕದೋ ದೊಡ್ಡದೋ ಅಡೆ ತಡೆಗಳು ಸ್ವಾಭಾವಿಕವಾಗಿಯೂ ಇರುತ್ತವೆ. ಯಾರೋ ತಮ್ಮ ಸ್ವಾರ್ಥಕ್ಕಾಗಿ ಉದ್ದೇಶಪೂರ್ವಕವಾಗಿಯೂ ಮಾಡುತ್ತಿರಬಹುದು. ಅದೇನೇ ಕಾರಣಗಳಿದ್ದರೂ ಅದನ್ನು ಎದುರಿಸಬೇಕಾದದ್ದು ನಾವು. ಬೇರೆಯವರನ್ನು ದೂಷಿಸುತ್ತ ಕುಳಿತರೆ ನಾವು ಮುಂದೆ ಸಾಗುವುದು ಹೇಗೆ ಅದಕ್ಕಾಗಿ ನಾವು ಯೋಚಿಸುವ ದಿಕ್ಕನ್ನು, ಮಾಡುವ ಕೆಲಸದ ಪರಿಯನ್ನು ಮತ್ತು ಇತರರೊಂದಿಗೆ ವ್ಯವಹರಿಸುವ ರೀತಿಯನ್ನು ಬದಲಿಸಿಕೊಳ್ಳಬೇಕು. ಇದು ನಮ್ಮ ಕೈಯಲ್ಲಿರುವ ಅಸ್ತ್ರ, ಇದನ್ನು ನಮಗೆ ಬೇಕಾದಾಗ ಮತ್ತು ನಮಗೆ ಬೇಕಾದ ಹಾಗೇ ಉಪಯೋಗಿಸಿಕೊಳ್ಳಬಹುದು!

ಇನ್ನು ಕೆಲವು ಜನ ಸರಿಯಾದ ಪೂರ್ವ ತಯಾರಿ ಇಲ್ಲದೇ, ಸಮಸ್ಯೆಯನ್ನು ಸರಿಯಾಗಿ ಗ್ರಹಿಸದೇ ಮತ್ತು ಸಾರಾಸಾರ ವಿಶ್ಲೇಷಿಸದೇ ಸೋಲುತ್ತಾರೆ. ಸೋಲನ್ನು ಪ್ರಾಮಾಣಿಕವಾಗಿ ಒಪ್ಪಿಕೊಳ್ಳಲಾಗದೇ ನೆಪಗಳನ್ನು ಹುಡುಕುತ್ತಾರೆ. ಕಾರಣಗಳು ಮತ್ತು ನೆಪಗಳು ನಮಗೆ ತಾತ್ಕಾಲಿಕವಾಗಿ ಸಾಮಾಧಾನ ನೀಡಬಹುದೇ ಹೊರತು ಯಶದಡೆಗೆ ಕರೆದೊಯ್ಯುವುದಿಲ್ಲ. ಆದುದರಿಂದ ನಮ್ಮ ವೈಫಲ್ಯಕ್ಕೆ ನಾವು ತೆರೆದ ಮನಸ್ಸಿನಿಂದ ಯೋಚಿಸಬೇಕು. ವ್ಯಕ್ತಿ, ಘಟನೆ ಮತ್ತು ಸಂಗತಿಗಳನ್ನು ತೆರೆದ ಕಣ್ಣಿನಿಂದ ನೋಡಿ,

ಅರಿತು ವ್ಯವರಿಸಬೇಕು. ಯಾವುದೇ ನಿರೀಕ್ಷೆ/ಅಪೇಕ್ಷೆ ಇಲ್ಲದೆಯೇ ಇದ್ದುದ್ದನ್ನು ಇದ್ದಂತೆ ಸ್ವೀಕರಿಸಬೇಕು. ಆಗ ನಿರಾಶೆ, ಭ್ರಮೆಗಳಿಂದ ದೂರಾಗಬಹುದು. ಅನಿರೀಕ್ಷಿತಗಳನ್ನು, ಸಂಭವನೀಯ ಸಂಗತಿಗಳನ್ನು ಮೊದಲೇ ಗ್ರಹಿಸಿ ಅದಕ್ಕಾಗಿ ಮಾನಸಿಕವಾಗಿ ಸಿದ್ಧರಾಗಿರಬೇಕು. ಅದಕ್ಕಾಗಿ ಒಂದಕ್ಕಿಂತ ಹೆಚ್ಚು ಮಾರ್ಗೋಪಾಯಗಳನ್ನು ಮೊದಲೇ ಚಿಂತಿಸಿರಬೇಕು. ಒಂದು ವಿಫಲವಾದರೆ ಇನ್ನೊಂದನ್ನು ಪ್ರಯತ್ನಿಸಬೇಕು.

ಯಾರು ಏನೇ ಹೇಳಲಿ ಅಥವಾ ಮಾಡಲಿ, ನನ್ನ ಗುರಿ ಏನು? ಅದನ್ನು ಸಾಧಿಸುವ ಸಲುವಾಗಿ ಏನು ಮಾಡಬೇಕು? ಏನೇ ತೊಂದರೆ ಬಂದರೂ ಅದನ್ನು ಮಾಡಿ ಮುಗಿಸುವ ಛಲವನ್ನು ಮಾತ್ರ ಬಿಡಬಾರದು. ನಾವು ಯಾವಾಗಲೂ ಅಂತಿಮ ಪರಿಣಾಮ (ultimate result)ದ ಬಗೆಗೆ ಯೋಚಿಸಬೇಕು. ಕಾರ್ಯಪ್ರವೃತ್ತರಾಗಬೇಕು. ನಿರೀಕ್ಷಿತ ಅಥವಾ ಅನಿರೀಕ್ಷಿತ ಸೋಲುಗಳಿಂದ ನಾವು ಪಾಠಗಳನ್ನು ಕಲಿಯಬೇಕು. ಅವುಗಳನ್ನು ಆಗಾಗ ನೆನಪಿಸಿಕೊಳ್ಳಬೇಕು. ಅವುಗಳೇ ನಮ್ಮ ಮುಂದಿನ ಗೆಲುವಿಗೆ ಮೆಟ್ಟಿಲಾಗಬೇಕು. ಆ ಸೋಲು, ವೈಫಲ್ಯ, ಅಪಮಾನ, ನೋವುಗಳೇ ನಮ್ಮನ್ನು ಗಟ್ಟಿ ಮಾಡುತ್ತವೆ. ಧೈರ್ಯಗೆಡದಂತೆ, ಸ್ಥಿತಪ್ರಜ್ಞರಾಗಿರುವಂತೆ ಮತ್ತು ನಮ್ಮ ಪ್ರಯತ್ನದಲ್ಲಿ ಇನ್ನೂ ಹೆಚ್ಚು focussed ಆಗಿರುವಂತೆ ಮಾಡುತ್ತವೆ.

ದೂಷಣೆ, ಮೂದಲಿಕೆ, ಅಪಹಾಸ್ಯ ಅಥವಾ ವೈಫಲ್ಯಗಳನ್ನು ಧನಾತ್ಮಕವಾಗಿ ತೆಗೆದುಕೊಂಡರೆ ಮಾತ್ರ ಇದು ಸಾಧ್ಯ. ಋಣಾತ್ಮಕವಾಗಿ ತೆಗೆದುಕೊಂಡರೆ ಅದು ಕೀಳರಿಮೆಗೆ ಎಡೆ ಮಾಡಿಕೊಡುತ್ತದೆ. ಕೀಳರಿಮೆಯು ಖಿನ್ನತೆಗೆ ದಾರಿ ತೋರುತ್ತದೆ.. ಆದ್ದರಿಂದ ಇಂತಹ ಭಾವನೆಯನ್ನು ಮೊಳಕೆಯಲ್ಲೇ 'ಚಿವುಟಿ' ಹಾಕಬೇಕು. ಸೋಲು ಆಟದ ಒಂದು ಭಾಗವೆಂದು ಸಹಜವಾಗಿ ತೆಗೆದುಕೊಳ್ಳಬೇಕು. ಧೃತಿಗೆಡದೆ ಮತ್ತೆ ಮುಂದೆ ಹೆಜ್ಜೆ ಹಾಕಬೇಕು! ಸಾಧಿಸಿ ತೋರಿಸಬೇಕು.

ನಮ್ಮ ಪಕ್ಕದ ದೇಶ ಪಾಕಿಸ್ತಾನ ತನ್ನ ರಾಜಕೀಯ ಅಸ್ಥಿರತೆಗೆ, ಆರ್ಥಿಕ ಮತ್ತು ವ್ಯಾಪಾರೋದ್ಯಮ ವೈಫಲ್ಯಕ್ಕೆ, ಉಗ್ರರ ಉಪಟಳಕ್ಕೆ ಹಾಗೂ ಅಶಾಂತಿಗೆ ಭಾರತವನ್ನು ದೂಷಿಸುತ್ತದೆ. ಇಡೀ ಜಗತ್ತಿಗೆ ಪಾಕಿಸ್ತಾನದ ಪ್ರಾಮಾಣಿಕತೆಯ ಬಗೆಗೆ, ಅದರ ಭಾರತ ವಿರೋಧಿ ನಿಲುವಿನ ಬಗೆಗೆ ಚೆನ್ನಾಗಿ ಗೊತ್ತಿದೆ. ಆದರೂ ಏನಾದರೂ ನೆಪಮಾಡಿ ತನಗೆ ಸಿಕ್ಕ ಎಲ್ಲಾ ಅವಕಾಶಗಳನ್ನು ಮತ್ತು ಅಂತರಾಷ್ಟ್ರೀಯ ವೇದಿಕೆಗಳನ್ನು ಈ ಸುಳ್ಳನ್ನು ಪ್ರಚುರ ಪಡಿಸಲು ಉಪಯೋಗಿಸಿಕೊಳ್ಳುತ್ತದೆ. ನಮ್ಮ ವಿದೇಶಾಂಗ ಖಾತೆಗೆ ಇಷ್ಟು ದಿನ ಅವುಗಳನ್ನು ಅಲ್ಲಗಳೆದು ತನ್ನನ್ನು ಸಮರ್ಥಿಸಿಕೊಳ್ಳುವುದೇ ಒಂದು ಕೆಲಸವಾಗಿತ್ತು. ಆದರೀಗ ಕಾಲ ಬದಲಾಗಿದೆ. ಸರ್ಜಿಕಲ್ ಸ್ಟ್ರೈಕ್ ಮೂಲಕ ಭಾರತವು ಏನೆಂದು ತೋರಿಸಿಕೊಟ್ಟಿದೆ. ಭಾರತವು aggressiveness ತೋರಲಾರಂಭಿಸಿದೆ.

ರಾಜಕೀಯ ಪಕ್ಷಗಳು, ವ್ಯಕ್ತಿಗಳು ಚುನಾವಣೆಯಲ್ಲಿ ಸ್ಪರ್ಧಿಸಿ ಸೋತಾಗ, ಅವರ ಪ್ರತಿಕ್ರಿಯೆಯನ್ನು ನೋಡಬೇಕು. "ಜಟ್ಟಿ ನೆಲಕ್ಕೆ ಬಿದ್ದರೂ, ಮೀಸೆ ಮಣ್ಣಾಗಲಿಲ್ಲ" ಎನ್ನುವ ರೀತಿ ಇರುತ್ತದೆ ಅವರ ವರಸೆ! ಎಲೆಕ್ಟ್ರಾನಿಕ್ಸ್ ಮತದಾನ ಯಂತ್ರ (EVM) ಗಳೇ ತಮ್ಮ ಸೋಲಿಗೆ ಕಾರಣ ಎನ್ನುತ್ತಾರೆ. ಭಾರತೀಯ ಚುನಾವಣಾ ಆಯೋಗ EVM ಗಳ ದೋಷರಹಿತ ಕಾರ್ಯಚರಣೆ ಬಗೆಗೆ ಆಗಾಗ ಬಹಿರಂಗವಾಗಿ ಪ್ರದರ್ಶನ ಮೂಲಕ ಪ್ರಚುರ ಪಡಿಸಿದಾಗ್ಯೂ ಸಹ ಸೋತವರ ವರಸೆ ಬದಲಾಗುತ್ತಿಲ್ಲ. ತಮ್ಮ ಸಾಧನೆಗಳನ್ನು ಕಾರ್ಯಕರ್ತರು ಮತದಾರರಿಗೆ ಸರಿಯಾಗಿ ತಲುಪಿಸಲಿಲ್ಲ ಎಂದು ಅಭ್ಯರ್ಥಿ ಮತ್ತು ಪಕ್ಷಗಳು ದೂರುತ್ತಾರೆ. ಇಲ್ಲವೋ ಇತರ ಅಭ್ಯರ್ಥಿ ಮತ್ತು ಪಕ್ಷಗಳು ತಮ್ಮ ವಿರುದ್ಧ ವ್ಯವಸ್ಥಿತವಾಗಿ ಅಪಪ್ರಚಾರ ಮಾಡಿದರೆನ್ನುತ್ತಾರೆ. ತಮ್ಮ ಸೋಲಿನ ನೈಜ ಕಾರಣಗಳನ್ನು ಮರೆಮಾಚುತ್ತಾರೆ.

ನಾವೆಲ್ಲಾದರೂ ತಡವಾಗಿ ತಲುಪಿದರೆ ವಾಹನದಟ್ಟಣೆಯ ನೆಪ ಹೇಳುತ್ತೇವೆ. ಆದರೆ ಆ ದಟ್ಟಣೆ ಹೊಸದಲ್ಲವಲ್ಲ. ಅದು ನಿತ್ಯದ ಗೋಳು. ಬಯಸದೇ ಬಂದ ಭಾಗ್ಯ! ಅನಿವಾರ್ಯ ಪೀಡೆ. ಹೀಗಾಗಿ ಅದು ಕಾರಣವಾಗದ ರೀತಿಯಲ್ಲಿ ಯೋಚಿಸಬೇಕು. ಸಮಯದ ಅಷ್ಟೊಂದು ಅಂತರವನ್ನು ಇಟ್ಟುಕೊಂಡೇ ನಮ್ಮ ಯೋಜನೆಯನ್ನು ಮಾಡಬೇಕು.

ಯಾರಾದರೂ ನಮ್ಮನ್ನು ಟೀಕಿಸಿದಾಗ, ಅಥವಾ ನಮ್ಮ ತಪ್ಪನ್ನು ಎತ್ತಿ ತೋರಿಸಿದಾಗ ನಾವು ತಕ್ಷಣವೇ bounce back ಮಾಡಲು ನೋಡುತ್ತೇವೆ. ಸ್ವಲ್ಪ ಸಾವಧಾನದಿಂದ ವರ್ತಿಸುವುದು ಒಳ್ಳೆಯದು. ಒಂದೋ ನಮ್ಮದೇ ತಪ್ಪಾಗಿರಬಹುದು ಇಲ್ಲವೋ "ನಮ್ಮದು ತಪ್ಪಲ್ಲ" ಎಂದು ನಿರೂಪಿಸುವಲ್ಲಿ ಅಥವಾ ಅವರಿಗೆ ಮನಗಾಣಿಸುವುದರಲ್ಲಿ ನಾವು ಎಡವಿರಬೇಕು. ಒಬ್ಬರಿಗಿಂತ ಹೆಚ್ಚು ಜನರ ಜೊತೆ ಇದೇ ರೀತಿ ಆದರೆ ನಮ್ಮದೇ ಏನೋ ತಪ್ಪಿರಬೇಕು. ಪ್ರಾಂಜಲ ಮನಸ್ಸಿನಿಂದ ನಮ್ಮನ್ನು ನಾವು ಒಮ್ಮೆ ಹಿಂದಿರುಗಿ ನೋಡಿ ಕೊಳ್ಳಬೇಕು. ಪ್ರಾಮಾಣಿಕವಾಗಿ ಆತ್ಮಾವಲೋಕನ ಮಾಡಿಕೊಳ್ಳಬೇಕು. ಆಗ ವಸ್ತುಸ್ಥಿತಿ ಏನೆಂದು ತಿಳಿಯುತ್ತದೆ. ನಂತರ ವ್ಯರ್ಥವಾಗಿ ಪರಿತಪಿಸುವುದು ತಪ್ಪುತ್ತದೆ. ತಪ್ಪು ನಮ್ಮದಾಗಿದ್ದರೆ ತಕರಾರೇ ಅದನ್ನು ಒಪ್ಪಿಕೊಂಡು ತಿದ್ದಿಕೊಳ್ಳುವುದರಲ್ಲೇ ಜಾಣತನವಿರುತ್ತದೆ. ಆದ್ದರಿಂದ ತಪ್ಪಿತಸ್ಥ ಅಥವಾ ಅಪರಾಧಿ ಭಾವ ನಿವಾರಣೆಯಾಗುತ್ತದೆ. ದೂಷಿಸಿದವರಿಗೂ ನಿಮ್ಮ ಬಗ್ಗೆ ಒಳ್ಳೆಯ ಅಭಿಪ್ರಾಯ ಮೂಡುತ್ತದೆ.

ದುರ್ಯೋಧನ-ದುಶ್ಯಾಸನರು ತಮ್ಮ ಸ್ವಂತ ತಂದೆಯಾದ ಧೃತರಾಷ್ಟ್ರನನ್ನು ಮೊದಲು ಮಾಡಿ ಕೃಷ್ಣ, ವಿಧುರ, ಭೀಷ್ಮ ಮತ್ತು ಪಾಂಡವರನ್ನು ದೂಷಿಸಿದರು, ಮೂದಲಿಸಿದರು. ಅವರು ಎತ್ತಿ ತೋರಿಸಿದ ಕೌರವರ ದೋಷ, ಲೋಪ, ಕೃತಿಗಳನ್ನು

ಒಪ್ಪಿಕೊಳ್ಳಲಿಲ್ಲ. ಪೂರ್ವಾಗ್ರಹ ಪೀಡಿತರಾಗಿದ್ದ ಅವರಿಗೆ ತಮ್ಮದಾವುದೂ ತಪ್ಪೇ ಅನಿಸಲಿಲ್ಲ. ಹೀಗಾಗಿ ಹಿರಿಯರು ಹೇಳಿದ್ದನ್ನು ಒಪ್ಪಿಕೊಳ್ಳಲಿಲ್ಲ. ಹೀಗಾಗಿ ಅವರು ಅವಸಾನ ಹೊಂದಬೇಕಾಯಿತು. ಪಾಂಡವರು ತಮಗಾದ ಹೀಗಳಿಕೆ, ದೂಷಣೆ, ಮೂದಲಿಕೆ ಎಲ್ಲವನ್ನು ಧನಾತ್ಮಕವಾಗಿಯೇ ಸ್ವೀಕರಿಸಿದರು. ಹೀಗಾಗಿ ಅವರು ದಿನದಿಂದ ದಿನಕ್ಕೆ ಬಲವಾಗುತ್ತಲೇ ಹೋದರು. ಅಂತಿಮವಾಗಿ ಜಯ ಸಾಧಿಸಿದರು.

ತಮ್ಮ ತಪ್ಪನ್ನು/ಲೋಪವನ್ನು ಮರೆಮಾಚಲು ಮತ್ತೊಬ್ಬರ ಮೇಲೆ ಗೂಬೆ ಕುಳ್ಳಿರಿಸುವ ಪ್ರಯತ್ನವನ್ನು ಕೆಲವರು ಮಾಡುತ್ತಾರೆ. 'ಕುಣಿಯಲಾರದವರು ನೆಲ ಡೊಂಕೆಂದರು' ಎಂಬಂತೆ ಕೆಲವರು ಏನಾದರೂ ಸಬೂಬು ಹೇಳುತ್ತಾರೆ. ಶಾಲೆಗೆ ಹೋಗಲೊಲ್ಲದ ಮಕ್ಕಳು ಕುಂಟು ನೆಪ ಹೇಳಿದಂತೆ ಅವರ ವರ್ತನೆ ಆಗಿರುತ್ತದೆ. ಅಂತಹವರು ಕ್ಷಣಿಕವಾಗಿ ಬೀಸುವ ದೊಣ್ಣೆಯಿಂದ ತಪ್ಪಿಸಿ ಕೊಳ್ಳಬಹುದೇ ಹೊರತು ಏನನ್ನು ಸಾಧಿಸಲಾರರು. ಒಂದು ದಿನ ಅವರ ಕನಸಿನ ಕುಡಿಕೆ ಒಡೆದು ನುಚ್ಚು ನೂರಾಗುತ್ತದೆ.

ಕೆಲವರು ರೋಗಗಳು ನಿಯಂತ್ರಣ ಮೀರಿ, ಉಲ್ಬಣಿಸಿ ಕೊನೆಯ ಹಂತದಲ್ಲಿರುವಾಗ ಆಸ್ಪತ್ರೆಗೆ ರೋಗಿಯನ್ನು ಕರೆ ತರುತ್ತಾರೆ. ಚಿಕಿತ್ಸೆ ಫಲಿಸದಿದ್ದಾಗ ವೈದ್ಯರನ್ನು ದೂಷಿಸುತ್ತಾರೆ. ಸಕಾಲದಲ್ಲಿ ವೈದ್ಯರನ್ನು ಕಾಣದಿದ್ದರೆ ಅವರಾದರೂ ಏನು ಮಾಡಲಿಕ್ಕಾಗುತ್ತದೆ? ವೈದ್ಯರೇನು ಮಾಂತ್ರಿಕರಲ್ಲವಲ್ಲ.

ಕುದುರೆಗೆ ಕಟ್ಟುವ ಕಣ್ಣುಪಟ್ಟಿ ಕುದುರೆಯು ಮಾರ್ಗ ಬಿಟ್ಟು ಹೋಗದಂತೆ ಮಾಡುತ್ತದೆ. ಹೋಗುವ ದಾರಿಯಲ್ಲಿ ಗಮನವನ್ನು ಕೇಂದ್ರೀಕರಿಸುವಂತೆ ಮಾಡುತ್ತದೆ. ಹಾಗೆಯೇ ನಾವು ಕೂಡ ಅನ್ಯರು ಮಾಡುವ ದೋಷಾರೋಪಣೆ, ಮೂದಲಿಕೆ, ಹೀಗಳಿಕೆಗಳ ಕಾರಣ ನಮ್ಮ ಪಥದಿಂದ ವಿಮುಖರಾಗಬಾರದು. ಎಲ್ಲವನ್ನೂ ಮೌನದ ಮುಕಾಪುಧರಿಸಿ "ನಮ್ಮ ಒಳ್ಳೆಯದಕ್ಕಾಗಿಯೇ ಹೇಳುತ್ತಿದ್ದಾರೆ" ಎಂದು ಭಾವಿಸಬೇಕು. ಇದರಿಂದ ಲಾಭವೇ ಹೊರತು ಹಾನಿಯಂತೂ ಇಲ್ಲ. ಆದ್ದರಿಂದ ವಿಚಲಿತರಾಗದೇ ಅನವಶ್ಯಕವಾಗಿ ಪ್ರತಿಕ್ರಯಿಸದೇ ಮುನ್ನಡೆಯ ಬೇಕು. ಅವರ ಜೊತೆ ವಾದಕ್ಕಿಳಿದರೆ ಅಷ್ಟು ನಮ್ಮ ಸಮಯ, ಶಕ್ತಿ ಮತ್ತು ಮನಸ್ಸು ಹಾಳಾದಂತೆ. ತಪ್ಪಿದ್ದರೆ ತಿದ್ದಿಕೊಂಡು, ಮತ್ತೇ ನಮ್ಮ ಗುರಿಸಾಧಿಸುವತ್ತ ನಮ್ಮ ಸಮಯ, ಶಕ್ತಿ, ಪ್ರಯತ್ನಗಳನ್ನು ಕೇಂದ್ರೀಕರಿಸಬೇಕು. ಹಾಗಾದಾಗ ಮಾತ್ರ ನಾವಂದುಕೊಂಡದ್ದನ್ನು ಖಂಡಿತವಾಗಿಯೂ ಸಾಧಿಸಬಹುದು. ನಮ್ಮ ಕೆಲಸ ಮತ್ತು ಸಾಧನೆಗಳೇ ಅನ್ಯರ ಟೀಕೆ ಟಿಪ್ಪಣಿ, ಮೂದಲಿಕೆ, ಆಪಾದನೆಗಳಿಗೆ ಸರಿಯಾದ ಉತ್ತರವಾಗಬೇಕು.

○

೧೧. ವಾದ-ವಿವಾದಕ್ಕೆ ಸತ್ಯಾನ್ವೇಷಣೆಯೇ ಗುರಿ ಆಗಿರಲಿ

ಭಾರತದಲ್ಲೀಗ ವಿವಾದಗಳ ಯುಗ. ಅಗ್ನಿಪಥ, ಕೃಷಿ ಕಾಯಿದೆಗಳು, ಜಾರಿ ನಿರ್ದೇಶನಾಲಯ(ಇಡಿ) ದಾಳಿಗಳು, ಹಿಜಾಬ್, ಅಜಾನ್, ರಾಷ್ಟ್ರೀಯ ಶಿಕ್ಷಣ ನೀತಿ, ಪಠ್ಯಪುಸ್ತಕ ರಚನೆ, ನದಿ ನೀರು/ಗಡಿ ಹಂಚಿಕೆ, ರಾಷ್ಟ್ರ-ಪ್ರಾದೇಶಿಕ ಭಾಷೆ... ಹೀಗೆ ಒಂದಿಲ್ಲೊಂದು ವಿಷಯವನ್ನು ವಿವಾದದ ಗೂಡನ್ನಾಗಿಸಲಾಗುತ್ತಿದೆ. ಪ್ರಚಾರದ ಗೀಳಿಗೋ ತಮ್ಮ ಅಸ್ಥಿತ್ವದ ಉಳಿವಿಗೋ, ಮತ್ತೊಬ್ಬರ ಮುಖಕ್ಕೆ ಕೆಸರೆರಚುವ ಹೊಂಚೋ ಒಟ್ಟಾರೆ ಪ್ರತಿದಿನ ಒಂದು ವಿಚಾರವನ್ನು ಎತ್ತಿಕೊಂಡು ಸುದ್ದಿ ಮಾಡಲಾಗುತ್ತಿದೆ. ಭಾರತ ಒಂದು ಪ್ರಜಾಸತ್ತಾತ್ಮಕ ದೇಶ. ಸಂವಿಧಾನತ್ಮಕವಾಗಿ ಇಲ್ಲಿಯ ಎಲ್ಲ ಪ್ರಜೆಗಳಿಗೂ ಯಾವುದೇ ವಿಷಯದ ಪರವಾಗಿ ಅಥವಾ ವಿರುದ್ಧವಾಗಿ ಧ್ವನಿ ಎತ್ತುವ ಹಕ್ಕು ಇದೆ. ಆದರೆ ಆ ಹಕ್ಕನ್ನು ದುರುಪಯೋಗ ಮಾಡಿಕೊಳ್ಳದಂತೆ ನೋಡಿಕೊಳ್ಳಬೇಕು. ನಾವು ಮಾಡುವ ಪ್ರತಿಭಟನೆ, ವಿರೋಧದಿಂದಾಗಿ ದೇಶದ ಸಮಗ್ರತೆಗೆ, ಸುರಕ್ಷತೆಗೆ, ಗೌರವಕ್ಕೆ ಧಕ್ಕೆ ತರುವಂತಾಗಬಾರದು. ಸಾರ್ವಜನಿಕವಾಗಿರುವ ಎಲ್ಲ ವಿಷಯಗಳಲ್ಲೂ ಹೃದಯ ವೈಶಾಲ್ಯತೆ ಮೆರೆಯಬೇಕು. ಮಾನವೀಯತೆಯ ಮೆರವಣಿಗೆಯಾಗಬೇಕು. ಸ್ಥಿತ ಪ್ರಜ್ಞ ಭಾವ ಇರಬೇಕು.

ರಾಜ್ಯ ಸರ್ಕಾರ, ಕೇಂದ್ರ ಸರ್ಕಾರಗಳು ವಿಧಿಯುಕ್ತವಾಗಿ ಜನರಿಂದ ನೇರವಾಗಿ ಆಯ್ಕೆ ಆದಂತವುಗಳು. ಚುನಾವಣೆ ಸಮಯದಲ್ಲಿ ಬೇರೆ ಬೇರೆ ಪಕ್ಷಗಳು ಜನರಿಂದ ಆಯ್ಕೆ ಆಗಿ ತಮ್ಮ ಸರಕಾರ ಅಸ್ಥಿತ್ವಕ್ಕೆ ಬಂದರೆ ಏನು ಅಭಿವೃದ್ಧಿ ಮಾಡುತ್ತೇವೆ ಎಂದು ಪ್ರಣಾಳಿಕೆಯಲ್ಲಿ ಹೇಳಿರುತ್ತವೆ. ವಿವಿಧ ವಿಷಯಗಳನ್ನು ಕುರಿತು ತಮ್ಮ ನೀತಿ, ಸಿದ್ಧಾಂತ, ನಿಲುವುಗಳೇನು ಎಂಬುದನ್ನು ಸ್ಪಷ್ಟಪಡಿಸಿರುತ್ತವೆ. ತಾಂತ್ರಿಕವಾಗಿ, ಒಂದು ಪಕ್ಷವನ್ನು ಬಹುಮತದಿಂದ ಜನರು ಆಯ್ಕೆ ಮಾಡಿದ್ದಾರೆಂದರೆ, ಅವರ ಪ್ರಣಾಳಿಕೆಯನ್ನು ಜನ ಒಪ್ಪಿಕೊಂಡಂತೆಯೇ. ಕಾರಣ ಆಡಳಿತ ಪಕ್ಷವು ತನ್ನ ಪ್ರಣಾಳಿಕೆಯ ಪ್ರಕಾರ ಆಡಳಿತ

ನಡೆಸಬಹುದು. ಆದರೆ ಇತ್ತೀಚೆಗೆ ವಿರೋಧ ಪಕ್ಷಗಳಿಗೆ ಒಂದು ಹವ್ಯಾಸವಾಗಿ ಬಿಟ್ಟಿದೆ. ಅದೇನೆಂದರೆ ಆಡಳಿತ ಪಕ್ಷ ಜಾರಿಗೆ ತರಲಿಚ್ಚಿಸುವ ಯಾವುದೇ ಕಾಯಿದೆಯನ್ನು, ತಿದ್ದುಪಡಿಯನ್ನು ಒಳ್ಳೆಯದಿದ್ದರೂ ಶತಾಯಗತಾಯ ವಿರೋಧಿಸುವುದು. ಇದು ಒಳ್ಳೆಯ ಲಕ್ಷಣವಲ್ಲ. ವಿರೋಧಕ್ಕಾಗಿ ವಿರೋಧ ಆರೋಗ್ಯಕರ ನಡೆಯಲ್ಲ. ಸರಕಾರಗಳಿಗೆ ಅವರ ಕೆಲಸ ಮಾಡಲು ಬಿಡಬೇಕು. ಇಷ್ಟವಾಗದಿದ್ದರೆ ಜನರು ಹೇಗೂ ಚುನಾವಣೆಯಲ್ಲಿ ಅವರನ್ನು ತಿರಸ್ಕರಿಸೇ ತಿರಸ್ಕರಿಸುತ್ತಾರೆ.

ಉದ್ಧೇಶಿತ ಮಸೂದೆ, ಕಾಯಿದೆಗಳಲ್ಲಿ, ಪಠ್ಯಪುಸ್ತಕಗಳಲ್ಲಿ ನಿಜವಾಗಿಯೂ ಏನಿದೆ ಎಂದು ತಿಳಿಯದೇ ಅದನ್ನು ಸರಿಯಾಗಿ ಓದದೇ, ವಿಮರ್ಷಿಸದೇ ತಮ್ಮ ರಾಜಕೀಯ ಕಾರಣಕ್ಕೋಸ್ಕರ ಭಾವನಾತ್ಮಕ ವಿಷಯಗಳನ್ನು ಮುಂದೆ ಮಾಡಿ ಪ್ರತಿಭಟಿಸುವುದು ಎಷ್ಟು ಸೂಕ್ತ? ಒಬ್ಬರ ಮುಖಕ್ಕೆ ಮಸಿ ಬಳಿಯುವದಕ್ಕಾಗಿ ಸುಳ್ಳನ್ನೇ ಮೇಲಿಂದ ಮೇಲೆ ಹೇಳುತ್ತ ಹೋಗುವುದರಿಂದ ಅದು ಸತ್ಯವಾಗುವುದಿಲ್ಲ. ಅದು ಗೊಂದಲವನ್ನುಂಟು ಮಾಡುತ್ತದೆ. ವಾದ-ವಿವಾದಗಳು ಸುಳ್ಳನ್ನು ಸ್ಥಿರೀಕರಿಸಲು ಅಲ್ಲ, ಸತ್ಯವನ್ನು ಹದಗೆಡಿಸಲಲ್ಲ. ಹಾಗೆಂದರೆ ವಾದ, ಪ್ರತಿವಾದ, ಟೀಕೆ, ಟಿಪ್ಪಣಿ, ವಿವಾದ, ವಿರೋಧ, ಪ್ರತಿರೋಧಗಳ ನಿಜವಾದ ಉದ್ಧೇಶವೇನು?

ವ್ಯಕ್ತಿಯೊಬ್ಬ ಯಾವುದೊಂದು ವಿಷಯದ ಪಾಂಡಿತ್ಯ ಹೊಂದಿರಬಹುದು, ಅವನೊಬ್ಬ ಅತ್ಯುತ್ತಮ ವಾಗ್ಮಿ ಆಗಿರಬಹುದು, ಒಳ್ಳೆಯ ಸಂವಹನಕಾರನಾಗಿರನಹುದು, ಹಾಗಂತ ಅವನು ಅವಾಸ್ತವಿಕವಾಗಿ ಆಡಬಾರದು. ಸತ್ಯಕ್ಕೆ ಅಪಚಾರ ಎಸಗಬಾರದು. ವಿವಾದಗಳು ನಮ್ಮ ಪಾಂಡಿತ್ಯ ಪ್ರದರ್ಶನಕ್ಕಲ್ಲ. ನಮ್ಮ ಕೌಶಲಗಳ ತೋರಿಕೆಗಲ್ಲ, ಜನಪ್ರಿಯತೆಗಲ್ಲ, ಅಪಪ್ರಚಾರಕ್ಕೂ ಅಲ್ಲ. ವಾದ-ವಿವಾದಗಳು, ಟೀಕೆ-ಟಿಪ್ಪಣೆಗಳು ಎಲ್ಲಾ ಕಾಲದಲ್ಲೂ ನಡೆದಿವೆ. ವೈಚಾರಿಕ ಮಂಥನಗಳು, ಘರ್ಷಣೆಗಳು ನಿರಂತರವಾಗಿ ನಡೆಯುತ್ತಲೇ ಇವೆ. ಆದರೆ ಸೀಮಿತ ಮತ್ತು ನಿರ್ಧಿಷ್ಟವಾದ ಉದ್ಧೇಶಗಳನ್ನಿಟ್ಟುಕೊಂಡು ಅರ್ಧಸತ್ಯವನ್ನಾಡುತ್ತ, ತನ್ನ ವಾದ ಸಮರ್ಥನೆಗಾಗಿ ಕತೆಗಳನ್ನು ಹೆಣೆಯುತ್ತ ಹೋದರೆ ಅದಕ್ಕೆ ಅಂತ್ಯವಿರುವುದಿಲ್ಲ. ಕ್ರಿಯೆಗೆ ಪ್ರತಿಕ್ರಿಯೆ ಇದ್ದೇ ಇರುತ್ತದೆ.

ಇನ್ನೂ ಕೆಲವರು ಬಾಯಿ ಚಪಲಕ್ಕಾಗಿ ಮಾತನಾಡುತ್ತಿರುತ್ತಾರೆ, ಅಂತಹವರು ಆಯ ತಪ್ಪಿ ಬೀಳುತ್ತಾರೆ. ಸಮಾಜದಲ್ಲಿ ಗೊಂದಲವನ್ನುಂಟು ಮಾಡುತ್ತಾರೆ. ತಮ್ಮ ಚಪಲಕ್ಕಾಗಿ ಇನ್ನೊಬ್ಬರ ಕಾಲೆಳೆಯುವುದೇ ಕಾಯಕವಾಗಬಾರದು. ಕೆಲವರು ತಮ್ಮ ಆಯ್ಕೆಯ ಆಧಾರವಾಗಿ ಮಾತ್ರ ಮಾತನಾಡುತ್ತರೆ. ಕೆಲವು ನಿರ್ಧಿಷ್ಟ ಸಮಾಜ, ಧರ್ಮ, ವಿಚಾರಗಳ ಪರವಾಗಿ ಇರುತ್ತಾರೆ. ಇಂತವರಿಗೆ ನಿಷ್ಪಕ್ಷಪಾತವಾಗಿ ಇರಲು

ಸಾಧ್ಯವಾಗುವುದಿಲ್ಲ. ಅವರು ಎಲ್ಲ ಸಂದರ್ಭಗಳಲ್ಲಿ ಪ್ರತಿಕ್ರಯಿಸುವುದಿಲ್ಲ. ತಮಗೆ ಬೇಕಾದಾಗ ಮಾತ್ರ ತಮ್ಮ ಮೂಗಿನ ನೇರಕ್ಕೆ ಮಾತ್ರ ಸ್ಪಂದಿಸುತ್ತಾರೆ. ಪೂರ್ವಾಗ್ರಹ ಪೀಡಿತರಾದವರಿಂದ ನ್ಯಾಯೋಚಿತ ಮಾತುಗಳನ್ನು ಮತ್ತು ಕ್ರಮಗಳನ್ನು ನಿರೀಕ್ಷಿಸಲಾಗದು.

ಸತ್ಯವನ್ನು ಅರಗಿಸಿಕೊಳ್ಳಲಾಗದವರು ತಮ್ಮ ವಾದಗಳಿಗೆ ಬೇರೆಯದೇ ಬಣ್ಣವನ್ನು ಕೊಡಬಹುದು. ಸತ್ಯ ಕಹಿಯೂ ಅಗಿರುವಾಗ ಒಪ್ಪುವುದು ಇನ್ನೂ ಕಷ್ಟ. ವಿರೋಧ ಪ್ರತಿರೋಧ ಇರಬೇಕು ಅವಾಗಲೇ ಸತ್ಯ ಹೊರ ಬೀಳುವುದು. ವಾದ-ಪ್ರತಿವಾದಗಳು ಸತ್ಯದ ಸಂಶೋಧನೆಗಾಗಿ ಆಗಬೇಕು. ಸತ್ಯದ ಸಾಕ್ಷಾತ್ಕಾರಕ್ಕಾಗಿ ಆಗಬೇಕು. ಅಜ್ಞಾನದ ಕತ್ತಲನ್ನು ಸರಿಸಿ ಸತ್ಯದ ದರ್ಶನ ಮಾಡಿಸಬೇಕು. ತೆರೆದ ಮನಸ್ಸು, ಹೃದಯದಿಂದ, ವಸ್ತುನಿಷ್ಠ ದೃಷ್ಟಿಕೋನದಲ್ಲಿ ವ್ಯಕ್ತಿ, ಘಟನೆ, ವಿಷಯಗಳನ್ನು ನೋಡಿದಾಗ ಮಾತ್ರ ಸತ್ಯ-ನ್ಯಾಯದ ಪರವಾಗಿ ನಿಲ್ಲಬಹುದು. ಇಂತವರು ಗೊತ್ತಿದ್ದೋ ಗೊತ್ತಿಲ್ಲದೆಯೋ ಅನ್ಯಾಯದ ಪರವಾಗಿ ನಿಂತಿರುವುದನ್ನು ಒಂದಿಲ್ಲೊಂದು ದಿನ ಒಪ್ಪಿಕೊಳ್ಳುತ್ತಾರೆ. ಅದಕ್ಕಾಗಿ ಪಶ್ಚಾತ್ತಾಪ ಪಡುತ್ತಾರೆ. ತಪ್ಪು ತಿದ್ದಿಕೊಳ್ಳುವ ಪ್ರಯತ್ನ ಮಾಡುತ್ತಾರೆ. ಆಕಸ್ಮಿಕವೋ, ಉದ್ಧೇಶ ಪೂರ್ವಕವೋ ಆದ ತಪ್ಪನ್ನು ತಿದ್ದಿಕೊಳ್ಳುವ ದೊಡ್ಡಮನಸ್ಸನ್ನು ಮಾಡಬಹುದು. ಇದರಿಂದ ಅವರಿಗೆ ಅವಮಾನ ಆಗುವುದಿಲ್ಲ. ಅವರು ಮುಜುಗರ ಪಟ್ಟುಕೊಳ್ಳಬೇಕಿಲ್ಲ.

೧೨ನೇ ಶತಮಾನದಲ್ಲಿ ಅನುಭವ ಮಂಟಪದ ಮಹಾಮನೆಯಲ್ಲೂ ಚರ್ಚೆಗಳು ನಡೆಯುತ್ತಿದ್ದವು. ಗಂಡು-ಹೆಣ್ಣಿನ ಸಮಾನತೆ ಬಗ್ಗೆ, ಜಾತಿಗಳ ಮೇಲು-ಕೀಳು ಭಾವನೆ ಬಗ್ಗೆ, ಉಳ್ಳವರು-ಇರದವರ ಬಗೆಗೆ ಏನೆಲ್ಲ ತರ್ಕ-ವಿತರ್ಕಗಳು ನಡೆದರೂ, ಈ ರೀತಿ ಕಚ್ಚಾಡುತ್ತಿರಲಿಲ್ಲ. ಬೀದಿ ರಂಪ ಮಾಡುತ್ತಿರಲಿಲ್ಲ. ಏನಿದ್ದರೂ ಸೈದ್ಧಾಂತಿಕ ಹೋರಾಟವಷ್ಟೇ. ಸಂಬಂಧಗಳು ಹದಗೆಡುತ್ತಿರಲಿಲ್ಲ.

ಅಗ್ನಿಪಥದ ವಿರುದ್ಧ ಹೋರಾಟಕ್ಕಿಳಿದವರು ಮಾಡಿರುವ ಕೃತ್ಯಗಳನ್ನೊಮ್ಮೆ ಗಮನಿಸಿ. ದೇಶದ ಅಪಾರ ಸಾರ್ವಜನಿಕ ಆಸ್ತಿ ಹಾನಿ ಮಾಡಿದರು. ಹತ್ತಾರು ರೈಲುಗಳಿಗೆ ಬೆಂಕಿ ಇಟ್ಟರು. ಇಂತಹವರು ಸೈನ್ಯ ಸೇರಿದರೆ ಏನು ಗತಿ? ಶಿಸ್ತೆಂದರೇನು ಎಂದೇ ಗೊತ್ತಿರದ ದೊಂಬಿಕೋರರ ಮನಃಸ್ಥಿತಿ ಏನು? ದೇಶದಲ್ಲಿ ಅರಾಜಕತೆ ಸೃಷ್ಟಿಸಲು ಅಗ್ನಿಪಥ ಅವರಿಗೊಂದು ನೆಪವಷ್ಟೇ.

ವರ್ಷಾನುಗಟ್ಟಲೆ ಕೃಷಿ ಕಾನೂನುಗಳ ವಿರುದ್ಧ ಪಂಜಾಬಿನ ರೈತರು ಚಳುವಳಿ ನಡೆಸಿದರಷ್ಟೇ. ಕೊನೆಗೂ ಸರಕಾರ ದೇಶದ ಹಿತದ ದೃಷ್ಟಿಯಿಂದ ಪ್ರತಿಷ್ಠೆಯನ್ನು ಬಿಟ್ಟು ಕಾನೂನುಗಳನ್ನು ಹಿಂತೆಗೆದುಕೊಂಡಿತು. ಆದಾದ ನಂತರ ಟಿಕಾಯತ್ ಅವರು ಭಾರತೀಯ ಕಿಸಾನ್ ಯೂನಿಯನ್ನಿನ ಚಳುವಳಿಯನ್ನು ತಮ್ಮ ವೈಯಕ್ತಿಕ ಹಿತಾಸಕ್ತಿಗಾಗಿ

ಉಪಯೋಗಿಸಿಕೊಂಡರೆಂದೂ, ಕಾಯಿದೆಗಳ ಒಳ್ಳೆಯ ಅಂಶಗಳನ್ನು ಮರೆಮಾಚಿ ರೈತರಿಗೆ ತಪ್ಪು ಮಾಹಿತಿ ಕೊಟ್ಟು ದಾರಿ ತಪ್ಪಿಸಿದರೆಂದೂ ಅವರ ಜೊತೆಗಾರರೇ ಆಪಾದಿಸುತ್ತಿದ್ದಾರೆ. ವಿದೇಶಿ ಶಕ್ತಿಗಳು ಈ ಕಾವಿನಲ್ಲಿ ಕೈ ಕಾಸಿಕೊಂಡಿರುವ ಸಂಶಯವೂ ಇದೆ. ಕರೋನಾ ಅಘಾತದಿಂದ ಆಗಷ್ಟೇ ಚೇತರಿಸಿಕೊಳ್ಳುತ್ತಿದ್ದ ಶೈಕ್ಷಣಿಕ ರಂಗ ಕೆಲವು ಮುಸುಕುಹೊದ್ದ ಬಾಲೆಯರ ಹಟಮಾರಿತನದಿಂದಾಗಿ ಹಿಂದಡಿ ಇಡಬೇಕಾದುದು ದುರ್ದೈವ.

'ಇಡಿ'ಯ ಕಾರ್ಯಾಚರಣೆ ಬಗೆಗಿನ ರಾಜಕೀಯ ಹೋರಾಟಗಳನ್ನು ನೋಡಿ, ಆಪಾದಿತರು ಮತ್ತು ಅವರ ಅನುಯಾಯಿಗಳು ವಿಚಾರಣೆಯೇ ಬೇಡ ಎನ್ನುತ್ತಾರೆ! ತಪ್ಪೇ ಮಾಡಿರದಿದ್ದರೆ ಹೆದರಿಕೆ ಯಾಕೆ? ವಿಚಾರಣೆಗೆ ವಿರೋಧ ಏಕೆ? ಸಾಮಾನ್ಯ ಜನರಿಗೊಂದು ಕಾಯಿದೆ, ರಾಜಕೀಯ ನೇತಾರರಿಗೆ ಒಂದು ನಿಯಮವೇ? ಕಾನೂನಿನ ದೃಷ್ಟಿಯಲ್ಲಿ ಎಲ್ಲರೂ ಒಂದೇ ಅಲ್ಲವೇ? ಈ ಮೊದಲು ಅನೇಕ ನೇತಾರರು ಇಡಿ ವಿಚಾರಣೆಯನ್ನು ಶಾಂತವಾಗಿ ಎದುರಿಸಿಲ್ಲವೇ?

ಚರ್ಚೆಗಳು ಯಾರನ್ನೋ ಗುರಿಯಾಗಿಸಿಕೊಂಡು ಮಾಡುವ ಕೋಳಿ ಜಗಳವಾಗಬಾರದು. ಸತ್ಯ ಸಂಶೋಧನೆಯಾಗಬೇಕು. ರಾಷ್ಟ್ರ ನಾಯಕರನ್ನು, ಸಮಾಜ ಸುಧಾರಕರನ್ನು, ಸಾಧಕರನ್ನು ಅವರ ವ್ಯಕ್ತಿತ್ವದ ಹಿನ್ನೆಲೆಯಲ್ಲಿ ನೋಡಬೇಕು. ಅದು ಬಿಟ್ಟು ಒಂದು ಜನಾಂಗದ ಧುರೀಣರನ್ನಾಗಿ, ಜಾತಿ ಪಂಗಡಗಳಿಗೆ ಅವರನ್ನು ಸೀಮಿತಗೊಳಿಸಿ ಸ್ವಾಮಿಗಳು, ರಾಜಕೀಯ ನೇತಾರರು ಹೊಡೆದಾಡುತ್ತಿದ್ದಾರೆ. ವಿಶಾಲ ಹೃದಯದ, ಮಾನವೀಯತೆಯ ಪಾಠ ಹೇಳಿದ ಅವರನ್ನೇ ಜಾತಿ–ಮತಗಳ ಸಂಕೋಲೆಯಲ್ಲಿ ಕಟ್ಟಿಹಾಕಿ ಸಂಕುಚಿತ ಭಾವ ಮೂಡಿಸಿದ್ದಾರೆ. ಉದಾರತೆ ಮಂತ್ರ ಹೇಳಬೇಕಾದ ಮಠಾಧೀಶರನ್ನು ಎತ್ತಿಕಟ್ಟಿ ಸರ್ಕಾರದ ವಿರುದ್ಧ ಬಂಡೇಳುವ ಕರೆಯನ್ನು ರಾಷ್ಟ್ರೀಯ ಪಕ್ಷದ ಧುರೀಣರು ಕೊಡುತ್ತಿದ್ದಾರೆ. ತಮ್ಮ ತಮ್ಮ ಜಾತಿಗಳಿಗಷ್ಟೇ ಸೀಮಿತರಾಗಿರುವ ಜಗದ್ಗುರುಗಳು ಸರಕಾರಕ್ಕೆ ಎಚ್ಚರಿಕೆಯ ಗಡವು ಕೊಡುವ ದಾರ್ಷ್ಟ್ಯ ತೋರುತ್ತಿದ್ದಾರೆ. ಸಮಾಜದ ಸ್ವಾಸ್ಥ್ಯವನ್ನು ಕೆಡಿಸುವ, ಧರ್ಮ–ಧರ್ಮಗಳ ನಡುವೆ ದ್ವೇಷ ಹೆಚ್ಚಿಸುವ ಇಂತಹ ಯತ್ನಗಳು ಅಪೇಕ್ಷಣೀಯ.

ವಾದ–ವಿವಾದಗಳು ಅಂತಿಮವಾಗಿ ಸತ್ಯಶೋಧನೆಯಲ್ಲಿ ಪರಿವ್ಯಸನಗೊಳ್ಳಬೇಕು. ಹಾಗಾದಾಗ ಅವುಗಳಿಗೆ ಒಂದು ಅರ್ಥ ಬರುತ್ತದೆ. ಇಲ್ಲವಾದಲ್ಲಿ ಅದು ಬರೀ ಸಂಘರ್ಷವಾಗುತ್ತದೆ, ವ್ಯರ್ಥಾಲಾಪವಾಗುತ್ತದೆ. ಸಮಯ, ಶಕ್ತಿಗಳು ಹಾಳಾಗುತ್ತವೆ. ಆರೋಗ್ಯಕರ ಚರ್ಚೆಯಲ್ಲಿ ಹಿಂಸೆ, ಕೋಪ, ತಾಪ, ಮನಸ್ತಾಪಗಳಿಗೆ ಅವಕಾಶವಿಲ್ಲ.

ಚರ್ಚೆ ವಸ್ತುನಿಷ್ಠವಾದರೆ ಯಾರ ಮನಸ್ಸಿಗೂ ಬೇಜಾರಿಲ್ಲ. ಅದೊಂದು ಯಜ್ಞವಾಗುತ್ತದೆ. ಸತ್ಯದ ದರ್ಶನವಾಗುತ್ತದೆ. ಹಿಂಸೆ, ಬಲ, ಪ್ರದರ್ಶನಗಳು ವಾದವನ್ನು ಪುಷ್ಟೀಕರಿಸುವುದಿಲ್ಲ. ಅವು ಕೇವಲ ಬಾಹ್ಯ ಒತ್ತಡದ ತಂತ್ರಗಳು ಆದರಿಂದ ಸಂಪತ್ತು, ಸಂಬಂಧಗಳು ಹದಗೆಡುತ್ತದೆ ಅಷ್ಟೇ. ಹೀಗಾಗಿ ಪ್ರಾರಂಭದಲ್ಲಿ ವಿಷವೆನಿಸಿದರು ಮುಂದೆ ಬರಲಿರುವ ಅಮೃತಕ್ಕಾಗಿ ಕಾಯುವ ತಾಳ್ಮೆ, ವಿಶ್ವಾಸಗಳಿರಬೇಕು.

ಹತ್ತಾರು ವರ್ಷಗಳಿಂದ ಚುನಾಯಿತರಾಗದಿದ್ದರೂ ಸರ್ಕಾರಿ ಬಂಗ್ಲೆಗಳಲ್ಲಿ ಬೀಡು ಬಿಟ್ಟ ಮಾಜಿ ಸಂಸದರು, ಶಾಸಕರು, ಸರಕಾರಿ ವಿಶ್ವವಿದ್ಯಾಲಯದ ಹಾಸ್ಟೆಲ್ಗಳನ್ನೇ ತಮ್ಮ ಅಡ್ಡಗಳನ್ನಾಗಿ ಮಾಡಿಕೊಂಡ ಹಿರಿಯ ವಿದ್ಯಾರ್ಥಿಗಳಿಗಿಂತ ಹೇಗೆ ಭಿನ್ನ? ತಮ್ಮ ಹಕ್ಕು ಅಧಿಕಾರಿಗಳಿಗಾಗಿ ಕಿರುಚಾಡುವ ಇಂತವರಿಗೆ ಯಾವ ನೈತಿಕತೆ ಇರುತ್ತದೆ? ಸುಳ್ಳು ದಾಖಲೆ ಸೃಷ್ಟಿಸಿ, ಬರೀ ಕಾಗದಗಳಲ್ಲೇ ಇದ್ದ ಸಾವಿರಾರು ಸರಕಾರೇತರ ಸಂಸ್ಥೆಗಳು (NGO) ಸ್ವಾತಂತ್ರ್ಯ ನಂತರದಿಂದ ತೀರ ಇತ್ತೀಚಿನವರೆಗೂ ದೇಶದ ಹಣವನ್ನು ಸಮಾಜ ಸೇವೆಯ ಹೆಸರಿನಲ್ಲಿ ಕೊಳ್ಳೆ ಹೊಡೆದುದನ್ನು ಹೇಗೆ ಸಮರ್ಥಿಸಿಕೊಳ್ಳುತ್ತಾಗೆ? ಎಲ್ಲ ವ್ಯವಹಾರಗಳನ್ನು ಆಧಾರ್ ಕಾರ್ಡಿಗೆ, ಬ್ಯಾಂಕ್ ಖಾತೆಗೆ ಜೋಡಿಸಿ ಲಕ್ಷಾಂತರ ಬೋಗಸ್ ಖಾತೆಗಳ, ಫಲಾನುಭವಿಗಳ, ರೇಷನ್ ಕಾರ್ಡ್ಗಳ, ಪತ್ತೆಯಾಗಿ ರದ್ದಾದಾಗ ಮೈ ಪರಚಿಕೊಂಡ ಈ ನಕಲಿ ಸಮಾಜವಾದಿಗಳು ಕೂಗಾಡಿ ಕೂಗಾಡಿ ಸುಮ್ಮನಾದುದು ಈಗ ಇತಿಹಾಸ. ಮಾಧ್ಯಮಗಳ, ಸಾಹಿತಿಗಳ, ಬುದ್ಧಿಜೀವಿಗಳ, ಸಮಾಜ ಸೇವಕರ, ಕಲಾವಿದರ ಮಾರುವೇಷದಲ್ಲಿರುವ ಇಂತಹವರನ್ನು ಬೆಂಬಲಿಸುವ, ವೈಚಾರಿಕವಾಗಿ ಸಮರ್ಥಿಸುವ ಟುಕಡೇ ಗ್ಯಾಂಗ್ ಬೇರೆ. ಮಾಧ್ಯಮ, ವಿವಿ ಕ್ಯಾಂಪಸ್ಗಳು, ವಿವಿಧ ವೇದಿಕೆಗಳು ಮೂಲಕ ತಮ್ಮ ವಾದವನ್ನು ಇವರು ಸಮರ್ಥವಾಗಿಯೇ ಮಂಡಿಸುತ್ತಾರೆ. ಮೇಲ್ನೋಟಕ್ಕೆ ಹೌದೆನ್ನಿಸುವ ಹಾಗಿರುವ ಇವರ ವಾದದ ಮೂಲವೇ ಅಸತ್ಯವಾಗಿರುವುದರಿಂದ ಅವರಿಗೆ ಸತ್ಯದ ಅನಾವರಣ ಆಗುವುದಾದರೂ ಹೇಗೆ? ಬೇವು ಬಿತ್ತಿ ಮಾವು ಬೆಳೆಯಲಾದೀತೆ?

ಬಡತನ, ಅನಕ್ಷರತೆ, ಅಸಮಾನತೆ ಮತ್ತು ಹಿಂದುಳಿಯುವಿಕೆಯನ್ನೇ ಮುಂದೆ ಮಾಡಿ ಉಗ್ರವಾದ, ನಕ್ಸಲ್ವಾದ, ರಾಷ್ಟ್ರ ವಿರೋಧಿ ಕೃತ್ಯಗಳನ್ನು ಸಮರ್ಥಿಸಲಾಗದು. ಯಾರದೋ ಒತ್ತಡ, ಭಯಗಳಿಂದ, ಮತ್ತಾವುದೋ ಆಸೆ ಆಮಿಷಗೊಳಗಾಗಿ ಆಗುವ ಲವ್ ಜಿಹಾದ್, ಮತಾಂತರ, ಗೋವಧೆಗಳಿಗೆ ಪಾಂಡಿತ್ಯಪೂರ್ಣ ಸಮರ್ಥನೆಯ ಅವಶ್ಯಕತೆ ಇಲ್ಲ. ಸುಳ್ಳು-ಪೊಳ್ಳುವಾದಗಳು ಮನಸ್ಸು ಮತ್ತು ಹೃದಯಕ್ಕೆ ದೂರವಾದವುಗಳು. ತನಗೆ ಗೊತ್ತಿದ್ದೂ ಮೋಸಮಾಡುತ್ತಿರುವ ದುರ್ಬಲ ವ್ಯಕ್ತಿತ್ವದ ವ್ಯವಹಾರದ ಪರಿ

ಅದು. ಬಲ ಪ್ರದರ್ಶನ, ಹಿಂಸೆಗಳು ಅವರ ಅಸಮರ್ಥನೀಯವಾದ ವಾದಕ್ಕೆ ಬಲ ಕೊಡುವ ವ್ಯರ್ಥವಾದ ಕೃತಕ ಪ್ರಯತ್ನಗಳು.

ಇತಿಹಾಸ ಯಾರೊಬ್ಬರ ಸ್ವತ್ತಾಗಬಾರದು. ಸತ್ಯದ ಅನಾವರಣ ಆಗಬೇಕು. ವಾದ–ವಿವಾದಗಳ ಸಂಘರ್ಷದಲ್ಲಿ ತಮ್ಮ ಅಭಿಪ್ರಾಯ ಬಿದ್ದು ಹೋಯಿತೆನ್ನುವ ಋಣಾತ್ಮಕ ನಿರಾಶೆ ಬೇಡ. ಸತ್ಯದ ಸಾಕ್ಷಾತ್ಕಾರವಾಯಿತೆಂದು ಧನಾತ್ಮಕವಾಗಿ ತೆಗೆದುಕೊಳ್ಳುವ ದೊಡ್ಡ ಗುಣ/ಮನಸ್ಸು ನಮ್ಮದಾಗಬೇಕು. ಯಾವುದನ್ನು ಮಾಡಬಾರದು ಯಾವುದು ಸರಿ ಅಲ್ಲ ಅನ್ನುವ ಸಂಗತಿಯೂ ನಿಷ್ಕರ್ಷೆಯ ಒಂದು ಭಾಗವೇ! ಹೀಗಾಗಿ ವಾದ–ವಿವಾದಗಳ ಅಂತಿಮ ಉದ್ದೇಶ ಸತ್ಯದ ಅನ್ವೇಷಣೆಯಾಗಬೇಕು. ಸರ್ವರಿಗೂ ಸಮ್ಮತಿಯಾಗಬೇಕು.

○

೧೨. ವಸ್ತುನಿಷ್ಠ ಚಿಂತನೆಗೆ ಸೀಮಿತ ಚೌಕಟ್ಟು ಬೇಡ

ದಿನನಿತ್ಯ ಮಾಧ್ಯಮ, ಸಾರ್ವಜನಿಕ ವೇದಿಕೆ, ರಾಜಕೀಯ ಪಕ್ಷಗಳ ಸಭೆಗಳು, ಶೈಕ್ಷಣಿಕ-ಸಾಮಾಜಿಕ ಸಂಘಟನೆಗಳ ಕಾರ್ಯಕ್ರಮಗಳು ಮತ್ತು ಶಾಸನ ಸದನಗಳಲ್ಲಿ ಅನೇಕ ವಿಷಯಗಳ ಬಗೆಗೆ ಚರ್ಚೆ ನಡೆಯುತ್ತಿರುತ್ತದೆ. ಆಗೆಲ್ಲ ಎಲ್ಲರೂ ಹೇಳುವ ಮಾತೆಂದರೆ ಚರ್ಚೆ ವಸ್ತುನಿಷ್ಠವಾಗಿರಬೇಕು ಮತ್ತು ನಿಷ್ಪಕ್ಷಪಾತವಾಗಿರಬೇಕು. 'ಇದು ಎಲ್ಲರೂ ಒಪ್ಪುವಂತಹ ಮಾತು. ಆದರೆ ಕೆಲವರು ಆ ವಸ್ತುನಿಷ್ಟ ಚರ್ಚೆಗೆ ತಮ್ಮದೇ ಆದ ಚೌಕಟ್ಟನ್ನು ಹಾಕುತ್ತಾರೆ! ಅವರ ದೃಷ್ಟಿಗೆ ತಾಗುವಷ್ಟು ಕಾಲಮಿತಿ ಹಾಕುತ್ತಾರೆ. ಪೂರ್ವ ನಿರ್ಧಾರಿತವಾದ ಭೌಗೋಳಿಕ ಮತ್ತು ಕಾಲದ ಇತಿ-ಮಿತಿ ಹಾಕುವುದರಿಂದ ಚರ್ಚೆ ಪೂರ್ಣ ಪ್ರಮಾಣದಲ್ಲಿ ಆಗುವುದಿಲ್ಲ. ಅದು ಸಮಗ್ರಚಿಂತನೆ ಎಂದೆನಿಸಿಕೊಳ್ಳುವುದಿಲ್ಲ. ಹೀಗಾಗಿ ವಸ್ತುನಿಷ್ಠ ಚಿಂತನೆಗೆ ಸೀಮಿತ ಚೌಕಟ್ಟು ಹಾಕಿಕೊಳ್ಳುವುದು ಬೇಡ. ವಸ್ತುನಿಷ್ಟ ಚರ್ಚೆಯಿಂದ ನಮ್ಮ ಅಭಿಪ್ರಾಯವನ್ನು ಬದಲಿಸಿಕೊಳ್ಳಬೇಕಾಗಿ ಬಂದರೆ ತಪ್ಪಿಲ್ಲ. ಹಾಲನ್ನು ಹಾಲೆಂದೂ ನೀರನ್ನು ನೀರೆಂದೂ ಒಪ್ಪಿಕೊಳ್ಳುವುದರಲ್ಲಿ ಯಾವ ತಪ್ಪಿಲ್ಲ. ಅದೇನು ಅಪರಾಧವಾಗುವುದಿಲ್ಲ. ಚರ್ಚೆಯ ಕಾರಣ ವಿಷಯದ ಸ್ಪಷ್ಟತೆಯಾಗಿ, ತನ್ನ ಅನಿಸಿಕೆಯನ್ನು ಬದಲಿಸಿಕೊಳ್ಳಲು ಮನಗಾಣುವುದು ಪ್ರಬುದ್ಧತೆಯ ಲಕ್ಷಣವಾಗುತ್ತದೆ. ಅದು ಅವಮಾನ ಅಲ್ಲ ಅದಕ್ಕಾಗಿ ಮುಜುಗರಕ್ಕೆ ಒಳಗಾಗಬೇಕಿಲ್ಲ.

ಜಗದ ಇತಿಹಾಸದ ಪ್ರಾರಂಭ ಯಾವಾಗಿನಿಂದ ಆಯಿತು? ಕ್ರಿಸ್ತನು ಹುಟ್ಟಿದ ವರ್ಷವನ್ನು ಆಧಾರವಾಗಿಟ್ಟುಕೊಂಡು ಯುರೋಪಿಯನ್ನರು ಕಾಲಗಣನೆ ಪ್ರಾರಂಭಸಿದರು. ಈಗ ಅದನ್ನೇ ಇಡೀ ಜಗತ್ತು ಅನುಸರಿಸುತ್ತಿದೆ. ಆದರೆ ಕ್ರಿಸ್ತ ಹುಟ್ಟುವ ಮೊದಲು ಜಗತ್ತು ಇರಲೇ ಇಲ್ಲವೇ? ಎನ್ನುವ ಜಿಜ್ಞಾಸೆ ಏಳುವುದು ಸಹಜ. ಹೀಗಾಗಿ ಕ್ರಿಸ್ತಪೂರ್ವ ಕಾಲಗಣನೆಯೂ ಚಾಲ್ತಿಯಲ್ಲಿ ಬಂತು. ಕೆಲವರಂತೂ ಸ್ವಾತಂತ್ರ್ಯ ಬಂದಾಂಗಿನಿಂದ ಭಾರತದ ವಯಸ್ಸನ್ನು ಹೇಳುತ್ತಾರೆ. ಅಂದರೆ ಭಾರತಕ್ಕೆ ಕೇವಲ

೭೫ ವರುಷಗಳೇ?! ಅದಕ್ಕಿಂತ ಮೊದಲು ಭಾರತ ಇರದಿದ್ದರೆ ಸ್ವಾತಂತ್ರ್ಯವನ್ನು ಕಳೆದುಕೊಳ್ಳುವ ಪ್ರಶ್ನೆಯೇ ಇರುತ್ತಿರಲಿಲ್ಲವಲ್ಲ! ಇನ್ನೂ ಕೆಲವರು ಭಾರತದ ಅಸ್ತಿತ್ವವನ್ನು ಪ್ರಥಮ ಸ್ವಾತಂತ್ರ್ಯ ಸಂಗ್ರಾಮ ಅಂದರೆ ೧೮೫೭ ರಿಂದ ಪರಿಗಣಿಸುತ್ತಾರೆ. ಆದರೆ ಅದಕ್ಕೂ ಮೊದಲೇ ಅಲೆಕ್ಸಾಂಡರ್ ಭಾರತದ ಮೇಲೆ ದಂಡೆತ್ತಿ ಬಂದಿದ್ದನು. ಅಂದರೆ ಕ್ರಿ.ಪೂ. ೩೦೦ ರಲ್ಲಿ ಪುರೂರವನಿಗಿಂತ ಮೊದಲೇ ಭಾರತದ ಇತಿಹಾಸ ಪ್ರಾರಂಭವಾಗಿರಲು ಸಾಕು.

ಕೆಲವು ಭಾರತೀಯ ಮತ್ತು ಪಾಶ್ಚಾತ್ಯ ತಥಾಕತಿಥ ಬುದ್ಧಿ ಜೀವಿಗಳು, ವಿದೇಶೀ ಸಂಸ್ಕೃತಿ ಹಾಗೂ ಸಾಹಿತ್ಯ ಪ್ರೇರಿತ ಬರಹಗಾರರು, ಇತಿಹಾಸಕಾರರು ತಮ್ಮ ಚರ್ಚೆಯನ್ನು ಕ್ರಿ.ಶ. ಕಕ್ಕೆ ಸೀಮಿತಗೊಳಿಸಿಕೊಳ್ಳುತ್ತಾರೆ. ಮಾಜಿ ಕೇಂದ್ರ ಸಚಿವರೊಬ್ಬರು ಭಾರತಕ್ಕೆ ೨೦೦೦ ವರ್ಷಗಳ ಇತಿಹಾಸವಿದೆ ಅನ್ನುತ್ತಾರೆ?! ಹಾಗಾದರೆ ಕ್ರಿ.ಶ. ಪ್ರಾರಂಭವಾಗುವ ಮೊದಲು ಭಾರತ ಇರಲೇ ಇಲ್ಲವೆ?! ಇದು ಇತಿಹಾಸದ ಸೀಮಿತ ಜ್ಞಾನ/ಪ್ರಜ್ಞೆಯನ್ನು ತೋರಿಸುತ್ತದೆ. ಅಥವಾ ಉದ್ಧೇಶ ಪೂರ್ವಕವಾಗಿ ಹಾಗೆ ಅವರು ಹೇಳಿದ್ದರೆ. ಅವರೆಷ್ಟು ಪೂರ್ವಾಗ್ರಹ ಪೀಡಿತರಾಗಿದ್ದಾರೆ ಎಂಬುದು ತಿಳಿಯುತ್ತದೆ. ಸತ್ಯವನ್ನು ಯಾವ್ದೇ ಕಾರಣಕ್ಕೂ ತಿರುಚಬಾರದು ಮತ್ತು ವಸ್ತುನಿಷ್ಠ ದೃಷ್ಟಿಕೋನ ಬೆಳೆಸಿಕೊಳ್ಳಬೇಕು. ಯಾವುದೇ ಪೂರ್ವಾಗ್ರಹ ಪೀಡಿತರಾಗದೇ "ಇರುವುದನ್ನು ಇದ್ದಕ್ಕಿದ್ದಂತೆ" ಒಪ್ಪಿಕೊಳ್ಳುವ ಪ್ರವೃತ್ತಿ ನಮ್ಮದಾಗಬೇಕು. ಅದಕ್ಕೆ ನಮಗೆ ತೆರೆದ ಕಣ್ಣು, ಮನಸ್ಸು ಮತ್ತು ಹೃದಯ ಇರಬೇಕು. ಕಹುವಾದರೂ ಸತ್ಯವನ್ನು ಒಪ್ಪಿಕೊಳ್ಳಬೇಕು. ಪಕ್ಷ, ಸಿದ್ಧಾಂತ, ಸಂಬಂಧ ಇತ್ಯಾದಿಗಳನ್ನು ಮೀರಿ ನಿಂತು ಸತ್ಯದ ಪಕ್ಷಪಾತಿಯಾಗಬೇಕು. ನಮ್ಮ ನೋಟ ದೂರದೃಷ್ಟಿಯದಾಗಿರಬೇಕು.

ಕೆಲವರು ಹೇಳುವ ಹಾಗೆ "ರಾಷ್ಟ್ರ"ದ ಕಲ್ಪನೆ ಬ್ರಿಟಿಷರಿಂದ ಬಂದುದಲ್ಲ. ಭಾರತವು ನೂರಾರು ಪ್ರಾಂತ್ಯಗಳಿಂದ ಕೂಡಿತ್ತು ಅವರೆಲ್ಲ ವಿಭಿನ್ನ ಧರ್ಮ, ಭಾಷೆ, ಸಂಸ್ಕೃತಿ, ಪರಪಂಪರೆಗಳಿಂದಾಗಿ ಹರಿದು ಹಂಚಿ ಹೋಗಿದ್ದರು. ತಮ್ಮ ತಮ್ಮಲೇ ಕಾದಾಡುತ್ತಿದ್ದರು. ಅವರನ್ನೆಲ್ಲ ಒಂದು ರಾಷ್ಟ್ರವಾಗಿ ಕೂಡಿ ಹಾಕಿದ್ದೇ ಬ್ರಟಿಷ್ ಆಳ್ವಿಕೆ ಎಂದು ಸುಳ್ಳು-ಪೊಳ್ಳುವಾದವನ್ನು ಮುಂದಿಡುತ್ತಾರೆ. ಆದರೆ ವಾಸ್ತವ ಹಾಗಿಲ್ಲ. ಆದಿ ಶಂಕರಾಚಾರ್ಯರು ೮ನೇ ಶತಮಾನದಲ್ಲೇ ದೇಶದ ನಾಲ್ಕು ದಿಕ್ಕಿಗೆ ನಾಲ್ಕು ಶಾರದಾ ಪೀಠಗಳನ್ನು ಸ್ಥಾಪಿಸಿ ರಾಷ್ಟ್ರದ ಭಾವೈಕ್ಯತೆಯನ್ನು ಮೆರೆದರು. ತಮ್ಮ ತಮ್ಮೊಳಗಿನ ಭಿನ್ನ ಅಭಿಪ್ರಾಯ ಯುದ್ಧಗಳ ಹೊರತಾಗಿಯೂ ಇಲ್ಲಿನ ರಾಜ-ಮಹಾರಾಜರುಗಳು ಧಾರ್ಮಿಕವಾಗಿ ಮತ್ತು ಭಾವನಾತ್ಮಕವಾಗಿ ಒಂದಾಗಿದ್ದರು. ಸಂದರ್ಭ ಬಂದಾಗ ಒಳಿತು-ಕೆಡಕುಗಳ ಪರವಾಗಿ ನಿಲ್ಲುತ್ತಿದ್ದರು. ಶಿಕ್ಷಣ, ಅಭಿವೃದ್ಧಿ, ನ್ಯಾಯಾಂಗ ವ್ಯವಸ್ಥೆ ಇವುಗಳು ಬ್ರಿಟಷರಿಂದ ಬಂದ ಬಳುವಳಿಗಳಲ್ಲ. ಅವರು ಬರುವ ಮುನ್ನವೇ ಜಗತ್ತನ್ನೇ ಆಕರ್ಷಿಸಿದ ಶಿಕ್ಷಣ, ನಗರ

ಯೋಜನೆ, ವ್ಯವಸ್ಥಿತ ನೀರು ಸರಬರಾಜು, ಮುತ್ತು-ರತ್ನಗಳ ವ್ಯಾಪಾರ, ಕಬ್ಬಿಣ ಕರಗಿಸುವ ಕಲೆ, ನೈಪುಣ್ಯಪೂರಿತ ಶಿಲ್ಪ ಕಲೆ, ಪಂಚಾಯತ ನ್ಯಾಯ ವ್ಯವಸ್ಥೆ, ಕೌಟುಂಬಿಕ ವ್ಯವಸ್ಥೆ ಇತ್ಯಾದಿಗಳು ಭಾರತದಲ್ಲಿ ಸರ್ವೆ ಸಾಮನ್ಯವಾಗಿದ್ದವು. ಬ್ರಿಟಿಷರು ಬಂದ ಮೇಲೆ ಭಾರತ ಉದ್ಧಾರವಾಯಿತೆಂದು ಆ ಧೂರ್ತರು ಹುಟ್ಟಿಸಿದ ಭ್ರಮೆ. ಅದನ್ನೇ ಸ್ವಂತ ಇತಿಹಾಸದ ಜ್ಞಾನವಿಲ್ಲದ ನಮ್ಮವರೂ ನಂಬಿದರು. ಪಾಶ್ಚಾತ್ಯ ಇತಿಹಾಸಕಾರರು ಬರೆದ ಇತಿಹಾಸದ ಪುಸ್ತಕಗಳನ್ನು ಆಧಾರವಾಗಿಟ್ಟುಕೊಂಡು ವಾದಿಸುವ ಭಾರತೀಯರೂ ಹಾಗೇ ನುಡಿದರು. ಆದರೆ ನೈಜ ಇತಿಹಾಸ/ದಾಖಲೆಗಳನ್ನು ಉಲ್ಲೇಖಿಸಬೇಕಲ್ಲವೇ? ಕಾಡು ಮತ್ತು ನಾಡೊಳಗಿನ ಸಂಪತ್ತನ್ನು ನಿರ್ಲಜ್ಜತೆಯಿಂದ ಲೂಟಿ ಮಾಡಿ ಲಂಡನ್ನಿಗೆ ಸಾಗಿಸಲು ಬ್ರಿಟಿಷರು ರಸ್ತೆಗಳನ್ನು, ರೈಲು, ಬಂದರುಗಳನ್ನು ಮಾಡಿದ್ದು. ಅದೂ ಕೂಡ ಇಲ್ಲಿಯ ಬಡಕಾರ್ಮಿಕರ ಕಡಿಮೆ ಲೇಬರ್‌ನಲ್ಲಿ ಮಾಡಿಸಿಕೊಂಡದ್ದು ಹೊರತು ಭಾರತೀಯರ ಉದ್ಧಾರಕ್ಕಾಗಿ ಅಲ್ಲ.

ಭಾರತೀಯರಿಗೆ ತಮ್ಮ ಸಂಸ್ಕೃತಿ. ಪರಂಪರೆ, ಇತಿಹಾಸ, ಐತಿಹಾಸಿಕ ವೀರ ಪುರುಷ/ಮಹಿಳೆಯರು, ಧರ್ಮ, ಭಾಷೆ ಎಲ್ಲದರ ಬಗೆಗೆ ಕೀಳರಿಮೆ ಹುಟ್ಟಿಸಲಾಯಿತು, ಇವೆನೇ ಇದ್ದರೂ ಪಾಶ್ಚಾತ್ಯರಗಿಂತ ಕಡಿಮೆಯೇ ಎನ್ನುವ ಭ್ರಮೆಯನ್ನು ಮೂಡಿಸಲಾಯಿತು. ಮೆಕಾಲೆ ಶಿಕ್ಷಣದ ಮೂಲಕ ಈ ಷಡ್ಯಂತ್ರವನ್ನು ಯಶಸ್ವಿಯಾಗಿ ಅನುಷ್ಠಾನಗೊಳಿಸಲಾಯಿತು. ಪಾಶ್ಚಾತ್ಯರ ಪ್ರತಿಯೊಂದು ಸಂಗತಿಯನ್ನು ವೈಭವೀಕರಿಸಲಾಯಿತು. "ಅವರದೆಲ್ಲ ಶ್ರೇಷ್ಠ, ನಮ್ಮದೆಲ್ಲ ಕನಿಷ್ಠ" ಎನ್ನುವ ಪೂರ್ವಾಗ್ರಹ ಪೀಡಿತ ಕೀಳರಿಮೆಯನ್ನು ಬಿತ್ತಲಾಯಿತು. ದಾಖಲೆಗಳಿಲ್ಲವೆಂದ ಮಾತ್ರಕ್ಕೇ ಭಾರತೀಯರ ಸಾಧನೆ, ಹಿರಿಮೆ ಗರಿಮೆಗಳನ್ನು ಭಾರತೀಯರದಲ್ಲವೆಂದಾಯಿತು. ಭಾರತದ ಪ್ರತಿಯೊಂದರ ಮೇಲೆ ತಮ್ಮ ಮುದ್ರೆಯನ್ನು ಬ್ರಿಟಿಷರು ಒತ್ತಿ ಧೂರ್ತತನ ಮೆರೆದರು.

ಕೆಲವರ ದೃಷ್ಟಿ ದೂರದ ವರೆಗೆ ಹೋಗುವುದೇ ಇಲ್ಲ. ತಾವೇ ಹಾಕಿಕೊಂಡ ಸೀಮಿತ ಅವಧಿ ಮಾತ್ರ ಅವರಿಗೆ ಕಾಣುತ್ತದೆ. ಇದು ಒಂದು ತರಹ ದೂರದೃಷ್ಟಿ ದೋಷ! ಅದರಾಚೆಗೆ ಅವರು ಹಾಗೆ ಸುಮ್ಮನೇ ನೋಡಲೂ ಬಯಸರು. ಇದೊಂದು ತರಹ ಜಾಣ ಕುರುಡು! ಅವರು ಉದ್ದೇಶಪೂರ್ವಕವಾಗಿ ತಮಗೆ ಅನುಕೂಲವಾಗುವ ಹಾಗೆ ಮಾತ್ರ ನೋಡಬಯಸುತ್ತಾರೆ. ನಿಷ್ಪಕ್ಷಪಾತವಾದ, ವಸ್ತುನಿಷ್ಠವಾದ ಮತ್ತು ಒಂದು ಸಮಗ್ರದೃಷ್ಟಿಯ ಯೋಚನೆ ಅವರದಾಗಿರುವುದಿಲ್ಲ. ಎಂತಹವರೂ ಸಹ ನಿರ್ಮಲ ಮನಸ್ಸಿನಿಂದ, ಪೂರ್ವಾಗ್ರಹ ಪೀಡಿತರಾಗದೇ, ಗುಣ ಮತ್ಸರವಿಲ್ಲದೇ ನೋಡಿದರೆ, ಯೋಚಿಸಿದರೆ, ಕೆಲಸ ಮಾಡಿದರೆ ಅವರಿಗೆ ಖಂಡಿತವಾಗಿಯೂ ಭಾರತದ ನೈಜ

ಇತಿಹಾಸ, ಅಂತಃಶಕ್ತಿಯ ಸಮೃದ್ಧತೆ ಮತ್ತು ಕಲ್ಯಾಣಕರವಾದ ವೈಶ್ವಿಕ ಚಿಂತನೆ ಅರ್ಥವಾಗುತ್ತದೆ.

ಭಾರತವು ಹಲವು ರಾಷ್ಟ್ರಗಳ ಕೂಟವೆನ್ನುವುದಾಗಲಿ, ಒಕ್ಕೂಟ ರಾಷ್ಟ್ರವೆನ್ನುವುದಾಗಲಿ ಕೇವಲ ಭೌಗೋಳಿಕ ಮತ್ತು ಭೌತಿಕ ಚಿಂತನೆಯಾಗುತ್ತದೆ. ಬಹುರಾಷ್ಟ್ರ ಕಲ್ಪನೆಯಾಗಲಿ, ರಾಷ್ಟ್ರದೊಳಗಿನ ರಾಷ್ಟ್ರದ ಕಲ್ಪನೆಯಾಗಲಿ ಇವು ಒಡಕಿಗೆ ಅನುವು ಮಾಡಿಕೊಡುತ್ತವೆಯೇ ಹೊರತು ಒಂದುಗೂಡಿಸುವುದಿಲ್ಲ. ವಿವಿಧ ಪ್ರದೇಶಗಳನ್ನೂ ಜೋಡಿಸುವ ಒಂದು ಭಾವನಾತ್ಮಕ ಸೂತ್ರವನ್ನು ಅವರು ಬೇಕಂತಲೇ ಮರೆಮಾಚುತ್ತಾರೆ. ಪ್ರಾಂತಗಳು ಬೇರೆಯಾಗಿರಬಹುದು, ಅವುಗಳನ್ನು ಆಳುತ್ತಿರುವ ಆಡಳಿತಗಾರರು ಬೇರೆ ಆಗಿರಬಹುದು, ಭಾಷೆ ಬೇರೆಯಾಗಿರಬಹುದು, ಉಡುಗೆ-ತೊಡುಗೆಗಳು ಬೇರೆಯಾಗಿರಬಹುದು, ಆದರೆ ಅವರು ಪೂಜಿಸುವ ದೇವರು, ಧಾರ್ಮಿಕ ಸಾಮರಸ್ಯತೆ, ಆಚರಣೆಗಳು ಒಂದೇ ಆಗಿವೆ. ಭಾವನಾತ್ಮಕ ಬಂಧವೂ ಬಲವಾಗಿದೆ. ರಾಷ್ಟ್ರೀಯತೆಯೂ ಒಂದೇ ಆಗಿದೆ.

ರಾಷ್ಟ್ರ ವಿಭಜನೆಯ ಸಂದರ್ಭದಲ್ಲಿದ್ದ ಮತ್ತು ನಂತರ ಆಳಿದ ನೇತಾರರ ಮನಸ್ಸಿನಲ್ಲಿ ಇದರ ಸ್ಪಷ್ಟತೆ ಇರದ ಕಾರಣ ಅನೇಕ ಸಮಸ್ಯೆಗಳಿಗೆ ಕಾರಣವಾಗಿದೆ. ಧರ್ಮಾಧಾರಿತವಾಗಿ ದೇಶವನ್ನು ತುಂಡು ಮಾಡಿದ್ದೇ ತಪ್ಪು. ಹಾಗೆಯೇ ಎಡಕ್ಕೊಂದು ಬಲಕ್ಕೊಂದು ತುಂಡು ಮಾಡಿದ್ದು ಇನ್ನೂ ದೊಡ್ಡ ತಪ್ಪು. ಹೋಗಲಿ ಧರ್ಮಾಧಾರಿತ ವಿಭಜನೆ ಆದಾಗ ಅದನ್ನಾದರೂ ಅಕ್ಷರಶಃ ಪೂರ್ಣವಾಗಿ ಅನುಸರಿಸ ಬೇಕಾಗಿತ್ತು. ಹಾಗೂ ಆಗಲಿಲ್ಲ. ಪಾಕ್ ತನ್ನಲ್ಲಿರುವ ಕೋಟ್ಯಾಂತರ ಹಿಂದೂಗಳನ್ನು ಭಾರತಕ್ಕೆ ಅಟ್ಟಿದರೆ, ಭಾರತ ಹಾಗೆ ಮಾಡಲಿಲ್ಲ. ಇದು ಅರಗಚ್ಚು ಆದಂತಾಯಿತು.

ನಿರ್ದಿಷ್ಟ ಜಾತಿ, ಮತ, ಪಂಥ, ಧರ್ಮಗಳು ಮುಕ್ತ ಚಿಂತನೆಗೆ ಅಡ್ಡಿಯಾಗಬಾರದು. ಪ್ರದೇಶಗಳ ಗಡಿ ಮತ್ತು ನಾಯಕರ ನಡೆಗಳು ಇದಕ್ಕೆ ತೊಡಕಾಗಬಾರದು. ಗಂಡು-ಹೆಣ್ಣು, ಬಡವ-ಬಲ್ಲಿದನೆಂಬ ಭೇದ-ಭಾವ ತಡೆಯಾಗಬಾರದು. ಎಡ-ಬಲ-ಬಂಡಾಯ-ದಲಿತವೆಂಬ ಸಾಹಿತ್ಯಭೇದ ಮತ್ತು ಸಿದ್ಧಾಂತ ಭೇದಗಳು ಚಿಂತನೆಯನ್ನು ಮೊಟಕುಗೊಳಿಸಬಾರದು. ಧರ್ಮ ಮತ್ತು ಭಾಷೆ ಆಧಾರಿತ ಬಹು ಸಂಖ್ಯಾತ ಹಾಗೂ ಅಲ್ಪ ಸಂಖ್ಯಾತ ವಿಂಗಡಣೆಯು ಸಮಗ್ರ ಚಿಂತನೆಗೆ ಕುಣಿಕೆಯಾಗಬಾರದು. ಹಳ್ಳಿಗರು-ಪಟ್ಟಣಿಗರು, ಶಿಕ್ಷಿತರು-ಅಶಿಕ್ಷಿತರು.. ಹೀಗೆ ಯಾವುದೂ ವಸ್ತುನಿಷ್ಠ ಚರ್ಚೆಯನ್ನು ಸಂಕುಚಿತಗೊಳಿಸಬಾರದು, ಇಂಗ್ಲಂಡಿನ ವಸಾಹತುವಾದ, ಚೀನಾದ ವಿಸ್ತಾರವಾದ, ಅಫಘಾನ-ಪಾಕ್ಗಳ ಉಗ್ರವಾದ ಮತ್ತು ರಶಿಯಾದ ಯುದ್ಧೋನ್ಮಾದಗಳು ಮುಕ್ತ ಮಾತುಕತೆಗೆ ಭಯವನುಂಟು ಮಾಡಬಾರದು. ಅಮೆರಿಕೆಯ ದೊಡ್ಡಣ್ಣನ ಕಾರ್ಯಶೈಲಿ

“ಸಮಾನತೆಗೆ ಪೆಟ್ಟಾಗಬಾರದು. ಈ ಎಲ್ಲ ಗಡಿಗಳನ್ನೂ ಮೀರಿ ನಿಂತು ಇಡೀ ಜಗತ್ತನ್ನು ತನ್ನದೇ ಕುಂಟುಂಬವನ್ನಾಗಿ ಕಾಣುವ, ಎಲ್ಲರಿಗೂ ಒಳ್ಳೆಯದನ್ನೇ ಬಯಸುವ ಮತ್ತು “ತನ್ನಂತೆ ಪರರ ಬಗೆಯುವ” ಹೃದಯ ವೈಶಾಲ್ಯವನ್ನು ಜಗತ್ತಿನ ನಾಯಕತ್ವ ತೋರಿಸಬೇಕಿದೆ. ಒಟ್ಟಾರೆ ಹೇಳಬೇಕೆಂದರೆ ಮಾನವೀಯತೆಗೆ ಮೊದಲ ಮಣೆಯನ್ನು ಹಾಕಬೇಕಿದೆ. ಆದ್ದರಿಂದ ನಮ್ಮ ಎಲ್ಲ ಚಿಂತನೆಗಳಿಗೂ ಯಾವುದೇ ಸೀಮಿತ ಕರಾರುಗಳನ್ನು ಹಾಕದೇ, ಮುಕ್ತವಾಗಿ ಚರ್ಚಿಸಬೇಕಿದೆ. ಚಿಂತನೆಗೆ ಚೌಕಟ್ಟು ಬೇಡ ಅಂದರೆ ಯಾವುದೇ ಲಂಗು–ಲಗಾಮು ಇಲ್ಲದೇ ಬಾಯಿಗೆ ಬಂದ ಹಾಗೆ ಚರ್ಚೆ ಮಾಡುವುದು ಎಂದರ್ಥವಲ್ಲ. ಹೇಗೆ ಬೇಕಾದ ಹಾಗೆ ವಿಷಯಾಂತರ ಮಾಡುವುದು ಅಂತಲೂ ಇಲ್ಲ. ಚರ್ಚೆಯ ಗಾಂಭಿರ್ಯ, ಚರ್ಚೆಯಲ್ಲಿ ಪಾಲ್ಗೊಳ್ಳುತ್ತಿರುವವರ ಗೌರವಗಳಿಗೆ ಕೊಂಚವೂ ಚ್ಯುತಿ ಬರದಂತೆ ವಿಷಯದ ಆಳಕ್ಕೆ ಹೋಗಿ, ವಿಷಯದ ಹರಿವುನುದ್ದಕ್ಕೂ ಯಾವುದೇ ಸಂಕೋಚ, ತಡೆ ಇಲ್ಲದೇ ಮುಕ್ತವಾಗಿ ಮಂಥನ ನಡೆಸುವುದು ಎಂದರ್ಥ. ಚರ್ಚೆಯ ಕೊನೆಯಲ್ಲಿ ಪಾಲ್ಗೊಂಡವರೆಲ್ಲ ಒಂದು ಒಳ್ಳೆಯ ವೈಚಾರಿಕ ಮಂಥನದಲ್ಲಿ ಪಾಲ್ಗೊಂಡವೆಂಬ ಸಂತೃಪ್ತ ಭಾವದಿಂದ ಪರಸ್ಪರರನ್ನು ಅಭಿನಂದಿಸಿ ತೆರಳಿದರೆ ಸಾರ್ಥಕ ಚರ್ಚೆ ನಡೆದಿದೆ ಎಂದರ್ಥ. ಅಂತಹ ಚಿಂತನೆಯ ಗಂಭೀರ ಮಂಥನವಾದಾಗ ಅಂತಿಮವಾಗಿ ಅಮೃತವೇ ಉಕ್ಕಿ ಹೊರಬರುತ್ತದೆ.

○

೧೩. ವಿಶ್ವಾಸಾರ್ಹತೆಯ ಪ್ರಶ್ನೆ

ಇತ್ತೀಚಿನ ದಿನಗಳಲ್ಲಿ ವಿಶ್ವಾಸಾರ್ಹತೆ ಅಥವಾ ನಂಬುಗೆ ಎನ್ನುವುದು ತುಂಬಾ ಅಪರೂಪದ ನಡವಳಿಕೆಯಾಗಿ ಪರಿಣಮಿಸಿದೆ. ವೈಯುಕ್ತಿಕ ನೆಲೆಗಟ್ಟಿನಲ್ಲಿ, ಸಾರ್ವಜನಿಕವಾಗಿ ಮತ್ತು ಸರಕಾರಿ ವಲಯದಲ್ಲಿ ವಿಶ್ವಾಸಾರ್ಹತೆಯ ಪ್ರಶ್ನೆ ಕಾಡುತ್ತಿದೆ. ಇವತ್ತು ಒಳ್ಳೆಯ ಮಾತುಗಾರರಿದ್ದಾರೆ. ವರ್ಣರಂಜಿತವಾಗಿ ಮಾತನಾಡುವವರಿದ್ದಾರೆ. ಕೆಣಕುವ, ಕುಹಕದ, ಅಣಕಿಸುವ ಹೊಗಳುವ ವಾಕ್ಪಟುಗಳಿದ್ದಾರೆ. ಆದರೆ ಜನ ಮೆಚ್ಚುವ ವಿಶ್ವಾಸಾರ್ಹತೆಯ ಮಾತನಾಡುವವರ 'ಬರ'ವಿದೆ. ಜಗತ್ತಿನಾದ್ಯಂತ ಈ ಸಂಗತಿ ಸಾಮಾನ್ಯವಾಗಿದೆ.

ತಂದೆ-ಮಕ್ಕಳ ನಡುವೆ, ಪತಿ-ಪತ್ನಿಯರ ಮಧ್ಯೆ, ಸ್ನೇಹಿತರ ಮಧ್ಯೆ, ಸೋದರ/ರಿಯರ ಮಧ್ಯೆ, ಗುರು-ಶಿಷ್ಯರ ಮಧ್ಯೆ, ವಕೀಲ-ಕಕ್ಷಿದಾರರ ಮಧ್ಯೆ, ವೈದ್ಯ-ರೋಗಿಯ ಮಧ್ಯೆ ಹೀಗೆ ಪ್ರತಿಯೊಂದು ಸಂಬಂಧದಲ್ಲಿ ನಂಬಿಕೆಯ ಸದ್ಭಾವನೆ ಇರಬೇಕಾಗುತ್ತದೆ. ಅದುವೇ ಸಂಬಂಧ ಮುಂದುವರಿಕೆಯ ನೆಲೆಗಟ್ಟಾಗಿರುತ್ತದೆ. ನಂಬಿಗೆಯ ಆಧಾರದ ಮೇಲೆಯೇ ಪ್ರಪಂಚದ ಎಲ್ಲಾ ವ್ಯವಹಾರಗಳೂ ನಡೆಯುತ್ತವೆ. ನಂಬಿಗೆಯೇ ಅನಾಧಿಕಾಲದಿಂದ ಬಂದ ಆಧಾರವಾಗಿತ್ತು. ಒಪ್ಪಂದಗಳು, ದಾಖಲೆಗಳು, ಸಾಕ್ಷಿಗಳು ಇತ್ತೀಚಿನ ಆಧುನಿಕ ಜಗತ್ತಿನ ಅನಿವಾರ್ಯತೆಗಳು, ನಂಬಿಗೆಗೆ ವಂಚನೆ ಪ್ರಾರಂಭವಾದಗಿನಿಂದ ಪೊಲೀಸು, ಕೋರ್ಟು, ಕಚೇರಿ, ವಕೀಲರು, ಸಾಕ್ಷಿ, ಶಿಕ್ಷೆ ಮತ್ತು ಕಾನೂನುಗಳು ಜಾರಿಗೆ ಬಂದವು.

ಪ್ರಜಾಪ್ರಭುತ್ವ ವ್ಯವಸ್ಥೆಯಲ್ಲಿ ಆಡಳಿತ ಮತ್ತು ವಿರೋಧ ಪಕ್ಷಗಳಿರುತ್ತವೆ. ವಿರೋಧ ಪಕ್ಷವೆಂದ ಮಾತ್ರಕ್ಕೆ ಅದು ಪ್ರತಿಯೊಂದನ್ನು ವಿರೋಧಿಸ ಬೇಕಿಲ್ಲ. ಒಂದು ವಿರೋಧ ಪಕ್ಷವಾಗಿ ಅದಕ್ಕೂ ಒಂದು ಜವಾಬ್ದಾರಿ ಇರುತ್ತದೆ. ಅದು ಸರಕಾರದ ನೀತಿ, ನಿರ್ಧಾರ, ನಿಲುವು, ಕೆಲಸಗಳ ಬಗೆಗೆ ರಚನಾತ್ಮಕ ವಿರೋಧವನ್ನು ಮಾಡಬೇಕೆ ಹೊರತು

ಕೇವಲ ವಿರೋಧಕ್ಕಾಗಿ ವಿರೋಧ ಮಾಡುವುದು ಸಲ್ಲದು. ಸರಕಾರದ ಎಲ್ಲಾ ಒಳ್ಳೆಯ ಕೆಲಸಗಳಿಗೆ ಸಹಕಾರ ಕೊಟ್ಟು ಅದರ ಜನ ವಿರೋಧಿ ನೀತಿ, ಕೆಲಸಗಳನ್ನು ಟೀಕಿಸಿ ಸರಿದಾರಿಗೆ ತರುವುದು ಅದರ ಕೆಲಸ. ಆದರೆ ಇತ್ತೀಚಿನ ದಿನಗಳಲ್ಲಿ ಹಾಗಾಗುತ್ತಿಲ್ಲ. ಸರಿ ಇದ್ದಾಗ ಸರಿ, ತಪ್ಪಿದ್ದರೆ ತಪ್ಪೆಂದು ಹೇಳುವುದು ನೇರವಾದ ಮತ್ತು ದಿಟ್ಟವಾದ ದಾರಿ. ಇಲ್ಲಿ ವಿಶ್ವಾಸ ದ್ರೋಹದ ಪ್ರಶ್ನೆಯೇ ಉದ್ಭವಿಸದು. ಸರಕಾರದ ಪ್ರತಿಯೊಂದನ್ನು ವಿರೋಧಿಸುವುದೇ ವಿರೋಧ ಪಕ್ಷ ಎನ್ನುವ ಹಾಗಿದೆ. ಅಟಲ್ ಬಿಹಾರಿ ವಾಜಪೇಯಿ, ಜಗನ್ನಾಥರಾವ್ ಜೋಶಿ, ವೀರೇಂದ್ರ ಪಾಟೀಲ, ಮೊರಾರ್ಜಿ ದೇಸಾಯಿ, ಚಂದ್ರಶೇಖರ, ಕೃಪಲಾನಿ ಇವರೆಲ್ಲ ವಿರೋಧ ಪಕ್ಷದಲ್ಲಿದ್ದಾಗ ಹೇಗಿರಬೇಕೆಂದು ತೋರಿಸಿಕೊಟ್ಟರು. ಆದರೆ ಈಗಿನವರು ಜನಹಿತದ ದೃಷ್ಟಿಯಿಂದ ಆರೋಗ್ಯಕರ, ವಿದಾಯಕವಾದ ಚರ್ಚೆಯನ್ನು ಮಾಡದೇ, ಸಂಸತ್ತು, ವಿಧಾನಸಭೆಗಳು ಗೊಂದಲದ ಗೂಡಾಗಿವೆ. ಹೀಗಾಗಿ ಜನರಿಗೆ ಅವರ ಮಾತುಗಳಲ್ಲಿ ವಿಶ್ವಾಸವಿಲ್ಲವಾಗಿದೆ.

ಕೆಲವು ರಾಜಕಾರಣಿಗಳು ಮತ್ತು ಪಕ್ಷದವರು ದೇವರ ವಿರುದ್ಧ ಮಾತನಾಡುತ್ತಾರೆ ಯಾವ ದೇವರನ್ನು ಪೂಜಿಸುವುದಿಲ್ಲವೆಂದು ಘೋಷಿಸುತ್ತಾರೆ ಅವರೇ ಚುನಾವಣೆ ಸಮೀಪಿಸುತ್ತಿರುವ ಸಭೆಗಳಲ್ಲಿ "ಜೈ ಶ್ರೀರಾಮ, ಜೈ ಶ್ರೀ ಕೃಷ್ಣ" ಘೋಷಣೆಯನ್ನು ಹಾಕಿಸುತ್ತಾರೆ. ಇದು ಎಡಬಿಡಂಗಿತನವಲ್ಲವೇ? ಇದರಿಂದ ಜನರಿಗೆ ಅವರಲ್ಲಿ ವಿಶ್ವಾಸ ಹುಟ್ಟಬಹುದೇ? ಈಗ ಜನ ಹುಷಾರಾಗಿದ್ದಾರೆ. ಎಲ್ಲವನ್ನೂ ಗಮನಿಸುತ್ತಾರೆ.

ಬುದ್ಧಿ ಜೀವಗಳ ವರ್ತನೆ ವಿಚಿತ್ರವಾಗಿರುವುದು ಅನೇಕ ಸಂದರ್ಭಗಳಲ್ಲಿ ಅನಾವರಣವಾಗುತ್ತಿರುತ್ತದೆ. ತಥಾಕತಿಥ ಬುದ್ಧಿಜೀವಿಗಳು ತಮ್ಮ ಸಿದ್ಧಾಂತಕ್ಕೆ ಹೊಂದುವುದಿದ್ದರೆ "ಬಾರಾ ಖೂನ್ ಮಾಫ್". ಆಗ ಅವರು ಮೌನಕ್ಕೆ ಶರಣು ಹೋಗುತ್ತಾರೆ. ಜಾಣ ಕುರುಡು, ಜಾಣ ಕಿವುಡು, ಜಾಣ ಮೌನ ಅವರದು. ತಮಗೆ ಬೇಡವಾದ ಸಿದ್ಧಾಂತವಿದ್ದರೆ ಅವರು ಮೊಸರಿನಲ್ಲೂ ಕಲ್ಲು ಹುಡುಕುತ್ತಾರೆ. ಇಂತಹ ಪೂರ್ವಾಗ್ರಹ ಪೀಡಿತರು ಸುದ್ದಿ ಮಾಧ್ಯಮ, ನೀತಿ ನಿರೂಪಣೆ, ಅಧಿಕಾರದ ಆಯಕಟ್ಟಿನ ಸ್ಥಳಗಳಲ್ಲಿ ಸ್ಥಾಪಿತರಾಗಿ ವ್ಯವಸ್ಥಿತವಾಗಿ ತಮ್ಮ ಉದ್ದೇಶವನ್ನು ಸಾಧಿಸುತ್ತಾರೆ. ಸ್ವಾರ್ಥ ಸಾಧನೆ ಮುಖ್ಯ ಹೀಗಾಗಿ ತಮ್ಮ ಉದ್ಧೇಶ ಸಾಧನೆಗಾಗಿ ಯಾವ ಪಾತ್ರವನ್ನಾದರೂ ಹಾಕುತ್ತಾರೆ. ಅವರಿಗೆ ಒಟ್ಟಾರೆ ತಮ್ಮ ಕೆಲಸ ಆಗಬೇಕು. ಹೀಗಾಗಿ ಇದರಲ್ಲಿ ಸ್ವಾರ್ಥ ಅಡಗಿದೆ.

ಇನ್ನೂ ಕೆಲವರಿಗೆ ತಾವು ಜನ್ಮ ತಳೆದ ಧರ್ಮದ ಮೇಲೆ ನಂಬಿಗೆ ಇಲ್ಲ. ಆದರೆ ಯಾವುದೇ ಕಾರಣದಿಂದ ಧರ್ಮಾಂತರವನ್ನು ಮಾಡಿದರೆ (Conversion) ಮೊದಲಿನ ಎಲ್ಲಾ ಸೌಲಭ್ಯಗಳು ಬೇಕು! ಇದು ಯಾವ ನ್ಯಾಯ? ಒಬ್ಬರಿಗೊಂದು ನ್ಯಾಯ

ಇನ್ನೊಬ್ಬರಿಗೊಂದು ನ್ಯಾಯವಾದರೆ ಪಕ್ಷಪಾತ ಮಾಡಿದಂತಾಗುತ್ತದೆ. ವಸ್ತುನಿಷ್ಠವಾಗಿ, ವಿಶ್ಲೇಷಣಾತ್ಮಕವಾಗಿ ನ್ಯಾಯ ಎಲ್ಲರಿಗೂ ಒಂದೇ ಆಗಿರಬೇಕು. ಮನುಷ್ಯನ ನಡವಳಿಕೆ ಒಳಗೂ– ಹೊರಗೂ ಒಂದೇ ತೆರನಾಗಿರಬೇಕು ತೆರೆದ ಮನಸ್ಸು, ತೆರೆದ ಹೃದಯ, ತೆರೆದ ಕಣ್ಣು ಅವರದಾಗಬೇಕು. ಅದಕ್ಕಾಗಿಯೇ ಬಸವೇಶ್ವರರು ಅಂತರಂಗ ಶುದ್ಧಿ – ಬಹಿರಂಗ ಶುದ್ಧಿಯೆಂದು ಹೇಳಿದ್ದು. ಮನುಷ್ಯನಲ್ಲೇ ಇರುವ ಅಂತರಂಗ – ಬಹಿರಂಗಗಳಲ್ಲೇ ಹೊಂದಾಣಿಕೆ ಇರದಿದ್ದರೆ, ನಮಗೆ ನಾವೇ ಮೋಸ ಮಾಡಿಕೊಂಡಂತೆ. ಈ ನಡವಳಿಕೆ ಬೇರೆ ಯಾರನ್ನೋ ಮೆಚ್ಚಿಸಲು ಅಲ್ಲ. ನಮ್ಮಲ್ಲೇ ಇರುವ ಕೂಡಲಸಂಗಮನನ್ನು ಮೆಚ್ಚಿಸಲು.

ಅವರನ್ನ ಕೇಳಿದ್ರೆ ಹಾಗೆ ಹೇಳ್ತಾರೆ. ಇವ್ರುನ್ನ ಕೇಳಿದ್ರೆ ಹೀಗೆ ಹೇಳ್ತಾರೆ. ಎರಡಕ್ಕೂ ಅಜಗಜಾಂತರ ಯಾರನ್ನ ನಂಬೋದು?! ಯಾರನ್ನ ಬಿಡೋದು? ಒಬ್ನೇ ವ್ಯಕ್ತಿ ಒಂದು ಸಲ ಒಂದು ಹೇಳ್ತಾನೆ, ಇನ್ನೊಂದು ಸಲ ಇನ್ನೊಂದು ಹೇಳ್ತಾನೆ. ಯಾವ್ದು ಸರಿ ಯಾವ್ದು ತಪ್ಪು ? ಇವನನ್ನ ನಂಬೋದು ಹೇಗೆ? ಒಬ್ಬ ಡಾಕ್ಟ್ರು ಮಾಡಿದ ಟೆಸ್ಟು ಇನ್ನೊಬ್ಬ ಡಾಕ್ಟ್ರು ನಂಬೋದಿಲ್ಲ. ಹೀಗಾಗಿ ರೋಗಿ ಮತ್ತೊಂದು ಸಲ ಎಲ್ಲ ಟೆಸ್ಟ್ ಮಾಡಿಸಬೇಕು ಇದರಿಂದ ಅವನಿಗೆ ಸಮಯದ ವ್ಯರ್ಥ ಮತ್ತು ಆರ್ಥಿಕ ಹೊರೆಯಾಗುವುದಿಲ್ಲವೇ? ಪುನಃ ಟೆಸ್ಟ್ ಮಾಡುವುದು ಮೊದಲಿನ ರಿಜಲ್ಟು ನಂಬಲಾರ್ಹವಲ್ಲವೆಂದೋ ಅಥವಾ ಹಣ ವಸೂಲಿ ಮಾಡಲೆಂದೋ?

ಜಗತ್ತಿನ ದೊಡ್ಡಣ್ಣನಾದ ಅಮೆರಿಕಾವನ್ನು ಭಾರತ ನಂಬೋದು ಹೇಗೆ? ಅದು ಇತ್ತ ಉಗ್ರಶಮನದ ಮಾತನ್ನು ಹೇಳುತ್ತ ಅತ್ತ ಪಾಕ್ಗೆ ಶಸ್ತ್ರಾಸ್ತ್ರ ನೆರವು ನೀಡುತ್ತದೆ. ಪ್ರಪಂಚದ ಬೇರೆ ಬೇರೆ ದೇಶಗಳ ನಡುವೆ ಅವಿಶ್ವಾಸವನ್ನು ಬಿತ್ತಿ, ದ್ವೇಷ ಹೊತ್ತಿಸಿ ತಮ್ಮ ಶಸ್ತ್ರಾಸ್ತ್ರಗಳನ್ನು ಮಾರುವ ಧೂರ್ತರಿವರು. ಅಮೆರಿಕ ಮತ್ತು ರಶಿಯಾಗಳ ನಡುವಿನ ಶೀತಲ ಸಮರಕ್ಕೆ ಅಂಗಳ ಮಾತ್ರ ಬಡಪಾಯಿ ಇತರೆ ರಾಷ್ಟ್ರಗಳು! ವಿಶ್ವಶಾಂತಿಯ ಮಾತನ್ನಾಡುತ್ತಲೇ ಪರಮಾಣು ಶಸ್ತ್ರಾಸ್ತ್ರ ಉತ್ಪಾದಿಸಿ, ಸಂಗ್ರಹಿಸಿ, ಮಾರಾಟ ಮಾಡುವ ಈ ವ್ಯಾಪಾರಿ ದೇಶಗಳನ್ನು ನಂಬುವುದು ಹೇಗೆ?

ಭಾರತ–ಚೀನಾ ಭಾಯಿ ಭಾಯಿ ಎಂದು ನೆಹರು ಘೋಷಿಸಿದ್ದರೆ. ಚೀನಾ ಭಾರತದ ಮೇಲೆ ದಾಳಿ ಮಾಡುವ ದುಃಸಾಹಸ ತೋರಿತ್ತು. ಚೀನಾ ವಿಶ್ವಾಸ ದ್ರೋಹ ಬಗೆಯಿತು. ೧೯೯೯ರಲ್ಲಿ ವಾಜಪೇಯಿ ಪ್ರಧಾನಿಯಾಗಿದ್ದಾಗ ದೆಹಲಿಯಿಂದ ಲಾಹೋರಿಗೆ ಸೌಹಾರ್ದತಾ ಬಸ್ ಯಾತ್ರೆ ಪ್ರಾರಂಭಿಸಿದರು. ನರಿ ಬುದ್ಧಿಯ ಪಾಕಿಸ್ತಾನ ಪ್ರಧಾನಿ ನವಾಜ್ ಶರೀಫ್ ಯುದ್ಧ ಸಾರಿದರು. ಸೋಲಿನ ರುಚಿ ಉಂಡರು. ಮತ್ತೊಮ್ಮೆ ಪಾಕ್ ವಿಶ್ವಾಸ ಘಾತವೆಸಗಿತ್ತು.

ನೀರವ ಮೋದಿ, ಲಲಿತ್ ಮೋದಿಗಳನ್ನು ನಂಬಿ ಸಾಲ ಕೊಟ್ಟ ಬ್ಯಾಂಕ್‌ಗಳನ್ನು ವಂಚಿಸಿ ಕೋಟ್ಯಾಂತರ ಹಣ ದೋಚಿ ವಿದೇಶಕ್ಕೆ ಪಾರಾಗಿದ್ದಾರೆ. ಇನ್ನೂ ಸಹಕಾರಿ ಬ್ಯಾಂಕುಗಳು ತಮ್ಮಲ್ಲಿ ನಂಬಿ ಹಣವಿಟ್ಟ ಗ್ರಾಹಕರನ್ನು ವಂಚಿಸಿದ ಪ್ರಕರಣಗಳು ದಿನನಿತ್ಯ ಪ್ರಕಟವಾಗುತ್ತಿವೆ.

ಮನುಷ್ಯನು ಕಷ್ಟಗಳಲ್ಲಿ ಸಿಲುಕಿಕೊಂಡು ಜರ್ಜರಿತನಾದಾಗ "ದೇವರ ಮೇಲೆ ಭಾರ ಹಾಕಿ ಸುಮ್ಮನಿರು ಎಲ್ಲ ತಾನೇ ಸರಿ ಹೋಗುತ್ತದೆ" ಎನ್ನುವುದನ್ನು ಕೇಳಿದ್ದೇವೆ. ಇದು ಭಾರತೀಯರಿಗೆ ದೇವರ ಮೇಲಿರುವ ಭರವಸೆಯನ್ನು ತೋರಿಸುತ್ತದೆ. ಅಷ್ಟೊಂದು ವಿಶ್ವಾಸ ಅವರಿಗೆ. ಇದು ಒಂದು ರೀತಿಯ ಒತ್ತಡದಿಂದ ಹೊರಬರುವ ಸರಳ ವಿಧಾನ. ಎಲ್ಲಾ ಕಷ್ಟವನ್ನು ದೇವರಿಗೆ ಬಿಟ್ಟು ನಿರುಮ್ಮಳವಾಗಿರುವ ಪ್ರಕ್ರಿಯೆ. ಮನುಷ್ಯನ ಜೀವನವೇ ಒಂದು ನಂಬಿಗೆಯ ಮೇಲೆ ನಿಂತಿರುತ್ತದೆ. ಆ ನಂಬಿಗೆಗೆ ಎಂದಿಗೂ ಕೊಡಲಿ ಪೆಟ್ಟು ಹಾಕಬಾರದು.

ಒಂದು ಕುಟುಂಬವು ಮನೆಯ ಯಜಮಾನನನ್ನು ನಂಬಿಕೊಂಡಿರುತ್ತದೆ. ಒಂದು ರಾಜ್ಯ, ದೇಶವು ಸಮರ್ಥ ಆಡಳಿತಗಾರರನ್ನು, ಒಂದು ಉದ್ದಿಮೆಯು ದಕ್ಷ ಉದ್ಯೋಗಪತಿಯನ್ನು ನೆಚ್ಚಿಕೊಂಡಿರುತ್ತದೆ. ಶೈಕ್ಷಣಿಕ ವ್ಯವಸ್ಥೆ ಅಧ್ಯಾಪಕರನ್ನು, ಆರೋಗ್ಯ ಕ್ಷೇತ್ರ ವೈದ್ಯರನ್ನು ಅವಲಂಬಿಸಿರುತ್ತವೆ. ಹೀಗೆ ಜಗದ ಪ್ರತಿಯೊಂದು ಆಗು ಹೋಗುಗಳಿಗೂ ಒಂದು ನಂಬಿಗೆಯೇ ಕಾರಣ ನಮ್ಮ ಬಗ್ಗೆ ಇನ್ನೊಬ್ಬರಿಗೆ ವಿಶ್ವಾಸ ಹುಟ್ಟಬೇಕೆಂದರೆ ಅದಕ್ಕೆ ನಾವೇನೂ ಖರ್ಚು ಮಾಡಬೇಕಿಲ್ಲ. ದೇವರ ಮೇಲೆ ನಂಬಿಕೆ ಇಡಲು ನಮ್ಮ ಮೇಲೆ ನಮಗೆ ನಂಬಿಕೆ ಇರಬೇಕು. ಪರಸ್ಪರ ನಂಬಿಗೆಯೇ ಜೀವನ ಸಂಬಂಧ ಮುಂದುವರಿಕೆಗೆ ಆಧಾರವಾಗಿರುತ್ತದೆ. ಹೀಗಾಗಿ ಆ ವಿಶ್ವಾಸಾರ್ಹತೆಯನ್ನು ಕೊನೆಯವರೆಗೂ ಎಲ್ಲರೂ ಕಾಯ್ದುಕೊಳ್ಳಬೇಕು.

೧೪. ಪರಾಕಾಷ್ಠೆ: ತಲ್ಲೀನತೆಯ ಉತ್ತುಂಗ

ಸಾಮಾನ್ಯವಾಗಿ ಯಾವುದೇ ಕೆಲಸವನ್ನು ನಿಷ್ಠೆಯಿಂದ ಒಂದು ಹಂತದವರೆಗೂ ಎಲ್ಲರೂ ಮಾಡುತ್ತಾರೆ. ಆದರೆ ಕೆಲವರು ತಾವು ನಂಬಿದ ವಿಚಾರ/ಆಚಾರಗಳಿಗೆ ಕಟ್ಟುಬಿದ್ದು ಆ "ಸಾಮಾನ್ಯ ಹಂತ"ದ ಮೇರೆಯನ್ನೂ ಮೀರಿ ಕೆಲಸದಲ್ಲಿ ತುಂಬ ಶ್ರದ್ಧೆಯಿಂದ ತೊಡಗಿಸಿಕೊಳ್ಳುತ್ತಾರೆ. ಅದನ್ನೇ ತಮ್ಮ ಜೀವನದ ಧ್ಯೇಯವನ್ನಾಗಿಸಿ ಕೊಂಡಿರುತ್ತಾರೆ. ಸದಾ ಅದರ ಗುಂಗಿನಲ್ಲೇ ಇದ್ದು ಅದಕ್ಕಾಗಿ ಸಂಪೂರ್ಣವಾಗಿ ಸಮರ್ಪಿಸಿಕೊಂಡಿರುತ್ತಾರೆ. ಪ್ರತಿಯೊಂದು ಮಾತು, ನಡತೆ, ವ್ಯಕ್ತಿ ಮತ್ತು ಘಟನೆಗಳನ್ನೂ ತಮ್ಮ ಕಾರ್ಯಕ್ಕೆ ಪೂರಕವಾಗಿಸಿಕೊಳ್ಳುವ ಬಗೆಗೆ ಯೋಚಿಸುತ್ತಿರುತ್ತಾರೆ. ಒಂದು ರೀತಿ ಆ ಕೆಲಸದ ಹುಚ್ಚನ್ನೇ ಹಿಡಿಸಿಕೊಂಡಿರುತ್ತಾರೆ. ಇದನ್ನೇ ನಾವು ಪರಾಕಾಷ್ಠೆ ಎನ್ನುವುದು. ಇದೊಂದು ರೀತಿ ತಲ್ಲೀನತೆಯ ಉತ್ತುಂಗ ಶಿಖರಕ್ಕೇರುವುದು ಎಂದರ್ಥ.

ಭಕ್ತಿ ಪರವಶನಾಗಿ, ಭಾವಪರವಶನಾದ ಗೋರಾ ಕುಂಬಾರನು ಮಡಿಕೆ ಮಾಡುವ ಮಣ್ಣನ್ನು ತುಳಿಯುತ್ತಿದ್ದನು. ಅವನು ಅದೆಷ್ಟು ದೇವಸ್ತುತಿಯಲ್ಲಿ ತಲ್ಲೀನನಾಗಿದ್ದನೆಂದರೆ ಅವನ ಎಳಸು ಮಗು ಆಡುತ್ತ ಬಂದು ಅವನ ಕಾಲನ್ನು ಹಿಡಿದದ್ದೇ ಅವನಿಗೆ ಗೊತ್ತಾಗಲಿಲ್ಲ. ಮಣ್ಣಿನ ಮುದ್ದೆಯ ಜೊತೆಗೆ ಮಗುವನ್ನು ತುಳಿದು ಮಾಂಸದ ಮುದ್ದೆ ಮಾಡಿಬಿಟ್ಟ. ಭಕ್ತನ ಪರವಶತೆ ತಿಳಿಯದ ದೇವರು ಅವನ ಮಗನನ್ನು ತನ್ನೆಡೆ ಕರೆದುಕೊಂಡುಬಿಟ್ಟ?! ಹೊಲದಲ್ಲಿ ಬೆಳೆಯ ರಾಶಿಯನ್ನೂ ಮಾಡುತ್ತ ಕಣ್ಣು ಮುಚ್ಚಿ ಭಜನೆಯಲ್ಲಿ ಮುಳುಗಿದ ಭಕ್ತ ತುಕಾರಾಮನಿಗೆ ಸುತ್ತಲೂ ಬೆಂಕಿ ಹತ್ತಿ ಉರಿಯುತ್ತಿರುವುದರ ಪರಿವೆಯೇ ಇರಲಿಲ್ಲ. ಬೆಂಕಿಯು ತುಕಾರಾಮರಿಗೆ ಅಂಟಿಕೊಂಡಾಗಲೂ ಅವರು ಭಜನೆ ಮಾಡುತ್ತಲೇ ಇದ್ದರು! ಶ್ರೀ ಕೃಷ್ಣನನ್ನೇ ತನ್ನ ಪತಿಯಾಗಿ ವರಿಸಿದ ಮೀರಾಭಾಯಿ, ಚೆನ್ನ ಮಲ್ಲಿಕಾರ್ಜುನನ್ನೇ ತನ್ನ ಗಂಡನೆಂದು ಬಗೆದ ಶರಣೆ ಅಕ್ಕಮಹಾದೇವಿ ಅವರು ಅಲೌಕಿಕವಾದ ಭಕ್ತಿಯ ಪರಾಕಾಷ್ಠೆಯನ್ನು ಮೆರೆದರು. "ಸ್ವಲ್ಪ ದಿನ ಎಲ್ಲ ದೇವರನ್ನು

ಗಂಟು ಕಟ್ಟಿ ಇಟ್ಟು ಬಿಡಿ, ತಾಯಿ ಭಾರತಿಯನ್ನು ಪೂಜಿಸಿ" ಎಂದು ಸಾಂಸ್ಕೃತಿಕ ರಾಷ್ಟ್ರೀಯತೆಯ ಪರಾಕಾಷ್ಠೆ ಮೆರೆದ ಸ್ವಾಮಿ ವಿವೇಕಾನಂದ, ರಾಮಕೃಷ್ಣ ಪರಮಹಂಸ, ಸಮರ್ಥ ರಾಮದಾಸ, ಕುವೆಂಪು ಅರವಿಂದರನ್ನೇ ಅವರ ಅನುಯಾಯಿಗಳು ದೇವರೆಂದು ಬಿಟ್ಟರು! ಅವರ ಹೆಸರಿನ ನೂರಾರು ಆಶ್ರಮಗಳು ಮತ್ತು ಯೋಜನೆಗಳ ಮೂಲಕ ಭಾರತೀಯ ಅಸ್ಮಿತೆಯನ್ನು ಉಳಿಸಲುದ್ಯುಕ್ತರಾದರು.

ಲಾಲಬಹುದ್ದೂರ ಶಾಸ್ತ್ರೀಜೀ ಪ್ರಾಮಾಣಿಕತೆಯ ಪ್ರತಿ ಮೂರ್ತಿಯಾಗಿದ್ದರು. ಬೃಹತ್ ದೇಶದ ಪ್ರಧಾನಿಯಾಗಿದ್ದ ಅವರು ತಮ್ಮ ಸ್ವಂತ ಮಕ್ಕಳ ಜೀವನ ಮಾರ್ಗ ರೂಪಿಸಲು ತಮ್ಮ ಪ್ರಭಾವ ಬೀರಲಿಲ್ಲ. ಅವರ ಗಮನಕ್ಕೆ ಬಾರದೇ ಅಶೋಕ ಲೈಲ್ಯಾಂಡ್ ಕಂಪನಿಯ ವ್ಯವಸ್ಥಾಪಕನಾಗಿ ಮಗನು ಆಯ್ಕೆ ಆದದ್ದನ್ನು ಕೂಡ ಅವರು ರದ್ದು ಪಡಿಸಿದರು. ತಮಗೆ ಬರುತ್ತಿದ್ದ ಸಂಬಳದಲ್ಲಿ ಪತ್ನಿಯು ಉಳಿತಾಯ ಮಾಡುತ್ತಿದ್ದುದು ಅವರಿಗೆ ತಿಳಿಯಿತು. ಉಳಿತಾಯ ಮಾಡುವಷ್ಟು ಹಣವನ್ನು ಸರಕಾರ ತನಗೆ ಅನವಶ್ಯಕವಾಗಿ ಹೆಚ್ಚಿಗೆ ಕೊಡುತ್ತಿದೆ ಎಂದು ಬಗೆದು ಅಷ್ಟು ಮೊತ್ತವನ್ನು ತಮ್ಮ ಸಂಬಳದಲ್ಲಿ ಕಡಿತಗೊಳಿಸಿದರು! ಸರ್ ಎಂ. ವಿಶ್ವೇಶ್ವರಯ್ಯ ಅವರು ಸರಕಾರಿ ಕೆಲಸವನ್ನು ಮಾಡುವಾಗ ಸರಕಾರಿ ಮೊಂಬತ್ತಿಯನ್ನೂ ಸ್ವಂತದ ಕೆಲಸವನ್ನು ಮಾಡುವಾಗ ಸ್ವಂತದ ಮೊಂಬತ್ತಿಯನ್ನೂ ಉರಿಸುತ್ತಿದ್ದರು. ಸರಕಾರದ ಯಾವುದೇ ಸೌಕರ್ಯ–ಸವಲತ್ತುಗಳನ್ನು ಅವರು ಎಂದಿಗೂ ಸ್ವಂತಕ್ಕಾಗಿ ಬಳಸಿಕೊಳ್ಳಲಿಲ್ಲ. ಅವರ ಪ್ರಾಮಾಣಿಕತೆಯ ಪರಕಾಷ್ಠೆಯಿದು.

ಬನಾರಸ್ ಹಿಂದೂ ವಿಶ್ವವಿದ್ಯಾಲಯವನ್ನು ಸ್ಥಾಪಿಸುವ ಕನಸು ಕಂಡವರು ಶ್ರೀ ಮದನಮೋಹನ ಮಾಳವೀಯ ಅವರು. ಅದಕ್ಕಾಗಿ ಜೋಳಿಗೆ ಹಾಕಿಕೊಂಡು ಹಣ ಸಂಗ್ರಹಕ್ಕೆ ಹೊರಟರು. ಹೈದರಾಬಾದಿನ ನಿಜಾಮನ ಹತ್ತಿರ ಜೋಳಿಗೆ ಒಡ್ಡಿದರು. ಸಿಟ್ಟಿಗೆದ್ದ ನವಾಬ ಅವರತ್ತ ತನ್ನದೊಂದು ಚಪ್ಪಲಿಯನ್ನು ಎಸೆದರು. ಪಾಲಿಗೆ ಸಿಕ್ಕದ್ದೇ ಪಂಚಾಮೃತವೆಂದು ಆ ಪಾದರಕ್ಷೆಯನ್ನೇ ತಗೆದುಕೊಂಡು ಮಾಳವೀಯ ಹೊರಟರು! ನೇರವಾಗಿ ಬಜಾರಿಗೆ ಬಂದು ನವಾಬನ ಪಾದರಕ್ಷೆಯನ್ನು ಲಿಲಾವಿಗೆ ಹಾಕಿದರು. ಸುದ್ಧಿ ನವಾಬನಿಗೆ ತಲುಪಿತು. ಆತನಿಗೆ ಎಲ್ಲಿ ತನ್ನ ಪಾದರಕ್ಷೆ ಕಡಿಮೆ ಬೆಲೆಗೆ ಹೋಗಿ ಬಿಡುತ್ತೋ ಅದರಿಂದ ಅವಮಾನವಾಗಿ ಬಿಡುತ್ತೋ ಎನ್ನುವ ಆತಂಕ ಮೂಡಿತು. ತನ್ನವರನ್ನೇ ಕಳಿಸಿ ಸವಾಲಿನಲ್ಲಿ ತನ್ನ ಪಾದರಕ್ಷೆಯ ಬೆಲೆಯನ್ನು ಒಂದು ಗೌರವದ ಮೊತ್ತಕ್ಕೆ ಹೆಚ್ಚಿಸಿದ. ಇದನ್ನು ಮೊದಲೇ ತರ್ಕಿಸಿದ್ದ ಮಾಳವೀಯ ಅವರು ಒಂದು ಒಳ್ಳೆಯ ಮೊತ್ತವನ್ನು ತಗೆದುಕೊಂಡು ಹೊರಟರು. ಇಂತಹ ಕಾರ್ಯಸಾಧನೆಯ ಪರಾಕ್ರಮದ ಮತ್ತು ಸಮಯ ಪ್ರಜ್ಞೆಯ ಪರಾಕಾಷ್ಠೆ ಮತ್ತೆಲ್ಲಿ ಕಂಡೀತು?

ಮಾನವ ಲೋಕದ ಹಿತಕ್ಕಾಗಿ ವೈಜ್ಞಾನಿಕ ಸಂಶೋಧನೆಯಲ್ಲಿ ತೊಡಗಿಕೊಂಡವರು ಹಲವರು. ಸುತ್ತಲಿನ ವಾಸ್ತವಿಕ ಜಗತ್ತಿನಿಂದ ದೂರ ಹೋಗಿ ಒಂಟಿ ಸಲಗದಂತೆ ಸಂಶೋಧನೆಯಲ್ಲಿ ಹತ್ತಾರು ವರ್ಷ ಮುಳುಗಿದ ವಿಜ್ಞಾನಿಗಳಲ್ಲಿ ಮೇಡಂ ಕ್ಯೂರೀ ನೆನಪಾಗುತ್ತಾರೆ. ತಾವು ಮಾಡುವ ರೇಡಿಯಂ ಕುರಿತಾದ ಪ್ರಯೋಗಗಳಲ್ಲಿ ಸೂಸುವ ವಿಕಿರಣದ ಕಾರಣ ರೋಗಕ್ಕೆ ತುತ್ತಾಗುತ್ತಾರೆ. ಆದರೂ ಛಲ ಬಿಡದೇ ಯಶಸ್ವಿ ಸಂಶೋಧನೆ ನಡೆಸಿ ನೋಬಲ್ ಪಾರಿತೋಷಕಕ್ಕೂ ಅರ್ಹರಾಗಿ ಸಂಶೋಧನಾ ಪರಾಕಾಷ್ಠೆಗೆ ಉದಾಹರಣೆಯಾಗುತ್ತಾರೆ. ಸರ್ ಆಳ್ವ ಎಡಿಸನ್ ಸಾವಿರ ಹತ್ಹತ್ತಿರ ಪ್ರಯೋಗಗಳನ್ನು ಮಾಡಿದರೂ ವಿದ್ಯುತ್ ದೀಪ ಕಂಡುಹಿಡಿಯಲು ಯಶಸ್ವಿಯಾಗಲಿಲ್ಲ. ಆದರೆ ಛಲದಂಕ ಮಲ್ಲ ಹಟಬಿಡಲೊಲ್ಲ. ಸಾವಿರ ಪ್ರಯೋಗದ ನಂತರ ಕೊನೆಗೊಮ್ಮೆ ವಿದ್ಯುತ್ ದೀಪ ಉರಿಯಿತು, ಬೆಳಕು ನೀಡಿತು! ಅನೇಕ ಜೀವ ಔಷಧ, ವೈದ್ಯಕೀಯ ಸಂಶೋಧನೆಗಳಲ್ಲಿ ತೊಡಗಿದವರು ತಾವು ಕಂಡುಹಿಡಿದ ಔಷಧಿ, ಲಸಿಕೆ, ಇಂಜಕ್ಷನ್ನಗಳನ್ನು ತಮ್ಮ ಮೇಲೇ ಪ್ರಯೋಗಿಸಿಕೊಂಡು ಅವುಗಳ ಚಿಕಿತ್ಸಕ ಗುಣಗಳನ್ನು ಸಿದ್ಧ ಮಾಡಿ ತೋರಿಸಿದ ಅನೇಕ ಉದಾಹರಣೆಗಳೂ ಇವೆ.

ಸ್ವಂತದ ಹಿತವನ್ನು ತೊರೆದು ಬೇರೆಯವರಿಗಾಗಿ ಬದುಕಿದವರು ಮಹಾತ್ಮರು. ಅನ್ಯರ ಸೇವೆ ಮಾಡುವುದೇ ತಮ್ಮ ಜೀವನದುದ್ಧೇಶವೆಂದು ಅಂದುಕೊಂಡ ಸಂತರು, ಶರಣರು, ಸಮಾಜಸೇವಕರು, ನೇತಾರರು ಮತ್ತು ಆಡಳಿತಗಾರರು ಚಿರಸ್ಮರಣೀಯರು. ಜಾತಿ, ಮತ, ಪಂಥ, ಪಂಗಡ, ಪ್ರದೇಶ, ಭಾಷೆ, ವೇಶ ಎಲ್ಲವನ್ನೂ ಮೀರಿ ನಿಂತು ಮಾನವತೆಯನ್ನೇ ಧ್ಯೇಯವಾಗಿ ಮಾಡಿಕೊಂಡು ಅದಕ್ಕಾಗಿಯೇ ಕೊನೆ ಉಸಿರಿನ ವರೆಗೂ ಜೀವಿಸಿದವರು ಇದ್ದಾರೆ. ಸಾವಿನ ನಂತರವೂ ತಮ್ಮ ಅಂಗಾಂಗಗಳನ್ನು ದಾನ ಮಾಡಿ ಮಾವೀಯತೆಯ/ದಾನದ ಪರಾಕಾಷ್ಠೆ ತೋರಿದವರೂ ಇದ್ದಾರೆ. ಜೀವಂತ ಇರುವಾಗಲೇ ರಕ್ತ, ಮೂತ್ರಪಿಂಡ ಇತ್ಯಾದಿ ಅಂಗಾಂಗಗಳನ್ನು ದಾನ ಮಾಡಿದವರನ್ನು ಕಂಡಿದ್ದೇವೆ. ಮೈ ತುಂಬ ಹುಣ್ಣಾಗಿ, ಪುತುಪುತು ಹುಳುಗಳು ಹರಿದಾಡುತ್ತಿದ್ದರೂ ಕೊಂಚವೂ ಅನುಮಾನಿಸದೇ, ಮುಜುಗರ ಪಟ್ಟುಕೊಳ್ಳದೇ ಆತ್ಮೀಯವಾಗಿ ಕೈಯಾರೇ ಗಾಯ ತೊಳೆದು ಕುಷ್ಟರೋಗಿಗಳ ಆರೈಕೆಯನ್ನು ಮಾಡುತ್ತಿದ್ದ ಬಾಬಾ ಆಮ್ಟೆ ಮತ್ತು ಮದರ್ ಥೆರೆಸಾ ಅವರುಗಳು ರೋಗಿಗಳ ಮುಖಾರವಿಂದದಲ್ಲಿ ಅರಳುವ ಮಂದಹಾಸಕ್ಕಾಗಿ ಹಾತೊರೆಯುತ್ತಿದ್ದರು. ಆ ರೋಗಿ ಸಾಯುವ ಮೊದಲು ಒಮ್ಮೆ ನಸುನಕ್ಕರೆ ಸಾಕು ತಮ್ಮ ಸೇವೆ ಸಾರ್ಥಕವಾಯಿತೆನ್ನುತ್ತಿದ್ದರು. ಸೇವೆಯ ಪರಾಕಾಷ್ಠೆ ಅಂದರೆ ಇದೇ ಅಲ್ಲವೇ?

ತಾನಸೇನ್ ಸಂಗೀತದಿಂದಲೇ ದೀಪವನ್ನು ಬೆಳಗಿದರೆ ಗಂಗೂಬಾಯಿ ಹಾನಗಲ್, ಪಂಡಿತ ಭೀಮಸೇನ ಜೋಶಿ, ಪಂ. ಜಸರಾಜ ತಾವೇ ದೀಪವಾಗಿ ಬೆಳಗಿದರು.

ರಾಷ್ಟ್ರಪ್ರೇಮಿಗಳ ಭಾರತಮಾತಾ ಮಂದಿರ, ನಾಡ ಪ್ರೇಮಿಗಳ ಕನ್ನಡ ಮಾತೆಯ ದೇಗುಲಗಳು ನಾಡು-ನುಡಿಯ ಪ್ರೇಮಾಭಿಮಾನಗಳ ಪರಾಕಾಷ್ಠೆ. ತಮಿಳುನಾಡಿನಲ್ಲಿ ಸಿನೇಮಾ ನಟಿ ಖುಷಬೂಗೆ ಆಂಧ್ರದಲ್ಲಿ ನಟಿ ಸಮಂತಾಗೆ ಅವರ ಅಭಿಮಾನಿಗಳು ದೇವಾಲಯವನ್ನು ಕಟ್ಟಿಸಿದರು! ಡಾ. ರಾಜಕುಮಾರ, ಡಾ. ವಿಷ್ಣುವರ್ಧನ, ಎನ್ಟಿಆರ್, ಎಂ.ಜಿ.ಆರ್, ಅಮಿತಾಬ, ಅಂಬರೀಶ, ಪುನೀತ್ ರಾಜಕುಮಾರ್ ಮುಂತಾದ ಮೇರು ನಟರು "ಅಭಿಮಾನಿಗಳೇ ನಮ್ಮ ದೇವರು" ಅಂದರೆ, ಅವರ ಅಭಿಮಾನಿಗಳು ತಮ್ಮ ನೆಚ್ಚಿನ ನಟ/ನಟಿಯರಲ್ಲೇ ದೇವರನ್ನು ಕಂಡರು! ಊರ ವೃತ್ತಗಳಲ್ಲಿ ಅವರ ಮೂರ್ತಿಯನ್ನು ಸ್ಥಾಪಿಸಿ ಅವರನ್ನೇ ಪೂಜಿಸಿದರು. ಅಭಿಮಾನದ ಪರಾಕಾಷ್ಠೆ ಅದು. ಕೆಲವರು ಕೈಗೆ, ಮೈಗೆ ಹಚ್ಚೆ ಹಾಕಿಸಿಕೊಳ್ಳುವುದನ್ನು ನೋಡಿದ್ದೇವೆ. ಅದೆಷ್ಟು ನೋವಿನ ಪ್ರಕ್ರಿಯೆ ಎಂದು ತಮಗೆ ಗೊತ್ತಿರಬೇಕು. ತಮ್ಮ ಪ್ರಿಯಕರರ ಅಥವಾ ನೆಚ್ಚಿನ ನಾಯಕರ/ ಆಟಗಾರರ/ಚಲನಚಿತ್ರ ನಟರ/ಸಿಲೆಬ್ರೆಟಿಗಳ ಹೆಸರುಗಳನ್ನು, ಚಿತ್ರಗಳನ್ನು ಹಚ್ಚೆ ಹಾಕಿಸಿಕೊಳ್ಳುತ್ತಾರೆ. ಇದೊಂದು ರೀತಿ ಪ್ರೀತಿಯ ಪರಾಕಾಷ್ಠೆ. ರಾಧೆ-ಕೃಷ್ಣರ ಪ್ರೀತಿ, ಮುದ್ದಣ-ಮನೋರಮೆಯರ ಸಲ್ಲಾಪಗಳು, ಲೈಲಾ-ಮಜನೂ ಕತೆಗಳು ಪ್ರೇಮ-ಪ್ರಣಯಗಳ ಪರಾಕಾಷ್ಠೆಯ ಪ್ರತೀಕವಾಗಿವೆ.

ಸ್ವಾತಂತ್ರ್ಯದ ಜೊತೆಗೆ ಭಾರತವನ್ನು ಒಂದು ಸ್ವಾವಲಂಬಿ ಮತ್ತು ಸ್ವಾಭಿಮಾನಿ ರಾಷ್ಟ್ರವನ್ನಾಗಿ ಮಾಡಬೇಕೆಂದುಕೊಂಡವರು ಜೇಮಶೇಟಜೀ ಟಾಟಾ ಮತ್ತು ಸರ್ ಎಂ. ವಿಶ್ವೇಶ್ವರಯ್ಯ ಅವರು. ಆದಾಗಲೇ ವಿವಿಧ ದೇಶಗಳನ್ನು ಸುತ್ತಿದ್ದ ಅವರು ಯುರೋಪ್, ಜಪಾನ, ಅಮೇರಿಕಾಗಳಲ್ಲಿ ಆದ ಕೈಗಾರಿಕಾ ಕ್ರಾಂತಿ ಭಾರತದಲ್ಲೂ ಆಗಬೇಕೆಂದವರು. ಅದಕ್ಕಾಗಿ ಉಕ್ಕು, ಜವಳಿ, ಕಾಗದ, ಸಿಮೆಂಟುದಂತಹ ವಿವಿಧ ಉದ್ಯಮಗಳು, ವಿಮಾನಯಾನ, ಹಡಗು ಉದ್ಯಮ, ಅಣೆಕಟ್ಟು, ವಿದ್ಯುತ್ ಯೋಜನೆ, ಭಾರತೀಯ ವಿಜ್ಞಾನ ಸಂಸ್ಥೆ, ಬ್ಯಾಂಕುಗಳು, ಶಾಲಾ ಕಾಲೇಜುಗಳನ್ನು ಪ್ರಾರಂಭಿಸಿದರು. ಭಾರತೀಯರ ಸ್ವಾಭಿಮಾನದ ಸಂಕೇತವಾಗಿ ವೃತ್ತಿಪರತೆಯ ಪರಾಕಾಷ್ಠೆಯನ್ನು ಮೆರೆದವರು ಇವರೀರ್ವರು. ತುರ್ತು ಪರಿಸ್ಥಿತಿಯ ವಿರುದ್ಧ ಹೋರಾಡಿ ಜೈಲಿನಲ್ಲಿದ್ದ ಯುವನೇತಾರ ಜಾರ್ಜ್ ಫರ್ನಾಂಡೀಸ್ ಜೈಲಿನಲ್ಲಿ ಇದ್ದುಕೊಂಡೇ ಚುನಾವಣೆಗೆ ಸ್ಪರ್ಧಿಸಿದ್ದರು. ಅವರ ಅಭಿಮಾನಿಗಳೇ ಪ್ರಚಾರ ಮಾಡಿ ಪ್ರಚಂಡ ಬಹುಮತದಿಂದ ಅವರನ್ನು ಆರಿಸಿ ತಂದರು ಕೂಡ. ತಿಲಕ, ಮಹಾತ್ಮಾಗಾಂಧಿಜೀ ಪ್ರಾರಂಭಿಸಿದ ಸ್ವದೇಶಿ ಆಂದೋಲನಕ್ಕೆ ರಾಜೀವ ದೀಕ್ಷಿತ ಮರುಹುಟ್ಟು ನೀಡಿದರು. ಪತಂಜಲಿ ಯೋಗವನ್ನು ಪುನಶ್ಚೇತನಗೊಳಿಸಿದ ರಾಮದೇವ ಬಾಬಾ ಅದರ ಜೊತೆಗೆ ಆಯುರ್ವೇದಿಕ್

ಉತ್ಪನ್ನಗಳನ್ನು ಉತ್ಪಾದಿಸಿ ಬಹುರಾಷ್ಟ್ರೀಯ ಕಂಪನಿಗಳಿಗೆ ತೀವ್ರ ಪೈಪೋಟಿ ನೀಡಿದರು. ಇದು ಒಬ್ಬ ಯೋಗಿಯ ಹಟಸಾಧನೆಯ ಪರಾಕಾಷ್ಠೆ ಅಲ್ಲದೇ ಮತ್ತೇನು?

ಡಿಜಿಟಲ್ ವಹಿವಾಟ್ನಲ್ಲಿ ಜಗತ್ತೇ ಬೆರಗಾಗುವಂತೆ ಸಾಧನೆಗೈದದ್ದು, ರಶಿಯಾ, ಜರ್ಮನಿ, ಇಂಗ್ಲೆಂಡಗಳನ್ನು ಒಳಗೊಂಡಂತೆ ಜಗತ್ತಿನ ೧೮ ರಾಷ್ಟ್ರಗಳು ಭಾರತೀಯ ರೂಪಾಯಿಯಲ್ಲಿ ವ್ಯಾಪಾರ ಮಾಡಲು ಒಪ್ಪಿರುವುದು, ಜಿ೨೦ ಅಧ್ಯಕ್ಷತೆ ಪಟ್ಟ ಭಾರತಕ್ಕೆ ದಕ್ಕಿದ್ದು, ವಿಶ್ವಸಂಸ್ಥೆಯ ಭದ್ರತಾ ಮಂಡಳಿ ಸದಸ್ಯತ್ವ ದೊರೆಕಿದ್ದು, ಜಾಗತಿಕ ವೇದಿಕೆಗಳಲ್ಲಿ ಭಾರತಕ್ಕೆ ಗೌರವಯುತವಾದ ಸ್ಥಾನಮಾನ ಸಿಗುತ್ತಿರುವುದು, ೧೫೦ಕ್ಕೂ ಹೆಚ್ಚು ದೇಶಗಳು ಯೋಗವನ್ನು ಸ್ವಾಗತಿಸಿದ್ದು ಇವೆಲ್ಲ ದೇಶದ ಪ್ರಧಾನಿ ಶ್ರೀ ನರೇಂದ್ರ ಮೋದಿ ಅವರಿಗೆ ಆತ್ಮನಿರ್ಭರತೆ ಬಗೆಗೆ ಇರುವ ಬದ್ಧತೆಯ ಪರಾಕಾಷ್ಠೆ ಅಲ್ಲವೇ?

ಹೀಗೆ ಒಂದು ವಿಚಾರ/ ಆಚಾರ/ ಪ್ರಯೋಗ/ ಸೇವೆ/ ಸಂಶೋಧನೆ/ ಪ್ರೀತಿ/ ದೈವ ಭಕ್ತಿ, ದೇಶಭಕ್ತಿ/ ಮೌಲ್ಯ/ ಸಾಧನೆ ಇತ್ಯಾದಿಗಳನ್ನು ಒಂದು ಅಂತಿಮ ಹಂತದವರೆಗೆ ಒಯ್ಯುವ ಈ ಪರಿಯೇ ಪರಾಕಾಷ್ಠೆ. ಆ ಪರಾಕಾಷ್ಠೆಯ ಹಂತವನ್ನು ತಲುಪಿದಾಗಲೇ ವ್ಯಕ್ತಿಗೂ ಒಂದು ಅನನ್ಯವಾದ ವಿಶೇಷ ಗೌರವ, ಮರ್ಯಾದೆಗಳು ಸಿಗುತ್ತವೆ. ಇದೊಂದು ಅಮೂಲ್ಯವಾದ ನೈತಿಕ ಶಕ್ತಿ. ವಿಶ್ವಸಾಹರ್ತೆಯನ್ನು ಪ್ರಶ್ನಾತೀತವಾಗಿ ತೋರ್ಪಡಿಸುವ ರೀತಿ ಕೂಡ.

○

೧೫. ದೀಕ್ಷೆಯ ಅರ್ಥ–ವ್ಯಾಪ್ತಿ

ಸಾಮಾನ್ಯವಾಗಿ ವಿಶ್ವವಿದ್ಯಾಲಯಗಳಲ್ಲಿ ಪ್ರವೇಶವನ್ನು ಪಡೆದ ಪ್ರಾರಂಭದಲ್ಲಿ ನಡೆಯುವ ದೀಕ್ಷಾರಂಭ ಕಾರ್ಯಕ್ರಮದಲ್ಲಿ ವಿದ್ಯಾರ್ಥಿಗಳು ಪಾಲ್ಗೊಳ್ಳುತ್ತಾರೆ. ಶಿಕ್ಷಣದ ನಂತರ ದೀಕ್ಷಾಂತ ಸಮಾರಂಭದಲ್ಲಿ ಪಾಲ್ಗೊಳ್ಳುತ್ತಾರೆ. ಏನಿದು 'ದೀಕ್ಷಾ'? ದೀಕ್ಷೆ ಎಂದರೆ ಯಾವುದೊಂದು ಒಳ್ಳೆಯ ಉದ್ದೇಶಕ್ಕಾಗಿ ತಮ್ಮ ಜೀವನವನ್ನು ಪ್ರಾಮಾಣಿಕವಾಗಿ ಸಮರ್ಪಿಸಿಕೊಳ್ಳುವುದು ಮತ್ತು ಜೀವನಮೌಲ್ಯಗಳಿಗೆ ಕಟಿಬದ್ಧರಾಗಿರುವುದು ಎಂದರ್ಥ. ನಮ್ಮ ಪ್ರಾಚೀನ ಗುರುಕುಲ ಪದ್ಧತಿಯಲ್ಲಿ ಶಿಕ್ಷಾರ್ಥಿಗಳು ಶಿಕ್ಷಣ ಪಡೆದ ನಂತರ ತಮ್ಮ ಗುರುಗಳಿಂದ ದೀಕ್ಷೆಯನ್ನು ಪಡೆಯುತ್ತಿದ್ದರು. ಶಿಕ್ಷಣದ ಕೊನೆಗೆ ಗುರುದಕ್ಷಿಣೆಯನ್ನು ಕೊಡುತ್ತಿದ್ದರು. ತಾವು ಪಡೆದ ವಿದ್ಯೆಯನ್ನು ಜಗತ್ತಿನ ಒಳಿತಿಗಾಗಿ ಸದುಪಯೋಗ ಪಡಿಸಿಕೊಳ್ಳುವ ಪ್ರತಿಜ್ಞೆಯನ್ನು ಮಾಡುತ್ತಿದ್ದರು. ಲೋಕಜ್ಞಾನವನ್ನು ಪಡೆದುಕೊಳ್ಳಲು ಲೋಕಸಂಚಾರ ಕೈಗೊಳ್ಳುತ್ತಿದ್ದರು.

ಲೋಕ ಸಂಚಾರದ ಉದ್ದೇಶವು ಸಮಾಜದ ಜನರ ನಿಜಜೀವನ, ಅವರಕಷ್ಟ–ಸುಖಗಳು, ಅವರಿಗೆ ಇರುವ ಸವಾಲುಗಳನ್ನು ತಿಳಿದುಕೊಂಡು ಅವುಗಳಿಗೆ ಪರಿಹಾರವನ್ನು ಕಂಡುಕೊಳ್ಳುವುದಾಗಿತ್ತು. ದೀಕ್ಷಾಂತ ಸಮಾರಂಭವನ್ನು ಏರ್ಪಡಿಸುವ ಮುಖ್ಯ ಉದ್ದೇಶವು ಇದುವೇ ಆಗಿದೆ. ನಿಜಜೀವನವನ್ನು ಎದುರಿಸುವ, ಸವಾಲುಗಳಿಗೆ ಸಮಾಧಾನವನ್ನು ಕಂಡುಕೊಳ್ಳುವ ಪ್ರಕ್ರಿಯೆಯ ಪ್ರಾರಂಭವಿದು. ಇಷ್ಟು ದಿನ ಕಲಿತ ವಿದ್ಯೆಯ ಅನ್ವಯಿಕ ರೂಪವನ್ನು ಕಲಿತವರು ಕಂಡು ಕೊಳ್ಳಬೇಕು. ಅದು ಅವರು ಕಲಿತ ವಿಷಯದ ಬಗ್ಗೆ ಪದವೀಧರರಿಗೆ ಇರುವ ಶ್ರದ್ಧೆ, ಜ್ಞಾನದ ಆಳ ಮತ್ತು ಹರಿವು ಹಾಗೂ ಅವರಿಗಿರುವ ಬದ್ಧತೆಯನ್ನು ಅವಲಂಬಿಸಿರುತ್ತದೆ. ಆ ದಿಶೆಯಲ್ಲಿ ಸತತ ಪ್ರಯತ್ನ ಮತ್ತು ಆ ಮೂಲಕ ಅವರು ಗಳಿಸುವ ಕೌಶಲ್ಯ ಹಾಗೂ ಅನುಭವಗಳು ಪದವೀಧರರ ಕೈ ಹಿಡಿಯುತ್ತವೆ. ಅವರು ಮಾಡುವ ವಿವಿಧ ಪ್ರಯೋಗಗಳು ಮತ್ತು ಅನುಭವಗಳು ಅವರ ಕಲಿಕೆಯನ್ನು/

ಜ್ಞಾನವನ್ನು ಇನ್ನೂ ಹೆಚ್ಚು ಪರಿಷ್ಕರಿಸುತ್ತವೆ, ಶುದ್ಧಗೊಳಿಸುತ್ತವೆ. ಈ ನಯಗೊಂಡ ಅಥವಾ ಸಂಸ್ಕರಿಸಿದ ವಿದ್ಯೆಯಿಂದ ಅವರ ವ್ಯಕ್ತಿತ್ವಕ್ಕೆ ಒಂದು ಹೊಸ ಹೊಳಪು ಬರುತ್ತದೆ. ಇಲ್ಲಿ ನಾವು ಇನ್ನೊಂದು ವಿಷಯವನ್ನು ಗಮನಿಸಬಹುದು. ಅದೇನೆಂದರೆ ಅಕ್ಷರಜ್ಞಾನ ಮತ್ತು ಶಿಕ್ಷಣದ ನಡುವಿನ ವ್ಯತ್ಯಾಸ ಅಥವಾ ಅಕ್ಷರಸ್ಥ-ಶಿಕ್ಷಿತ (Literate and educated). ನಮ್ಮ ಸಮಾಜದಲ್ಲಿ ಅನೇಕ ಪದವೀಧರರಿದ್ದಾರೆ. ಸ್ನಾತಕೋತ್ತರ, ಪಿಹೆಚ್.ಡಿ. ಪದವೀಧರರಿಗೂ ಏನು ಕಡಿಮೆಯಿಲ್ಲ. ಅವರೆಲ್ಲ ದೊಡ್ಡ ದೊಡ್ಡ ಅಧಿಕಾರಿಗಳಾಗಿದ್ದಾರೆ. ಹಲವಾರು ವರ್ಷ 'ಸೇವೆ' ಸಲ್ಲಿಸಿದ್ದಾರೆ. ಆದರೆ ಅವರ ಮನೆಗೆ ಲೋಕಾಯುಕ್ತರು, ಎಸಿಬಿ ಅವರು ದಾಳಿ ಮಾಡುತ್ತಾರೆ. ಕೋಟ್ಯಾಂತರ ರೂಪಾಯಿಗಳನ್ನು, ಕೆಜಿಗಟ್ಟಲೆ ಚಿನ್ನ-ಬೆಳ್ಳಿಯನ್ನು, ಅಪಾರವಾದ ಆಸ್ತಿ ಪತ್ರಗಳನ್ನು ವಶಪಡಿಸಿಕೊಳ್ಳುತ್ತಾರೆ. ತನಿಖೆಯ ನಂತರ ಅದು ಅವರಗಳಿಕೆಯ ಅನುಪಾತದಲ್ಲಿರದ, ಸಂಪತ್ತಾಗಿರುತ್ತದೆ. ಅಂದರೆ ಅದು ವಾಮಮಾರ್ಗದಿಂದ ಗಳಿಸಿದ ಸಂಪತ್ತಾಗಿರುತ್ತದೆ. ವಿಷಾದದ ಸಂಗತಿಯೆಂದರೆ ಆವರೂ ಹಿಂದೊಂದು ದಿನ ದೀಕ್ಷಾಂತ ಸಮಾರಂಭದಲ್ಲಿ ಪಾಲ್ಗೊಂಡಿದ್ದರು. ಸಮಾಜದ ಒಳಿತಿಗಾಗಿ 'ಸತ್ಯಂ ವಧ, ಧರ್ಮಂ ಚರ' ಪ್ರತಿಜ್ಞೆಯನ್ನು ಮಾಡಿದ್ದರು! ಅಂದರೆ ಅವರು ಬರೀ ಅಕ್ಷರಸ್ಥರಾದರೇ ಹೊರತು ಸುಶಿಕ್ಷಿತರಾಗಲಿಲ್ಲವೆಂದಾಯಿತು.

ಕಳೆದೆರಡು ಬಾರಿ ಕೇಂದ್ರ ಸರಕಾರ ಘೋಷಿಸಿದ ಪದ್ಮ ಪುರಸ್ಕೃತರ ಪಟ್ಟಿ ನೋಡಿ. ಅದರಲ್ಲಿಯ ಎರಡು ಉದಾಹರಣೆಗಳನ್ನು ಮಾತ್ರ ನಾನು ನಿಮ್ಮೆದುರಿಗೆ ಪುನರುಚ್ಚಿಸ ಬಯಸುತ್ತೇನೆ. ಒಬ್ಬರು ನಮ್ಮ ಕರ್ನಾಟಕದ ದಕ್ಷಿಣ ಕನ್ನಡ ಜಿಲ್ಲೆಯ ಹರೇಕಳ ಹಾಜಬ್ಬ. ಅವರು ಸ್ವತಃ ಚಿಕ್ಕವರಿದ್ದಾಗ ಶಾಲೆಗೆ ಹೋಗುವ ಆಸೆ ಇದ್ದರೂ ಬಡತನದ ಕಾರಣ ಶಿಕ್ಷಣವನ್ನು ಪೂರೈಸಲಾಗಲಿಲ್ಲ. ಆದರೆ ಅವರೆಷ್ಟು ಸೂಕ್ಷ್ಮಮತಿ ಆಗಿದ್ದರೆಂದರೆ ತಮ್ಮಂತೆ ಇತರ ಬಡಮಕ್ಕಳು ಶಿಕ್ಷಣದಿಂದ ವಂಚಿತರಾಗಬಾರದು. ಅದಕ್ಕಾಗಿ ತಾನು ಏನಾದರೂ ಮಾಡಬೇಕು ಎಂದು ಯೋಚಿಸಿದರು. ಕಿತ್ತಳೆ ಹಣ್ಣಿನ ವ್ಯಾಪಾರಿ ಆದ ಅವರು ತಮ್ಮ ವ್ಯಾಪಾರದಲ್ಲಿ ಗಳಿಸಿದ ಹಣದಲ್ಲಿ ಉಳಿತಾಯ ಮಾಡಿದರು. ಊರಿನಲ್ಲಿ ತಮ್ಮಂತೆ ಯೋಜಿಸುವ ಜನರನ್ನು ಸಂಘಟಿಸಿದರು. ಚಿಕ್ಕ ಶಾಲೆಯನ್ನು ಪ್ರಾರಂಭಿಸಿಯೇ ಬಿಟ್ಟರು. ತಮ್ಮ ಪ್ರತಿದಿನದ ಮತ್ತು ಗಳಿಕೆಯ ಭಾಗವನ್ನು ಇದಕ್ಕಾಗಿ ಮೀಸಲಾಗಿಟ್ಟರು. ಇಂದು ಅದು ಮೆಟ್ರಿಕ್ವರೆಗೆ ಶಿಕ್ಷಣ ಕೊಡುವ ಶಾಲೆಯಾಗಿ ಸಾವಿರಾರು ಬಡವಿದ್ಯಾರ್ಥಿಗಳಿಗೆ ವಿದ್ಯೆಯ ತಾಣವಾಗಿದೆ. ಅವರ ಸೇವೆಗೆ ಪದ್ಮಶ್ರೀ ಪ್ರಶಸ್ತಿ ಬಂದಾಗ 'ನಿಮಗೆ ಹೇಗೆನಿಸುತ್ತದೆ?' ಎಂದು ಕೇಳಿದರೆ ಹರೇಕಳ ಹಾಜಬ್ಬ ಅವರು "ನಮ್ಮ ಮಕ್ಕಳಿಗಾಗಿ ಕಾಲೇಜು ಕಟ್ಟಿಸಬೇಕು" ಎಂದು ಧ್ಯೇಯ ಮಂತ್ರದಂತೆ ಹೇಳಿದರು. ಸ್ವತಃ ಶಿಕ್ಷಣದಿಂದ ವಂಚಿತರಾದ ಅವರು, ಆದರೆ ಮುಂದಿನ ಪೀಳಿಗೆ ಶಿಕ್ಷಣ ಪಡೆಯಲು

ತ್ಯಾಗ ಮಾಡಿದರು. ಅವರಿಗೆ ಪದ್ಮಪ್ರಶಸ್ತಿ ಸಿಕ್ಕ ಸುದ್ದಿ ಕೇಳಿ ಉಡುಪಿಯ ಸತೀಶ ಸುವರ್ಣ ಎನ್ನುವವರು ಹಾಜಬ್ಬರಲ್ಲಿಗೆ ಬಂದು ನಿಮ್ಮ ಶಾಲೆಗಾಗಿ ನನ್ನ ಕಿರುಕಾಣಿಕೆ ಸ್ವೀಕರಿಸಿ ಎಂದರು. ವೃತ್ತಿಯಲ್ಲಿ ಕ್ಷೌರಿಕರಾದ ಅವರು ತಮ್ಮ ಒಂದು ದಿನದ ಗಳಿಕೆಯಾದರೂ ೨೨೨೦ ನ್ನು ಶಾಲೆಗೆ ನೀಡಿ ಧನ್ಯನಾದೆನೆಂದು ಖುಷಿ ಪಟ್ಟರು.

ಇನ್ನೊಬ್ಬರು ಬಂಟ್ವಾಳ ತಾಲೂಕಿನ ಅಮೈ ಮಹಾಲಿಂಗ ನಾಯ್ಕ ಅವರು. ಅಶಿಕ್ಷಿತ, ಅನಕ್ಷರಸ್ಥ ಅಷ್ಟೇ ಏಕೆ ಆಧುನಿಕ ಕೃಷಿ, ಗೊಬ್ಬರ, ನೀರಾವರಿ ಅರಿಯದವರು. ರೈತನೆಂದರೆ ಬ್ಯಾಂಕಿನ ಸಾಲವಿದ್ದೇ ಇರುತ್ತದೆ. ಆದರೆ ಇವರು ಅದಕ್ಕೊಂದು ಅಪವಾದ. ಮತ್ತೊಬ್ಬರ ಹೊಲದಲ್ಲಿ ದುಡಿಯುತ್ತಿದ್ದ ಇವರಿಗೆ ಮಾಲೀಕರು ೨ ಎಕರೆ ಕಾಡು ಭೂಮಿಯನ್ನು ಬಿಟ್ಟು ಕೊಟ್ಟರು. ಪುಟ್ಟಗುಡ್ಡದಲ್ಲಿ ಸಮತಟ್ಟಾದ ಪ್ರದೇಶದಲ್ಲಿ ಗುಡಿಸಲು ಕಟ್ಟಿಕೊಂಡು ಕೃಷಿ ಪ್ರಾರಂಭಿಸಿದರು ಮಹಾಲಿಂಗ. ನೀರಿಗಾಗಿ ಸ್ವತಃ ತಾವೇ ಸುರಂಗ ತೋಡಿದರು. ೨೫ ಮೀ. ಆಳಹೋದರೂ ನೀರು ಸಿಗಲಿಲ್ಲ ಜನ ಅಪಹಾಸ್ಯ ಮಾಡಿದರು ನಿರಾಶೆಗೊಳ್ಳಲಿಲ್ಲ. ತಮ್ಮ ಏಕಾಂಗಿ ಪ್ರಯತ್ನವನ್ನು ಮುಂದುವರೆಸಿದರು. ೭೫ ಮೀ. ಆಳಕ್ಕೆ ಹೋದಾಗ ನೀರು ಚಿಮ್ಮಿತು. ಈ ರೀತಿ ಬೆಟ್ಟದ ಮೇಲೆ ೭ ಸುರಂಗಗಳನ್ನು ತೋಡಿದರು. ಅವರ ಭಗೀರಥ ಪ್ರಯತ್ನಕ್ಕೆ ಯಶಸ್ಸು ಸಿಕ್ಕಿತು. ಕುರುಚಲು ಕಾಡು ಹಸಿರು ಹೊನ್ನಾಯಿತು. ಈಗ ಹೇಳಿ ಯಾರು ನಿಜವಾದ ಸುಶಿಕ್ಷಿತರು? ಅಕ್ಷರ ಜ್ಞಾನ ಪಡೆದು, ಪದವಿಗಳಿಸಿ, ಸಮಾಜದ, ಕರದಾತರ ಹಣವನ್ನು ಕಬಳಸುವವರೋ? ಶಾಲೆಗೆ ಹೋಗದೇ, ಅಕ್ಷರ ಕಲಿಯದೇ ಸಮಾಜಕ್ಕಾಗಿ, ಬರುವ ಪೀಳಿಗೆಗಾಗಿ ತಮ್ಮ ಚಿಕ್ಕಪುಟ್ಟಗಳಿಕೆಯನ್ನೇ ತ್ಯಾಗಮಾಡಿದ ಹಾಜಬ್ಬರೇ? ಸ್ವಂತ ಪರಿಶ್ರಮದಿಂದ ಬದುಕು ಕಟ್ಟಿಕೊಂಡು ಸ್ವಾವಲಂಬಿಯಾಗಿ ಕೃಷಿಯಲ್ಲಿ ಹೊಸ ಹೊಸ ಪ್ರಯೋಗ ಮಾಡಿದ ಪ್ರಗತಿಪರ ಕೃಷಿಕ ಅಮೈ ಮಹಾಲಿಂಗ ನಾಯಕರೇ? ಸ್ವಂತದ ಸುಖಕ್ಕಾಗಿ ಬದುಕದೇ ಸಮಾಜದ ಒಳತಿಗಾಗಿ ಜೀವಿಸುವ ಮಾನವತೆಯ ಮೂರ್ತ ರೂಪರಾದ ಹರೇಕಳ ಹಾಜಬ್ಬ, ಅಮೈಮ ಹಾಲಿಂಗ ನಾಯ್ಕ ಅವರು ಅನಕ್ಷರಸ್ಥರಿರಬಹುದು ಆದರೆ ಅವರು ನಿಜವಾದ ಸುಶಿಕ್ಷಿತರು. ಸಮಾಜ ದ್ರೋಹಿ/ ರಾಷ್ಟ್ರದ್ರೋಹಿ ಕಾರ್ಯಗಳನ್ನು ಎಸಗುವಂತಹ ಪದವಿಧರರು ಕೇವಲ ಅಕ್ಷರಸ್ಥ ಸ್ವಾರ್ಥಿಗಳು. ಆದರೆ ಸುಶಿಕ್ಷಿತರಲ್ಲ! ಯೋಚನೆ ಮಾಡಬೇಕು ನಾವು ಏನಾಗಬೇಕು? ಅಕ್ಷರಸ್ಥ ಅಶಿಕ್ಷಿತರೋ? ಅಥವಾ ಅಕ್ಷರಸ್ಥ ಮತ್ತು ಸುಶಿಕ್ಷಿತರೋ?!

ಶಿಕ್ಷಣ ನೀತಿ ೨೦೨೦ಯ ಇದುವೇ ಆಗಿರಬೇಕು. ಕೌಶಲ್ಯಾಧಾರಿತ ಶಿಕ್ಷಣವನ್ನು ಸಾರ್ವತ್ರೀಕರಿಸಬೇಕು. ಅನುಭವ ಆಧಾರಿತ ಕಲಿಕೆಯಾಗಬೇಕು. ಸಮಾಜದ ದೇಶದ ಸಮಸ್ಯೆಗಳಿಗೆ ಪರಿಹಾರಕಂಡುಕೊಳ್ಳಲು ಅನುವಾಗುವ ಶಿಕ್ಷಣ ದೊರೆಯಬೇಕು. ಪದವೀಧರರು ತಮ್ಮ ಕಾಲ ಮೇಲೆ ತಾವು ನಿಂತುಕೊಳ್ಳಲು ಕಲಿಸುವ ಆತ್ಮನಿರ್ಭರ

ಶಿಕ್ಷಣಕೊಡಬೇಕು. ವಿದ್ಯಾಕಾಂಕ್ಷಿಗಳಿಗೆ ಅವರ ಅಸಕ್ತಿಯ/ ಆಯ್ಕೆಯ ವಿಷಯಗಳನ್ನು ಕಲಿಯಲು ಮುಕ್ತವಾದ ಅವಕಾಶವಿರಬೇಕು. ಕ್ರೀಡೆ, ಕಲೆಗಳೂ ಪಠ್ಯದಲ್ಲಿರಬೇಕು. ಬಹುಶಿಸ್ತೀಯ ಶಿಕ್ಷಣ, ಅನುಭವಾಧಾರಿತ, ಸಮಸ್ಯಾಪರಿಹಾರದ, ಕೌಶಲ್ಯಭರಿತ ಶಿಕ್ಷಣ ವ್ಯಾಪಕವಾಗಬೇಕು. ಅಂತರಾಷ್ಟ್ರೀಯ ಗುಣಮಟ್ಟದ, ಸಂಶೋಧನೆಗೆ ಪುಟ ಕೊಡುವ, ಭಾರತೀಯತೆಯನ್ನು ಪ್ರತಿಬಿಂಬಿಸುವ ಜ್ಞಾನ ದೊರೆಯಬೇಕು.

ಭಾರತೀಯ ವಿಶ್ವವಿದ್ಯಾಲಯದಿಂದ ಪದವಿಯನ್ನು ಗಳಿಸಿರುವ ಪದವೀಧರರು ಯಾರಿಗೂ ಕಡಿಮೆ ಇಲ್ಲ. ಜಗತ್ತಿನ ಯಾವುದೇ ಶ್ರೇಷ್ಠ ವಿಶ್ವವಿದ್ಯಾಲಯದ ಪದವೀಧರರಿಗೆ ಸರಿಸಮನಾಗಿ ಆತ್ಮವಿಶ್ವಾಸದಿಂದ ಎದೆ ಉಬ್ಬಿಸಿ ನಡೆಯಬೇಕು. 'ನಾನು ಪದವೀಧರ'ನೆಂದು ಹೆಮ್ಮೆಯಿಂದ ಹೇಳಿಕೊಳ್ಳಬೇಕು. ನಮ್ಮನ್ನು ಹೆತ್ತು, ಸಾಕಿ ಸಲುಹಿ, ವಿದ್ಯಾರ್ಜನೆ ಮಾಡಿಸಿದ ತಂದೆ-ತಾಯಿ-ಕುಟುಂಬಕ್ಕೆ ಋಣಿಯಾಗಿರಬೇಕು. ಕಲಿಸಿದ ಗುರುಗಳಿಗೆ, ಗುರುತಿಸಿದ ಸಮಾಜಕ್ಕೆ ಕೃತಜ್ಞರಾಗಿರಬೇಕು. ನಮ್ಮ ತನು-ಮನ-ಧನಗಳು ದೇಶಕ್ಕೆ ಸಮರ್ಪಿತವಾಗಬೇಕು.

ಜೀವನದಲ್ಲಿ ಯಶಸ್ವಿಯಾಗಲು, ಕೆಲಸ /ಉದ್ಯೋಗವನ್ನು ಗಳಿಸುವ ಅವಶ್ಯಕತೆ ಇದೆ. ಇದಕ್ಕಾಗಿ ತಮ್ಮ ತಮ್ಮ ಕ್ಷೇತ್ರಗಳಲ್ಲಿ ಅತ್ಯವಶ್ಯವಾದ ಜ್ಞಾನಗಳಿಸಿರಬೇಕು. ನಿಯಮಿತವಾಗಿ ಪುನರ್ಮನನ, ವಿಮರ್ಶೆ, ನವೀಕರಣ ಮಾಡುತ್ತಿರಬೇಕು. ತಿಳಿದು ಕೊಂಡಿದ್ದನ್ನು ಇನ್ನೊಬ್ಬರಿಗೆ ಮನವರಿಕೆ ಮಾಡಿಕೊಡಲು ಸಂವಹನ ಕಲೆಯನ್ನು ರೂಢಿಸಿಕೊಳ್ಳಬೇಕು. ಪ್ರದರ್ಶನ ಕಲೆಯನ್ನು ಕಲಿತುಕೊಳ್ಳಬೇಕು. ಎಲ್ಲಿ, ಯಾರಿಗೆ, ಎಷ್ಟನ್ನು, ಹೇಗೆ, ಯಾವಾಗ ಹೇಳಬೇಕೆನ್ನುವ ಕಲೆಯೇ ಸಂವಹನ ಕೌಶಲ್ಯ. ಆಧುನಿಕ ಮಾಹಿತಿ ತಂತ್ರಜ್ಞಾನದ ಈ ಕಾಲದಲ್ಲಿ ಇದು ಬಹಳ ಮುಖ್ಯವಾದದು. ಇದು ನಿರಂತರ ಪ್ರಯತ್ನ ಮತ್ತು ಅಭ್ಯಾಸದಿಂದ ಬರುವಂತಹದು. ಅನುಭವದಿಂದ ಗಳಿಸುವಂತಹದು. ಇದರ ಜೊತೆಗೆ ಕಲಿತದ್ದನ್ನು ಸದ್ಯದ ಪರಿಸ್ಥಿತಿಯಲ್ಲಿ ಸದ್ಯದ ಸಮಸ್ಯೆಗೆ ಅನ್ವಯಿಸುವಂತೆ ಹೇಗೆ ಉಪಯೋಗಿಸಬೇಕೆಂದು ತಿಳಿದಿರಬೇಕು. ಯಶ ಅಥವಾ ಅಪಯಶದ ನೈಜತೆ, ಪ್ರಮಾಣ, ಪ್ರಭಾವಗಳನ್ನು ಅಳೆದು ತೂಗುವ ವಿಶ್ಲೇಷಣಾತ್ಮಕ ಸ್ವಭಾವನ್ನು ಬೆಳೆಸಿಕೊಳ್ಳಬೇಕು. ಇದುವರೆಗೂ ಓದಿರುವುದು, ಕಲಿತಿರುವುದು ಬುನಾದಿ ಮಾತ್ರ. ಇದರ ಮೇಲೆ ಯಶಸ್ಸಿನ ಕಟ್ಟಡ ಕಟ್ಟಬೇಕು. ಒಂದೊಂದಾಗಿ ಇಟ್ಟಿಗೆ ಜೋಡಿಸುತ್ತಾ ಮುನ್ನಡೆಯಬೇಕು. ಹೀಗಾದಾಗ ಮಾತ್ರ ನಾವು ಕಲಿತಿರುವುದು ಮತ್ತು ನಿತ್ಯಜೀವನದಲ್ಲಿ ಮಾಡುವುದರ ಮಧ್ಯೆ ಅಂತರ ಕಡಿಮೆಯಾಗುತ್ತದೆ. ಕಲಿತುದರ ಪ್ರಸ್ತುತತೆ ಉಳಿಯುತ್ತದೆ. ಕಲಿತ ಪ್ರತಿಯೊಂದು ಸಂಗತಿಯೂ ಒಂದಲ್ಲ ಒಂದು ರೀತಿಯಲ್ಲಿ ಒಂದಲ್ಲ ಒಂದು ಸಮಯದಲ್ಲಿ ನಮ್ಮ ಉಪಯೋಗಕ್ಕೆ ಬಂದೇ ಬರುತ್ತದೆ.

ನವಪದವೀಧರರು ತಮ್ಮ career ಗಾಗಿ ಯೋಚಿಸುವುದು ನ್ಯಾಯ ಸಮ್ಮತವೇ. ಅದರ ಜೊತೆಗೆ ಅವರು ತಮ್ಮನ್ನು ಪೋಷಿಸಿರುವ ಸಮಾಜ ಮತ್ತು ದೇಶದ ಬಗೆಗೆ concern ಹೊಂದಬೇಕಾದದ್ದು ಅವಶ್ಯವಾಗಿದೆ. ತಮ್ಮ ಬಿಎ ಶಿಕ್ಷಣದ ನಂತರ ತಮಗೆ ಮನಸಿರದಿದ್ದರೂ ಸುಭಾಶ್ಚಂದ್ರಭೋಸ್ ಅವರು ತಂದೆಯ ಒತ್ತಾಸೆಗಾಗಿ ಇಂಗ್ಲೆಂಡಿಗೆ ICS ಮಾಡಲು ಹೋಗುತ್ತಾರೆ. ಸಾಮಾನ್ಯವಾಗಿ ಕನಿಷ್ಟ ೨ ವರ್ಷಗಳ ತರಬೇತಿ/ ಅಧ್ಯಯನ ಮಾಡಿ, ೨-೩ ಪ್ರಯತ್ನಗಳ ನಂತರ ಎಲ್ಲರೂ ICS ಪರೀಕ್ಷೆ ಪಾಸಾಗುತ್ತಿದ್ದರು. ಆದರೆ ಕೇವಲ ೮ ತಿಂಗಳ ಓದಿನ ನಂತರ ತಮ್ಮ ಮೊದಲ ಪ್ರಯತ್ನದಲ್ಲೇ ನಾಲ್ಕನೇ ರ್‍ಯಾಂಕಿನೊಂದಿಗೆ ಸುಭಾಶ್ಚಂದ್ರ ಬೋಸ್ ICS ಪಾಸಾಗುತ್ತಾರೆ. ಭಾರತಕ್ಕೆ ಮರಳಿದ ಕೂಡಲೇ ಕಲ್ಕತ್ತಾದ ಡೆಪ್ಯೂಟಿ ಕಲೆಕ್ಟರ್ ಹುದ್ದೆ ಅವರನ್ನು ಕೈ ಮಾಡಿ ಕರೆಯುತ್ತದೆ. ಇದಕ್ಕಿಂತ ಉತ್ತಮವಾದ ಹುದ್ದೆ/ಕರಿಯರ್ ಯಾವುದಿದೆ? ಆದರೆ ತನ್ನ ತಂದೆಯವರು ಕೊಟ್ಟ ಸವಾಲನ್ನು ಸ್ವೀಕರಿಸಿ ತಾನು ICS ಮಾಡಿದೇನೇ ಹೊರತು ಭಾರತಮಾತೆಗೆ ಸಂಕೋಲೆ ತೊಡೆಸಿರುವ ಬ್ರಿಟಿಷರ ಬೂಟು ನೆಕ್ಕುವ ಕೆಲಸ ಮಾಡಲಾರೆನೆಂದು ಸುಭಾಸಶ್ಚಂದ್ರ ಭೋಸ್ರು ಸ್ವಾಭಿಮಾನ ಮೆರೆಯುತ್ತಾರೆ. 'ದೇಶಮೊದಲು' ಎನ್ನುತ್ತಾರೆ. ಸ್ವಾತಂತ್ರ್ಯ ಹೋರಾಟಕ್ಕೆ ಧುಮುಕುತ್ತಾರೆ. ಇದು ಅವರಿಗೆ ದೇಶದ ಬಗ್ಗೆ ಇರುವ concern ತೋರಿಸುತ್ತದೆ. ಇಂತಹ ದೇಶ ಪ್ರೇಮವನ್ನು ದೇಶದ ಪ್ರಜೆಗಳು ಬೆಳೆಸಿಕೊಳ್ಳಬೇಕು. ಸಮಾಜದಿಂದ ಪಡೆದುಕೊಂಡದ್ದನ್ನು ಸಮಾಜಕ್ಕೆ ಹಿಂದಿರುಗಿಸುವ ಸಂಸ್ಕೃತಿಯನ್ನು ಅಳವಡಿಸಿ ಕೊಳ್ಳಬೇಕು. ಜಾತಿ-ಮತ-ಪ್ರದೇಶ, ಲಿಂಗ, ಬಡವ-ಬಲ್ಲಿದ ಈ ಎಲ್ಲ ಭೇದ-ಭಾವಗಳ ಆಚೆ ನಿಂತು ಮಾನವಿಯತೆಯನ್ನು ಮೆರೆಯಬೇಕು. ಮತ್ತೊಬ್ಬರು ನಮ್ಮನ್ನು ನೋಡಿ ಕಲಿಯುವಂತಹ, ಅನುಕರಣೀಯ ವ್ಯಕ್ತಿತ್ವ ನಮ್ಮದಾಗಬೇಕು.

ಅತ್ಯಂತ ಕಡಿಮೆ ವೆಚ್ಚದಲ್ಲಿ ಪದವಿಯನ್ನು ಯಶಸ್ವಿಯಾಗಿ ಪೂರೈಸಲು ಸರಕಾರ ಅಂದರೆ ಸಮಾಜ ಸಹಾಯ ಮಾಡಿದೆ. ಆ ಸಮಾಜದ ಋಣವನ್ನು ಪ್ರತಿಯೊಬ್ಬರೂ ತೀರಿಸಬೇಕು. ಗುರುದಕ್ಷಿಣೆಯನ್ನು ನೀಡಬೇಕು. ಅದು ಹೇಗೆ? ನಿಮ್ಮ ಪರಿವಾರದಲ್ಲೇ ಇರುವ ಅಥವಾ ಸುತ್ತಮುತ್ತಲಿನ ಮನೆಗಳಲ್ಲಿರುವ ಅಥವಾ ಹಳ್ಳಿಯಲ್ಲಿರುವ ಅನಕ್ಷರಸ್ಥರು ಮತ್ತು ಅಕ್ಷರಸ್ಥರು ಸುಶಿಕ್ಷಿತರಾಗುವಂತೆ ನೀವು ಪ್ರಯತ್ನಿಸಬೇಕು. ಹುಟ್ಟಿದ ಮನೆಗೆ, ಇರುವ ಊರಿಗೆ ಮತ್ತು ಜೀವನ ಕೊಟ್ಟ ತಾಯಿನಾಡಿಗೆ ಭಾರವಾಗದೇ ಬದುಕಬೇಕು. ಅದುವೇ ಪ್ರತಿಯೊಬ್ಬ ಪದವೀಧರನೂ ಕೊಡಬೇಕಾದ ನಿಜವಾದ ಗುರು ದಕ್ಷಿಣೆ.

೧೬. ನಿಷ್ಠೆಯೆಂದರೆ ಇಷ್ಟೇನಾ?!

ಚುನಾವಣೆಯ ಸಮಯ ವ್ಯಕ್ತಿಗಳ ನಿಷ್ಠೆಯನ್ನು ಒರೆಗೆ ಹಚ್ಚುವ ಪರ್ವಕಾಲ. ಪಕ್ಷಗಳಿಗೆಲ್ಲ ಇದು ಪರೀಕ್ಷೆಯ ಸಂದರ್ಭ. ಇಂದಿನ ರಾಜಕೀಯ ವ್ಯಕ್ತಿಗಳಿಗೆ ತಾವು ಬಯಸಿದಂತೆ ಸ್ಥಾನ-ಮಾನ, ಟಿಕೆಟ್ ಸಿಕ್ಕರೆ ಅವರದು ಅಲುಗಾಡದ ನಿಷ್ಠೆ ಮತ್ತು ಬದ್ಧತೆ! ಅದರಲ್ಲಿ ಏನಾದರೂ ವ್ಯತ್ಯಾಸವಾದರೆ ಅದು ಅವರಿಗೆ ಉಸಿರುಗಟ್ಟುವ ವಾತಾವರಣ. ಆಗ ಅವರು ಬೇರೆ ಬೇರೆ ಪಕ್ಷಗಳಿಗೆ ಜಿಗಿಯುತ್ತಾರೆ. ಅದು ಅವರೇ ಹೇಳುವಂತೆ "ಮರಳಿ ಮನೆಗೆ ಹೋದಂತೆ", "ತವರು ಮನೆಗೆ ತೆರಳಿದಂತೆ"! ಇದು ನಿಷ್ಠೆಯೆಂದರೆ ಇಷ್ಟೆನಾ ಎನ್ನುವಂತಾಗಿದೆ. ಅಂತೂ ಇದು ನಾಯಕರುಗಳಿಗೆ, ಹಾಲಿ ಮತ್ತು ಮಾಜಿ ಶಾಸಕರಿಗೆ, ಈ ಹಿಂದೆ ಸೋತು ಈಗ ಜಯ ಸಾಧಿಸುವ ಹುಮ್ಮಸ್ಸಿನಲ್ಲಿರುವ ಅಭ್ಯರ್ಥಿಗಳ ನಿಷ್ಠೆಗೆ ಒಂದು ದೊಡ್ಡ ಅಗ್ನಿ ಪರೀಕ್ಷೆ. ಅಸಂತಷ್ಟರು ಬೇರೆ ಬೇರೆ ಪಕ್ಷಗಳಿಗೆ ನಿಷ್ಠಾಂತರ ಮಾಡುತ್ತಾರೆ. ಗುಳೆ ಹೋದ ಮತದಾರರು ಮರಳಿ ತಮ್ಮ ಊರಿಗೆ ಬಂದು, ಮತದಾನ ಮಾಡಿ ಪ್ರಜಾಪ್ರಭುತ್ವಕ್ಕೆ ತಮ್ಮ ನಿಷ್ಠೆಯನ್ನು ವ್ಯಕ್ತ ಪಡಿಸುತ್ತಾರೆ.

ದಶರಥನು ಕೈಕೆಯಿಗೆ ಕೊಟ್ಟ ವಚನಕ್ಕೆ ನಿಷ್ಠನಾಗಿ ಶ್ರೀ ರಾಮಚಂದ್ರನು ವನವಾಸಕ್ಕೆ ಹೋದನು. ಗಂಡನಿಗೆ ನಿಷ್ಠಳಾಗಿ ಅದೇ ತಾನೆ ಮದುವೆಯಾದ ಸೀತೆ ನಾರು ಬಟ್ಟೆ ತೊಟ್ಟಳು. ಬಯಸದೇ ಬಂದ ಅಯೋಧ್ಯೆಯ ಸಿಂಹಾಸನ ಭಾಗ್ಯವನ್ನು ಕಿಂಚಿತ್ತೂ ಯೋಚಿಸದೇ ತಿರಸ್ಕರಿಸಿದ ಭರತನು ತಾಯಿ ನಿಷ್ಠೆಗಿಂತ ಭ್ರಾತೃ ನಿಷ್ಠೆಯನ್ನು ಮೆರೆದನು. ರಾಮನ ಅನುಪಸ್ಥಿತಿಯಲ್ಲಿ ಅವನ ಪಾದುಕೆಗಳನ್ನು ಸಾಕ್ಷಿಯಾಗಿಟ್ಟುಕೊಂಡು ರಾಮನ ಹೆಸರಿನಲ್ಲೇ ರಾಜ್ಯವಾಳಿ ಪಾದುಕಾನಿಷ್ಠೆ (ಶ್ರೀ ರಾಮ ನಿಷ್ಠೆ) ಯನ್ನು ವ್ಯಕ್ತಪಡಿಸಿದನು. ತನ್ನ ಸೋದರನಲ್ಲಿದ್ದ ನಿಷ್ಠೆಯಿಂದ ಲಕ್ಷ್ಮಣನು ತನ್ನ ಪತ್ನಿಯನ್ನು ಆಯೋಧ್ಯೆಯಲ್ಲಿ ಬಿಟ್ಟು ಶ್ರೀ ರಾಮ-ಜಾನಕಿ ಜೊತೆಗೆ ಅವರ ಬೆಂಗಾವಲಾಗಿ ೧೪ ವರ್ಷ ವನವಾಸವನ್ನು ಅನುಭವಿಸಿದನು. ಜೀವನವಿಡೀ ಅಣ್ಣ ರಾವಣನಿಗೆ ವಿಧೇಯನಾಗಿದ್ದ ವಿಭೀಷಣನು

ಯುದ್ಧದ ಸಮಯದಲ್ಲಿ ತನ್ನ ನಿಷ್ಠೆಯನ್ನು ಬದಲಿಸುತ್ತಾನೆ. ಸೀತಾಪಹರಣವನ್ನು ವಿರೋಧಿಸಿ ಧರ್ಮದ ಪರವಾಗಿ ಶ್ರೀ ರಾಮನ ಹತ್ತಿರ ಸರಿಯುತ್ತಾನೆ ಧರ್ಮನಿಷ್ಠನಾಗುತ್ತಾನೆ.

ಮಹಾಭಾರತದ ದೇವವೃತನು ತಂದೆಗಾಗಿ ಭೀಷ್ಮ ಪ್ರತಿಜ್ಞೆಗೈದು ತನ್ನ ಜೀವಿತದ ಕೊನೆಯವರೆಗೂ ಹಸ್ತಿನಾಪುರಕ್ಕೆ ಮತ್ತು ಕುರುವಂಶಕ್ಕೆ ನಿಷ್ಠನಾಗಿರುವುದಾಗಿ ಹೇಳುತ್ತಾನೆ. ಅದಕ್ಕಾಗಿ ಕುರುಕ್ಷೇತ್ರದಲ್ಲಿ ಅಧರ್ಮದ ಸಂಕೇತವಾಗಿದ್ದ ದುರ್ಯೋಧನನ ಪರವಾಗಿ ಅನಿವಾರ್ಯವಾಗಿ ನಿಲ್ಲಬೇಕಾಗುತ್ತದೆ. ಧರ್ಮಜನಿಗೆ ನಿಷ್ಠರಾದ ಉಳಿದ ಪಾಂಡವರು ಮತ್ತು ದ್ರೌಪದಿಯು ಪಗಡೆ ಆಟದ ಪಣಕ್ಕಿಟ್ಟ ದಾಳವಾದರು. ತಮ್ಮ ಹೃದಯಕ್ಕೆ ಹತ್ತಿರವಾಗಿದ್ದ ಶ್ರೀ ಕೃಷ್ಣ ಮತ್ತು ಪಾಂಡವರ ವಿರುದ್ಧ ಬಿಲ್ಲು ಹಿಡಿಯ ಬೇಕಾಗಿ ಬಂದರೂ ಭೀಷ್ಮ ಪಿತಾಮಹನು ಹಸ್ತಿನಾಪುರ ಮತ್ತು ಕುರುವಂಶದ ನಿಷ್ಠೆಯನ್ನು ಬದಲಿಸಲಿಲ್ಲ. ಅದೇ ರೀತಿ ದ್ರೋಣ, ಕೃಪ ಮುಂತಾದವರು ತಮಗೆ ಅನ್ನ ಮತ್ತು ಸ್ಥಾನಮಾನ ಕೊಟ್ಟ ಧೃತರಾಷ್ಟ್ರ ಪುತ್ರನಿಗೆ ನಿಷ್ಠೆಯನ್ನು ವ್ಯಕ್ತಪಡಿಸುತ್ತಾರೆ. ಅವರೆಲ್ಲ ಅಧರ್ಮದ ವಿರೋಧಿಗಳಾಗಿದ್ದರು ಅವರ ನಿಷ್ಠೆಯು ಅವರನ್ನು ಅಧರ್ಮ/ಅನ್ಯಾಯದ ಪರವಹಿಸುವಂತೆ ಮಾಡಿತು.

ಗುಜರಾತಿನಲ್ಲಿ ಜನತೆ ಒಂದು ರಾಜಕೀಯ ಪಕ್ಷದಲ್ಲಿ ನಿಷ್ಠೆಯನ್ನು ಸತತವಾಗಿ ೬ ಚುನಾವಣೆಗಳಲ್ಲಿ ಅಂದರೆ ೩೦ ವರ್ಷದಿಂದ ತೋರಿದೆ. ಇದೇ ಸಂಗತಿ ಹಿಂದೆ ಪಶ್ಚಿಮ ಬಂಗಾಳದಲ್ಲಿಯೂ ಕಂಡುಬಂದಿತ್ತು. ಆಡಳಿತ ವಿರೋಧಿ ಅಲೆ ಇಲ್ಲಿ ಏಳಲೇ ಇಲ್ಲ. ಹಲವಾರು ರಾಜ್ಯಗಳಲ್ಲಿ ದೇಶಗಳಲ್ಲಿ ಪ್ರತಿ ಚುನಾವಣೆಯಲ್ಲಿ ಪಕ್ಷಗಳನ್ನು ಅಥವಾ ವ್ಯಕ್ತಿಗಳನ್ನು ಬದಲಿಸುವ ಪರಿಪಾಠವಿದೆ. ಇದು ಕೂಡ ಒಂದು ರೀತಿಯ ನಿಯಮಿತ ನಿಷ್ಠಾಂತರ! ಎರಡನೇ ಉಕ್ಕಿನ ಮನುಷ್ಯನೆಂದು ಕರೆಯಲ್ಪಟ್ಟ ಲಾಲ ಕೃಷ್ಣ ಅಢ್ವಾನಿ ಮತ್ತು ಮುರಳಿ ಮನೋಹರ ಜೋಶಿ ಅವರುಗಳು ಅಧಿಕಾರದಿಂದ ವಂಚಿತರಾಗಿ ಪಕ್ಕಕ್ಕೆ ತಳ್ಳಲ್ಪಟ್ಟರೂ ವಿಚಲಿತರಾಗದೇ ಪಕ್ಷ ನಿಷ್ಠೆಗೇ ಕಟ್ಟುಬಿದ್ದಿದ್ದಾರೆ. ರಾಜಕೀಯದಲ್ಲಿ ವೈರಿಗಳೂ ಅಷ್ಟೇ ಮಿತ್ರರೂ ಅಷ್ಟೇ. ಯಾರೂ ಶಾಶ್ವತವಲ್ಲ. ತಮ್ಮ ಅನುಕೂಲಕ್ಕೆ ತಕ್ಕಂತೆ ನಿಷ್ಠೆ ಬದಲಿಸುವ ಈ ವರ್ತನೆಯು ನಿಷ್ಠೆ ಎಂಬ ಪದಕ್ಕೇ ಒಂದು ಅಪಚಾರ. ಅದು ಅಧಿಕಾರ ನಿಷ್ಠೆ.

ನಿಷ್ಠೆ ಮತ್ತು ನಿಯತ್ತಿಗೇ ಇನ್ನೊಂದು ಹೆಸರು ನಾಯಿ. ಅದರ ಸ್ವಾಮಿ ನಿಷ್ಠೆಗೆ ಸಮಾನವಾದುದು ಮತ್ತೊಂದಿಲ್ಲ. ತನ್ನನ್ನು ಸಾಕಿದ ಪಾಲಕನು ಮೃತನಾದರೂ ಈ ಮೂಕ ಪ್ರಾಣಿ ತನ್ನ ಮಾಲಿಕನನ್ನು ಮರೆಯುವುದಿಲ್ಲ. ಸುಖ-ದುಃಖಗಳಲ್ಲೂ ಮನೆ

ಮಂದಿಯೊಂದಿಗೆ ಭಾವನಾತ್ಮಕವಾಗಿ ಸ್ಪಂಧಿಸುವ ನಾಯಿ, ಬೆಕ್ಕು, ಹಸು, ಕುದುರೆ ಇತ್ಯಾದಿ ಸಾಕು ಪ್ರಾಣಿಗಳದು ಅಚಲವಾದ ನಿಷ್ಠೆ. ಮದುವೆಗೆ ಮೊದಲು ಹುಟ್ಟಿದ ಮನೆಗೆ ನಿಷ್ಠರಾಗಿರುವ ಹೆಣ್ಣು ಮಗಳು ಮದುವೆಯ ನಂತರ ತನ್ನ ಗಂಡನ ಮನೆಗೆ ನಿಷ್ಠಳಾಗಿರುತ್ತಾಳೆ. ಕಷ್ಟದ ಸಮಯದಲ್ಲಿ ತವರಿನ ನೆನಪಾದರೂ ನಿಷ್ಠೆ ಮಾತ್ರ ಕೊಟ್ಟ ಮನೆಗೇ.

ಈ ಮೊದಲು ಒಂದೆಡೆ ಕೆಲಸಕ್ಕೆ ಸೇರಿದವರು ಕೊನೆಯವರೆಗೂ, ಅಂದರೆ ನಿವೃತ್ತಿ ಆಗುವವರೆಗೂ ಅದೇ ಸಂಸ್ಥೆಗೆ ನಿಷ್ಠರಾಗಿರುತ್ತಿದ್ದರು. ಆದರೆ ಇಂದು ಹಾಗಿಲ್ಲ. ಪ್ರತಿ ಆರು ತಿಂಗಳು/ವರುಷಕ್ಕೊಮ್ಮೆ ತಮ್ಮ ನೌಕರಿಯನ್ನು ಬದಲಿಸುವವರಿದ್ದಾರೆ. ಒಂದಿಷ್ಟು ಹೆಚ್ಚಿನ ಸಂಬಳ, ಅಧಿಕಾರ ಅಥವಾ ಸವಲತ್ತು ಸಿಕ್ಕರೆ ಸಾಕು, ಬದಲಾವಣೆಗೆ ತುದಿಗಾಲ ಮೇಲೆ ನಿಂತವರೇ ಹೆಚ್ಚು. ಅವರನ್ನೇ ನಂಬಿ ತಗೆದುಕೊಂಡ ಪ್ರಾಜೆಕ್ಟಳು ನಿಂತು ಹೋಗಿ ಕಂಪನಿಗಳು ಬಂದ್ ಆದ ಸಂದರ್ಭಗಳೂ ಇವೆ. ಹೀಗಾಗಿ ಇತ್ತೀಚೆಗೆ ಕಂಪನಿಗಳು ಸಂದರ್ಶನದ ಸಂದರ್ಭದಲ್ಲಿ ಅಭ್ಯರ್ಥಿಯ ನಿರಂತರತೆ (Consistency) ಯನ್ನು ಕೂಡ ಗಮನಿಸುತ್ತಿವೆ.

ಬಹುಜನರ, ಸಮಾಜದ/ದೇಶದ ಒಳಿತಿಗಾಗಿ ಮತ್ತು ಮಾನವೀಯತೆಯ ಕಾರಣಕ್ಕಾಗಿ ನಿಷ್ಠೆ ಬದಲಿಸಿದರೆ ತಪ್ಪಿಲ್ಲ. ಆದರೆ ಹಣ ಅಧಿಕಾರದ ಆಸೆಗಾಗಿ ತಮ್ಮನ್ನು ಬೆಳೆಸಿದ ಜನ, ಪಕ್ಷದ ಮನಸ್ಸಿಗೆ ವಿರುದ್ಧವಾಗಿ ದಂಗೆ ಏಳುವುದು ಅತೀ ಸ್ವಾರ್ಥದ ಲಕ್ಷಣ. ಹಲವಾರು ಸಲ ಲಾಭ ಪಡೆದು ಇನ್ನೂ ತಮಗೇ ಸೀಟು ಇರಬೇಕೆನ್ನುವರು, ಯಾವಾಗಲೂ ತಮಗೇ ತಮ್ಮ ಸಂಬಂಧಿಕರು ಮತ್ತು ಹಿಂಬಾಲಕರಿಗೇ ಅಧಿಕಾರ ಬೇಕು ಎನ್ನುವುದಾದರೆ ಅವರಷ್ಟೇ ಒಂದೊಂದು ಸಲ ಅವರಿಗಿಂತಲೂ ನಿಷ್ಠೆಯಿಂದ ಹತ್ತಾರು ವರ್ಷಗಳಿಂದ ದುಡಿದ ಉಳಿದವರ ಗತಿಯೇನು? ಅವರಿಗೂ ಅವಕಾಶ ಕೊಡಬೇಕಲ್ಲವೇ? ಅವರ ನಿಷ್ಠೆಗೆ ಬೆಲೆ ಇಲ್ಲವೇ?

ನೇಪಾಳಿ ಗೂರ್ಕಗಳು ಈ ಮೊದಲು ತಮ್ಮ ನಿಯತ್ತಿಗೆ ಹೆಸರುವಾಸಿಯಾಗಿದ್ದರು. ಬೆಂಗಳೂರಿನಂತಹ ಮೇಗಾಸಿಟಿಗಳಲ್ಲಿ, ಬೃಹನ್ನಗರಗಳಲ್ಲಿ, ಮನೆ-ಕಚೇರಿ, ಅಪಾರ್ಟಮೆಂಟ್, ಬಂಗ್ಲೋ, ಗೊಡೌನ್ಗಳ ಕಾವಲಿಗೆ ಹೆಚ್ಚಾಗಿ ಅವರನ್ನೇ ನೇಮಿಸಲಾಗುತ್ತಿತ್ತು. ಆದರೆ ಇತ್ತೀಚಿನ ಕೆಲ ಘಟನೆಗಳು ಆ ವಿಶ್ವಾಸವನ್ನು ಅಲುಗಾಡಿಸಿವೆ. ನಂಬಿದ ಕಾವಲುಗಾರರೇ ಅನ್ನ ಹಾಕಿದ ಮನೆಗೆ ಕನ್ನ ಹಾಕಿದ, ವೃದ್ಧ ಮಾಲಿಕರನ್ನು ಕೊಲೆ ಮಾಡಿದ ಅಥವಾ ಲೂಟಿಕಾರರಿಗೆ ಮಾಹಿತಿ ಕೊಟ್ಟು ಸಹಕರಿಸಿದ ಅನೇಕ ಪ್ರಸಂಗಗಳಿವೆ. ಇವೆಲ್ಲ ಕಾರಣಗಳಿಂದ ಕಾವಲುಗಾರರ ಸ್ವಾಮಿ ನಿಷ್ಠೆಯನ್ನು ಪ್ರಶ್ನಿಸುವಂತಾಗಿದೆ.

ವ್ಯಾಪಾರಿಗಳಿಗೆ ಇರಬೇಕಾದ ಗ್ರಾಹಕ ನಿಷ್ಠೆ, ಮನೆಗೆಲಸದವರಿಗಿರಬೇಕಾದ ಸೇವಕನಿಷ್ಠೆಗಳು ಅವರಾಡುವ ಮೋಸದಾಟಗಳಿಂದ ದ್ರೋಹ ಬಗೆಯುತ್ತಿದ್ದಾರೆ. ಆದರೆ ನೂರಾರು ವರ್ಷಗಳಿಂದ ಕೋಟಿ ಕೋಟಿ ಗ್ರಾಹಕರ ವಿಶ್ವಾಸ ಉಳಿಸಿಕೊಂಡ ಟಾಟಾ, ಹರ್ಕ್ಯೂಲಸ್, ಪಾರ್ಕರ್, ಆಪಲ್, ಮೋಟೋರೋಲಾ, ಜಿಇ, ಜನರಲ್ ಮೋಟಾರ್ಸ್ ಮತ್ತು ಇಂಡಿಗೋ ಮುಂತಾದ ಕಂಪನಿಗಳೂ ಆದರ್ಶವಾಗಿ ನಮ್ಮ ಮುಂದೆ ಇವೆ.

ತಮ್ಮ ಸಾಧನೆಗಾಗಿ ನಿಷ್ಠೆಯನ್ನು ಬದಲಿಸುವುದು ಮಹಾತ್ವಾಕಾಂಕ್ಷೆಯ ಸಂಕೇತವಾಗುತ್ತದೆ. ತಮ್ಮ ವೈಯುಕ್ತಿಕ ಆಶೋತ್ತರಗಳನ್ನು ಬದಿಗೊತ್ತಿ ಎಂಥಹ ಸಂದರ್ಭಗಳಲ್ಲೂ ನಿಷ್ಠೆಯನ್ನು ಬದಲಿಸದಿರುವುದು ತ್ಯಾಗದ ಸಂಕೇತವಾಗಿರುತ್ತದೆ. ವಿಶ್ವಾಸ ಸಂಬಂಧಗಳನ್ನು ಉಳಿಸಿಕೊಳ್ಳುವ ಪ್ರಯತ್ನವಾಗಿರುತ್ತದೆ. ಇದ್ದುದರಲ್ಲೇ ತೃಪ್ತಿ ಪಡುವ ಹೊಂದಾಣಿಕೆ ಆಗಿರುತ್ತದೆ. ಸಂಬಂಧಗಳನ್ನೂ ಕಳಚಿ, ಮತ್ತೊಬ್ಬರ ಭಾವನೆಗಳನ್ನು ಧಿಕ್ಕರಿಸಿ ಮಾಡುವ ಸಾಧನೆಯಿಂದ ಸಿಗುವುದು ತಾತ್ಕಾಲಿಕ ವೈಯಕ್ತಿಕ ಸುಖ ಮಾತ್ರ. ಆದರೆ ಬದಲಾಗದ ನಿಷ್ಠೆ ಒಂದು ಮೌಲ್ಯವಾಗಿ ಅಂತಹ ಮನುಷ್ಯನು ತತ್ವ ಬದ್ಧನೆಂದು ಎನಿಸಿಕೊಳ್ಳುತ್ತಾನೆ. ನಮ್ಮ ಆದ್ಯತೆ ಯಾವುದಕ್ಕೆ ಎನ್ನುವುದರ ಮೇಲೆ ಇದು ಅವಲಂಬಿಸಿದೆ. ಎಂತಹ ಪರೀಕ್ಷೆಯ ಕಷ್ಟಕಾಲದಲ್ಲಿಯೂ ಮತ್ತೊಬ್ಬರ ವಿಶ್ವಾಸವನ್ನು ಕಳೆದುಕೊಳ್ಳದ, ಮತ್ತೊಬ್ಬರು ಗಾಢವಾಗಿ ನಂಬಿರುವ ನಮ್ಮ ವರ್ತನೆಯೇ ನಿಷ್ಠೆ. ಆ ಭರವಸೆಯನ್ನು ಉಳಿಸಿಕೊಳ್ಳುವ ಶಕ್ತಿ, ಸಾಮರ್ಥ್ಯಗಳನ್ನು ಸದಾಕಾಲಕ್ಕೂ ಉಳಿಸಿಕೊಂಡವರೇ ನಿಷ್ಠಾವಂತರು.

೧೭. ನ್ಯಾಯ ನಿಷ್ಠುರತೆ

ಇತ್ತೀಚೆಗೆ ಶಾಸಕಾಂಗ–ನ್ಯಾಯಾಂಗಗಳ ನಡುವಿನ ವಾಕ್ ಸಮರ ಸುದ್ದಿಯಾಗುತ್ತಿದೆ. ಕೊಲಿಜಿಯಂನಂತಹ ನ್ಯಾಯಾಧೀಶರ ನೇಮಕ ವ್ಯವಸ್ಥೆ ಮತ್ತು ರಾಷ್ಟ್ರೀಯ ಭದ್ರತಾ ವಿಷಯಗಳಂತಹ ಗಂಭೀರ ಮಾಹಿತಿಗಳ ಗೌಪ್ಯತೆ ಕಾಯುವಿಕೆ – ಇವು ವಾಗ್ಯುದ್ಧಕ್ಕೆ ಕಾರಣಗಳು. ಕೇಂದ್ರದ ಕಾನೂನು ಸಚಿವರಾದ ಶ್ರೀ ಕಿರಣ್ ರಿಜಿಜು ಅವರು ಈ ಎರಡು ವಿಷಯಗಳನ್ನು ಕುರಿತು ತಮ್ಮ ಅನಿಸಿಕೆಗಳನ್ನು ಸಾರ್ವಜನಿಕವಾಗಿ ವ್ಯಕ್ತಪಡಿಸಿದ್ದಾರೆ. ಹೊರನೋಟಕ್ಕೆ ಇದು ಶಾಸಕಾಂಗವು ನ್ಯಾಯಾಂಗದ ವ್ಯವಹಾರದಲ್ಲಿ ಅನವಶ್ಯಕವಾಗಿ ಮೂಗು ತೂರಿಸುವುದಾಗಿದೆ ಎಂದೆನಿಸಿದರೂ ಅವರ ಮಾತುಗಳಲ್ಲಿಯೂ ಅಡಗಿರಬಹುದಾದ ಗಂಭೀರ ಚಿಂತನೆಯನ್ನು ಪರಿಗಣಿಸಬೇಕಾಗುತ್ತದೆ. ಪ್ರಜಾಪ್ರಭುತ್ವದ ಮೂಲ ಆಶಯವು ಪ್ರತಿಯೊಬ್ಬರ ಅಧಿಕಾರ ಹಕ್ಕುಗಳನ್ನು ರಕ್ಷಿಸುವುದೇ ಆಗಿರುತ್ತದೆ. ಅದರಂತೆ ಶಾಸಕಾಂಗ, ಕಾರ್ಯಾಂಗ ಮತ್ತು ನ್ಯಾಯಾಂಗಗಳಲ್ಲಿ ಒಂದು ಸಮತೋಲನದ ಅಧಿಕಾರ ಹಂಚಿಕೆಯಾಗಬೇಕು. ಯಾರೊಬ್ಬರಿಗೂ ನಿರಂಕುಶ ಅಧಿಕಾರವಿರಬಾರದು. ಏಕೆಂದರೆ ಪರಮಾಧಿಕಾರವು ಭ್ರಷ್ಟತೆಗೆ ರಹದಾರಿ ಮಾಡಿಕೊಡುತ್ತದೆ. ಇದು ಎಲ್ಲರಿಗೂ ಎಲ್ಲ ಕಾಲಗಳಲ್ಲೂ ಅಸಮನಾಗೇ ಅನ್ವಯಿಸುತ್ತದೆ.

ಸಂವಿಧಾನದ ಪ್ರಕಾರ ಎಲ್ಲರೂ ಒಂದೇ. ಅದು ಸಾಮಾನ್ಯ ನಾಗರಿಕನಾಗಿರಬಹುದು, ರಾಷ್ಟ್ರಪತಿಯಾಗಿರಬಹುದು ಅಥವಾ ಸರ್ವೋಚ್ಚ ನ್ಯಾಯಾಲಯದ ಮುಖ್ಯ ನ್ಯಾಯಾಧೀಶರಾಗಿರಬಹುದು. ಸಂವಿಧಾನಕ್ಕಿಂತ ಮಿಗಿಲಾದವರು ಯಾರೂ ಇಲ್ಲ. ಕೊಲಿಜಿಯಂನಲ್ಲಿ ಈಗ ಕೇವಲ ನ್ಯಾಯಾಧೀಶರಿಗೆ ಮಾತ್ರ ಅವಕಾಶವಿದೆ. ಅದಕ್ಕೇಕೆ ಅಷ್ಟೊಂದು ಮಿತಿ ಮೀರಿದ ಅಧಿಕಾರ? ಕೊಲಿಜಿಯಂನಲ್ಲಿ ಜನಪ್ರತಿನಿಧಿಗಳಿಗೇಕೆ ಪ್ರಾತಿನಿಧ್ಯವಿಲ್ಲ? ಈ ಹಿನ್ನಲೆಯಲ್ಲಿ ಬಹುಶಃ ಸಚಿವರು ಈ ಪ್ರಶ್ನೆಗಳನ್ನು ಎತ್ತಿರಬಹುದು. ಸಾಮಾನ್ಯವಾಗಿ ದೇಶದ ಸುಭದ್ರತೆ, ಸಂರಕ್ಷಣೆ ವಿಷಯಗಳನ್ನು ಗೌಪ್ಯವಿಡಬೇಕಾಗುತ್ತದೆ.

ಅದನ್ನು ಪಾರದರ್ಶಕತೆಯ ಹೆಸರಿನಲ್ಲಿ ಜಗಜ್ಜಾಹೀರು ಮಾಡಬೇಕಿಲ್ಲ. ಹಾಗೊಂದು ವೇಳೆ ಇಂತಹ ಸಂಗತಿ ಬಹಿರಂಗ ಮಾಡಿದ್ದೇ ಆದರೆ ವೈರೀ ದೇಶಗಳಿಂದ ಮತ್ತು ಹಣಕ್ಕಾಗಿ ತಮ್ಮನ್ನು ತಾವು ಮಾರಿಕೊಳ್ಳುವ ಸ್ವಾರ್ಥಿಗಳಿಂದ ದೇಶದ ಭದ್ರತೆಯು ಅಪಾಯಕ್ಕೆ ಸಿಲುಕುವ ಸಾಧ್ಯತೆ ಇರುತ್ತದೆ. ಹೀಗಾಗಿ ಇಂತಹ ವಿಷಯಗಳನ್ನು ಕುರಿತಂತೆ ಸಾರ್ವಜನಿಕರು, ಕಾನೂನು ತಜ್ಞರು, ಸಂವಿಧಾನ ವಿಶೇಜ್ಞರು, ನ್ಯಾಯಧೀಶರುಗಳು, ಶಾಸನ ಕತೃಗಳು, ಕಾರ್ಯಾಂಗದ ನಿಪುಣರು ಎಲ್ಲರ ಮಧ್ಯದಲ್ಲಿ ವಿಸ್ತೃತವಾಗಿ ತರ್ಕ-ವಿತರ್ಕ ನಡೆಯಬೇಕು. ಆಡಳಿತದಲ್ಲಿ ಪಾರದರ್ಶಕತೆಯನ್ನು ಕಾಯ್ದುಕೊಂಡು, ರಾಷ್ಟ್ರದ ಭದ್ರತೆಯನ್ನು ಉಳಿಸಿಕೊಂಡು ಕಾನೂನಿನ ಇತಿಮಿತಿಗಳ ಒಳಗೆ ಯಾವುದನ್ನು, ಎಷ್ಟರಮಟ್ಟಿಗೆ, ಮುಕ್ತವಾಗಿಸಬೇಕು ಮತ್ತು ಯಾವುದನ್ನು ಗೌಪ್ಯವಾಗಿರಿಸಬೇಕು ಎಂದು ನಿರ್ಧರಿಸುವುದು ಒಳಿತು.

ಪೌರಾಣಿಕ, ಐತಿಹಾಸಿಕ ಕಾಲಗಳಲ್ಲಿ ಸಂಬಂಧಗಳನ್ನು ಮೀರಿ ನ್ಯಾಯ ನಿಷ್ಠುರತೆ ಮೆರೆದಿದೆ. ಸೀತೆಯನ್ನು ಅಪಹರಿಸಿಕೊಂಡು ಲಂಕೆಗೆ ಕರೆದೊಯ್ದ ರಾವಣನ ಕೃತಿಯನ್ನು ಸೋದರ ವಿಭೀಷಣ ವಿರೋಧಿಸುತ್ತಾನೆ. ಸೋದರ ಮತ್ತು ನ್ಯಾಯದ ಮಧ್ಯೆ ಆಯ್ಕೆ ಮಾಡಬೇಕಾಗಿ ಬಂದಾಗ ನ್ಯಾಯದ ಜೊತೆಗೇ ನಿಲ್ಲುತ್ತಾನೆ. ತನ್ನ ಸಾಮ್ರಾಜ್ಯದ ಪ್ರಜೆಯೇ ಆದ ಅಗಸನೊಬ್ಬನ ಮೂದಲಿಕೆಯನ್ನು ಕೇಳಿ ಶ್ರೀ ರಾಮಚಂದ್ರನು ತುಂಬು ಗರ್ಭಿಣಿಯಾದ ಸೀತೆಯನ್ನು ಕಾಡಿಗಟ್ಟುತ್ತಾನೆ. ಅಗ್ನಿ ಪರೀಕ್ಷೆಗೊಳಗಾಗುವಂತೆ ಮಾಡುತ್ತಾನೆ. ದುರುಳ ಸೋದರ ಮಾವನಾದ ಕಂಸನನ್ನು ಎಳೆಯ ಶ್ರೀ ಕೃಷ್ಣ ಸಂಹರಿಸುತ್ತಾನೆ. ಪ್ರಹ್ಲಾದ ಸ್ವತಃ ತಂದೆಯನ್ನು ಎದಿರು ಹಾಕಿ ಕೊಳ್ಳುತ್ತಾನೆ. ಮಹಾಭಾರತದಲ್ಲಂತೂ ಭರತ ವರ್ಷದ ಎಲ್ಲ ರಾಜರುಗಳು, ದಾಯಾದಿಗಳು, ಬೀಗರು, ಸ್ನೇಹಿತರು, ನೆರೆಹೊರೆಯವರು, ಸಂಬಂಧಿಕರೆನ್ನದೇ ಧರ್ಮಾಧರ್ಮಗಳ ಕಾರಣಕ್ಕಾಗಿ ಎರಡು ಗುಂಪುಗಳಾಗುತ್ತಾರೆ.

ಶ್ರೀ ರಾಮನೊಮ್ಮೆ ಒಂದೇ ರೀತಿಯ ಅಪರಾಧಕ್ಕೆ ಬೇರೆಬೇರೆ ರೀತಿಯ ಶಿಕ್ಷೆಯನ್ನು ವಿಧಿಸಿದ. ಬ್ರಾಹ್ಮಣನಿಗೆ ೪ ಚಡಿ ಏಟು, ಕ್ಷತ್ರಿಯನಿಗೆ ೩, ವೈಶ್ಯನಿಗೆ ೨ ಮತ್ತು ಶೂದ್ರನಿಗೆ ೧ ಏಟು. ಎಲ್ಲರಿಗೂ ಆಶ್ಚರ್ಯವಾಯಿತು. ಶ್ರೀ ರಾಮನಂತಹ ಮರ್ಯಾದಾ ಪುರುಷೋತ್ತಮನು ಹೀಗೇಕೆ ಮಾಡಿದ? ಒಬ್ಬೊಬ್ಬರಿಗೆ ಒಂದೊಂದು ನ್ಯಾಯವಾಗಲಿಲ್ಲವೇ? ಎಂದು ಪ್ರಜೆಗಳು ಪಿಸುಗುಟ್ಟತೊಡಗಿದರು. ರಾಮನೇ ಸ್ಪಷ್ಟೀಕರಣವನ್ನು ಕೊಟ್ಟನು. ಈ ನಾಲ್ವರು ಮಾಡಿದ ತಪ್ಪು ಒಂದೇ ಆದರೂ ಅವರ ತಿಳುವಳಿಕೆಯ ಹಿನ್ನಲೆ ಬೇರೆ ಬೇರೆ ಮಟ್ಟದ್ದು. ಬ್ರಾಹ್ಮಣನು ನ್ಯಾಯ-ನೀತಿ-ಧರ್ಮ ಎಲ್ಲ ಗೊತ್ತಿದ್ದೂ ತಪ್ಪೆಸಗಿದರೆ ಅದು ಅಕ್ಷಮ್ಯ ಅಪರಾಧ. ಅದಕ್ಕಾಗಿ ಅವನಿಗೆ ಗರಿಷ್ಠ

ಶಿಕ್ಷೆ. ಕ್ಷತ್ರೀಯನಾದವನು ನ್ಯಾಯ-ನೀತಿ-ಧರ್ಮದ ರಕ್ಷಣೆಗಾಗಿ ಇರಬೇಕಾದವನು. ಅಂತಹವನು ತಪ್ಪು ಮಾಡಿದರೆ ಅವನಿಗೂ ಹೆಚ್ಚಿನ ಶಿಕ್ಷೆ. ಕೊಡು-ತೆಗೆದುಕೊಳ್ಳುವ ವ್ಯಾಪಾರಿ ಬುದ್ಧಿಯವನಾದ ವೈಶ್ಯನಿಗೆ ಲೆಕ್ಕಚಾರದಲ್ಲಿ ನಂತರದ ಶಿಕ್ಷೆ. ಉಳಿದವರನ್ನು ನೋಡಿ ಅನುಸರಿಸುವ ಮುಗ್ಧನಾದ ಶೂದ್ರ ಮಾಡುವ ತಪ್ಪಿಗೆ ಕನಿಷ್ಠ ಶಿಕ್ಷೆ ಎಂದು ವಿವರಿಸುತ್ತಾನೆ. ನ್ಯಾಯದಾನದ ಪರಕಾಷ್ಠೆ ಇದಲ್ಲವೇ? ಬರೀ ಸಾಕ್ಷಿಗಳನ್ನು ಆಧರಿಸಿ ಕೊಡುವ ನಿರ್ಣಯಗಳಿಗಿಂತಲೂ ಇದು ಮಿಗಿಲಾದುದಲ್ಲವೇ? ಸಾಕ್ಷಿ ಕೇಂದ್ರಿತ ನ್ಯಾಯದಾನ ವ್ಯವಸ್ಥೆಯು ಸುಳ್ಳು ಸಾಕ್ಷಿಗಳ ಹುಟ್ಟಿಗೆ ಕಾರಣವಾಗುತ್ತದಲ್ಲವೇ? ಮಾಡಿದ ಅಪರಾಧವಷ್ಟೇ ಅಲ್ಲ, ಅಪರಾಧಿಗಳ ಹಿನ್ನಲೆ, ಉದ್ದೇಶ, ಒಳಗೊಳ್ಳುವಿಕೆ ಮತ್ತು ನಡತೆಗಳನ್ನು ಆಧರಿಸಿ ಅದಕ್ಕೆ ತಕ್ಕಂತೆ ಶಿಕ್ಷಿಸುವುದು ಇನ್ನೂ ಹೆಚ್ಚಿನ ನ್ಯಾಯಪರತೆ ಎನಿಸುವುದಿಲ್ಲವೇ?

ವನವಾಸದಲ್ಲಿರುವಾಗ ಮಾಡಿದ ತಪ್ಪಿಗಾಗಿ ಒಂದು ವರ್ಷ ದೂರವಿರಬೇಕಾದ ಅರ್ಜುನನು ಮಣಿಪುರಕ್ಕೆ ಹೋಗುತ್ತಾನೆ. ಅಲ್ಲಿ ಚಿತ್ರಾಂಗದೆ, ಉಲುಚಿಯರ ಮದುವೆಯಾಗಿ ಪುತ್ರರತ್ನವಿತ್ತು ಮರೆತುಬಿಡುತ್ತಾನೆ. ಮುಂದೊಂದು ದಿನ ಬೆಳೆದು ನಿಂತ ಮಗ ಬಭ್ರುವಾಹನ ಎದುರಾದಾಗ ಅರ್ಜುನ ಅವನನ್ನು ಗುರುತಿಸುವುದಿಲ್ಲ. ಮಾತಿಗೆ ಮಾತು ಬೆಳೆದು ಯುದ್ಧಕ್ಕೆ ನಿಲ್ಲುತ್ತಾರೆ. ಇಬ್ಬರು ಪತ್ನಿಯರಲ್ಲಿ ಒಬ್ಬಳಿಗೆ ಕರಳು ಬಳ್ಳಿಯ ಮಮತೆಯೇ ಹೆಚ್ಚೆನಿಸಿ ಮಾತೃ ಧರ್ಮವೆಂದು ಬಭ್ರುವಾಹನನಿಗೆ ಸಾರಥಿಯಾದರೆ ಇನ್ನೊಬ್ಬಳಿಗೆ ವರಿಸಿದ ಪತಿಯೇ ಸರ್ವಸ್ವವೆನಿಸಿ ಪತ್ನಿ ಧರ್ಮಕ್ಕೆ ಬದ್ಧಳಾಗಿ ಅರ್ಜುನನಿಗೆ ಸಾರಥಿ ಆಗುತ್ತಾಳೆ. ರಣಭೂಮಿಯಲ್ಲಿ ಸಂಬಂಧಗಳನ್ನು ಮೀರಿ ನಿಂತ ನ್ಯಾಯ ನಿಷ್ಠುರತೆ ಇದು!

ರಾಷ್ಟ್ರಕೂಟ ಚಕ್ರವರ್ತಿ ಅಮೋಘವರ್ಷ ನೃಪತುಂಗನಿಗೆ ಸಾಮ್ರಾಜ್ಯದ ವಿರುದ್ಧ ಪಿತೂರಿ ಮಾಡಿದ ಸ್ವಂತ ಮಗ ಕೃಷ್ಣನ ವಿರುದ್ಧ ಕ್ರಮ ಕೈಗೊಳ್ಳಲು ಪುತ್ರ ವಾತ್ಸಲ್ಯ ಅಡ್ಡ ಬರಲಿಲ್ಲ. ಒಂದು ಸಾಮ್ರಾಜ್ಯದ ಚಕ್ರವರ್ತಿಯಾಗಿ ಸ್ಥಾನದ ಘನತೆಗೆ ತಕ್ಕಂತೆ, ರಾಜಧರ್ಮ, ನ್ಯಾಯ ನಿಷ್ಟುರತೆಗೆ ಒಪ್ಪುವಂತೆ ವರ್ತಿಸಿ ರಾಜ್ಯಾಡಳಿತದ ನೈತಿಕತೆ, ಮೌಲ್ಯಗಳನ್ನು ಎತ್ತಿ ಹಿಡಿಯುತ್ತಾನೆ. ಮಗನ ವಿರುದ್ಧ ಯುದ್ಧ ಸಾರುತ್ತಾನೆ. ಬಂಧಿಸುತ್ತಾನೆ, ಪ್ರಜೆಗಳ ಒತ್ತಾಸೆಗೆ ಕಟ್ಟುಬಿದ್ದು ಕ್ಷಮಿಸುತ್ತಾನೆ.

ಶರಣರಾದ ಆಯ್ದಕ್ಕಿ ಲಕ್ಕಮ್ಮ-ಮಾರಯ್ಯ ದಂಪತಿಗಳು ಪೇಟೆಯಲ್ಲಿ ಬಿದ್ದಿರುವ ಅಕ್ಕಿಯ ಕಾಳುಗಳನ್ನು ಆಯ್ದು ಉಪಜೀವನ ನಡೆಸುತ್ತಿದ್ದರು. ಒಂದು ಸಲ ಹೆಚ್ಚಾಗಿ ಬಿದ್ದ ಅಕ್ಕಿಯನ್ನು ಬಾಚಿಕೊಂಡು ಬಂದ ಮಾರಯ್ಯನಿಗೆ ಅವನ ಪತ್ನಿ ಹೇಳುತ್ತಾಳೆ. "ಈಸಕ್ಕಿಯ ಆಸೆ ನಮಗ್ಯಾಕೆ, ಈಶ್ವರನೊಪ್ಪ". ಆಗ ಮಾರಯ್ಯ ನಾಳೆಗಳಿಗಾಗಿ ಬೇಕಾಗುತ್ತದೆ

ಇಟ್ಟುಕೊಳ್ಳೋಣವೆಂದಾಗ "ಈ ಹೊತ್ತಿಗೆ ಬೇಕಾಗುವಷ್ಟರ ಮೇಲೆ ಮಾತ್ರ ನಮ್ಮ ಹಕ್ಕು ಇದೆ. ಹೆಚ್ಚಿನದನ್ನು ತಗೆದುಕೊಂಡರೆ ಅದು ಬೇರೊಬ್ಬರ ಅನ್ನಕ್ಕೆ ಕೈ ಹಾಕಿದಂತೆ. ಇದು ಅನ್ಯಾಯ" ಎಂದು ನುಡಿದಳು. ನ್ಯಾಯದ ಪರಾಕಾಷ್ಠೆ ಅದು!

ಅನಾದಿಕಾಲದಿಂದ ಭಾರತದಲ್ಲಿ ನಡೆದುಕೊಂಡು ಬಂದಿದ್ದ ಪಂಚಾಯತ್ ವ್ಯವಸ್ಥೆ ಎಷ್ಟೊಂದು ನ್ಯಾಯ ನಿಷ್ಠುರವಾಗಿತ್ತು! ಆ ವ್ಯವಸ್ಥೆಯ ಪ್ರಮುಖರ ಸಂಬಂಧಿಗಳೇನಾದರೂ ನ್ಯಾಯ ಕೇಳಿ ಬಂದರೆ ನ್ಯಾಯದಾನದಲ್ಲಿ ಸ್ವಜನ ಪಕ್ಷಪಾತ ನುಸುಳಬಾರದೆಂದು ನ್ಯಾಯ ನೀಡುವ ವ್ಯಕ್ತಿ ತನ್ನ ಸ್ಥಾನವನ್ನು ಸಂಬಂಧಿಕರಲ್ಲದವರಿಗೆ ಬಿಟ್ಟು ಕೊಡುತ್ತಿದ್ದರು. ಆ ಮೂಲಕ ಆ ಸ್ಥಾನದ ಹಿರಿಮೆ ಗರಿಮೆಗಳನ್ನು ಎತ್ತಿ ಹಿಡಿಯುತ್ತಿದ್ದರು. ಈಗಲೂ ಸಹ ವಿಚಾರಣೆಯ ನೇತೃತ್ವ ವಹಿಸಿರುವ ನ್ಯಾಯಾಧೀಶರು ಈ ರೀತಿಯ ಸಂದರ್ಭಗಳು ಬಂದಾಗ ಅಂತಹ ವಿಚಾರಣೆಗಳಿಂದ ಹಿಂದೆ ಸರಿಯುವ ವಾಡಿಕೆ ಇದೆ. ವಿಚಾರಣೆಯನ್ನು ನಡೆಸುವ ನ್ಯಾಯಾಧೀಶರ ಬಗ್ಗೆ ವಾದಿ/ಪ್ರತಿವಾದಿಗಳಲ್ಲಿ ಯಾರಾದರೂ ಅಪನಂಬಿಗೆಯನ್ನು ವ್ಯಕ್ತ ಪಡಿಸಿದರೆ ಅಂತಹ ನ್ಯಾಯಾಧೀಶರು ವಿಚಾರಣೆಯಿಂದ ಹಿಂದೆ ಸರಿಯುತ್ತಾರೆ.

ಈಗಲೂ ಕೆಲವು ಹಳ್ಳಿಗಳಲ್ಲಿ ಕೂಲಿ-ನಾಲಿ ಮಾಡುವ ಹಳೆಯ ಮಂದಿ ತಾವು ಮಾಡುವ ಕೆಲಸಕ್ಕೆ ತಕ್ಕಂತೆ ಮಾತ್ರ ಪ್ರತಿಫಲವನ್ನು ಪಡೆಯುತ್ತಾರೆ. ಹೆಚ್ಚಿಗೆ ಹಣ, ವಸ್ತು ಕೊಡಲು ಹೋದರೆ ಸ್ವೀಕರಿಸುವುದಿಲ್ಲ. ಅದನ್ನು ದೇವರು ಮೆಚ್ಚನು. ತಮ್ಮ ಶ್ರಮಕ್ಕೆ ತಕ್ಕ ಪ್ರತಿಫಲ ಪಡೆಯುವುದು ಧರ್ಮ, ಹೆಚ್ಚಿಗೆ ಪಡೆಯುವುದು ಪಾಪಕರ್ಮವಾಗುತ್ತದೆ. ಶಾಪಕ್ಕೆ ಬಲಿಯಾಗಬೇಕಾಗುತ್ತದೆ ಎಂದು ದೃಢವಾಗಿ ನಂಬಿದವರಿದ್ದಾರೆ. ಸಿಕ್ಕಷ್ಟು ಬಾಚಿಕೊಳ್ಳಬೇಕು, ಅರ್ಹರಿದ್ದೇವೋ ಇಲ್ಲವೋ ಆದ್ರೂ ಎಲ್ಲ ಬೇಕೆನ್ನುವ ಇಂದಿನ ಜನಾಂಗಕ್ಕೆ ಇದೊಂದು ನೈತಿಕ ಪಾಠವಾಗಿದೆ. ಕಲಿತವರು ಮತ್ತು ಬಿಳಿ ಕಾಲರ್ ಕೆಲಸದವರಿಗೆ ಕಲಿಯಬೇಕಾದ ಜೀವನ ಮೌಲ್ಯವಾಗಿದೆ.

ನಿಸರ್ಗದಲ್ಲೂ ಇದೇ ಸಂಗತಿ ಕಂಡು ಬರುತ್ತದೆ. ಕಾಡಿನಲ್ಲಿರುವ ಪ್ರಾಣಿ-ಪಕ್ಷಿಗಳು ಹಸಿದಾಗ ಮಾತ್ರ ಬೇಟೆಯಾಡುತ್ತವೆ. ಹಸಿದಷ್ಟು ಮಾತ್ರ ತಿನ್ನುತ್ತವೆ. ಹೊಟ್ಟೆ ತುಂಬಿದ ಮೇಲೆ ಬೇಟೆ ಹತ್ತಿರವೇ ಸುಳಿದರೂ ಮೂಸಿ ನೋಡುವುದಿಲ್ಲ. 'ನಾಳೆಗೆ' ಅಂತ ತಗೆದಿಟ್ಟು ಕೊಳ್ಳುವುದಿಲ್ಲ. ಪ್ರಕೃತಿ ಸಮತೋಲವನ್ನು ಕಾಯುವ ಪರಿ ಇದು. ಬಹುಶಃ ಆಧುನಿಕ ಕಾಲದ ಮನುಷ್ಯರಲ್ಲಿ ಮಾತ್ರ ತನ್ನ ಅವಶ್ಯಕತೆಗಿಂತ ಹೆಚ್ಚಿನದನ್ನು ಮತ್ತು ನಾಳೆಗಳಿಗಾಗಿ ಸಂಗ್ರಹಿಸಿಡುವ ರೂಢಿ ಇದೆ. ಹೀಗಾಗಿ ನಿಸರ್ಗದ ಶೋಷಣೆ ಆಗುತ್ತಿದೆ. ಒಂದೆಡೆ ಹಸಿವು ಕಾಡುತ್ತಿದ್ದರೆ ಇನ್ನೊಂದೆಡೆ ಆಹಾರ ಕೊಳೆತು ಹೋಗುತ್ತಿದೆ.

ಇನ್ನು ಸ್ಪರ್ಧೆಗಳನ್ನು ಸಹ ಸಮಾನತೆಯ ಆಧಾರದ ಮೇಲೆ ನಡೆಸಬೇಕಲ್ಲವೇ? ಪ್ರಭುದ್ಧತೆಯ ಪರೀಕ್ಷೆಯಾದರೆ ವಯಸ್ಸು/ಅನುಭವದ ಆಧಾರದ ಮೇಲೆ, ಶಕ್ತಿಯ

ಪರೀಕ್ಷೆಯಾದರೆ ದೇಹದಾರ್ಢ್ಯತೆಯ ಆಧಾರದ ಮೇಲೆ, ಕುಸ್ತಿ, ಬಾಕ್ಸಿಂಗ್ ನಂತಹ ಸ್ಪರ್ಧೆಗಳು ದೇಹತೂಕದ ಆಧಾರದ ಮೇಲೆ ನಡೆಯುತ್ತವೆ. ಅವುಗಳಿಗೆಲ್ಲ ಅವುಗಳದೇ ಆದ ನ್ಯಾಯವಿದೆ. ಮಾಧ್ಯಮಗಳು ರಾಜಕಾರಣ, ಸಿನೇಮಾ ಮತ್ತು ಕ್ರಿಕೆಟ್‌ಗೆ ಎಲ್ಲಿಲ್ಲದ ಪ್ರಾಶಸ್ತ್ಯ ಕೊಡುತ್ತವೆ. ಅವರೆಲ್ಲ ತಮ್ಮ ಕರಿಯರ್‌ಗಾಗಿ ಮಾಡುವ ಕಸರತ್ತುಗಳನ್ನು ವೈಭವೀಕರಿಸುತ್ತವೆ. ಅವರ ಪ್ರತಿಭೆ, ಶ್ರಮ, ಸಾಧನೆಗಳ ಬಗ್ಗೆ ಯಾವುದೇ ಅಭ್ಯಂತರವಿಲ್ಲವಾದರೂ ಅದೇನೇ ಅಂದರೂ ವೈಯುಕ್ತಿಕ ಜೀವನದ ವಿಕಾಸ, ಉಪಜೀವನ, ಕೀರ್ತಿ ಮತ್ತು ಹಣಕ್ಕಾಗಿ ಮಾಡುವುದಾಗಿರುತ್ತದೆ. ಇನ್ನೊಂದೆಡೆ ತಮ್ಮ ವೈಯುಕ್ತಿಕ ಸುಖ, ಕರಿಯರ್, ಸಾಧನೆ ಇವುಗಳನ್ನು ಲೆಕ್ಕಿಸದೇ ಸಮಾಜ–ದೇಶ–ಮಾನವತೆಗಾಗಿ ಎಲ್ಲವನ್ನೂ ತ್ಯಾಗ ಮಾಡಿದ, ಎಲೆಮರೆಯ ಸೇವೆಯನ್ನೇ ಜೀವನ ಧ್ಯೇಯವಾಗಿ ತಗೆದುಕೊಂಡವರ ಬಗ್ಗೆ ಚನಲ್‌ಗಳು ಉತ್ಸುಕತೆ ತೋರುವುದಿಲ್ಲ. ವಿಷಯ ಧನಾತ್ಮಕವೋ ಋಣಾತ್ಮಕವೋ ಅವರ ಟಿಆರ್‌ಪಿ ಏರಬೇಕು. ಇದು ಅನ್ಯಾಯವೆನಿಸುವುದಿಲ್ಲವೇ? ವ್ಯಕ್ತಿಗತವಾದ ಗಳಿಕೆ, ಪ್ರಸಿದ್ಧಿ, ಸಾಧನೆಗಳು ಪರಹಿತಕ್ಕಾಗಿ ಮಾಡುವ ತ್ಯಾಗದ ಮುಂದೆ ಯಾವ ಲೆಕ್ಕ? ಜನರೂ ಇದನ್ನು ಅರ್ಥ ಮಾಡಿಕೊಳ್ಳಬೇಕು. ವೈಯುಕ್ತಿಕ ಕರಿಯರ್ ಮತ್ತು ಸಮಾಜ/ರಾಷ್ಟ್ರ ಸೇವೆಯನ್ನು ಬೇರೆ ಬೇರೆಯಾಗಿ ವಿಂಗಡಿಸುವಷ್ಟು ತಿಳುವಳಿಕೆಯನ್ನು ಹೊಂದಿರಬೇಕು. ಗುಣಗ್ರಾಹಿಗಳಾಗಿರಬೇಕು. ಹಾಗೆಂದಾಗ ಮಾತ್ರ ನಾವು ಒಳ್ಳೆಯದಕ್ಕೆ ನಿಜವಾದ ನ್ಯಾಯವನ್ನು ಒದಗಿಸಬಹುದು. ಇವತ್ತಿನ ಸಂದರ್ಭಗಳಲ್ಲಿ ಇಂತಹ ನ್ಯಾಯ ನಿಷ್ಠುರತೆಯನ್ನು ಅದೆಷ್ಟು ಜನನಾಯಕರು, ಆಡಳಿತಗಾರರು ಮತ್ತು ಸಾರ್ವಜನಿಕರು ತಳೆಯುತ್ತಾರೆ ಮತ್ತು ಪಾಲಿಸುತ್ತಾರೆ? ಬೇರೆಯವರಿಂದ ಇದನ್ನು ನಿರೀಕ್ಷಿಸುವ ನಾವು ಇಂತಹ ಇಕ್ಕಟ್ಟಿನ/ದ್ವಂದ್ವ ಪರಿಸ್ಥಿತಿಯಲ್ಲಿ ನಾವೇ ಸಿಲುಕಿದಾಗ ಅದೆಷ್ಟು ದೃಢವಾಗಿ ನ್ಯಾಯದ ಪರ ನಿಲ್ಲುತ್ತೇವೆ?

ಮನುಷ್ಯನು ಬೆಳೆಯಲು ಒಂದು ಹಂತದವರೆಗೆ ಮಾತ್ರ ವ್ಯೂಹಗಳು, ಸಿದ್ಧಾಂತಗಳು, ನಂಬಿಗೆಗಳು ಬೇಕಾಗುತ್ತವೆ. ಆದರೆ ಅಧಿಕಾರ/ಜವಾಬ್ದಾರಿ ಬಂದ ಮೇಲೆ ಅವೆಲ್ಲವುಗಳನ್ನೂ ಮೀರಿ ನಿಂತು ರಾಜ ಧರ್ಮವನ್ನು ಅನುಸರಿಸಬೇಕಾಗುತ್ತದೆ. ಬೇಕಾದವರನ್ನು, ಬೇಡವಾದವರನ್ನು, ಮಿತ್ರರನ್ನು, ಶತ್ರುಗಳನ್ನು, ಸಂಬಂಧಿಗಳನ್ನು, ಸ್ನೇಹಿತರನ್ನು ಮೀರಿ ನಿಂತು ನ್ಯಾಯಪರತೆಯನ್ನು ತೋರಿಸಬೇಕಾಗುತ್ತದೆ. ನ್ಯಾಯ ನಿಷ್ಠುರತೆಯನ್ನು ತಾಳ ಬೇಕಾಗುತ್ತದೆ. ಮಾನವೀಯತೆಯನ್ನು ಮೆರೆಯಬೇಕಾಗುತ್ತದೆ. ಆ ನಡತೆಯನ್ನು ತೋರಿದರೆ ಮಾತ್ರ ವ್ಯಕ್ತಿ ಪರಿಪಕ್ವನಾಗಿದ್ದಾನೆಂದೂ, ಪ್ರಬುದ್ಧರಾಗಿದ್ದಾನೆಂದೂ ಅರ್ಥ.

೧೮. ವ್ಯಕ್ತಿ ಮತ್ತು ಲೋಕ ನಿಷ್ಠೆ

ವ್ಯಕ್ತಿ ಬೆಳೆದಂತೆ ಅವನ ಸಾಮರ್ಥ್ಯಗಳು ವೃದ್ಧಿಗೊಳ್ಳುತ್ತವೆ. ಕ್ರಿಯಾಶೀಲವಾಗಿರುವ, ಸೃಜನಾತ್ಮಕವಾಗಿ ಯೋಚಿಸುವ ಹಾಗೂ ನಾವಿನ್ಯತೆಯನ್ನು ಮೈಗೂಡಿಸಿಕೊಳ್ಳುವ ಸ್ವಭಾವದ ವ್ಯಕ್ತಿ ಸಹಜವಾಗಿ ನಾಯಕನಾಗಿ ಆವಿರ್ಭವಿಸುತ್ತಾನೆ. ಅವನ ನಿರಂತರ ಪ್ರಯತ್ನಗಳು, ಎಲ್ಲರನ್ನೂ ಜೋಡಿಸಿಕೊಳ್ಳುವ ಮತ್ತು ಮೌಲ್ಯಗಳಿಗಾಗಿ ಮುನ್ನಡೆಯುವ ಪ್ರವೃತ್ತಿ ಅವನನ್ನು ಅನುಕರಣೀಯನನ್ನಾಗಿ ಮಾಡುತ್ತದೆ. ಸುತ್ತಲಿನವರಿಗೆಲ್ಲ ಅವನೊಬ್ಬ ಆದರ್ಶ ವ್ಯಕ್ತಿಯಾಗಿ ಎದ್ದು ನಿಲ್ಲುತ್ತಾನೆ. ಒಂದು ಹಂತದಲ್ಲಿ ಉಳಿದವರು ಅವನನ್ನು ಮಾದರಿಯಾಗಿಟ್ಟುಕೊಳ್ಳುತ್ತಾರೆ. ಅವನನ್ನೇ ಅನುಸರಿಸುತ್ತಾರೆ. ಕ್ರಮೇಣ ಅವನ ಬಗ್ಗೆ ವ್ಯಕ್ತಿನಿಷ್ಠೆ ಬೆಳೆಯುತ್ತದೆ. ಇದೆಲ್ಲವೂ ಒಳ್ಳೆಯದೇ. ಆದರೆ ಎಲ್ಲಿಯವರೆಗೆ ಆ ವ್ಯಕ್ತಿ ನಿಸ್ಪ್ರಹನಾಗಿ, ನಿಸ್ವಾರ್ಥಿಯಾಗಿ ಮತ್ತು ನಿಷ್ಪಕ್ಷಪಾತಿಯಾಗಿ, ಸಮಾಜ, ದೇಶ ಮತ್ತು ಮಾನವತೆಯ ಒಳಿತಿಗಾಗಿ ಸಮರ್ಪಿಸಿಕೊಂಡಿರುತ್ತಾನೆಯೋ ಅಲ್ಲಿಯವರೆಗೂ ವ್ಯಕ್ತಿನಿಷ್ಠೆಯಿಂದ ಏನೂ ತೊಂದರೆ ಆಗದು. ಆಗ ವ್ಯಕ್ತಿ ನಿಷ್ಠೆಯೇ ಲೋಕನಿಷ್ಠೆಯಾಗಿ ಬಿಡುತ್ತದೆ. ಆದರೆ ಇದಕ್ಕೆಲ್ಲ ತದ್ವಿರುದ್ಧವಾಗಿ ನಡೆದುಕೊಂಡರೆ ವ್ಯಕ್ತಿ ನಿಷ್ಠೆಯು ಸಮಾಜಕ್ಕೆ ಮತ್ತು ರಾಷ್ಟ್ರಕ್ಕೆ ಮಾರಕವಾಗಿ ಕಾಡುತ್ತದೆ. ವ್ಯಕ್ತಿ ಸ್ವಾರ್ಥಿಯಾದಷ್ಟೂ, ಸ್ವಜನ ಪಕ್ಷಪಾತಿಯಾದಷ್ಟೂ, ಸಂಕುಚಿತ ಪ್ರವೃತ್ತಿಯವನಾದಷ್ಟೂ 'ವ್ಯಕ್ತಿನಿಷ್ಠೆ'ಗೆ ಕೆಟ್ಟ ಹೆಸರು ಬರುತ್ತದೆ. ಇಂತಹ ವ್ಯಕ್ತಿಗೆ ನಿಷ್ಠೆಯಿಂದ ಇರುವುದೆಂದರೆ ಅವನ ದುರ್ಗುಣಗಳನ್ನು ಒಪ್ಪಿಕೊಂಡಂತೆ. ಇದರಿಂದ ಅಧಿಕಾರ, ಸಂಪತ್ತು, ಸಂಪನ್ಮೂಲಗಳು ಕೆಲವೇ ವ್ಯಕ್ತಿಗಳ ಸೊತ್ತಾಗುತ್ತವೆ. ಇದು ಇತರರಲ್ಲಿ ಅಸೂಯೆ, ಸಿಟ್ಟು ಮತ್ತು ಅಶಾಂತಿಗಳನ್ನುಂಟು ಮಾಡುತ್ತದೆ.

ಮಹಾಭಾರತ ಕಾಲದಲ್ಲಿ ಪಾಂಡವರು ಶ್ರೀ ಕೃಷ್ಣನಿಗೆ ನಿಷ್ಠರಾಗಿದ್ದರು. ಯಾವುದಕ್ಕೂ ಅವನ ಸಲಹೆ–ಮಾರ್ಗದರ್ಶನ ಪಡೆಯುತ್ತಿದ್ದರು. ಕೃಷ್ಣ ಹೇಳಿದನೆಂದರೆ ಆಯಿತು,

ಮತ್ತ್ಯಾವ ಪರಾಮರ್ಶೆಯ ಅವಶ್ಯಕತೆ ಅವರಿಗೆ ಬೇಕಾಗಿರಲಿಲ್ಲ. ಅವರಿಗೆ ಶ್ರೀ ಕೃಷ್ಣನಲ್ಲಿ ಅಷ್ಟೊಂದು ಭರವಸೆ, ನಿಷ್ಠೆ. ಹಾಗಾದರೆ ಇದು ವ್ಯಕ್ತಿ ನಿಷ್ಠೆಯೇ? ಹೌದು, ಹೊರನೋಟಕ್ಕೆ ಇದು ವ್ಯಕ್ತಿ ನಿಷ್ಠೆ ಅನಿಸುತ್ತದೆ. ಆದರೆ ಶ್ರೀ ಕೃಷ್ಣ ಭಗವಂತನ ಸ್ವರೂಪ. ಧರ್ಮ-ನ್ಯಾಯಗಳ ಪ್ರತಿರೂಪ. ಬರೀ ಪಾಂಡವರಿಗಲ್ಲ, ಇಡೀ ಲೋಕಕ್ಕೆ ಒಳಿತನ್ನು ಬಯಸುವ ಭಗವಂತ. ಪಾಂಡವರ ಮೂಲಕವೂ ಜಗತ್ಕಲ್ಯಾಣವನ್ನೇ ಮಾಡಬಯಸಿದವನು. ಅಧರ್ಮದ ನಾಶಕ್ಕೆ ಬದ್ಧನಾಗಿ, ಧರ್ಮ ಸಂಸ್ಥಾಪನೆಯ ಶ್ರೇಷ್ಠ ಉದ್ದೇಶ ಹೊಂದಿದಾತ. ಹೀಗಾಗಿ ಧರ್ಮ, ನ್ಯಾಯ ಹಾಗೂ ಲೋಕಹಿತ ಪ್ರತೀಕನಾದ ಶ್ರೀ ಕೃಷ್ಣನ ಮೇಲಿರುವ ನಿಷ್ಠೆಯು ಧರ್ಮ, ನ್ಯಾಯ ಮತ್ತು ಲೋಕ ಕಲ್ಯಾಣ ನಿಷ್ಠೆಯಾಗುತ್ತದೆ. ಕುರುಕ್ಷೇತ್ರ ಯುದ್ಧ ಪ್ರಾರಂಭವಾಗುವುದಕ್ಕಿಂತ ಮೊದಲು ದುರ್ಯೋಧನ-ಅರ್ಜುನರು ಶ್ರೀ ಕೃಷ್ಣನ ಬಳಿಗೆ ಅವನ ಸಹಾಯ ಕೇಳಲು ಬರುತ್ತಾರೆ. ಅವರು ಶ್ರೀಕೃಷ್ಣ ಮತ್ತು ಅಕ್ಷೋಹಿಣಿ ಸೈನ್ಯ ಇವುಗಳಲ್ಲಿ ಯಾವುದು ಬೇಕೋ ಅದನ್ನು ಆರಿಸಿಕೊಳ್ಳಬೇಕಾಗಿರುತ್ತದೆ. ದುರ್ಯೋಧನ ಸೈನ್ಯವನ್ನು ಆರಿಸಿಕೊಂಡರೆ ಅರ್ಜುನ "ನೀನೇ ನನಗೆ ಸಾಕು" ಎನ್ನುತ್ತಾನೆ. ಅದು ಪಾಂಡವರಿಗೆ ಶ್ರೀ ಕೃಷ್ಣನ ಮೇಲಿರುವ ಅಪಾರವಾದ ಶ್ರದ್ಧೆ/ಭಕ್ತಿ/ ನಂಬಿಗೆಗಳನ್ನು ತೋರಿಸಿದರೆ, ದುರ್ಯೋಧನನಿಗೆ ಲೌಕಿಕ ಜಗತ್ತಿನ ಮೇಲಿರುವ ಅಂಧ ವಿಶ್ವಾಸವನ್ನು ತೋರಿಸುತ್ತದೆ.

ಭೀಷ್ಮ, ದ್ರೋಣ, ಕರ್ಣರು ಕುರುಕ್ಷೇತ್ರ ಮಹಾಯುದ್ಧದಲ್ಲಿ ಹಸ್ತಿನಾಪುರದ ಕುರುವಂಷದ ಪರವಾಗಿ ನಿಂತರು. ಹೊರನೋಟಕ್ಕೆ ಅವರೆಲ್ಲ ರಾಷ್ಟ್ರನಿಷ್ಠರೆಂದೇ ತೋರುತ್ತದೆ. ಆದರೆ ಭೀಷ್ಮನು ತನ್ನ ಪ್ರತಿಜ್ಞೆಯ ಕಾರಣ ಹಸ್ತಿನಾಪುರದ ರಕ್ಷಣೆಗೆ ನಿಂತನು. ದ್ರುಪದನು ಪಾಂಡವರ ಪಕ್ಷವಿದ್ದದ್ದರಿಂದ ದ್ರೋಣರಿಗೆ ಅವನ ವಿರುದ್ಧ ಇರಬೇಕಾದ ಕಾರಣವಿತ್ತು. ಕೃಪಾಚಾರ್ಯ, ಕರ್ಣರಿಗೆ ದುರ್ಯೋಧನ ಮಿತ್ರನಿಷ್ಠೆಯ ಅನಿವಾರ್ಯತೆ ಇತ್ತು. ಹಸ್ತಿನಾಪುರದ ಅನ್ನಉಂಡು ಅದರ ಋಣದಲ್ಲಿದ್ದುದರಿಂದ ಮತ್ತು ಅನೇಕರಿಗೆ ತಮ್ಮ ತಮ್ಮದೇ ಆದ ಅಜೆಂಡಾ ಇದ್ದ ಕಾರಣ ಅವರು ದುರ್ಯೋಧನನ ಬೆಂಬಲಕ್ಕೆ ನಿಂತರು. ಇನ್ನೇನು ಕುರುಕ್ಷೇತ್ರ ಯುದ್ಧ ಪ್ರಾರಂಭವಾಗಬೇಕೆನ್ನುವ ಹೊತ್ತಿನಲ್ಲಿ ಇಷ್ಟು ದಿನ ತನ್ನ ವೈರಿಗಳೆಂದುಕೊಂಡು, ಅವರನ್ನು ಸೋಲಿಸಿ ತನ್ನ ಮಿತ್ರನಿಗೆ ಜಯದ ಕಾಣಿಕೆ ಕೊಡಬೇಕೆನ್ನುವ ಕರ್ಣನಿಗೆ ಪಾಂಡವರು ತನ್ನ ಒಡಹುಟ್ಟಿದವರೆಂದು ಗೊತ್ತಾಯಿತು! ಯಾರ ಪರ ವಹಿಸಬೇಕು ಎನ್ನುವ ತೊಳಲಾಟ ಉಂಟಾಯಿತು. ಆದರೆ ಅವನ ಮಿತ್ರ ನಿಷ್ಠೆಯೇ ಗೆದ್ದಿತು. ಹೀಗಾಗಿ ಇದು ನೈಜವಾದ ರಾಷ್ಟ್ರ ನಿಷ್ಠೆಯಾಗಿರದೇ ಅವರೇ ಕೊಟ್ಟುಕೊಂಡ ಸಮಜಾಯಿಸಿ ಆಗಿತ್ತು. ಶ್ರೀಕೃಷ್ಣ-ಧರ್ಮಜರಿದ್ದಲ್ಲಿ ನ್ಯಾಯ-ಧರ್ಮವಿರುತ್ತದೆ ಎಂದು ಗೊತ್ತಿದ್ದೂ ದುರ್ಯೋಧನನ/

ಹಸ್ತಿನಾಪುರದ ದಾಕ್ಷಿಣ್ಯಕ್ಕೆ ಅವರು ಒಳಗಾಗಿದ್ದರು. ಅತ್ಯಂತ ವಿವೇಕಿಯಾದ ವಿಧುರನೂ ಸಹ ದ್ವಂದ್ವಕ್ಕೊಳಗಾಗಿ ತಟಸ್ಥನಾಗಿ ಉಳಿದುಕೊಂಡನು. ಆದರೆ ಅಧರ್ಮದ ಸಾಥ್ ಕೊಡಲು ಅವನ ಮನಸ್ಸು ಒಪ್ಪಲಿಲ್ಲ. ಸ್ವತಃ ಶ್ರೀಕೃಷ್ಣನ ಅಣ್ಣ ಬಲರಾಮ ತನ್ನ ಶಿಷ್ಯಂದಿರಾದ ಭೀಮ–ದುರ್ಯೋಧನರಲ್ಲಿ ಯಾರನ್ನು ಬೆಂಬಲಿಸಬೇಕೆಂದು ತಿಳಿಯದೇ ದೇಶಪರ್ಯಟನೆಗೆ ಹೊರಟುಬಿಟ್ಟ. ಯಾರಿಗೆ ನಿಷ್ಠರಾಗಿರಬೇಕೆನ್ನುವ ಜಿಜ್ಞಾಸದಲ್ಲಿ ಅವರೆಲ್ಲ ತೊಳಲಾಡಿದ್ದು ನಿಜ. ಆವಾಗಲೇ ವ್ಯಕ್ತಿ ನಿಷ್ಠೆ ಮತ್ತು ಲೋಕ ನಿಷ್ಠೆಗಳ ನಡುವೆ ಜಿಜ್ಞಾಸೆ ನಡೆದದ್ದು.

ಶಿವಾಜಿಯ ಸೈನ್ಯದಲ್ಲಿ ಅನೇಕ ಜನ ಮುಸ್ಲಿಂ ಯೋಧರಿದ್ದರು. ಅವರು ರಾಜನಿಷ್ಟರಾಗಿದ್ದರು, ರಾಷ್ಟ್ರನಿಷ್ಟರಾಗಿದ್ದರು ಮತ್ತು ಶಿವಾಜಿಗೆ ಪ್ರಿಯರಾಗಿದ್ದರು. ಭಾರತವು ಕೋಟ್ಯಾನುಕೋಟಿ ದೇವತೆಗಳ ನೆಲೆವೀಡು ಅವರಿಗೆಲ್ಲ ದೇಶದ ಉದ್ದಗಲಕ್ಕೂ ದೇವಾಲಯಗಳಿವೆ. ವರುಷದ ಪರ್ವಕಾಲಗಳಲ್ಲಿ ಉತ್ಸವಗಳು ನಡೆಯುತ್ತವೆ. ಸಾವಿರಾರು ಜನರ ಸಂದಣಿ ಇರುತ್ತದೆ. ಇತ್ತೀಚೆಗೆ ಶುಭಾಶಯಗಳನ್ನು ಕೋರುವ ಫ್ಲೆಕ್ಸ್‌ಗಳನ್ನು ಹಾಕುವುದು ಒಂದು ಶೋಕಿ ಆಗಿ ಬಿಟ್ಟಿದೆ. ದೇವರಿಗಿಂತ ದೊಡ್ಡದಾಗಿ ಮನುಷ್ಯರ ಭಾವಚಿತ್ರಗಳು, ತಮ್ಮ ನಾಯಕರನ್ನು ವೈಭವೀಕರಿಸುವ ಜಾಹೀರಾತುಗಳು, ಕಮಾನುಗಳು ರಾರಾಜಿಸುತ್ತವೆ. ಇದು ಜನರಿಗಿರುವ ದೇವನಿಷ್ಠೆಗಿಂತ ವ್ಯಕ್ತಿನಿಷ್ಠೆಯನ್ನೇ ತೋರಿಸುತ್ತದೆ.

ಭಾರತದ ಹಾಕಿ ಮಾಂತ್ರಿಕ ಧ್ಯಾನಚಂದನ ಜರ್ಮನ್ ಒಲಂಪಿಕ್ನಲ್ಲಿ ಸುಂಟರಗಾಳಿಯಂತೆ ಚಲಿಸಿ ಭಾರತದ ಪರ ಗೋಲ್ ಮೇಲೆ ಗೋಲ್ ಹೊಡೆದರು. ಅವರ ಆಟದ ಸೌಂದರ್ಯವನ್ನು ಮೆಚ್ಚಿದ ಸರ್ವಾಧಿಕಾರಿ ಹಿಟ್ಲರ್ ಧ್ಯಾನಚಂದರ ಬೆನ್ನುತಟ್ಟಿ ಅಭಿನಂದಿಸಿದರು. “ನೀವು ಜರ್ಮನ್ ಪರವಾಗಿ ಏಕೆ ಆಡಬಾರದು?” ಎಂದು ಎಲ್ಲರೆದುರು ಕೇಳಿದಾಗ ಧ್ಯಾನಚಂದರಿಗೆ ಸಂದಿಗ್ಧ ಪರಿಸ್ಥಿತಿ. ಅವರ ಮಾತನ್ನು ಒಪ್ಪಿದರೆ ತನ್ನ ನೆಚ್ಚಿನ ಭಾರತಕ್ಕೆ ದ್ರೋಹ ಬಗೆದಂತೆ. ಇಲ್ಲವೆಂದರೆ, ಹಿಟ್ಲರ್ ಹೇಳಿ ಕೇಳಿ ಸರ್ವಾಧಿಕಾರಿ. ತನ್ನನ್ನು ಎಂತಹ ಶಿಕ್ಷೆಗೆ ಒಳಪಡಿಸಬಹುದು. ಆದರೆ ರಾಷ್ಟ್ರನಿಷ್ಠ ಧ್ಯಾನಚಂದ್ ಹೇಳುತ್ತಾನೆ “ನಾನು ನನ್ನ ದೇಶ ಭಾರತಕ್ಕಾಗಿ ಆಡುತ್ತೇನೆ. ಅದರಲ್ಲಿ ಸಿಗುವ ಖುಷಿಗಿಂತ ನನಗ್ಯಾವುದೂ ಮಿಗಿಲಾದುದಲ್ಲ” ಎಂದು ಹಿಟ್ಲರನ ಮುಖದ ಮೇಲೆ ಹೊಡೆದ ಹಾಗೆ ಹೇಳುತ್ತಾನೆ. ಯಾವುದೇ ಆಸೆ, ಆಮೀಷ, ಭಯಗಳಿಗೆ ಬಲಿಯಾಗದ ಧ್ಯಾನಚಂದರದು ನಿಜವಾದ ರಾಷ್ಟ್ರನಿಷ್ಠೆ.

ಪುಲ್ವಾಮಾ ದಾಳಿಯಾದ ನಂತರ ಭಾರತೀಯ ಸೈನ್ಯವು ಪಾಕಿಸ್ತಾನದ ಮೇಲೆ ಏರ್‌ಸ್ಟ್ರೈಕ್ ನಡೆಸಿತು. ಆ ಮೂಲಕ ಗಡಿಯಲ್ಲಿದ್ದ ಹಲವಾರು ಉಗ್ರವಾದಿಗಳ ತರಬೇತಿ

ಶಿಬಿರಗಳ ಮೇಲೆ ದಾಳಿ ಮಾಡಿ ಹುಟ್ಟಡಗಿಸಿತು. ಉಗ್ರಗಾಮಿಗಳ ಮೇಲೆ ಮಾತ್ರ ಪ್ರಯೋಗಿಸುವ ಕರಾರಿನಿಂದ ಅಮೆರಿಕ ಕೊಟ್ಟ ಲಾಖೀಡ್ ಮಾರ್ಟಿನ್ ಎಫ್-೧೬ ಯುದ್ಧ ನೌಕೆಯನ್ನು ಪಾಕ್ ಭಾರತೀಯ ಸೈನಿಕರ ಮೇಲೆ ಪ್ರಯೋಗಿಸಿತ್ತು. ಅದನ್ನು ಅಭಿನಂದನ್ ಯಶಸ್ವಿಯಾಗಿ ಹೊಡೆದು ಉರುಳಿಸಿದ್ದರು. ಆ ಸಂದರ್ಭದಲ್ಲಿ ದಿ: ೨೭.೦೨.೨೦೧೯ ರಂದು ಸಂಪರ್ಕ ಕಳೆದುಕೊಂಡ ಭಾರತೀಯ ವಾಯುದಳದ ಫೈಟರಿನ ಪೈಲಟ್ ಇದ್ದ ಮಿಗ್-೨೧ಕ್ಕೆ ಪಾಕ್ ಕ್ಷಿಪಣಿ ಅಪ್ಪಳಿಸಿತು. ಅದೃಷ್ಟವಶಾತ ವಿಂಗ್ ಕಮಾಂಡರ್ ಅಭಿನಂದನ್ ವರ್ತಮಾನ ತೂರಿಕೊಂಡು, ಪಾಕ್ ಆಕ್ರಮಿತ ಕಾಶ್ಮೀರ ನೆಲದ ಮೇಲೆ ಲ್ಯಾಂಡ್ ಆದರು. ಅವರನ್ನು ಬಂಧಿಸಿದ ಪಾಕ್ ಸೇನೆ ಅವರಿಗೆ ಚಿತ್ರಹಿಂಸೆ ಕೊಟ್ಟಿತು. ಭಾರತೀಯ ಸೈನ್ಯದ ರಹಸ್ಯಗಳನ್ನು ತಿಳಿದುಕೊಳ್ಳಲು ಹರಸಾಹಸ ಮಾಡಿತು. ಪಾಕ್ ಅವರ ಬಿಡುಗಡೆ ಮಾಡಲಿಲ್ಲ. ೬೦ ಗಂಟೆ ಸತತವಾಗಿ ಕಾಲ ಕಣ್ಣು ಕಟ್ಟಿ ಪ್ರಶ್ನಿಸಿತು. ಎಷ್ಟೇ ಪ್ರಯತ್ನಿಸಿದರೂ ಅಭಿನಂದನ್ ಬಾಯಿ ಬಿಡಲಿಲ್ಲ. ಭಾರತ ಮತ್ತು ಅಂತರ್ರಾಷ್ಟ್ರೀಯ ಒತ್ತಡದ ಕಾರಣ ಪಾಕ್ ಅವರನ್ನು ಮಾರ್ಚ್ ೧, ೨೦೧೯ರಂದು ವಾಘ್ ಗಡಿಯಲ್ಲಿ ಹಸ್ತಾಂತರಿಸಿತು. ಎಷ್ಟೇ ಹಿಂಸಿಸಿದರೂ ಸೈನ್ಯದ ಯಾವ ರಹಸ್ಯವನ್ನೂ ಒಂದಿನಿತೂ ಬಿಟ್ಟು ಕೊಡದ ಅಭಿನಂದನ್ ರಾಷ್ಟ್ರ ನಿಷ್ಠೆಯನ್ನು ಮೆರೆದರು.

ದೇಶದ ಹಿತಕ್ಕೆ, ಸಮಾಜದ ಒಳಿತಿಗೆ ಪೂರಕವಾದ ವ್ಯಕ್ತಿನಿಷ್ಠೆಯನ್ನು ಒಪ್ಪಿಕೊಳ್ಳಬಹುದು. ಆದರೆ ದೇಶ/ಸಮಾಜದ ಔನ್ನತ್ಯಕ್ಕೆ ವಿರುದ್ಧವಾದ ವ್ಯಕ್ತಿ ನಿಷ್ಠೆ ನಿಜಕ್ಕೂ ಸಮಾಜ ಮತ್ತು ರಾಷ್ಟ್ರ ಘಾತುಕವಾದದ್ದು. ತನ್ನವರು ತನಗೆ ಬೇಕಾದವರು ಏನೂ ಮಾಡಿದರೂ ಸರಿಯೇ ಎನ್ನುವುದು ವ್ಯಕ್ತಿ ನಿಷ್ಠೆಯ ಅತಿರೇಕವೇ. ಅಪರಾಧ ವೆಸಗಿ ಕ್ರಿಮಿನಲ್, ಭ್ರಷ್ಟಾಚಾರ ಮಾಡಿ ಜೈಲಿಗೆ ಹೋಗಿ ಶಿಕ್ಷೆ ಅನುಭವಿಸಿ ಹೊರಬರುವ ಕೆಲವರನ್ನು ಅವರ ಹಿಂಬಾಲಕರು ಹೂಮಾಲೆ ಹಾಕಿ, ಆರತಿ ಮಾಡಿ ಸ್ವಾಗತಿಸುವ, ರಸ್ತೆಯುದ್ದಕ್ಕೂ ಮೆರವಣಿಗೆ ಮಾಡುವ ಹೊಸ ಅನುಚಿತ ಪದ್ಧತಿಯೊಂದು ಪ್ರಾರಂಭವಾಗಿದೆ. ಕೈದಿಗಳಿಗೆ ಸಾರ್ವಜನಿಕವಾಗಿ ಕಾಣಿಸಿಕೊಳ್ಳುವುದೇ ಮುಜುಗರದ ಸಂಗತಿಯಾಗಿರಬೇಕಿತ್ತು. ಅಂತಹುದರಲ್ಲಿ ಈಗಿನವರು ಯಾವುದೇ ಪಾಪಪ್ರಜ್ಞೆ ಇಲ್ಲದೇ ರಾಜಾರೋಷವಾಗಿ ಏನೋ ಸಾಧಿಸಿದವರಂತೆ, ಸ್ವಾತಂತ್ರ್ಯ ಹೋರಾಟಗಾರರಂತೆ ಪೋಜು ಕೊಡುವುದು ಅಕ್ಷಮ್ಯ. ಅವರ ಬೆಂಬಲಿಗರಿಗೆ ಅದೆಲ್ಲ "ಬಾರಾ ಖೂನ್ ಮಾಫ್" ಆಗಿರುವುದು ಸಾಮಾಜಿಕ, ಮೌಲ್ಯಗಳು ಅಧಃಪತನವಾಗುತ್ತಿರುವುದರ ಪ್ರತೀಕ.

೧೯. ಸಾಧನಾತುರಾಣಾಂ ನ ನಿದ್ರಾ ನ ಸುಖಂ

ಜಟಾಯುವಿನ ಹೇಳಿಕೆಯಿಂದ ಸೀತೆಯನ್ನು ಲಂಕಾಸುರ ರಾವಣನು ಹೊತ್ತೊಯ್ದನೆಂದು ಶ್ರೀ ರಾಮನಿಗೆ ತಿಳಿಯಿತು. ಶ್ರೀ ರಾಮನ ಆಜ್ಞೆಯಂತೆ ಸೀತೆಯನ್ನು ಅರಸಿ ಹೊರಟ ಹನುಮ ಲಂಕೆಯನ್ನು ತಲುಪಲು ಸಮುದ್ರ ಲಂಗನವನ್ನು ಮಾಡಬೇಕಾಯ್ತು. ಕೆಳಗೆ ಭೋರ್ಗರೆಯುವ ಸಮುದ್ರ, ಮೇಲೆ ವಿಶಾಲವಾದ ಆಗಸ, ನಡುವೆ ಸ್ವಾಮಿಕಾರ್ಯಕ್ಕಾಗಿ ಸಂಪೂರ್ಣವಾಗಿ ಸಮರ್ಪಿತನಾದ ಹನುಮ. ಅವನ ನಿರಂತರ ಪ್ರವಾಸದ ಪ್ರಯಾಸವನ್ನು ಕಳೆಯಲು ಮೈನಾಕ ಪರ್ವತ ತನ್ನ ಮೇಲೆ ಸ್ವಲ್ಪ ಹೊತ್ತು ವಿಶ್ರಮಿಸಿ, ತನ್ನ ಆದರಾತಿಥ್ಯ ಸ್ವೀಕರಿಸಿ ಪ್ರಯಾಣವನ್ನು ಮುಂದುವರಿಸಬೇಕೆಂದು ಭಿನ್ನವಿಸಿದ. ಆದರೆ ಶೀಘ್ರವಾಗಿ ಶ್ರೀರಾಮನ ವಿರಹ ವೇದನೆಯನ್ನು ನೀಗಿಸಬೇಕೆಂದು ಹನುಮ ಆ ಕಾರ್ಯ ಸಾಧನೆಗಾಗಿ, ಮೈನಾಕನ ಆಮಂತ್ರಣವನ್ನು ನಯವಾಗಿಯೇ ನಿರಾಕರಿಸಿದ. ಸೀತೆಯನ್ನು ಕಂಡು, ಆಕೆಯ ಸಂದೇಶವನ್ನು ಶ್ರೀರಾಮನಿಗೆ ತಲುಪಿಸುವವರೆಗೂ ತನಗೆ ನೀರು ಸಹ ಬೇಡವೆಂದ. ಹೀಗಿರುವಾಗ ವಿಶ್ರಾಂತಿಯ ಮಾತೇ ಇಲ್ಲವೆಂದ. ಧ್ಯೇಯ ಸಾಧನೆಯತ್ತ ಏಕಚಿತ್ತದಿಂದ ಮುನ್ನಡೆದ.

ದ್ವಾಪಾರಯುಗದಲ್ಲಿ ಸತ್ರಾಜಿತನ ಹತ್ತಿರವಿದ್ದ ಸೂರ್ಯಮಣಿಯಾದ ಸ್ಯಮಂತಕ ಮಣಿಯ ಕಣ್ಮರೆಯಾಯಿತು, ಕಳುವಿನ ಆರೋಪ ಶ್ರೀ ಕೃಷ್ಣನ ಮೇಲೆ ಬಂತು. ಭಾದ್ರಪದ ಚವತಿಯ ದಿನ ಚಂದ್ರನನ್ನು ನೋಡಿದ ಕಾರಣ ಭಗವಂತನಿಗೂ ಅಪವಾದ ತಪ್ಪಲಿಲ್ಲ! ಭಗವಂತನಾದರೇನಂತೆ ಭೂಲೋಕದಲ್ಲಿ ಜನ್ಮ ತಳೆದ ಮೇಲೆ ಜಗದ ಧರ್ಮ ಪಾಲಿಸಲೇಬೇಕು. ಲೋಕಾರೂಢಿಗೆ ಹೊಂದಿಕೊಳ್ಳಲೇಬೇಕು! ಸರಿ ಶ್ರೀ ಕೃಷ್ಣ ತನ್ನ ಮೇಲಿನ ಆರೋಪವನ್ನು ಸುಳ್ಳೆಂದು ನಿರೂಪಿಸಲು ಕಾಡಿಗೆ ಹೊರಟ. ಹಗಲಿರುಳು ಕಾಡಿನಲ್ಲಿ ಅಲೆದ. ರಾಮಾಯಣದಲ್ಲಿ ತನ್ನ ಭಕ್ತನಾಗಿದ್ದ ಜಾಂಬವತನ ಜೊತೆ ಹೋರಾಡಿದ. ಸ್ಯಮಂತಕ ಮಣಿಯನ್ನು ತಂದೊಪ್ಪಿಸುವವರೆಗೂ ವಿಶ್ರಮಿಸಲಿಲ್ಲ.

ಅನುಕ್ಷಣವು ಸಂಚಲನಶೀಲವಾಗಿರುವ ಸೂರ್ಯನಿಗೆಲ್ಲಿ ವಿಶ್ರಾಂತಿ?! ಅವನೇನಾದರೂ ಒಂದೆರಡು ಕ್ಷಣ ವಿಶ್ರಾಂತಿ ತೆಗೆದುಕೊಂಡರಾಯಿತೆಂದು ಅಂದುಕೊಂಡರೆ ಇಡೀ ಸೃಷ್ಟಿಯೇ ನಿಂತುಬಿಡುತ್ತದೆ. ಅವನನ್ನು ಸುತ್ತುತ್ತಿರುವ ಗ್ರಹಗಳು, ಅವುಗಳ ಸುತ್ತ ಸುತ್ತುತ್ತಿರುವ ಉಪಗ್ರಹಗಳು, ಸೌರವ್ಯೂಹದಂತೆ ವಿಶ್ವದಲ್ಲಿರುವ ಅದೆಷ್ಟೋ ನಕ್ಷತ್ರ ಪುಂಜಗಳು ಮತ್ತು ಆಕಾಶಕಾಯಗಳು ತಮ್ಮ ಚಲನವಲನ ನಿಲ್ಲಿಸುವಂತಿಲ್ಲ. ನಿರಂತರ ಚಲನೆ ಈ ಜಗದ ನಿಯಮ. ಅದುವೇ ಅವುಗಳ ಸ್ವಭಾವ. ಆ ಚಲನಶೀಲತೆಯಿಂದಲೇ ಹಗಲು-ರಾತ್ರಿಗಳು, ಹುಣ್ಣಿಮೆ-ಅಮಾವಾಸ್ಯೆಗಳು, ಋತುಮಾನಗಳು, ಖಗ್ರಾಸ-ಖಂಡಗ್ರಾಸ ಗ್ರಹಣಗಳು, ಭೂಕಂಪ-ಸುನಾಮಿಗಳಂತಹ ರೌದ್ರಾದ್ಭುತಗಳು ಸಂಭವಿಸುತ್ತಿರುತ್ತವೆ. ಇವುಗಳೇ ನಿರಂತರ ಸಕ್ರಿಯತೆಗೆ, ಚಟುವಟಿಕೆಗಳಿಗೆ ಮತ್ತು ಸಾಧನೆಗೆ ಸ್ಫೂರ್ತಿ, ಬರವಸೆಗಳು. ಒಂದು ಕ್ಷಣ ಊಹಿಸಿ – ಆಯಾಸವಾಯಿತೆಂದು, ಸ್ವಲ್ಪ ವಿಶ್ರಾಂತಿ ತಗೆದುಕೊಳ್ಳುವ ಎಂದು ಬೀಸುವ ಗಾಳಿ ಬೀಸದಿದ್ದರೆ, ಉಸಿರಾಟವೇ ನಿಂತು ಹೋದರೆ, ಹೃದಯ ಬಡಿತ ಬಂದಾದರೆ ಜೀವವೇ ಇಲ್ಲವಾಗಿ ಜಡವಾಗುತ್ತದೆ. ಹುಟ್ಟಿನಿಂದಲೇ ಪ್ರಾರಂಭವಾದ ಉಸಿರಾಟ, ಹೃದಯ ಸ್ಪಂದನ ನಿತ್ಯ ನಿರಂತರ. ಅದು ನಿಂತು ಹೋದರೆ ಮಹಾಮರಣ! ಇವುಗಳು ನಮಗೆ ಗೊತ್ತಿದ್ದೋ ಗೊತ್ತಿಲ್ಲದೆಯೋ ಅತ್ಯಂತ ಸಹಜವಾಗಿ ತಮ್ಮಷ್ಟಕ್ಕೆ ತಾವೇ ನಡೆಯುವ ಸಜೀವ ಪ್ರಕ್ರಿಯೆಗಳು. ಅವುಗಳು ಕೊಡುವ ಸಂದೇಶವೇನು?

ಕಾರಣಾಂತರಗಳಿಂದ ಕೆಲವು ಜನರಿಗೆ ತಮ್ಮ ಮೆಟ್ರಿಕ್ಯುಲೇಷನ್, ಪಿಯುಸಿ ಶಿಕ್ಷಣವನ್ನು ಪೂರೈಸಲು ಆಗಿರುವುದಿಲ್ಲ. ಅಂತಹವರು ತಮ್ಮ ಗೃಹಸ್ಥ ಜೀವನದ ಮಧ್ಯೆ ಅಥವಾ ನೌಕರಿ ಮಾಡುತ್ತ ಆ ಶಿಕ್ಷಣವನ್ನೂ ಯಶಸ್ವಿಯಾಗಿ ಮಾಡಿ ಮುಗಿಸುವುದನ್ನು ನೋಡಿದ್ದೇವೆ. ಅದರಂತೆ ತಾಯಿಯೊಬ್ಬಳು ಅರ್ಧಕ್ಕೆ ನಿಂತಿದ್ದ ಪಿಯು ಶಿಕ್ಷಣವನ್ನು ತನ್ನ ಮಗಳೊಂದಿಗೆ ಯಶಸ್ವಿಯಾಗಿ ಮುಗಿಸಿದ್ದನ್ನು ಇತ್ತೀಚೆಗೆ ಪತ್ರಿಕೆಗಳಲ್ಲಿ ಓದಿದ್ದೇವೆ. ಮುಕ್ತ ವಿಶ್ವವಿದ್ಯಾಲಯಗಳಲ್ಲಿ ಪಾಲಕರು ಮತ್ತು ಮಕ್ಕಳು ಒಟ್ಟಿಗೆ ಪದವಿ ಶಿಕ್ಷಣವನ್ನು ಪೂರೈಸುವುದನ್ನು ಕಂಡಿದ್ದೇವೆ. ಇದು ಸಾಧಿಸಬೇಕೆನ್ನುವವರಿಗೆ ಇರುವ ತುಡಿತವನ್ನು ತೋರಿಸುತ್ತದೆ.

ದಕ್ಷಿಣ ಆಫ್ರಿಕಾದ ನೆಲ್ಸನ್ ಮಂಡೇಲ್ಲಾಅವರು ಕರಿಯರಿಗೆ ನ್ಯಾಯ ದೊರೆಕಿಸಲು ಸತತ ೨೭ ವರ್ಷಗಳವರೆಗೆ ಜೈಲುವಾಸ ಅನುಭವಿಸಿದರು. ಅವರ ಪತ್ನಿ ವಿನ್ನಿ ಮಂಡೆಲ್ಲಾ ಸಹಿತ ಹೋರಾಟದಲ್ಲಿ ತೊಡಗಿಸಿಕೊಂಡರು. ಗುರಿಯುನ್ನು ಸಾಧಿಸುವವರೆಗೂ ಅವರು ವಿರಮಿಸಲಿಲ್ಲ. ಸ್ವಾತಂತ್ರ್ಯ ವೀರ ಸಾವರಕರ ಅವರು ಎರಡು ಕರಿನೀರಿನ ಶಿಕ್ಷೆಗೆ ಒಳಗಾದರು. ಅಂಡಮಾನ-ನಿಕೋಬಾರ್ ದ್ವೀಪದ ಸೆಲ್ಯೂಲಾರ್ ಜೈಲಿಗೆ ಅವರನ್ನು ಅಟ್ಟಿದಾಗ ಪತ್ರಿಕೆ, ರೇಡಿಯೋ, ಇತರೆ ಜನರ

ಸಂಪರ್ಕವೇ ಕಡಿದು ಹೋಗಿತ್ತು. ಸಾವರಕರ ಅವರು ಜೈಲಿನ ಒಳಗೆ ಪ್ರವೇಶ ಮಾಡುತ್ತಿರುವಂತೆ ಬ್ರಿಟಿಷ್ ಜೈಲರ್ ಅವರನ್ನು ಕೆಣಕುತ್ತಾನೆ, "ಸಾವರಕರ್, ಎರಡು ಕರಿನೀರಿನ ಶಿಕ್ಷೆಯನ್ನು ಮುಗಿಸಿ ನೀವು ಹೊರಗೆ ಬರುವ ಭರವಸೆ ನಿಮಗೆ ಇದೆಯಾ?" ಅಂದರೆ ಶಿಕ್ಷೆ ಮುಗಿಸಿ ಹೊರಬರುವಷ್ಟರಲ್ಲಿ ನಿಮ್ಮ ಜೀವ ಹೋಗಿರುತ್ತದೆ ಎನ್ನುವ ಅರ್ಥದಲ್ಲಿ ಅವನು ಹೇಳಿರುತ್ತಾನೆ. ಆಗ ಸಾವರಕರ ನಸುನಕ್ಕು "ನಾನು ಖಂಡಿತ ಬರುತ್ತೇನೆ. ಆದರೆ ಅಲ್ಲಿಯವರೆಗೂ ನೀನು (ಬ್ರಿಟಿಷರು) ಇರುತ್ತೀಯಾ?" ಎಂದು ಮಾರುತ್ತರ ಕೊಡುತ್ತಾರೆ. ಅವರಂದಂತೆಯೇ ಆಯಿತು. ಅವರ ಶಿಕ್ಷೆ ಕೊನೆಗೊಳ್ಳುವ ಮೊದಲು ಬ್ರಿಟಿಷರು ಭಾರತದಿಂದ ಕಾಲುಕಿತ್ತರು! ಅಪ್ರತಿಮ ದೇಶಭಕ್ತರಾದ ಅವರು ಜೈಲಿನಲ್ಲಿಯೂ ಸುಮ್ಮನಿರಲಿಲ್ಲ. ಗೋಡೆಗಳ ಮೇಲೆ ಮೊಳೆಯಿಂದ ಹತ್ತು ಸಾವಿರ ಸಾಲುಗಳ ರಾಷ್ಟ್ರಭಕ್ತಿ ಗೀತೆ ಕೊರೆದರು. ಅವುಗಳನ್ನು ಬಾಯಿಪಾಠ ಮಾಡಿ ಬಿಡುಗಡೆ ಆದ ತಕ್ಷಣ ಮುದ್ರಿಸಿದರು. ಜೈಲಿಗೆ ಸೇರಿದಾಗ ಎಲ್ಲ ಆಸೆ ತೊರೆದು ಉಳಿದ ಜೀವನ ಕಳೆಯಬಹುದಾಗಿತ್ತು. ಆದರೆ ಉಜ್ವಲ ರಾಷ್ಟ್ರಭಕ್ತಿಯ ಕಾರಣ ಅವರೆಂದೂ ನಿರಾಶರಾಗಲಿಲ್ಲ. ತಮ್ಮ ಧ್ಯೇಯ ಸಾಧನೆಗೆಂದೂ ವಿರಾಮ ನೀಡಲಿಲ್ಲ.

ಸೂರ್ಯ ಮುಳುಗದ ಬ್ರಿಟಿಷ ಸಾಮ್ರಾಜ್ಯದ ವಿರುದ್ಧ ಯಾರೂ ಗೆಲ್ಲಲಾರರು ಎನ್ನುವ ಮಾತೊಂದಿತ್ತು. ಆದರೆ ೨೦೦ ವರ್ಷಗಳ ಸತತ ಹೋರಾಟ ಮಾಡಿದ ಭಾರತೀಯರು ಕೊನೆಗೂ ಯುನಿಯನ್ ಜಾಕ್ ಇಳಿಸಿ ಭಾರತದ ತ್ರಿವರ್ಣ ಧ್ವಜವನ್ನು ಹಾರಿಸಿದರು. ಸ್ವಾತಂತ್ರ್ಯ ಪೂರ್ವದಿಂದಲೇ ಸಂಘಟಿತವಾಗಿದ್ದ ಕಾಂಗ್ರೆಸ್ ಪಕ್ಷವು ನಂತರವೂ ೩೦ ವರ್ಷ ಆಡಳಿತ ನಡೆಸಿತು. ಬೇರೆ ಪಕ್ಷಗಳು ಅಧಿಕಾರಕ್ಕೆ ಬರಲು ಸಾಧ್ಯವೇ ಇಲ್ಲ ಎನ್ನುವ ಸಂಧರ್ಭದಲ್ಲಿ ಸೈದ್ಧಾಂತಿಕವಾಗಿ ತದ್ವಿರುದ್ಧವಾಗಿದ್ದ ಹಲವು ವಿರೋಧ ಪಕ್ಷಗಳು ಒಂದಾದವು. ಲೋಕನಾಯಕ ಜಯಪ್ರಕಾಶ ನಾರಾಯಣ ಅವರ ನೇತೃತ್ವದಲ್ಲಿ ತುರ್ತು ಪರಿಸ್ಥಿತಿಯನ್ನು ಎರಡು ವರ್ಷ ನಿರಂತರವಾಗಿ ವಿರೋಧಿಸಿ ೧೯೭೭ ರಲ್ಲಿ ಅಧಿಕಾರಕ್ಕೆ ಬಂದವು. ಕೇವಲ ಎರಡು ಸೀಟುಗಳಿದ್ದ ಭಾರತೀಯ ಜನತಾ ಪಕ್ಷವು ವಾಜಪೇಯಿ ಅವರ ನೇತೃತ್ವದಲ್ಲಿ ೧೯೯೮ರಲ್ಲಿ ಅಧಿಕಾರಕ್ಕೆ ಬಂದು ಇಂದು ತನ್ನ ಸತತ ಪ್ರಯತ್ನದಿಂದ ವಿಶ್ವದ ಅತೀ ದೊಡ್ಡ ರಾಜಕೀಯ ಪಕ್ಷವಾಗಿ ಹೊರಹೊಮ್ಮಿದೆ.

ರಶಿಯಾ ದೇಶವು ಇದ್ದಕ್ಕಿದ್ದಂತೆ ಭಾರತಕ್ಕೆ ಕ್ರಯೋಜನಿಕ್ ಇಂಧನದ ಪೂರೈಕೆಯನ್ನು ನಿಲ್ಲಿಸಿದಾಗ ನಮ್ಮ ವಿಜ್ಞಾನಿಗಳಿಗೆ ಅದೊಂದು ಸವಾಲಾಗಿ ಪರಿಣಮಿಸಿತು. ಮತ್ತೊಂದು ದೇಶದ ಮಂದೆ ಕೈ ಚಾಚದೆ, ತಾವೇ ಸಂಶೋಧನೆಯಲ್ಲಿ ತೊಡಗಿದರು. ಹಲವು ತಿಂಗಳುಗಳ ಸತತ ಪ್ರಯತ್ನದಿಂದ ಸ್ವದೇಶೀ ಇಂಧನವನ್ನು ತಯಾರಿಸಿದರು. ಕರೋನಾಕ್ಕೆ ಮದ್ದು ಕಂಡು ಹಿಡಿಯಲು ಕನಿಷ್ಠ ಎರಡು ವರ್ಷಗಳು ಬೇಕೆಂದು ಮುಂದುವರೆದ

ದೇಶಗಳು ಹೇಳುತ್ತಿರುವಾಗಲೇ ಭಾರತೀಯ ವಿಜ್ಞಾನಿಗಳು ಹಗಲು-ರಾತ್ರಿ ಶ್ರಮವಹಿಸಿ ವರ್ಷದೊಳಗೆ ಮದ್ದು ಕಂಡು ಹಿಡಿದರು. ಇಡೀ ಜಗತ್ತಿಗೇ ಸಾಕಾಗುವಷ್ಟು ಉತ್ಪಾದಿಸಿ ರಫ್ತು ಕೂಡ ಮಾಡಿದರು. ಭಾರತವು ಯುದ್ಧೋಪಕರಣಗಳನ್ನು ಮತ್ತು ವಿಮಾನಗಳನ್ನು ಉತ್ಪಾದಿಸಿ ಅಮೆರಿಕದಂತಹ ದೇಶಗಳಿಗೆ ರಫ್ತುಮಾಡುತ್ತದೆ ಎಂದು ಯಾರೂ ಊಹಿಸಿರಲಿಲ್ಲ. ಭಾರತೀಯ ತಂತ್ರಜ್ಞರು, ಉತ್ಪಾದಕರು ಮತ್ತು ಉದ್ಯಮಿಗಳ ಎಡೆಬಿಡದ ಪರಿಶ್ರಮದಿಂದ ಅದೂ ಸಾಧ್ಯವಾಯಿತು. ಅಮೆರಿಕದ ಡಾಲರಿನ ಮುಂದೆ ಭಾರತದ ರೂಪಾಯಿ ಜಾಗತಿಕ ಕರೆನ್ಸಿಯೆನಿಸಿಕೊಳ್ಳುತ್ತದೆ ಎನ್ನುವುದು ಅಸಾಧ್ಯದ ಮಾತಾಗಿತ್ತು. ಇವತ್ತು ಅದೂ ಸಾಧ್ಯವಾಗಿದೆ.

ಅನಕ್ಷರಸ್ಥರೇ ತುಂಬಿರುವ ಹಳ್ಳಿಗಳ ದೇಶ ಭಾರತದಲ್ಲಿ ಡಿಜಿಟಲ್ ವಹಿವಾಟು ಅಸಾಧ್ಯದ ಮಾತು, ಸರಕಾರದ ಯೋಜನೆಗಳ ಫಲವನ್ನು ಮಧ್ಯವರ್ತಿಗಳಿಲ್ಲದೇ ಸಾಮಾನ್ಯ ಜನರಿಗೆ ತಲುಪಿಸುವುದು ಕನಸು, ಭಾರತ ಸಂವಿಧಾನದ ೩೫ ನೇ ಕಲಂ, ತಲಾಕ್, ಕಾಶ್ಮೀರದ ೩೭೦ನೇ ಕಲಂಮನ್ನು ರದ್ದುಗೊಳಿಸುವುದು ಎಂದೂ ಆಗದ ಕೆಲಸ, ಶತಮಾನಗಳ ಹೋರಾಟದ ಅಯೋಧ್ಯಾ ವಿವಾದಕ್ಕೆ ಪರಿಹಾರವೇ ಇಲ್ಲ ಎನ್ನುವ ಮಾತನ್ನು ಪ್ರಧಾನಿ ಶ್ರೀ ನರೇಂದ್ರ ಮೋದಿ ಅವರು ಪ್ರಯತ್ನಗಳಿಂದ ಸುಳ್ಳು ಮಾಡಿ ತೋರಿಸಿದವರು.

ಹೀಗೆ ಸಾಧಿಸಲಿಕ್ಕೆ ಹಿಡಿದ ಒಂದು ಕೆಲಸವನ್ನು ಬಿಡದೇ ಮಾಡಿ ಮುಗಿಸುವ ಹಟವಿರಬೇಕು. ಸಾಧಿಸಿ ತೋರಿಸುವ ಛಲವಿರಬೇಕು. ಅದಕ್ಕಾಗಿ ಬಿಟ್ಟುಬಿಡದೇ ಸತತವಾಗಿ ಪ್ರಯತ್ನಿಸುತ್ತಿರಬೇಕು. ಅದೇನೇ ಕಷ್ಟ, ತೊಂದರೆ, ಅಡೆತಡೆಗಳು ಬಂದರೂ ಛಲದಂಕ ಮಲ್ಲನಂತೆ ಪ್ರಯತ್ನಗಳನ್ನು ಮುಂದುವರೆಸಿ ಸಾಧಿಸುವ ಕಟಿಬದ್ಧತೆ ಇರಬೇಕು. ಆಗ ಮಾತ್ರ ಸಾಧನೆಗೆ ಒಂದು ಅರ್ಥ ಬರುತ್ತದೆ. ಸಾಧಕನಿಗೆ ಸಾರ್ಥಕ್ಯತೆ ಲಭಿಸುತ್ತದೆ. ನಾವು ಹಿಡಿದ ಕೆಲಸ ನಮ್ಮ ಕೈ ಹಿಡಿಯುವ ತನಕ ಬಿಡಬಾರದು. ಅದನ್ನೇ ವೀರ ಸನ್ಯಾಸಿ ವಿವೇಕಾನಂದರು "ಏಳು, ಎದ್ದೇಳು, ಗುರಿ ತಲುಪುವವರೆಗೂ ನಿಲ್ಲದಿರು" ಎಂದು ಹೇಳಿದರು. ಅದೆಷ್ಟೇ ದೊಡ್ಡ ಕೆಲಸವಾದರೂ ಸರಿ, ಸಣ್ಣ ಸಣ್ಣ ಆದರೆ ನಿರಂತರವಾದ ಪ್ರಯತ್ನಗಳಿಂದ ಒಂದು ದಿನ ಅದು ಕೈಗೂಡಿಯೇ ತೀರುತ್ತದೆ. ಹೀಗಾಗಿ ಮಧ್ಯದಲ್ಲಿ, ಅಸಹನೆಯಿಂದ ಪ್ರಯತ್ನಗಳನ್ನು ಬಿಟ್ಟು ಕೈ ಚೆಲ್ಲಬಾರದು. ಒಂದು ಸಂಸ್ಕೃತ ಶ್ಲೋಕವನ್ನೇ ಸ್ವಲ್ಪ ಬದಲಿಸಿ ಹೇಳುವುದಾದರೆ "ಸಾಧನಾತುರಣಾಂ ನ ನಿದ್ರಾ ನ ಸುಖಂ". ಅಂದರೆ ಸಾಧನೆ ಮಾಡಬೇಕೆನ್ನುವವನಿಗೆ ನಿದ್ರೆ ಬರುವುದಿಲ್ಲ ಮತ್ತೆ ಅವನು ಸುಖದಲ್ಲಿ ಮೈ ಮರೆಯುವುದಿಲ್ಲ. ಅವನಿಗೆ ಸಾಧಿಸುವವರೆಗೆ ಸಮಾಧಾನವಿರುವುದಿಲ್ಲ.

○

ಶಿಕ್ಷಣ, ವಿಶ್ವವಿದ್ಯಾಲಯ, ಭಾಷೆ

೧. ವಿಶ್ವವಿದ್ಯಾಲಯಗಳಲ್ಲಿ ಅನುಭವದ ಅಮೃತಧಾರೆ

ಈ ಮೊದಲು ಜಗತ್ತನ್ನು ರಾಜ್ಯಾಧಿಕಾರ, ಸೈನ್ಯಶಕ್ತಿ, ಹಣಬಲಗಳು ಆಳುತ್ತಿದ್ದವು. ಆದರೀಗ ಜಗತ್ತನ್ನು ಜ್ಞಾನ ಬಲ ಆಳುತ್ತಿದೆ. ಅನೇಕ ದೇಶಗಳು ತಮ್ಮ ಯೋಜನೆಗಳಿಗೆ ಜ್ಞಾನ-ಮಾಹಿತಿಗಳನ್ನು ಬಳಸಿ, ಅಳವಡಿಸಿ ತಮ್ಮ ಪಾರಮ್ಯವನ್ನು ಮೆರೆಯುತ್ತಿವೆ. ಚೀನಾದ ಹಾರ್ಡ್ವೇರ್ ಜ್ಞಾನ ಮತ್ತು ಅಪಾರವಾದ ಅಗ್ಗದ ಶ್ರಮಿಕ ವರ್ಗದ ಕಾರಣ ಬೃಹತ್ ಪ್ರಮಾಣದ ಉತ್ಪಾದನೆ ಮಾಡಿ ಮೆರೆದರೆ; ರಶಿಯಾ, ಜಪಾನ್, ಅಮೇರಿಕ ಮತ್ತು ಯುರೋಪಿನ ದೇಶಗಳು ತಮ್ಮ ವ್ಯವಹಾರಿಕ ಹಾಗೂ ನಿರ್ವಹಣಾ ಕೌಶಲ್ಯ, ಸಂಶೋಧನೆ ಮತ್ತು ಸೈನಿಕ ಶಕ್ತಿಯಿಂದ ತಲೆ ಎತ್ತಿ ನಿಂತಿವೆ. ಭಾರತವೇನೂ ಹಿಂದೆ ಉಳಿದಿಲ್ಲ. ಭಾರತೀಯರು ತಮ್ಮ ಜ್ಞಾನ ಸಂಪತ್ತು ಮತ್ತು ಬದ್ಧತೆಯಿಂದಾಗಿ ಅಮೇರಿಕ, ಇಂಗ್ಲೆಂಡ ಮತ್ತು ಇತರ ದೇಶಗಳ ಸಂಶೋಧನೆ, ಸಂರಕ್ಷಣೆ, ನೀತಿ ನಿರೂಪಣೆ, ಆಡಳಿತಗಳಂತಹ ಆಯಕಟ್ಟಿನ ಸ್ಥಾನಗಳಲ್ಲಿ ಸ್ಥಾಪಿತವಾಗಿದ್ದಾರೆ. ಸ್ವತಃ ಭಾರತೀಯರು ತಮ್ಮ ಮೇಧಾವಿತನದಿಂದಾಗಿ ಸಾಫ್ಟೇರ್ ಮತ್ತು ಡಿಜಿಟಲ್ ಕ್ರಾಂತಿ ಮಾಡಿ ಇಡೀ ಜಗತ್ತನ್ನು ನಿಬ್ಬೆರಗಾಗಿಸಿದ್ದಾರೆ.

ಅದು ೨೦೦೮, ಕರ್ನಾಟಕವನ್ನು ಒಂದು ಸ್ಪಂದನಶೀಲ ಜ್ಞಾನಾಧಾರಿತ ಸಮಾಜವನ್ನಾಗಿ ಮಾಡುವ ಹಿರಿಯ ಉದ್ಧೇಶದಿಂದ ಆಗಿನ ಮುಖ್ಯಮಂತ್ರಿಗಳಾದ ಯಡಿಯೂರಪ್ಪನವರು ಕರ್ನಾಟಕ ಜ್ಞಾನ ಆಯೋಗವನ್ನು ಖ್ಯಾತ ವಿಜ್ಞಾನಿ ಶ್ರೀ ಕಸ್ತೂರಿ ರಂಗನ್ ಅವರ ಅಧ್ಯಕ್ಷತೆಯಲ್ಲಿ ಸ್ಥಾಪಿಸಿದರು. ಆಯೋಗವು ಹಲವು ವಲಯ ಮತ್ತು ಕ್ಷೇತ್ರಗಳನ್ನು ಗುರುತಿಸಿ ಜ್ಞಾನದ ಸಬಲೀಕರಣಕ್ಕೆ ಅವಶ್ಯ ಕಾರ್ಯತಂತ್ರವನ್ನು ನಿರೂಪಿಸಿತು. ಅದಕ್ಕಾಗಿ ಹಲವು ಸಂಶೋಧನೆಗಳನ್ನು ಕೈಗೊಂಡು ಶಾಸನ, ಪುರಾವೆ ಅನುಭವ ಆಧಾರಿತ ಒಂದು ನೀತಿಯನ್ನು ರೂಪಿಸಲು ಸರಕಾರಕ್ಕೆ ನೆರವಾಯಿತು. ಈ ಯೋಜನೆಯಿಂದಾಗಿ ರಾಜ್ಯದಲ್ಲಿ ಜ್ಞಾನದ ಅಭಿವೃದ್ಧಿಗೆ ಹೆಚ್ಚಿನ ವೇಗ ದೊರೆಯಿತು.

ಶಿಕ್ಷಣ ಮತ್ತು ಇತರ ಇಲಾಖೆ, ವಿಭಾಗಗಳ ಜೊತೆ ಪರಸ್ಪರ ಸಂಪರ್ಕ, ಸಂವಹನ ಮತ್ತು ಸಾಮೂಹಿಕ ಕಾರ್ಯನಿರ್ವಹಣೆಗೆ ನಾಂದಿಯಾಯಿತು.

ಕರ್ನಾಟಕದ ಸಮಗ್ರ ಅಭಿವೃದ್ಧಿಗೆ ಜ್ಞಾನಾಧಾರಿತ ಸಮಾಜ ಸೃಷ್ಟಿಯೇ ಮೂಲ. ಅದಕ್ಕಾಗಿ ಜ್ಞಾನದ ಸೃಷ್ಟಿ, ಬಳಕೆ ಮತ್ತು ಪ್ರಸಾರಕ್ಕೆ ಈ ಆಯೋಗವು ಮಾಡಿದ ಶಿಫಾರಸುಗಳ ಸರಿಯಾದ ಅನುಷ್ಠಾನ ಕಾರಣವಾಗಿದೆ. ಇದರಿಂದಾಗಿಯೇ ಕರ್ನಾಟಕವು ಇಂದು ಶಿಕ್ಷಣ, ಮಾಹಿತಿ, ಸಂಪರ್ಕ, ವಿಜ್ಞಾನ, ತಂತ್ರಜ್ಞಾನ ಮತ್ತು ಹಲವು ಆಯಾಮಗಳ ಜ್ಞಾನದ ಬೆಳವಣಿಗೆಗಳಿಗೆ ಪ್ರಮುಖ ಕೇಂದ್ರವಾಗಿ ಹೊರಹೊಮ್ಮಿದೆ. ಹೊಸ ಪ್ರಯೋಗಗಳು, ನಾವಿನ್ಯತೆ, ಸೃಜನಶಿಲತೆಯ ಸ್ಫೂರ್ತಿ ಸೆಲೆಯಾಗಿ ಮೈದೆಳೆದು ನಿಂತಿದೆ. ಇದಕ್ಕೆ ರಾಷ್ಟ್ರೀಯ ಶಿಕ್ಷಣ ನೀತಿ – ೨೦೨೦ ಜಾರಿ, ಸ್ಟಾರ್ಟ್ ಅಪ್ಗಳ ದಾಖಲೆ ಸಂಖ್ಯೆ, ಸೈಬರ್ ಸಿಟಿಯಾಗಿ ಬೆಂಗಳೂರು ಬೆಳೆದ ಬಗೆ, ಸಾವಿರಾರು ಬಹುರಾಷ್ಟ್ರೀಯ ಕಂಪನಿಗಳ ಕೇಂದ್ರವಾಗಿ ಬೆಂಗಳೂರಿನ ಆಯ್ಕೆ.. ಇವು ಜೀವಂತ ಉದಾಹರಣೆಗಳಾಗಿವೆ. ಉನ್ನತ ಶಿಕ್ಷಣ ಕುರಿತ ಮಿಷನ್ ಗ್ರೂಪಿನ ಸದಸ್ಯನಾಗಿ ನನಗೂ ಈ ಕಾರ್ಯದಲ್ಲಿ ಪಾಲ್ಗೊಳ್ಳುವ ಅವಕಾಶ ದೊರೆತಿತ್ತು. ಆ ಸಂದರ್ಭದಲ್ಲಿ ತಲೆತಲಾಂತರಗಳಿಂದ ಹರಿದು ಬಂದಿರುವ ಭಾರತೀಯ ಜ್ಞಾನಧಾರೆಯನ್ನು ಅಧಿಕೃತವಾಗಿ ಗುರುತಿಸಿ, ಸಮಾಜದ ಅಭಿವೃದ್ಧಿಗೆ ಉಪಯೋಗಿಸಬೇಕಾದ ಅವಕಾಶಗಳ ಬಗ್ಗೆ ಚರ್ಚೆಯಾಗಿತ್ತು.

ಪುರಾತನ ಅನುಭವಾಮೃತದಲ್ಲಿ ಇಂದಿನ ವಿವಿಧ ಕ್ಷೇತ್ರಗಳ ಸಮಸ್ಯೆಗೂ ಪರಿಹಾರ ದೊರಕಬಹುದು. ಅವರ ಕೆಲಸ, ಜ್ಞಾನ, ಪದ್ಧತಿ, ವಿಧಾನಗಳ ಬಗ್ಗೆ ಅವರಿಗಿರುವ ಮಾಹಿತಿ, ಶ್ರದ್ಧೆ, ವಿಶ್ವಾಸ ಅನುಪಮವಾದದ್ದು. ಅವರು ನಿರಂತರವಾಗಿ ತಮ್ಮ ಕಾರ್ಯದಲ್ಲಿ ನಿರತರಾಗಿರುವುದರಿಂದ ಅವರಲ್ಲಿ ಜ್ಞಾನವು ಹರಳುಗಟ್ಟಿರುತ್ತದೆ. ಕೌಶಲ್ಯ, ನಿಪುಣತೆಗಳು ಬಂದಿರುತ್ತವೆ. ಅದರ ಹಿಂದಿರುವ ತಾಂತ್ರಿಕತೆ ನಿಖರವಾಗಿ ಗೊತ್ತಿರದಿದ್ದರೂ, ಅದರ ಗಣಿತಾತ್ಮಕ ಹಿನ್ನಲೆಯನ್ನು ವಿವರಿಸಲಾಗದಿದ್ದರೂ ಅವರು ಯಶಸ್ವಿಯಾಗಿ ಅದನ್ನು ಮಾಡುತ್ತ ಬಂದಿರುತ್ತಾರೆ. ನಿರಂತರ ಅಭ್ಯಾಸದ ಕಾರಣ ಸ್ಪಷ್ಟತೆ ಮತ್ತು ದೃಢತೆ ಹೆಚ್ಚಿರುತ್ತದೆ. ಈ ತರಹದ ಜ್ಞಾನವೂ ಅಷ್ಟೇ ಮಹತ್ವದ್ದೂ ಪ್ರಾಯೋಗಿಕವೂ ಆಗಿರುತ್ತದೆ. ಇದು ಶಾಲಾ ಕಾಲೇಜುಗಳಲ್ಲಿ ಬೋಧಿಸುವ ಮತ್ತು ಕಾರ್ಯಕ್ಷೇತ್ರದಲ್ಲಿ ನಡೆಯುವ ಪ್ರತ್ಯಕ್ಷ ಆಚರಣೆಗಳಿಗಿರುವ ವ್ಯತ್ಯಾಸವನ್ನು ಕಡಿಮೆ ಮಾಡುತ್ತದೆ. ತಾತ್ವಿಕ (ಥೇಯರೀ) ವರ್ಗಗಳು ಮತ್ತು ಪ್ರಾಯೋಗಿಕ ವರ್ಗಗಳ/ಆಚರಣೆಗಳ ಅಂತರ ಕಡಿಮೆಯಾಗಿ ಅದರೆಡನ್ನು ಜೋಡಿಸುವ ಕೊಂಡಿಯಾಗಿ ಅವರು ಮೈದಳೆಯುತ್ತಾರೆ. ಹೀಗಾಗಿ ಇಂತಹ ಜ್ಞಾನವಂತರಿಗೆ ಕಾಲೇಜುಗಳಲ್ಲಿ, ವಿಶ್ವವಿದ್ಯಾಲಯಗಳಲ್ಲಿ ಕಲಿಸುವ ಅವಕಾಶವನ್ನು ಕೊಟ್ಟರೆ ಹೇಗೆ? ಎನ್ನುವ ವಿಚಾರ ಕರ್ನಾಟಕ ಜ್ಞಾನ ಆಯೋಗದ ಉನ್ನತ ಶಿಕ್ಷಣ

ಕುರಿತ ಮಿಷನ್ ಗ್ರುಪ್ನಲ್ಲಿ ೨೦೦೮ರಲ್ಲೇ ಚರ್ಚೆಯಾಗಿತ್ತು. ಆಗ ಚರ್ಚಿಸಿದ ಅನೇಕ ಸಂಗತಿಗಳು ಈಗ ಮೂರ್ತರೂಪ ಪಡೆಯುತ್ತಿರುವುದು ನಿಜಕ್ಕೂ ಖುಷಿ ಕೊಡುವ ಸಂಗತಿ.

ಶಾಲಾ–ಕಾಲೇಜುಗಳಲ್ಲಿಯ ವಿದ್ಯಾರ್ಜನೆಯು ಕೇವಲ ಪಠ್ಯಕ್ಕೆ ಮಾತ್ರ ಸೀಮಿತವಾಗಿರಬಾರದು. ಪಠ್ಯಕ್ರಮದ ಜೊತೆಗೆ ಮುಂದೆ ಸೇರಬಹುದಾದ ವೃತ್ತಿಯ ಪರಿಚಯ, ಮಾಹಿತಿಗಳನ್ನು ವಿದ್ಯಾರ್ಥಿಗಳು ತಿಳಿಯುವಂತಾಗಬೇಕು. ಇದರಿಂದ ವೃತ್ತಿಗೆ ಸೇರಿದ ಮೇಲೆ ಅವರಿಗೆ ಮುಜುಗರ/ದಿಗ್ಭ್ರಾಂತಿ ಆಗುವುದು ತಪ್ಪುತ್ತದೆ. ಅಥವಾ ಕಲಿಯುವಾಗ ಮುಂದಿನ ತಮ್ಮ ವೃತ್ತಿ ಜೀವನದ ಬಗ್ಗೆ ಅವರು ಕಟ್ಟಿಕೊಂಡ ಕನಸು ಸಿನಿಕತನವಾಗುವುದು ತಪ್ಪುತ್ತದೆ. ವಸ್ತು ಸ್ಥಿತಿಯ ನೈಜ ಅರ್ಥವಾಗುತ್ತದೆ. ಅದಕ್ಕೆ ಬೇಕಾದ ಕೌಶಲ್ಯಗಳು, ದೃಷ್ಟಿಕೋನದ ಸ್ಪಷ್ಟತೆ ಸಿಗುತ್ತದೆ. ತಮ್ಮ ಆಯ್ಕೆಯ ವೃತ್ತಿಯಲ್ಲಿ ತಾವು ತೊಡಗಲು ಮಾಡಿಕೊಳ್ಳಬೇಕಾದ ಮಾನಸಿಕ ಮತ್ತು ತಾಂತ್ರಿಕ ತಯಾರಿಗೆ ಅವರು ಅಣಿ ಅಗುತ್ತಾರೆ. ಅಲ್ಲದೇ ತಾನೇ ಆ ಉದ್ಯಮವನ್ನು ಪ್ರಾರಂಭಿಸಲು ಯೋಚಿಸಿದರೆ ಎದುರಾಗುವ ಅಹ್ವಾನಗಳನ್ನು ಸ್ವೀಕರಿಸಲೂ ಸಿದ್ಧನಾಗುತ್ತಾನೆ. ಇದು ಒಂದು ರೀತಿಯ ಪೂರ್ವ ತಯಾರಿ ಆಗುತ್ತದೆ.

ವಿಶ್ವವಿದ್ಯಾಲಯ ಧನಸಹಾಯ ಆಯೋಗವು ಉನ್ನತ ಶಿಕ್ಷಣ ಮತ್ತು ವೃತ್ತೀಯ ಜ್ಞಾನಗಳ ಮಧ್ಯ ಇರುವ ಅಂತರವನ್ನು ತೊಡೆದು ಹಾಕಲು ಯೋಚಿಸಿದೆ. ಆದರೆ ಈಗಿರುವ ವಿಶ್ವವಿದ್ಯಾಲಯಗಳ ನಿಯಮಗಳ ಅನುಸಾರ ಆಯಾ ಕ್ಷೇತ್ರಗಳ ಪರಿಣಿತರು ವಿವಿಗಳಲ್ಲಿ ಕೆಲಸ ಮಾಡಲು ಅರ್ಹರಾಗಿರುವುದಿಲ್ಲ. ಏಕೆಂದರೆ ಅವರಿಗೆ ಪದವಿಗಳ ವಿದ್ಯಾರ್ಹತೆ ಇರುವುದಿಲ್ಲ. ಅಧ್ಯಾಪನ ಕೌಶಲ್ಯವೂ ಇರುವುದಿಲ್ಲ. ಆಯಾ ಕ್ಷೇತ್ರಗಳ ಪರಿಣಿತರು ಯಾವುದೇ ಪಿಎಚ್.ಡಿ ಪದವೀಧರರು, ಸಂಶೋಧಕರು ಮತ್ತು ಅಧ್ಯಾಪಕರಿಗಿಂತ ಜ್ಞಾನದಲ್ಲಿ ಕಡಿಮೆಯೇನೂ ಇರುವುದಿಲ್ಲ. ಆದರೆ ಇದುವರೆಗಿನ ನಿಯಮಾವಳಿ ಪ್ರಕಾರ ಅವರಿಗೆ ಕಾಲೇಜು/ವಿಶ್ವವಿದ್ಯಾಲಯಗಳ ಆಧ್ಯಾಪಕರಾಗಲು ಅವಕಾಶವಿರಲಿಲ್ಲ. ಮಾನದಂಡಗಳ ಪ್ರಕಾರ ಅವರು PhD, NET, SET ಉತ್ತೀರ್ಣ ಮಾಡಲೇಬೇಕಾಗಿತ್ತು. ಆದರೆ ಇದರ ದೂರಗಾಮಿ ಪರಿಣಾಮವನ್ನು ಮನಗಂಡು UGCಯು ಆ ನಿಯಮಾವಳಿಗಳನ್ನು ಬದಲಾಯಿಸಲು ಹೊರಟಿದೆ. ಇದೊಂದು ಸ್ವಾಗತಾರ್ಹ ಬೆಳವಣಿಗೆ. ಇದು NEP ಗೆ ಅನುಗುಣವಾಗಿಯೂ ಇದೆ. ಆಯಾ ಕ್ಷೇತ್ರದ ಕೌಶಲ್ಯ ಮತ್ತು ಅನುಭವ ಆಧಾರಿತವಾಗಿ ತಜ್ಞರನ್ನು ಅತಿಥಿ ಪ್ರಾಧ್ಯಾಪಕರು/ ಸಂದರ್ಶಕ ಅಧ್ಯಾಪಕರು/ Professor of Practiceಎಂದು ನೇಮಿಸಬಹುದಾಗಿದೆ. ಅದಕ್ಕಾಗಿ ನೀತಿಯನ್ನು ನಿರೂಪಿಸಿದೆ. ಅದರ ಪ್ರಕಾರ ಆಯಾ ಕ್ಷೇತ್ರದ ಅನುಭವಸ್ಥರು,

ತಜ್ಞರು ಸಹ ಕಾಲೇಜು, ವಿಶ್ವವಿದ್ಯಾಲಯ ಪ್ರಾಧ್ಯಾಪಕರಾಗಿ ಸೇವೆ ಸಲ್ಲಿಸಬಹುದು. ಅವರು ತರಗತಿಗಳನ್ನು ತಗೆದುಕೊಳ್ಳಬಹುದು. ರೆಗ್ಯುಲರ್ ಅಧ್ಯಾಪಕರಂತೆ ಇವರು ಸೆಟ್, ನೆಟ್, ಪಿಎಚ್ಡಿ ಮಾಡಿರಲೇ ಬೇಕಿಲ್ಲ. ವಿಜ್ಞಾನಿಗಳು, ಉದ್ಯಮಿಗಳು, ವೈದ್ಯರು, ಲೆಕ್ಕಪರಿಶೋಧಕರು, ಇಂಜಿನಿಯರ್‌ಗಳು ಹೀಗೆ ಬೇರೆ ಬೇರೆ ಕ್ಷೇತ್ರಗಳಲ್ಲಿಯ ಅನುಭವಸ್ಥರು, ಅಧ್ಯಾಪಕರ ಪಾತ್ರವನ್ನು ನಿರ್ವಹಿಸಬಹುದಾಗಿದೆ. ತಮ್ಮ ಜ್ಞಾನಧಾರೆ ಎರೆಯಲು ಆಸಕ್ತರಾದ ಪರಿಣಿತರು ತಾವಾಗಿಯೇ ವಿಶ್ವವಿದ್ಯಾಲಯಗಳ ಕುಲಪತಿಗಳಿಗೆ ತಮ್ಮ ನಾಮನಿರ್ದೇಶನವನ್ನು ಮಾಡಬಹುದು ಅಥವಾ ವಿಶ್ವವಿದ್ಯಾಲಯಗಳೇ ಅಂತಹವರನ್ನು ಆಹ್ವಾನಿಸಬಹುದು. ಅವರ ಆಯ್ಕೆಯನ್ನು ಸಂಸ್ಥೆಯ ಪ್ರಾಧ್ಯಾಪಕರನ್ನೊಳಗೊಂಡ ಸಮಿತಿಯು ಆಡಳಿತ ಮಂಡಳಿಯ ಅನುಮೋದನೆಯೊಂದಿಗೆ ಮಾಡುತ್ತದೆ. ಈ ಮೂಲಕ ತಮ್ಮ ಹಲವಾರು ವರ್ಷಗಳ ವೃತ್ತಿ ಅನುಭವವನ್ನು ಭಾವೀ ವೃತ್ತಿಪರರ ಜೊತೆ ಹಂಚಿಕೊಳ್ಳಬಹುದಾಗಿದೆ.

ಯುಜಿಸಿಯ ೫೬೦ನೇಯ ಸಭೆಯ ಈ ನಡಾವಳಿಯಿಂದ ಇಂಜಿನಿಯರಿಂಗ್, ಕಾನೂನು, ಬ್ಯಾಂಕಿಂಗ್, ವೈದ್ಯಕೀಯದಂತಹ ವೃತ್ತಿ ನಿರತರಲ್ಲದೇ ವಾಣಿಜ್ಯ, ಕ್ರೀಡೆ, ಸಮಾಜ ವಿಜ್ಞಾನ, ಉದ್ಯಮಶೀಲತೆ, ಕಲೆ, ಸಾಹಿತ್ಯ, ಸಂಗೀತ, ನೃತ್ಯ, ಶಿಲ್ಪ ಶಾಸ್ತ್ರದಂತಹ ಕ್ಷೇತ್ರ ಪರಿಣಿತರಿಗೂ ಈ ಅವಕಾಶ ಸಿಗಲಿದೆ. ಇದರಿಂದ ಇದುವರೆಗೂ ಕ್ಷೇತ್ರ ಅನುಭವ/ಮಾಹಿತಿಯಿಂದ ವಂಚಿತರಾಗಿದ್ದ ಮಕ್ಕಳಿಗೆ ಆಯಾ ಕ್ಷೇತ್ರಗಳ ಸಾಧಕರ ಜೊತೆಗೆ ಸಂವಹನ ನಡೆಸಲು, ಅವರಿಂದ ಪಾಠ ಹೇಳಿಸಿಕೊಳ್ಳಲು ಅವಕಾಶ ದೊರೆಯುತ್ತದೆ. ಇದರಿಂದ ಅಧ್ಯಾಪಕರ ಶೈಕ್ಷಣಿಕ ದೃಷ್ಟಿಯ ಜ್ಞಾನ ಮತ್ತು ವೃತ್ತಿ ನಿರತರ ಪ್ರಾಯೋಗಿಕ ಅನುಭವಗಳ ಸಮ್ಮಿಲನವಾಗುತ್ತದೆ. ಉನ್ನತ ಶಿಕ್ಷಣದ ಕಲಿಕೆಯು ನೈಜ ಮತ್ತು ಪರಿಣಾಮಕಾರಿಯಾಗುತ್ತದೆ. ವಿಶ್ವವಿದ್ಯಾಲಯಗಳಲ್ಲಿ ಈ ಕುರಿತು ಪರಿಣಾಮಕಾರಿ ಸಂಶೋಧನೆಗಳನ್ನು ಕೈಗೊಳ್ಳಲು ಅನುವಾಗುತ್ತದೆ. ಆ ಮೂಲಕ ದೇಶವು ಎದುರಿಸುತ್ತಿರುವ ವಿವಿಧ ಕ್ಷೇತ್ರಗಳ ಸಮಸ್ಯೆಗೆ ಪರಿಹಾರ ಹುಡುಕಲು ಈ ಜಂಟೀ ಪ್ರಯತ್ನ ಅನುಕೂಲವಾಗುತ್ತದೆ.

ಇದೇ ನೀತಿಯನ್ನು PUವರೆಗಿನ ಪ್ರಾಥಮಿಕ ಶಿಕ್ಷಣಕ್ಕೂ ಅನ್ವಯಿಸುವುದು ಒಳ್ಳೆಯದು. ಸಾವಿರಾರು ವರ್ಷಗಳಿಂದ ಜ್ಞಾನದ ಒಂದು ನಿರ್ದಿಷ್ಟ ವಾಹಿನಿಯನ್ನೇ ತಮ್ಮ ಜೀವನಾಧಾರವನ್ನಾಗಿಸಿಕೊಂಡು, ಕುಲಕಸುಬಿನ ಹೆಸರಿನಲ್ಲಿ ಅಭಿವೃದ್ಧಿ ಪಡಿಸುತ್ತ ಉಳಿಸಿಕೊಂಡು ಬಂದ ಜ್ಞಾನದ ಸದುಪಯೋಗ ಇಂದಿನ ಸಮಾಜಕ್ಕೆ ದೊರೆಯಬೇಕು. ಪರಂಪರಾಗತ ಬಳುವಳಿಯಾಗಿ ಬಂದ ಈ ಜ್ಞಾನ ಸೆಲೆಯ ಸಂಪೂರ್ಣ ಸದ್ವಿನಿಯೋಗಕ್ಕಾಗಿ ಪ್ರಯತ್ನ, ಪ್ರಾಧಾನ್ಯತೆ, ಅನುಷ್ಠಾನಗಳಾಗಬೇಕು. ಈ ಹಿನ್ನಲೆಯಲ್ಲಿ

ಗ್ರಾಮೀಣ ಕುಶಲಕರ್ಮಿಗಳಾದ ಕಮ್ಮಾರ, ಚಮ್ಮಾರ, ನೃತ್ಯ, ನಾಟಕ ಕಲಾವಿಧರು, ಕ್ರೀಡಾಪಟುಗಳು, ಕುಂಬಾರ, ಬಡಿಗ, ಪಂಚಾಳರು, ಕೃಷಿಕರು, ಗ್ಯಾರೇಜ್ ಕೆಲಸಗಾರರು, ಕಟ್ಟಡ ನಿರ್ಮಾಪಕರು, ನೀರು ಸರಬರಾಜು ಕರ್ಮಿಗಳು, ಶಿಲ್ಪಕಲಾಕಾರರು ಮುಂತಾದವರು ಅವರವರ ಕ್ಷೇತ್ರದಲ್ಲಿ ಪರಿಣಿತಿಯನ್ನು ಹೊಂದಿರುತ್ತಾರೆ. ತಮ್ಮ ಕ್ಷೇತ್ರದ ಸಮಸ್ಯೆಗಳಿಗೆ ತಮ್ಮದೇ ಆದ ಪರಿಹಾರವನ್ನು ಕಂಡುಕೊಂಡಿರುತ್ತಾರೆ. ನಿತ್ಯ ಜೀವನಕ್ಕೆ ಉಪಯೋಗವಾಗುವ ಇಂತಹ ಜ್ಞಾನವೂ ವಿದ್ಯಾರ್ಥಿಗಳಿಗೆ ಸಿಗಬೇಕು. ತಮ್ಮ ಶಿಕ್ಷಣದ ಪ್ರಾರಂಭಿಕ ಹಂತದಲ್ಲೇ ತಮ್ಮ ಭವಿಷ್ಯದ ಬಗ್ಗೆ ವಾಸ್ತವಿಕ ಕಲ್ಪನೆ ಹೊಂದಲು ಅವರ ಅನುಭವ ಸಹಕಾರಿಯಾಗುತ್ತದೆ. ಆಯಾ ಕ್ಷೇತ್ರಗಳ ಸುಪರ್ ವಿಜನ್ ಹಂತದ ಪರಿಣಿತರನ್ನು ಇದಕ್ಕಾಗಿ ಪರಿಗಣಿಸಬಹುದಾಗಿದೆ.

○

೨. ಅಂಕಗಳು ವ್ಯಕ್ತಿ ಸಾಮರ್ಥ್ಯದ ಮಾನದಂಡವಲ್ಲ

ಪ್ರತಿ ವರ್ಷ ಎಸ್.ಎಸ್.ಎಲ್.ಸಿ, ಪಿಯುಸಿ, ಸಿ.ಇಟಿ, ಯುಪಿಎ, ಕೆಪಿಎಸ್ಸಿ ಇತ್ಯಾದಿ ಪಬ್ಲಿಕ್ ಪರೀಕ್ಷೆಗಳು ಮತ್ತು ಪ್ರವೇಶ ಪರೀಕ್ಷೆಗಳ ಫಲಿತಾಂಶ ಹೊರ ಬೀಳುತ್ತಿದ್ದಂತೆ ಸುದ್ಧಿ ಮಾಧ್ಯಮಗಳಲ್ಲಿ ರ್‍ಯಾಂಕ್ ವಿಜೇತರಿಗೆ ಅಭಿನಂದನೆಗಳ ಸುರಿಮಳೆಯಾಗುತ್ತದೆ. ಇತ್ತೀಚೆಗಂತೂ Out of Out ಅಂದರೆ ಪ್ರತಿಶತ ೧೦೦ರಷ್ಟು ಅಂಕ ಪಡೆಯುವವರ ಸಂಖ್ಯೆಯೂ ಹೆಚ್ಚುತ್ತಿದೆ. ಆಯಾ ಶಾಲಾ-ಕಾಲೇಜುಗಳು ಇದನ್ನೇ ಉಪಯೋಗಿಸಿಕೊಂಡು ತಮ್ಮ ತಮ್ಮ ಸಂಸ್ಥೆಗಳ ಪ್ರಚಾರವನ್ನು ಮಾಡಿಕೊಳ್ಳುತ್ತಿವೆ. ಹೆಚ್ಚು ಅಂಕ ಪಡೆದವನೇ ಅತೀ ಪ್ರತಿಭಾವಂತನೆನ್ನಲಾಗುತ್ತಿದೆ. ಅಂದರೆ ಪ್ರತಿಭೆಯನ್ನು ವ್ಯಕ್ತಿಯು ಪಡೆಯುವ ಅಂಕ/ಗುಣಗಳ ಆಧಾರದ ಮೇಲೆ ಅಳೆಯಲಾಗುತ್ತಿದೆ. ಹೆಚ್ಚು ಅಂಕ ಪಡೆದು ರ್‍ಯಾಂಕ್ ಪಡೆದವರು ಹೆಚ್ಚು ಸಂಖ್ಯೆಯಲ್ಲಿ ಯಾವ ಶಾಲಾ ಕಾಲೇಜಿನಲ್ಲಿರುತ್ತಾರೋ ಆ ಶಾಲಾ-ಕಾಲೇಜುಗಳು ಉತ್ತಮ ಶಿಕ್ಷಣ ಸಂಸ್ಥೆಗಳೆಂದೂ ಅಲ್ಲಿಯ ಶಿಕ್ಷಕರು, ಕಲಿಕಾ ವಾತಾವರಣ ಮತ್ತು ಕಲಿಸುವಿಕೆ ಚೆನ್ನಾಗಿವೆ ಎಂದೂ ಭಾವಿಸಲಾಗುತ್ತದೆ. ಈ ಕಾರಣ ಶಾಲಾ-ಕಾಲೇಜುಗಳ ಮಧ್ಯೆ ರ್‍ಯಾಂಕ್‌ಗಳನ್ನು ಬಾಚಿಕೊಳ್ಳಲು ಒಂದು ಸ್ಪರ್ಧೆಯೇ ಏರ್ಪಟ್ಟಿದೆ.

ಹೆಚ್ಚು ಅಂಕಗಳಿಸುವುದೊಂದು ಕಲೆ! ತಕ್ಕಮಟ್ಟಿಗೆ ವಿಷಯದ Concept ಅರ್ಥಮಾಡಿಕೊಂಡು ಹತ್ತಾರು ವರ್ಷಗಳ ಪ್ರಶ್ನೆ ಪತ್ರಿಕೆಗಳನ್ನು ಕಣ್ಣ ಮುಂದೆ ಇಟ್ಟುಕೊಂಡು ಉತ್ತರ ಕಂಡುಕೊಂಡರೆ ಸಾಕು. ಆಗಾಗ ಅದೇ ಪ್ರಶ್ನೆಗಳೇ ಪುನರಾವರ್ತನೆ ಆಗಿರುತ್ತವೆ. ವಿಶಾಲವಾದ ಪ್ರಶ್ನೆ ಬ್ಯಾಂಕ್ ಹೊಂದಿ ಅವುಗಳಿಗೆಲ್ಲ ಉತ್ತರವನ್ನು ಗುರುತಿಸಿಕೊಂಡರೆ ಆಯಿತು. ಉತ್ತಮ ಶ್ರೇಯಾಂಕವನ್ನು ಪಡೆಯಬಹುದು. ಮೂಲ ತತ್ವ ಗೊತ್ತಿರದಿದ್ದರೂ ಓದಿ ಓದಿ ಕಂಠಪಾಠ ಮಾಡಿಕೊಂಡೂ ಹೆಚ್ಚು ಅಂಕ ಗಳಿಸಬಹುದು. ಅಂದರೆ ಇದೊಂದು ಸ್ಮರಣೆಯಲ್ಲಿಟ್ಟುಕೊಳ್ಳುವ ಸ್ಪರ್ಧೆ. ಹೀಗಾಗಿ ಅಭ್ಯರ್ಥಿಗಳು ಪಡೆಯುವ ಅಂಕಗಳು ಜ್ಞಾನದ ಪ್ರತಿಬಿಂಬವೇ? ಅವರ ಸಾಮರ್ಥ್ಯದ ಪ್ರತಿಫಲನವೇ? ಎನ್ನುವ ಪ್ರಶ್ನೆ ಏಳುವುದು ಸಹಜ. ಅಂದರೆ ಇಲ್ಲಿ Focus ದೃಷ್ಟಿ ಇರುವುದು ಅಭ್ಯರ್ಥಿ ಪಡೆಯುವ

ಅಂಕಗಳ ಮೇಲೆಯೇ ಹೊರತು ಅವನು ಗಳಿಸಿರುವ ಜ್ಞಾನದ ಮೇಲೆ ಅಲ್ಲ! ಒಂದು ರೀತಿ ಇದು ಸ್ಮರಣ ಶಕ್ತಿ (ನೆನಪಿನ ಶಕ್ತಿ) ಪರೀಕ್ಷೆಯಾಗಿದೆ. ಇದಕ್ಕೆ ಅಪವಾದಗಳೂ ಇರಬಹುದು ಅಥವಾ ಎಲ್ಲರಿಗೂ ಇದು ಅನ್ವಯಿಸುವುದಿಲ್ಲ. ಆದರೆ ಅಪವಾದವು ಅಪವಾದವೇ?! ಕೆಲವರನ್ನು ಬಿಟ್ಟರೆ ಅಂದರೆ ಹೆಚ್ಚಿನವರಿಗೆ ಇದು ಅನ್ವಯವಾಗುತ್ತದೆ ಎಂದರ್ಥ ಅಲ್ಲವೇ?

ತಮ್ಮ ಶಾಲಾ ಕಾಲೇಜುಗಳ ಮಕ್ಕಳು ಹೆಚ್ಚಿನ ಅಂಕ ಗಳಿಸುವಂತಾಗಲು ಸಂಸ್ಥೆಗಳು ಹಲವಾರು ಉಪಕ್ರಮಗಳನ್ನು ಕೈಗೊಳ್ಳುತ್ತಾರೆ. ವರ್ಷವಿಡೀ ಕ್ಲಾಸುಗಳು, ರಜೆಯಲ್ಲಿ ವಿಶೇಷ ಕ್ಲಾಸುಗಳು, ಹತ್ತಾರು ಟೆಸ್ಟಗಳು, ರೆಸಿಡೆನ್ಸಿಯಲ್ ಕ್ಲಾಸುಗಳು, ಅಂಕಗಳಿಸುವ ಸಾಮರ್ಥ್ಯದ ಆಧಾರದ ಮೇಲೆ ವಿದ್ಯಾರ್ಥಿಗಳ ವಿಂಗಡಣೆ. ಅದಕ್ಕೆ ಅನುಗುಣವಾಗಿ ಅಧ್ಯಾಪಕರ ನೇಮಕ. ಇತ್ಯಾದಿ ಇತ್ಯಾದಿ. ಇದರಿಂದ ಮಕ್ಕಳ ಮೇಲೆ ಒತ್ತಡವೋ ಒತ್ತಡ. ಕ್ಲಾಸ್ ಟೀಚರ್, ವಿಷಯದ ಟೀಚರ್, ಪಾಲಕರು ಮತ್ತು ಸಹಪಾಠಿಗಳ ಸ್ಪರ್ಧೆಯ ಒತ್ತಡ. ಹೆಚ್ಚಿನ ಅಂಕ ಗಳಿಸುವ ಉದ್ಧೇಶ ಒಳ್ಳೆಯದಾದರೂ ಅದಕ್ಕೆ ಅನುಸರಿಸುವ ಮಾರ್ಗ ಒತ್ತಡದಿಂದ ಕೂಡಿರಬಾರದು. ಸೀಟು, ಸ್ಕಾಲರ್ಶಿಪ್, ನೌಕರಿ ಇತ್ಯಾದಿ ಉದ್ದೇಶಗಳಿಗಾಗಿ ಈ ಅಂಕಗಳನ್ನೇ ಪರಿಗಣಿಸುವುದರಿಂದ ಈ ಸನ್ನಿವೇಶ ಉಂಟಾಗಿದೆ. ಇದು ಹೇಗಾದರೂ ಅಂಕಗಳಿಸುವ ಪ್ರವೃತ್ತಿಗೆ ಎಡೆ ಮಾಡಿಕೊಟ್ಟಿದೆ. ಅರ್ಹನಾದವನ ಉಳಿವು ಅನ್ನುವ servival of fittest strugglefer existence ಅಸ್ಥಿತ್ವಕ್ಕಾಗಿ ಹೋರಾಟ ಉಂಟುಮಾಡಿದೆ. ಜ್ಞಾನಾರ್ಜನೆ ಅಲ್ಲ, ಅಂಕಗಳಿಸದೇ ಬೇರೆ ದಾರಿಯಿಲ್ಲ ಎನ್ನುವಂತಾಗಿದೆ.

ಹಾಗಾದರೆ ನಿಜವಾದ ಪ್ರತಿಭೆ ಎಂದರೇನು? ಆ ಪ್ರತಿಭೆಯ ಅನಾವರಣ ಮಾಡಲು ಈ ಪರೀಕ್ಷೆಗಳಿಂದ ಸಾಧ್ಯವೇ? ಪ್ರಚಲಿತ ಶೈಕ್ಷಣಿಕ ವ್ಯವಸ್ಥೆಯು ವಿದ್ಯಾರ್ಥಿಗಳ ತಲೆಗೆ ಬರೀ ಮಾಹಿತಿಯನ್ನು ತುಂಬುತ್ತಿದೆ. ಯಾರು ಆ ಮಾಹಿತಿಯನ್ನು ನೆನಪಿಟ್ಟುಕೊಂಡು ಪರೀಕ್ಷೆಗಳಲ್ಲಿ ಉತ್ತರಗಳ ರೂಪದಲ್ಲಿ ಪುನರುದ್ಧರಿಸುತ್ತಾರೋ ಅವರು ಹೆಚ್ಚು ಅಂಕಗಳಿಸುತ್ತಾರೆ. ಅಂತಹವರು ರ್‍ಯಾಂಕ್ ಗಳಿಸುತ್ತಾರೆ. ಹೀಗೆ ರ್‍ಯಾಂಕ್ ಗಳಿಸಿದವರಿಗೆ ಸರಕಾರಿ/ಅರೆ ಸರಕಾರಿ, ಖಾಸಗಿ ನೌಕರಿಗಳು ದೊರೆಯುತ್ತವೆ. ಅಂದರೆ ಅಂಕಗಳಿಗೆ ಮತ್ತು ನೌಕರಿಗೆ ಸಂಬಂಧವಿದೆಯೆಂದಾಯಿತು. ಆದರೆ ಆ ನೌಕರಿ ಮಾಡಲು ಬೇಕಾದ ಅರ್ಹತೆ, ಕೌಶಲ್ಯ ಮತ್ತು ಸಾಮರ್ಥ್ಯಗಳು ಆ ಅಭ್ಯರ್ಥಿಗಳಲ್ಲಿ ಇದೆಯಾ? ಎನ್ನುವುದು ಪ್ರಶ್ನಾರ್ಥಕ. ಅವರು ಪಡೆದ ಅಂಕಗಳು ಈ ಗುಣಗಳನ್ನು ಪ್ರತಿಬಿಂಬಿಸಿದರೆ ಅದು ಸರಿಯಾದ ಮಾರ್ಗ. ಆದರೆ ಅರ್ಥವನ್ನು ಅರಗಿಸಿಕೊಳ್ಳದೇ ಬರೀ ಬಾಯಿ ಪಾಠ ಮಾಡಿ, ಉತ್ತರಿಸಿದ್ದರೆ ಅದು ಬರೀ ನೆನಪಿನ ಶಕ್ತಿಯ ಮಾಪನವಾಗುತ್ತದೆ. ಇತ್ತೀಚಿನ ಪಿಎಸ್ಐ ನೇಮಕಾತಿ, ಅಧ್ಯಾಪಕ ನೇಮಕಾತಿ, ಸ್ನಾತಕ ವೈದ್ಯಕೀಯ ಶಿಕ್ಷಣದ ಆಯ್ಕೆಗಳಲ್ಲಿ

ನಡೆದ ಹಗರಣಗಳಿಗೆ ಕಾರಣ ಏನು? ಅಭ್ಯರ್ಥಿಗಳು ವಾಮ ಮಾರ್ಗದಿಂದ ಪಡೆದ ಅಂಕಗಳು. ಹೆಚ್ಚಿನ ಅಂಕ ಪಡೆದರೆ ಆಯ್ಕೆ ಖಚಿತ ಎಂದು ಆ ಅಭ್ಯರ್ಥಿಗಳು ಮತ್ತು ಹೆಚ್ಚಿನ ಅಂಕ ಕೊಡಿಸಿ ತಾವು ಹಣಗಳಿಸಬಹುದು ಎಂದು ಅಧಿಕಾರಿಗಳು ಈ ಕೃತ್ಯವೆಸಗಿದರು. ಅಂಕ ಮತ್ತು ನೌಕರಿಗಿರುವ ಸಂಬಂಧದಿಂದಾಗಿ ಈ ಅವ್ಯವಹಾರಗಳು ನಡೆಯುತ್ತಿವೆ. ಹಾಗಾದರೆ ಇನ್ನೊಂದು ಪ್ರಶ್ನೆ ಎದುರಾಗುತ್ತದೆ. ಸ್ವಾತಂತ್ರ್ಯದ ನಂತರ ದೇಶದ ೩೦ ರಾಜ್ಯಗಳ ಮತ್ತು ಕೇಂದ್ರ ಶಾಸಿತ ಪ್ರದೇಶಗಳಲ್ಲಿ SSLC, PU ದಂತ ಪಬ್ಲಿಕ್ ಪರೀಕ್ಷೆಗಳಲ್ಲಿ ಮತ್ತು ನೂರಾರು ವಿಶ್ವವಿದ್ಯಾಲಯಗಳಲ್ಲಿ ವಿವಿಧ ವಿಷಯಗಳಲ್ಲಿ ಈ ೭೫ ವರ್ಷಗಳಲ್ಲಿ ಘೋಷಿಸಲಾದ ರ್‍ಯಾಂಕುಗಳ ಸಂಖ್ಯೆ ಎಷ್ಟಾಗುತ್ತದೆ? ಈ ಎಲ್ಲ ೩೦ ರಾಜ್ಯ ಮತ್ತು ಕೇಂದ್ರಾಡಳಿತ ಪ್ರದೇಶಗಳ SSLC, PU(ಕಲಾ, ವಿಜ್ಞಾನ, ವಾಣಿಜ್ಯ) ಮತ್ತು ಸಾವಿರಕ್ಕಿಂತ ಹೆಚ್ಚು ವಿಶ್ವವಿದ್ಯಾಲಯಗಳ ಹತ್ತಾರು ಸ್ನಾತಕ ಮತ್ತು ಸ್ನಾತಕೋತರ ವಿಷಯಗಳು, ಐಟಿಐ, ಡಿಪ್ಲೋಮಾ ಇತ್ಯಾದಿ ಸೇರಿದರೆ ಕನಿಷ್ಟ ೧೫ ಲಕ್ಷ ರ್‍ಯಾಂಕ್ ಪಡೆದ ಪ್ರತಿಭೆಗಳು ವಿವಿಧ ಕ್ಷೇತ್ರಗಳಲ್ಲಿ ಕೆಲಸ ಮಾಡುತ್ತಿದ್ದಾರೆ. ಅಂದರೆ ಇವರಿಂದಾಗಿ ದೇಶದಲ್ಲಿ ಭಾರೀ, ದೊಡ್ಡ ಪ್ರಮಾಣದ ಧನಾತ್ಮಕ ಪರಿವರ್ತನೆಯು ಈಗಾಗಲೇ ಕಾಣಬೇಕಿತ್ತು.

ಆದರೆ ಈ ಎಲ್ಲಾ ಪ್ರತಿಭೆಗಳು ಎಲ್ಲಿದ್ದಾರೆ? ವಿದೇಶಗಳಿಗೆ ಪ್ರತಿಭಾ ಪಲಾಯನವಾಯಿತಾ? ಸ್ವಲ್ಪಮಟ್ಟಿಗೆ ಇದು ಹೌದಾದರೂ ಪೂರ್ಣ ಸತ್ಯವಂತೂ ಅಲ್ಲ. ಹಾಗಾದರೆ ದೇಶದ ಅಭಿವೃದ್ಧಿ ಮತ್ತು ಈ ಪ್ರತಿಭೆಗೆ ಸಂಬಂಧ ಕಲ್ಪಿಸುವುದು ಹೇಗೆ? ಮೊದಲು ಹೆಚ್ಚು ಅಂಕ ಪಡೆದವರಿಗೆ ನೌಕರಿ ದೊರೆಯುತ್ತಿತ್ತು. ಈಗ ಪ್ರತಿಯೊಂದು ಕಂಪನಿಯು ಅಭ್ಯರ್ಥಿಗಳ ಬುದ್ಧಿ ಮತ್ತೆ, ಕ್ರಿಯಾಶೀಲತೆ, ತಾರ್ಕಿಕ, ವಿಮರ್ಶಾತ್ಮಕ, ವಿಶ್ಲೇಷಣಾತ್ಮಕ ಸ್ವಭಾವಗಳನ್ನು ಪರೀಕ್ಷಿಸಲು ತಮ್ಮದೇ ಆದ ಪ್ರವೇಶ ಪರೀಕ್ಷೆ/ಆಯ್ಕೆ ಪರೀಕ್ಷೆ ಮಾಡುತ್ತಾರೆ. ಅದಕ್ಕೆ ಬೇಕಾಗುವ parameter ಗಳು ರ್‍ಯಾಂಕ್/ಅಂಕಗಳನ್ನು ಕೊಡುವ ವಿಧಾನದಲ್ಲಿ ಇಲ್ಲವೋ? ಇವೆಲ್ಲ ತುಂಬಾ ಗಂಭೀರವಾಗಿ ಚಿಂತಿಸಬೇಕಾದ ಸಂಗತಿಗಳು.

ಹಾಗೆ ನೋಡಿದರೆ ಮೈಕ್ರೋಸಾಫ್ಟ್ ಸಂಸ್ಥಾಪಕರಾದ ಬಿಲ್ ಗ್ರೇಟ್ ಅವರು ಕಾಲೇಜಿನ ಮೆಟ್ಟಲನ್ನೇ ಹತ್ತಲಿಲ್ಲ. ಎಡಿಸನ್ ನಂತಹ ಅನೇಕ ವಿಜ್ಞಾನಿಗಳು ಕಾಲೇಜು ಶಿಕ್ಷಣವನ್ನು ಪೂರ್ಣಗೊಳಿಸಲಿಲ್ಲ. ರ್‍ಯಾಂಕ್ ವಿಜೇತರು ನೌಕರರಾದರೆ ನಿರುತ್ತೀರ್ಣರಾದವರು ಯಶಸ್ವಿ ಉದ್ಯಮ-ಪತಿಗಳಾದ ಅನೇಕ ಉದಾಹರಣೆಗಳಿವೆ. ಅನುತ್ತೀರ್ಣವಾದವಾರು ಮತ್ತು ಸಾಮಾನ್ಯ (Average) ವಿದ್ಯಾರ್ಥಿ ವಿಶೇಷ ಸಾಧನೆಯನ್ನು ತೋರಿದವರು ಇರುತ್ತಾರೆ. ಉದ್ಯಮಿಗಳಾಗಿ ಯಶಸ್ವಿಯಾಗುತ್ತಾರೆ ಹೀಗಾಗಿ ನಮ್ಮ ಅಂಕರೂಪದ ಮೌಲ್ಯಮಾಪನ ಪದ್ಧತಿಯ ಬಗ್ಗೆ ನಾವು ಸಮಗ್ರವಾಗಿ

ಚಿಂತಿಸಬೇಕಿದೆ. ವ್ಯಕ್ತಿಯ ಸರ್ವಾಂಗೀಣ ವ್ಯಕ್ತಿತ್ವವನ್ನು ಅನಾವರಣ ಮಾಡುವ ಪದ್ಧತಿಯನ್ನು ನಿರೂಪಿಸಬೇಕಿದೆ.

ಆದರೆ GATE, JEE, CAT, MAT ನಂತಹ ಪರೀಕ್ಷೆಗಳು ವಿದ್ಯಾರ್ಥಿಗಳ ಕೇವಲ ಜ್ಞಾಪಕ ಶಕ್ತಿಯನ್ನು ಮಾತ್ರ ಅಳೆಯದೇ ಅವರ ವಿಮರ್ಶಾತ್ಮಕ, ತಾರ್ಕಿಕ, ವಿಶ್ಲೇಷಣಾತ್ಮಕ ಮತ್ತು ಅನ್ವಯಿಕ ಬುದ್ಧಿಮತ್ತೆಯನ್ನು ಒರೆಗೆ ಹಚ್ಚುವ ಪ್ರಶ್ನೆಗಳನ್ನು ಒಳಗೊಂಡಿರುತ್ತವೆ. ಮೂಲತತ್ವ (Concept) ಸ್ಪಷ್ಟವಾಗದಿರುವವರಿಗೆ ಈ ಪ್ರಶ್ನೆಗಳನ್ನು ಉತ್ತರಿಸಲು ಆಗುವುದೇ ಇಲ್ಲ. ಅವುಗಳ ವಿನ್ಯಾಸವೇ ಹಾಗಿರುತ್ತದೆ. ಅಕ್ಕಪಕ್ಕದಲ್ಲಿ ಕುಳಿತವರಿಗೂ ನಕಲು ಮಾಡಲು ಆಗುವುದಿಲ್ಲ. ಏಕೆಂದರೆ ಪ್ರತಿಯೊಬ್ಬರಿಗೂ ಬೇರೆಯದೇ ಆದ ಪ್ರಶ್ನೆಗಳಿರುತ್ತವೆ. ಒಬ್ಬ ವ್ಯಕ್ತಿಯು ವಿವಿಧ ವಿಷಯಗಳು ಮತ್ತು ಆಯಾಮಗಳಲ್ಲಿ ಅಂದರೆ ಓದುವ ೫-೬ ವಿಷಯಗಳು ಮತ್ತು ಕ್ರೀಡೆ, ಕಲೆ, ಯೋಗ, ಸಂಗೀತ, ವ್ಯವಸಾಯ ಮತ್ತು ವಿವಿಧ ಚಟುವಟಿಕೆಯಲ್ಲಿ ಪಾಲ್ಗೊಳ್ಳುವುದು, ಸ್ವಯಂ ಪ್ರೇರಿತವಾಗಿ ಎಲ್ಲಾ ಚಟುವಟಿಕೆಗಳಲ್ಲಿ ಪಾಲ್ಗೊಳ್ಳುವುದು, ಕಾರ್ಯಕ್ರಮಗಳ ಸಂಘಟನೆಗಳಲ್ಲಿ ತೊಡಗುವುದು ಮತ್ತು ನಾಯಕತ್ವದ ಗುಣ ತೋರಿಸುವುದು ಇತ್ಯಾದಿಗಳಲ್ಲಿ ನಿರಂತರ ಮೌಲ್ಯಾಂಕಣ ಮಾಡುವುದು ಸಮಗ್ರ ದೃಷ್ಟಿಯಿಂದ ಶ್ರೇಯಾಂಕ ಕೊಡುವುದು. ಒಂದು ಒಳ್ಳೆಯ ಕ್ರಮವೆನಿಸುತ್ತದೆ. ಮುಖ್ಯವಾಗಿ ಅಧ್ಯಾಪಕರು ಇಲ್ಲಿ ನಿಷ್ಪಕ್ಷಪಾತವಾಗಿ, ಪ್ರಾಮಾಣಿಕವಾಗಿ ಇರಬೇಕು. ಹಾಗೆಂದಾಗ ಮಾತ್ರ ಒಂದು ಅರ್ಥಪೂರ್ಣ ವ್ಯಕ್ತಿ ವಿಶ್ಲೇಷಣೆ, ನಿರೂಪಣೆ ಆಗುತ್ತದೆ. CBSC ಯಲ್ಲಿ ಮತ್ತು ಕೆಲವು ಸ್ವಾಯತ್ತ ಕಾಲೇಜುಗಳಲ್ಲಿ ಈ ರೀತಿಯ ಪ್ರಕ್ರಿಯೆಗಳು ನಡೆಯುತ್ತಿವೆ. ಇದನ್ನೇ ಎಲ್ಲೆಡೆ ಅನುಸರಿಸುವುದು ಹೆಚ್ಚು ಸೂಕ್ತ. ಆಗ ಮಾತ್ರ ವಿದ್ಯಾರ್ಥಿಗಳು ತಮ್ಮ ಜೀವನದಲ್ಲಿ ಬರುವ ಯಾವುದೇ ಅಗ್ನಿ ಪರೀಕ್ಷೆ/ಸತ್ವ ಪರೀಕ್ಷೆ/ಸಾಮರ್ಥ್ಯ ಪರೀಕ್ಷೆಯನ್ನು ಎದುರಿಸಬಲ್ಲರು. ಶಾಲಾ-ಕಾಲೇಜುಗಳಲ್ಲಿಯ ಪರೀಕ್ಷೆಗಳು ಜೀವನ ಪರೀಕ್ಷೆಯನ್ನು ಎದುರಿಸಲು ವ್ಯಕ್ತಿಗಳನ್ನು ತಯಾರು ಮಾಡಬೇಕು.

ಬ್ರಿಟಿಷರು ಭಾರತದಲ್ಲಿ ಸರ್ಕಾರಿ ಶಾಲೆಗಳನ್ನು ಪ್ರಾರಂಭಿಸುವ ಮುನ್ನ ಗುರುಕುಲ ಪದ್ಧತಿ ಇತ್ತು. ಒಬ್ಬ ವಿದ್ಯಾರ್ಥಿ ಯಾವುದಾದರೂ ಒಂದು ವಿದ್ಯೆಯಲ್ಲಿ ಪರಿಣಿತನಾಗುವವರೆಗೆ ಅವನ ಗುರುಗಳು ಅವನನ್ನು ಮನೆಗೆ ಕಳುಹಿಸಿತ್ತಿರಲಿಲ್ಲ. ವಿದ್ಯಾರ್ಥಿಯ ಕಲಿಕಾ ಆಸಕ್ತಿ, ಸಾಮರ್ಥ್ಯ, ವೇಗಗಳಿಗೆ ಅನುಗುಣವಾಗಿ ಪ್ರತ್ಯೇಕವಾದ ಮೌಲ್ಯಮಾಪನವನ್ನು ಮಾಡಲಾಗುತ್ತಿತ್ತು. ಕೊನೆಯಲ್ಲಿ ವಿದ್ಯಾರ್ಥಿಗಳು ಲೋಕ ಜ್ಞಾನವನ್ನು ಪಡೆದುಕೊಳ್ಳಲು ಲೋಕ ಸಂಚಾರವನ್ನು ಕೈಗೊಳ್ಳಬೇಕಾಗಿತ್ತು. ವಿದ್ಯಾರ್ಥಿಯು ಯಾರ ಶಿಷ್ಯ ಅನ್ನುವುದರ ಮೇಲೆ ಅವನ ಸಾಮರ್ಥ್ಯವನ್ನು ಗ್ರಹಿಸಲಾಗುತ್ತಿತ್ತು. ಗುರು-ಶಿಷ್ಯರು ಪರಸ್ಪರ ವ್ಯಕ್ತಿತ್ವದ ಪ್ರತಿಬಿಂಬವಾಗಿರುತ್ತಿದ್ದರು.

೦

೩. ವಿಶ್ವವಿದ್ಯಾಲಯಗಳಲ್ಲಿ ಚಿನ್ನದ ಬೇಟೆ!

ವರ್ಷಕ್ಕೊಮ್ಮೆ ಎಲ್ಲ ವಿಶ್ವವಿದ್ಯಾಲಯಗಳಲ್ಲಿ 'ಘಟಿಕೋತ್ಸವ'ವೆಂಬ ಪ್ರತಿಭಾಹಬ್ಬ ನಡೆಯುತ್ತದೆ. ತಮ್ಮ ಶಿಕ್ಷಣವನ್ನು ಒಂದು ಹಂತದವರೆಗೆ ಮುಗಿಸಿದ ವಿದ್ಯಾರ್ಥಿಗಳ ದೀಕ್ಷಾಂತ ಸಮಾರಂಭವಿದು. ವಿಶ್ವವಿದ್ಯಾಲಯ ಒಂದೇ ಆಗಿದ್ದರೂ, ಕಲಿತ ವಿಷಯಗಳು ಒಂದೇ ಆಗಿದ್ದರೂ ಹಾಗೂ ಎಲ್ಲರಿಗೂ ಕಲಿಸಿದ ಗುರುಗಳು ಒಬ್ಬರೇ ಆಗಿದ್ದರೂ ವಿದ್ಯಾರ್ಥಿಗಳು ಮಾತ್ರ ಬೇರೆ ಬೇರೆ ಶ್ರೇಣಿಯಲ್ಲಿ ಉತ್ತೀರ್ಣರಾಗಿರುತ್ತಾರೆ! ಆಯಾ ವಿದ್ಯಾರ್ಥಿಗಳ ಗ್ರಹಿಸುವಿಕೆ, ವಿಷಯದ ಬಗ್ಗೆ ಅವರಿಗಿರುವ ಶ್ರದ್ಧೆ, ಬದ್ಧತೆ ಹಾಗೂ ಜ್ಞಾನದ ಆಳ-ಹರಿವು, ವಿಶ್ಲೇಷಣಾ ಕೌಶಲ್ಯ, ತಾರ್ಕಿಕ ಬುದ್ಧಿ ಶಕ್ತಿ ಮತ್ತು ಅನ್ವಯಿಕ ಸಾಮರ್ಥ್ಯಗಳು ಅವರವರ ಶ್ರೇಣಿಯನ್ನು ನಿರ್ಧರಿಸುತ್ತವೆ.

ಶುದ್ಧತೆ ಮತ್ತು ಶ್ರೇಷ್ಠತೆಗೆ ಇನ್ನೊಂದು ಹೆಸರು ಬಂಗಾರ. ಅದು ಅಷ್ಟು ಸುಲಭವಾಗಿ ಆರ್ದ್ರತೆ, ಉಷ್ಣತೆ ಮತ್ತು ರಸಾಯನಗಳ ಪ್ರಭಾವಕ್ಕೊಳಗಾಗುವುದಿಲ್ಲ. ಯಾವೊಬ್ಬ ವ್ಯಕ್ತಿಯ, ಕಾರ್ಯದ ಅಥವಾ ವಸ್ತುವಿನ ಗುಣಮಟ್ಟದ ಶ್ರೇಷ್ಠತೆಯ ಬಗೆಗೆ ಹೇಳುವಾಗ ಮತ್ತು ಹೊಗಳುವಾಗ ಉಪಮೇಯವಾಗಿ 'ಬಂಗಾರ' ಎಂದು ಉಪಯೋಗಿಸುತ್ತಾರೆ. "ಅವನೊಬ್ಬ ೨೪ ಕ್ಯಾರೆಟ್ ಬಂಗಾರವಿದ್ದಂತೆ", ಮಗುವು ಒಂದು ಒಳ್ಳೆಯ ಕೆಲಸ ಮಾಡಿದಾಗ, "ನನ್ನ ಬಂಗಾರ, ನನ್ನ ಚಿನ್ನ" ಎನ್ನುತ್ತಾರೆ. ಕಾಯಾ ವಾಚಾ ಮನಸಾ ಪರಿಶುದ್ಧವಿದ್ದವರನ್ನು ಅಪ್ಪಟ ಚಿನ್ನವೆಂತಲೂ ಕರೆಯುತ್ತಾರೆ. ಹೀಗಾಗಿ ಬಂಗಾರ ಅಥವಾ ಚಿನ್ನವು ಒಂದು ದೃಷ್ಟಿಯಿಂದ ಶುದ್ಧತೆಯನ್ನು ಮತ್ತು ಶ್ರೇಷ್ಠತೆಯನ್ನು ಅಂದರೆ ಮೌಲ್ಯವನ್ನು ಪ್ರತಿನಿಧಿಸುತ್ತದೆ. ಹೀಗಾಗಿ ಬಂಗಾರದಿಂದ ಮಾಡಿದ ಪದಕವನ್ನು ಬಂಗಾರದಂತಹ ಸಾಧನೆ ಮಾಡಿದವರಿಗೆ ಕೊಡಲಾಗುತ್ತದೆ. ಜಗತ್ತಿನಾದ್ಯಂತ ಒಪ್ಪಿಕೊಂಡ ಸಂಗತಿಯಿದು. ಐತಿಹಾಸಿಕ ಕಾಲದಿಂದಲೂ ಭಾರತದಲ್ಲಿ ಉತ್ಕೃಷ್ಟ ಸಾಧನೆಯನ್ನು ಮಾಡಿದವರಿಗೆ ರಾಜ-ಮಹಾರಾಜರು, ಊರಪಂಚರು ಚಿನ್ನದ ನಾಣ್ಯಗಳನ್ನು

ಉಡುಗೊರೆಯಾಗಿ ಕೊಡುವ ಪರಿಪಾಠವಿತ್ತು. ವಿಶ್ವವಿದ್ಯಾಲಯಗಳಲ್ಲಿ ಉತ್ಕೃಷ್ಟ ಸಾಧನೆಗೈದವರಿಗೆ ಅತ್ಯುಚ್ಚ ಗೌರವದ ಸೂಚಕವಾಗಿ ಸ್ವರ್ಣ ಪದಕವನ್ನು ಕೊಡುವ ಪದ್ಧತಿಯು ಇಂಗ್ಲೆಂಡಿನಲ್ಲಿ ಕ್ರಿ.ಶ. ೧೮೦೦ ರಷ್ಟೊತ್ತಿಗೆ ಪ್ರಾರಂಭವಾಯಿತು. ನಂತರ ಜಗತ್ತಿನ ಉಳಿದ ದೇಶಗಳಿಗೆ ಈ ಪದ್ಧತಿ ಹಬ್ಬಿ ಇವತ್ತು ವಿಶ್ವದ ಎಲ್ಲಾ ವಿಶ್ವವಿದ್ಯಾಲಯಗಳಲ್ಲಿಯೂ ಜನಜನಿತವಾಗಿದೆ.

ಸಾಮಾನ್ಯವಾಗಿ ಚಿನ್ನದ ಪದಕವನ್ನು ಶೈಕ್ಷಣಿಕವಾಗಿ ಅತ್ಯುತ್ತಮ ಸಾಧನೆಗೈದ ಸ್ನಾತಕ ಮತ್ತು ಸ್ನಾತಕೋತ್ತರ ವಿದ್ಯಾರ್ಥಿಗಳಿಗೆ ಕೊಡಲಾಗುತ್ತಿದೆ. ಇದು ಹೆಚ್ಚಾಗಿ ವಾರ್ಷಿಕ ಪರೀಕ್ಷೆಗಳಲ್ಲಿ ಅವರು ಗಳಿಸಿದ ಅಂಕಗಳ ಆಧಾರದ ಮೇಲೆ ಅವಲಂಭಿತವಾಗಿರುತ್ತದೆ. ಆದರೆ ಈ ಅಂಕಗಳ ಜೊತೆಗೆ ಕೆಲವು ವಿಶ್ವವಿದ್ಯಾಲಯದಲ್ಲಿ ಮತ್ತು ಸಮಾಜದಲ್ಲಿ ವಿದ್ಯಾರ್ಥಿಯು ತೋರಿದ ಅನುಕರಣೀಯ ಚಾರಿತ್ರ್ಯ ಮತ್ತು ನಾಯಕತ್ವ ಗುಣಗಳನ್ನು ಸಹ ಪರಿಗಣಿಸಲಾಗುತ್ತದೆ. ಕೆಲವೆಡೆ ಪಠ್ಯೇತರ ಚಟುವಟಿಕೆಗಳಲ್ಲಿ ವಿದ್ಯಾರ್ಥಿಯ ಸಹಭಾಗಿತ್ವವನ್ನು ನೋಡಲಾಗುತ್ತದೆ. ಶೈಕ್ಷಣಿಕ ಸಂಶೋಧನೆಯಲ್ಲಿ ವಿಶೇಷ ಸಾಧನೆ ಮಾಡಿದ ಸಂಶೋಧಕರ ಕೊಡುಗೆಗಳನ್ನು ಗಮನಿಸಲಾಗುತ್ತದೆ. ಮೇಧಾವಿ ವಿದ್ಯಾರ್ಥಿಗಳಿಗೆ ಚಿನ್ನದ ಪದಕವನ್ನು ಕೊಡುವಾಗ ರಾಷ್ಟ್ರೀಯ ಮತ್ತು ಅಂತರಾಷ್ಟ್ರೀಯ ಪ್ರಶಸ್ತಿಯನ್ನು ಪಡೆದ ಸಾಧನೆಯನ್ನು ಹಲವೆಡೆ ಪರಿಗಣಿಸಲಾಗುತ್ತದೆ.

ಮೊದಮೊದಲು (ಮತ್ತು ಕೆಲವೆಡೆ ಈಗಲೂ) ಅಪ್ಪಟ ಚಿನ್ನದ ಪದಕವನ್ನು ಕೊಡಲಾಗುತ್ತಿತ್ತು. ಹೀಗಾಗಿ ಅದು ಅಪ್ಪಟ ಅಪರಂಜಿಯಾದ ಗುಣ/ಮೌಲ್ಯಗಳ ಪ್ರತೀಕವೇ ಆಗಿದೆ. ಆದರೆ ಮಾರುಕಟ್ಟೆಯಲ್ಲಿ ಚಿನ್ನದ ಬೆಲೆ ಹೆಚ್ಚಾದ ಹಾಗೆ ಬೆಳ್ಳಿಯ ಪದಕಕ್ಕೆ ಚಿನ್ನದ ಲೇಪನ ಮಾಡಲು ಪ್ರಾರಂಭವಾಯಿತು. ಈಗ ಇನ್ನಿತರ ಲೋಹಗಳ ಮೇಲೆಯೂ ಚಿನ್ನದ ಲೇಪನ ಮಾಡಲಾಗುತ್ತಿದೆ. ಸಮಾಜದ ಪ್ರತಿಷ್ಠಿತರು, ದಾನಿಗಳು, ಶಿಕ್ಷಣ ಪ್ರೇಮಿಗಳು, ಅಧ್ಯಾಪಕರು ಅಥವಾ ಸಂಘ ಸಂಸ್ಥೆಗಳವರು ಒಂದು ನಿರ್ದಿಷ್ಟ ಮೊತ್ತವನ್ನು ಬ್ಯಾಂಕಿನಲ್ಲಿ ವಿಶ್ವವಿದ್ಯಾಲಯದ ಹೆಸರಿನಲ್ಲಿ ಇಡಿಗಂಟಾಗಿಟ್ಟು ಪ್ರತಿವರ್ಷ ಅದರಿಂದ ಬರುವ ಬಡ್ಡಿಯ ಹಣದಲ್ಲಿ ಪದಕಗಳನ್ನು ಕೊಡುವ ಪರಿಪಾಠವಿದೆ. ಪದಕವನ್ನು ಯಾವ ವಿಷಯಕ್ಕಾಗಿ ಕೊಡಬೇಕು ಮತ್ತು ಇನ್ನಿತರ ಪರಿಗಣಿಸಬೇಕಾದ ಅಂಶಗಳು ಯಾವುವು ಎನ್ನುವುದನ್ನು ಸ್ಪಷ್ಟವಾಗಿ, ಲಿಖಿತವಾಗಿ ನಮೂದಿಸಲಾಗಿರುತ್ತದೆ. ಪದಕ ವಿಜೇತರ ಪಟ್ಟಿಯನ್ನು ವಿಶ್ವವಿದ್ಯಾಲಯದ ಅಕೆಡಮಿಕ್ ಕೌನ್ಸಿಲ್ ಮತ್ತು ಸಿಂಡಿಕೇಟ್ ಸಭೆಗಳಲ್ಲಿ ಮಂಡಿಸಿ ಅನುಮೋದನೆಯನ್ನು ಪಡೆಯಲಾಗುತ್ತದೆ. ಕೆಲವು ವಿಶ್ವವಿದ್ಯಾಲಯಗಳಲ್ಲಿ ಪದಕ ವಿಜೇತರಿಗೆ ಘಟಿಕೋತ್ಸವದ ದಿನ ಧರಿಸಲು ವಿಶೇಷ ದಿರಿಸುಗಳನ್ನು ಕೊಡಲಾಗುತ್ತದೆ.

ಭಾರತದ ವಿಶ್ವವಿದ್ಯಾಲಯಗಳಲ್ಲಿ ಈಗಿರುವ ಸ್ಥಿತಿಯಲ್ಲಿ ನೋಡುವುದಾದರೆ ಈ ಹೊನ್ನಿನ ಪದಕವನ್ನು ಕೇವಲ ಅವರು ಪಡೆಯುವ ಅಂಕಗಳ ಆಧಾರದಲ್ಲಿ ನಿರ್ಧರಿಸಲಾಗುತ್ತದೆ. ಪದವಿಯಲ್ಲಿ ಒಟ್ಟಾರೆ ಅತಿ ಹೆಚ್ಚು ಅಂಕ ಪಡೆದವರಿಗೆ ಮತ್ತು ವಿಷಯವಾರು ಅತಿ ಹೆಚ್ಚು ಅಂಕ ಪಡೆದವರಿಗೆ ಕನಕ ಪದಕಗಳನ್ನು ಕೊಡಲಾಗುತ್ತಿದೆ. ಕೆಲವೊಂದು ಜನಪ್ರಿಯ ವಿಷಯಗಳಿಗೆ ಚಿನ್ನದ ಪದಕದ ದಾನಿಗಳು ಹೆಚ್ಚು ಜನ ಇರುತ್ತಾರೆ. ಕೆಲ ವಿಷಯಗಳಿಗೆ ಚಿನ್ನದ ಪದಕದ ದಾನಿಗಳು ಇರುವುದೇ ಇಲ್ಲ. ಕೆಲವು ವಿಷಯಗಳಿಗೆ ಹತ್ತಾರು ಪದಕವಿದ್ದರೆ ಕೆಲವು ವಿಷಯಗಳಿಗೆ ಒಂದೊಂದೇ ಪದಕವಿರುತ್ತದೆ. ಹೀಗಾಗಿ ವಿಷಯವಾರು ಪದಕಗಳ ಸಂಖ್ಯೆಯಲ್ಲಿ ಸಮಾನತೆ ಇರುವುದಿಲ್ಲ. ಉದಾಹರಣೆಗೆ ಮೈಸೂರು ವಿಶ್ವವಿದ್ಯಾಲಯದಲ್ಲಿ ರಸಾಯನಶಾಸ್ತ್ರ ವಿಷಯಕ್ಕೆ ೨೦ ಪದಕಗಳಿವೆ, ಕನ್ನಡ ವಿಷಯಕ್ಕೆ ೧೪ ಮತ್ತು BA ಪದವಿಗೆ ೯ ಪದಕಗಳಿವೆ. ಇದರಿಂದಾಗಿ ಒಂದೊಂದೇ ಪದಕವಿರುವ ನಾಲ್ಕು ವಿಷಯಗಳಲ್ಲಿಯೂ ಅತೀ ಹೆಚ್ಚು ಅಂಕ ಪಡೆದವನಿಗೆ ನಾಲ್ಕು ಚಿನ್ನದ ಪದಕಗಳು ಬಂದರೆ ಒಂದೇ ವಿಷಯದಲ್ಲಿ ಅತೀ ಹೆಚ್ಚು ಅಂಕ ಪಡೆದವನಿಗೆ ನಾಲ್ಕಕ್ಕಿಂತಲೂ ಹೆಚ್ಚು ಪದಕಗಳು ದೊರೆಯುತ್ತವೆ. ಇದರಿಂದ ನಾಲ್ಕಾರು ವಿಷಯಗಳಲ್ಲಿ ಮೊದಲಿಗನಾಗಿದ್ದವನಿಗೆ ಒಂದೇ ವಿಷಯದಲ್ಲಿ ಮೊದಲಿಗನಾದವನಿಗಿಂತ ಕಡಿಮೆ ಪದಕಗಳು ದೊರಕುತ್ತವೆ. ಇದು ಎದ್ದು ಕಾಣುವ ಅನ್ಯಾಯ. ಮಾಧ್ಯಮದವರೂ ಹೆಚ್ಚು ಪದಕಗಳನ್ನು ಪಡೆದವರನ್ನು ಹೆಚ್ಚು ವೈಭವಿಕರಿಸುತ್ತಾರೆ ಹೊರತು ಹೆಚ್ಚು ವಿಷಯಗಳಲ್ಲಿ ಒಂದೊಂದೇ ಪದಕ ಪಡೆದವರಿಗೆ ಅಷ್ಟಾಗಿ ಗಮನಿಸುವುದಿಲ್ಲ. ಇದರಿಂದ ಸಮಾಜಕ್ಕೆ ತಪ್ಪು ಸಂದೇಶ ಹೋಗುತ್ತದೆ. ಇದನ್ನು ಸರಿಪಡಿಸಬೇಕು. ಒಂದೊಂದೇ ಪದಕವಾದರೂ ಸರಿ ಹೆಚ್ಚು ವಿಷಯಗಳಲ್ಲಿ ಪದಕ ಪಡೆದವನನ್ನು ಎತ್ತಿ ತೋರಿಸಬೇಕು. ಇದು ನ್ಯಾಯ ಸಮ್ಮತವಾದದು. ಸಾಧ್ಯವಾದಷ್ಟು ಒಂದೇ ವಿಷಯಕ್ಕೆ ಹಲವು ಪದಕಗಳನ್ನು ನೀಡುವ ಬದಲು ಎಲ್ಲಾ ವಿಷಯಗಳಲ್ಲೂ ಸಮಾನ ಸಂಖ್ಯೆಯ ಪದಕಗಳನ್ನಿಡಬೇಕು. ಇಲ್ಲವೋ ಪ್ರತಿಯೊಂದು ವಿಷಯಕ್ಕೂ ಒಂದೇ ಪದಕವನ್ನಿಟ್ಟು ಉಳಿದದ್ದನ್ನು ಹಣರೂಪದ ಅಥವಾ ಬೇರೆ ರೀತಿಯ ಬಹುಮಾನಗಳನ್ನಾಗಿ ನೀಡಬಹುದು.

ಚಿನ್ನದ ಪದಕ ಪಡೆದವರೆಂದರೆ ಶೈಕ್ಷಣಿಕವಾಗಿ, ಸಾಮಾಜಿಕವಾಗಿ, ನೈತಿಕವಾಗಿ, ವ್ಯವಹಾರಿಕವಾಗಿ ಮತ್ತು ಪ್ರಾಯೋಗಿಕವಾಗಿ ಅತ್ಯುತ್ತಮ ನಡತೆ ಮತ್ತು ಮೇಧಾವಿತನ ಹೊಂದಿದವರಾಗಿರಬೇಕು. ವಿಶ್ವವಿದ್ಯಾಲಯದ ಚಿನ್ನದ ಪದಕ ವಿಜೇತರೆಂದರೆ ಸಮಾಜದಲ್ಲಿ ಅವರಿಗೊಂದು ಅವರದೇ ಆದ ಸ್ಥಾನ ಸಿಗುವಂತಾಗಬೇಕು. ಅವರ ಸಾಧನೆ ಇತರರಿಗೆ ಪ್ರೇರಕವಾಗಿರಬೇಕು. ಚಿನ್ನದ ಪದಕವನ್ನು ಪಡೆದುಕೊಂಡವರು ತಮ್ಮ ನಿಜ ಜೀವನದಲ್ಲೂ ಯಶಸ್ವಿಯಾಗಬೇಕು. ತಮ್ಮ ಕಾಲ ಮೇಲೆ ತಾವು ನಿಂತುಕೊಳ್ಳಬೇಕು. ಇತರರಿಗೆ ಆದರ್ಶಪ್ರಾಯವಾದ ಜೀವನವನ್ನು ನಡೆಸಬೇಕು. ಕೇಳಿಕೊಂಡು ಬಂದವರಿಗೆ ಸೂಕ್ತ

ಮಾರ್ಗದರ್ಶನವನ್ನು ಮಾಡಬೇಕು. ಅವರ ಸಲಹೆ–ಸೂಚನೆಗಳು ಪುಸ್ತಕದ ಬದನೆಕಾಯಿ ಆಗಿರದೇ ಆಚಾರಯೋಗ್ಯ ವಿಚಾರಗಳಾಗಬೇಕು. ಆಗ ಅವರು ಪಡೆದುಕೊಂಡ ಪದಕಕ್ಕೆ ಒಂದು ಬೆಲೆ ಬರುತ್ತದೆ. ಇಲ್ಲವಾದರೆ ಲಘುವಾಗಿ, ಹಾಸ್ಯದ ವಸ್ತುವಾಗುತ್ತದೆ.

ಓದಿನಲ್ಲಿ ಎಲ್ಲರಿಗಿಂತ ಮುಂದೆ ಇದ್ದ ಚಿನ್ನದ ಪದಕವಿಜೇತರು ಜೀವನದಲ್ಲಿ ವಿಫಲವಾದ ಉದಾಹರಣೆಗಳಿವೆ. ತಾವು ಪಡೆದ ಪದಕವನ್ನೇ ಮಾರಿಕೊಳ್ಳುವ ಹಂತಕ್ಕೆ ಬಂದ ಉದಾಹರಣೆಗಳಿವೆ. ಹೊಟ್ಟೆಪಾಡಿಗಾಗಿ ತಾವು ಪಡೆದ ಪದಕವನ್ನು ಗುಜರಿಗೆ ಹಾಕಿದವರು ಇದ್ದಾರೆ. ಇಂತಹ ಗತಿ ಎಂದಿಗೂ ಅವರಿಗೆ ಬರಬಾರದು. ಪದಕ ವಿಜೇತರು ಗೌರವದಿಂದ ಕೊನೆವರೆಗೂ ಜೀವನ ಸಾಗಿಸುವಂತಾಗಬೇಕು. ಹಾಗೆ ನೋಡಿಕೊಳ್ಳುವುದು ಸರಕಾರದ/ಸಮಾಜದ ನೈತಿಕ ಕರ್ತವ್ಯ. ಪದಕವನ್ನು ಯಾರಿಗೆ ಕೊಡಬೇಕೆಂದು ನಿರ್ಧರಿಸುವ ನೀತಿ, ನಿಯಮಗಳು, ಪ್ರಕ್ರಿಯೆಗಳು ಮತ್ತು ವ್ಯಕ್ತಿಗಳು ಪಾರದರ್ಶಕವಾಗಿರಬೇಕು. ವಿವಾದಾತೀತವಾಗಿರಬೇಕು, ನಿಃಸಂಶಯವಾಗಿರಬೇಕು. ಇದರಿಂದ ಪದಕ ಪಡೆದುಕೊಳ್ಳಲು ಸ್ವಲ್ಪದರಲ್ಲೇ ತಪ್ಪಿಸಿಕೊಂಡವರಿಗೆ ನಿರಾಶೆ ಆಗುವುದಿಲ್ಲ. ಅವರ ಮನಸಿನಲ್ಲಿ ಅಶಾಂತಿ ಉಂಟಾಗುವುದಿಲ್ಲ ಮತ್ತು ಪದಕ ವಂಚಿತರಿಗೆ ಹತಾಶೆ ಆಗುವುದಿಲ್ಲ. ಯೋಗ್ಯರಿಗೇ ಪದಕ ದೊರೆತಿದೆ ಎಂದು ಎಲ್ಲರಿಗೂ ಮನವರಿಕೆ ಅಗಿರಬೇಕು.

ಬಂಗಾರದ ಪದಕವು ಒಂದು ಸಾಂಕೇತಿಕ ಗೌರವ. ಮೌಲ್ಯಗಳನ್ನು ಆರಾಧಿಸುವ, ಗೌರವಿಸುವ ಮತ್ತು ಗುರುತಿಸುವ ವಿಧಾನ ಮಾತ್ರ. ಉಳಿದವರಿಗೆ ಉದಾಹರಣೆಯಾಗಿ, ಮಾದರಿಯಾಗಿ ತೋರಿಸುವ ವಿಧ. ಅದರಿಂದ ಉಳಿದವರು ಪ್ರೇರಣೆ ಪಡೆಯಲೆಂಬುದು ಹಾಗೂ ಮುಂದಿನ ಪೀಳಿಗೆಗೆ ಅದೊಂದು ಆದರ್ಶ ಮತ್ತು ಅನುಕರಣೀಯ ಸಾಧನೆಯಾಗಲೆಂದು ಉದ್ಧೇಶ. ಜನರ ಹೃನ್ಮನಗಳಲ್ಲಿ ಮುದ ಕೊಡುವ ನೆನಪಾಗಿ, ಪ್ರೇರಣೆ ಕೊಡುವ ಸೆಲೆಯಾಗಿ, ಕೃತಜ್ಞತೆಯನ್ನು ಸಲ್ಲಿಸಬೇಕಾದ ಮೂರ್ತಿಯಾಗಿ, ತಮ್ಮ ಸುಖ ದುಃಖಗಳ ಕಾಲದಲ್ಲಿ ನೆನಪಿಸಿಕೊಳ್ಳುವ ಸ್ನಿಗ್ಧ ಸ್ನೇಹಿತನಾಗಿ ಇರುವುದಕ್ಕಿಂತ ಹೆಚ್ಚಿನದಾದ ಪದಕ ಇನ್ನೊಂದಿಲ್ಲ.

೪. ವಿವಿಗಳಲ್ಲಿ ಸುಶಾಸನ, ಇಂದಿನ ತುರ್ತು ಅವಶ್ಯಕತೆ

ಸುಮಾರು ಮೂರುವರೆ ಲಕ್ಷದಷ್ಟು ವಿದ್ಯಾರ್ಥಿಗಳು ತಮ್ಮ ಉನ್ನತ ಶಿಕ್ಷಣವನ್ನು ಕರ್ನಾಟಕದ ೮೬ ವಿಶ್ವವಿದ್ಯಾಲಯಗಳಲ್ಲಿ ಪಡೆಯುತ್ತಿದ್ದಾರೆ. ಇದರಲ್ಲಿ ೩೨೫೪ ಸರಕಾರಿ, ಅನುದಾನಿತ ಮತ್ತು ಖಾಸಗಿ ಪದವಿ, ಕಾಲೇಜುಗಳು ೨೫೭ ಇಂಜಿನಿಯರಿಂಗ್ ಕಾಲೇಜುಗಳು ಮತ್ತು ೩೩೬ ಪಾಲಿಟೆಕ್ನಿಕ್ ಕಾಲೇಜುಗಳ ವಿದ್ಯಾರ್ಥಿಗಳಿದ್ದಾರೆ. ದೇಶದಲ್ಲಿ ಒಟ್ಟು ದಾಖಲಾತಿ ಅನುಪಾತವನ್ನು ಹೆಚ್ಚಿಸಲು ಹೊಸ ಕಾಲೇಜುಗಳು, ವಿಶ್ವವಿದ್ಯಾಲಯಗಳು, ಐಐಟಿ, ಮತ್ತು ಐಐಐಟಿಯಂತಹ ರಾಷ್ಟ್ರೀಯ ಪ್ರಾಮುಖ್ಯತೆಯ ಶಿಕ್ಷಣ ಸಂಸ್ಥೆಗಳನ್ನು ಪ್ರಾರಂಭಿಸಲಾಗುತ್ತಿದೆ. ಈಗಿರುವ "೨೯ ರಷ್ಟು ಅನುಪಾತವನ್ನು ೫೦"ಕ್ಕೆ ಹೆಚ್ಚಿಸಲು ಗುರಿ ಇಟ್ಟುಕೊಳ್ಳಲಾಗಿದೆ. ಯಾವ ದೇಶದಲ್ಲಿ ಶೈಕ್ಷಣಿಕ ಕ್ಷೇತ್ರಕ್ಕೆ ಗಮನ, ಮಹತ್ವ, ಆರ್ಥಿಕ ನೆರವು ಹೆಚ್ಚಾಗಿರುತ್ತದೆಯೋ ಆ ದೇಶದಲ್ಲಿ ಆರ್ಥಿಕ, ಔದ್ಯೋಗಿಕ, ಸಾಂಸ್ಕೃತಿಕ, ವಾಣಿಜ್ಯ ಅಭಿವೃದ್ಧಿಯ ವೇಗ ಹೆಚ್ಚಾಗಿರುತ್ತದೆ ಮತ್ತು ಸುಸ್ಥಿರವಾಗುತ್ತದೆ. ಆದುದರಿಂದ ಶೈಕ್ಷಣಿಕ ಅಭಿವೃದ್ಧಿಗೆ ಆದ್ಯತೆ ಕೊಟ್ಟಷ್ಟೂ ದೇಶ ಸಮೃದ್ಧಿಯತ್ತ ಧಾಪುಗಾಲು ಹಾಕುತ್ತದೆ. ಇದು ಶೈಕ್ಷಣಿಕ ರಂಗದಲ್ಲಿ ಆಡಳಿತ ಎಷ್ಟು ಚೆನ್ನಾಗಿದೆ ಅನ್ನುವುದರ ಮೇಲೆ ಅವಲಂಬಿಸಿರುತ್ತದೆ.

ಆದ್ದರಿಂದಲೇ ಕರ್ನಾಟಕ ಸರಕಾರ ಶಿಕ್ಷಣದಲ್ಲಿ ಸುಶಾಸನವನ್ನು ಜಾರಿಗೊಳಿಸಲು ಬಯಸಿದೆ. ಅದರ ಅಂಗವಾಗಿ ರಾಜ್ಯದ ಉನ್ನತ ಶಿಕ್ಷಣ ಇಲಾಖೆಯು ೨೦೨೨ರ ಡಿಸೆಂಬರ್ ತಿಂಗಳನ್ನು ಸುಶಾಸನ ಮಾಸವೆಂದು ಆಚರಿಸಿತು. ಅವತ್ತಿನ ಮಾನ್ಯ ಉನ್ನತ ಶಿಕ್ಷಣ ಸಚಿವರಾದ ಡಾ. ಸಿ. ಎನ್. ಅಶ್ವತ್ಥ ನಾರಾಯಣ ಅವರ ಶಿಕ್ಷಣ ಕುರಿತಾದ ದೃಷ್ಟಿ, ಕಳಕಳಿ ಮತ್ತು ಪ್ರಯತ್ನಗಳನ್ನು ಪ್ರಶಂಸಿಸಲೇ ಬೇಕು. ಶಿಕ್ಷಣ ಕ್ಷೇತ್ರದಲ್ಲಿ ಸುಶಾಸನವನ್ನು ಜಾರಿಗೊಳಿಸಿ ರಾಜ್ಯದ ಆ ಮೂಲಕ ದೇಶದ ಸರ್ವಾಂಗೀಣ ವಿಕಾಸದ ವೇಗ ಹೆಚ್ಚಿಸುವ ಯೋಚನೆ ಅವರದು. ನಿರ್ಧಿಷ್ಟ ಅವಧಿಯಲ್ಲಿ ಈ ಉದ್ದೇಶದ

ಈಡೇರಿಕೆಗಾಗಿ ಶೈಕ್ಷಣಿಕ ಕ್ಷೇತ್ರದ ಭಾಗಿದಾರರಾದ ವಿದ್ಯಾರ್ಥಿ, ಆಧ್ಯಾಪಕರು, ಪಾಲಕರು, ಶಿಕ್ಷಣ ತಜ್ಞರು, ಸಮಾಜ ಚಿಂತಕರು, ಸರಕಾರಿ ಅಧಿಕಾರಿಗಳು, ಶಿಕ್ಷಣ ಸಂಸ್ಥೆಗಳವರು ಮತ್ತು ಶಿಕ್ಷಣ ಸಚಿವಾಲಯ ಎಲ್ಲರೂ ಒಂದೇ ಕುಟುಂಬದಂತೆ ಒಟ್ಟಾಗಿ ಪ್ರಯತ್ನಿಸಬೇಕಾಗಿದೆ. ರಾಷ್ಟ್ರೀಯ ಶಿಕ್ಷಣ ನೀತಿಯನ್ನು ಇಡೀ ದೇಶಕ್ಕೆ ಅನುಕರಣೀಯವಾದ ರೀತಿಯಲ್ಲಿ ಪರಿಪೂರ್ಣವಾಗಿ ಅನುಷ್ಠಾನಗೊಳಿಸಬೇಕಾದ ಇವತ್ತಿನ ಸಂದರ್ಭದಲ್ಲಿ ಇದು ಅತ್ಯಂತ ಅವಶ್ಯಕವಾಗಿದೆ, ಕಾಲದ ಕರೆಯಾಗಿದೆ. ಶೈಕ್ಷಣಿಕ ಪರಿವರ್ತನೆಯಲ್ಲಿ ಪ್ರಮುಖ ಪಾತ್ರವನ್ನು ರಾಜ್ಯದ ವಿಶ್ವವಿದ್ಯಾಲಯಗಳು ನಿರ್ವಹಿಸಬೇಕಾಗಿದೆ. ಅದು ಸರಕಾರಿ, ಖಾಸಗಿ, ಡೀಮ್ಡ್, ಕೇಂದ್ರೀಯ ವಿಶ್ವವಿದ್ಯಾಲಯಗಳಿರಬಹುದು ಅಥವಾ ರಾಷ್ಟ್ರೀಯ ಪ್ರಾಮುಖ್ಯತೆಯ ಶಿಕ್ಷಣ ಸಂಸ್ಥೆಗಳಾಗಿರಬಹುದು. ವಿಶ್ವವಿದ್ಯಾಲಯಗಳ ಆಡಳಿತ ಸುಧಾರಣೆ ಈ ಕ್ಷಣದ ಅವಶ್ಯಕತೆಯಾಗಿದೆ. ತುರ್ತಾಗಿ ಕ್ರಮ ಕೈಗೊಂಡರೆ ಮಾತ್ರ ಧನಾತ್ಮಕ ಪರಿವರ್ತನೆಯನ್ನು ಸನಿಹದ ಭವಿಷ್ಯತ್ತಲ್ಲಿ ಕಾಣಬಹುದಾಗಿದೆ.

ಉನ್ನತ ಶಿಕ್ಷಣ ಇಲಾಖೆಯು ಈ ಪರಿವರ್ತನೆಗೆ ಬೇಕಾದ ನೀತಿ ನಿಯಮಗಳನ್ನು ಉನ್ನತ ಶಿಕ್ಷಣ ಪರಿಷತ್ತಿನ ಸಹಾಯದಿಂದ ಮಾಡುತ್ತಿದೆ. ಶಾಸನ ಬದ್ಧವಾದ ಕ್ರಮಗಳನ್ನು ಕೈಗೊಳ್ಳುತ್ತಿದೆ. ನೀತಿ ನಿರೂಪಣೆ, ಸಾಂವಿಧಾನಿಕ ಕ್ರಮಗಳನ್ನು ಒಂದೊಂದಾಗಿ ಕೈಗೊಂಡಿದೆ. ಹೊಸ ಹೊಸ ವಿಶ್ವವಿದ್ಯಾಲಯಗಳನ್ನು ಪ್ರಾರಂಭಿಸುತ್ತಿದೆ. ಖಾಸಗಿ ವಿಶ್ವವಿದ್ಯಾಲಯಗಳಿಗೂ ಪರವಾನಿಗೆಯನ್ನು ಕೊಡುತ್ತಿದೆ. ಜಿಲ್ಲೆಗೊಂದು ವಿಶ್ವವಿದ್ಯಾಲಯ ಸ್ಥಾಪನೆಯ ವಿಚಾರ ನಿಜಕ್ಕೂ ಒಳ್ಳೆಯದೇ. ಇದರಿಂದ ಹೆಚ್ಚಿನ ವಿದ್ಯಾರ್ಥಿಗಳಿಗೆ ಸ್ನಾತಕ, ಸ್ನಾತಕೋತ್ತರ ಪದವಿ ಪಡೆಯಲು, ಸಂಶೋಧನೆ ನಡೆಸಲು ಅವಕಾಶ ದೊರೆಯುತ್ತದೆ. ದೂರದ ಅಲೆದಾಟ ತಪ್ಪುತ್ತದೆ. ಸ್ಥಳೀಯ ಆರ್ಥಿಕ, ಸಾಮಾಜಿಕ, ಔದ್ಯೋಗಿಕ ಸಮಸ್ಯೆಗಳಿಗೆ ಪ್ರಾಶಸ್ತ್ಯ ದೊರೆತು, ಪರಿಹಾರಕ್ಕೆ ಅನುಕೂಲವಾಗುತ್ತದೆ. ಆದರೆ ಈಗಾಗಲೇ ಹಲವಾರು ದಶಕಗಳಿಂದ ದೃಢವಾಗಿ ಬೇರೂರಿರುವ ವಿಶ್ವವಿದ್ಯಾಲಯಗಳಿಗಿಂತ ಈಗಷ್ಟೇ ಪ್ರಾರಂಭವಾಗಿರುವ ಮತ್ತು ಪ್ರಾರಂಭಿಸಲು ಉದ್ದೇಶಿಸಿರುವ ವಿಶ್ವವಿದ್ಯಾಲಯಗಳ ಪರಿಸ್ಥಿತಿಯು ಭಿನ್ನವಾಗಿರುತ್ತದೆ. ಕಾರಣ ಪ್ರಾರಂಭಿಕ ಕನಿಷ್ಠ ೫ ವರ್ಷಗಳವರೆಗೆ ಸರಕಾರ ಹೊಸ ವಿಶ್ವವಿದ್ಯಾಲಯಗಳಿಗೆ ಪೂರ್ಣ ಪ್ರಮಾಣದ ಆರ್ಥಿಕ ಭದ್ರತೆ ಮತ್ತು ಆಡಳಿತಾತ್ಮಕ ಬೆಂಬಲವನ್ನು ಒದಗಿಸಬೇಕು. ಆನಂತರದ ವರ್ಷಗಳಲ್ಲಿ ವಿವಿಗಳು ಹಂತ ಹಂತವಾಗಿ ಸ್ವಾವಲಂಬಿ ಆಗುವಂತೆ ನೋಡಿಕೊಳ್ಳಬೇಕು. ಅಲ್ಲಿಯವರೆಗೆ ಬಜೆಟ್ಟಿನ ಶೇಕಡ ೬ ರಷ್ಟು ಭಾಗವನ್ನು ಶಿಕ್ಷಣಕ್ಕಾಗಿ ಮೀಸಲಿಡಬೇಕು. ಶಿಕ್ಷಣವು ಅನುತ್ಪಾದಕ ಕ್ಷೇತ್ರವೆಂಬ ತಪ್ಪು ಗ್ರಹಿಕೆಯು ಮಾಯವಾಗಬೇಕು. ಶಿಕ್ಷಣಕ್ಕಾಗಿ ಖರ್ಚು ಮಾಡುವ ಪ್ರತಿ ಪೈಸೆಯೂ ಒಂದಿಲ್ಲೊಂದು ರೂಪದಲ್ಲಿ ಸಮಾಜಕ್ಕೆ ಉಪಯೋಗವಾಗುತ್ತದೆ.

ವಿಶ್ವವಿದ್ಯಾಲಯಕ್ಕೆ ಅವಶ್ಯವಿರುವ ಕನಿಷ್ಠ ಶಿಕ್ಷಕ ಮತ್ತು ಶಿಕ್ಷಕೇತರ ಸಿಬ್ಬಂದಿಯನ್ನು ಒದಗಿಸಬೇಕಾಗುತ್ತದೆ. ಕೆಲವೇ ಖಾಯಂ ಸಿಬ್ಬಂದಿಯನ್ನಿಟ್ಟುಕೊಂಡು ಹೆಚ್ಚಿನವರು ಅತಿಥಿ ಸಿಬ್ಬಂದಿಗಳಾದರೆ ವ್ಯವಸ್ಥೆಗೆ ಸ್ಥಿರತೆ ಬರುವುದಿಲ್ಲ. ಅತಿಥಿ ಉಪನ್ಯಾಸಕರು ಅತಿಥಿಗಳೇ! ಅವರಿಗೆ ವರ್ಷ ವರ್ಷವೂ ತಮ್ಮ ಮುಂದುವರಿಕೆ ಬಗ್ಗೆ ಆತಂಕವಿದ್ದರೆ ವಿಶ್ವವಿದ್ಯಾಲಯಗಳಿಗೆ ಕ್ಲಾಸು, ಪ್ರಯೋಗಾಲಯ ನಡೆಸುವಲ್ಲಿ ಅನಿಶ್ಚಿತತೆ ಕಾಡುತ್ತದೆ. ಅತಿಥಿಗಳಾಗಿದ್ದವರು ವಿಶ್ವವಿದ್ಯಾಲಯದ ದೂರ ದೃಷ್ಟಿಯ, ದೀರ್ಘಕಾಲಿನ ಯೋಜನೆಯಲ್ಲಿ ಪೂರ್ಣವಾಗಿ ಪಾಲ್ಗೊಳ್ಳಲು ಸಂಶೋಧನೆಯನ್ನು ಕೈಗೊಳ್ಳಲು ಮತ್ತು ದೀರ್ಘಕಾಲಿನ ಜವಾಬ್ದಾರಿಯನ್ನು ವಹಿಸಿಕೊಳ್ಳಲು ಆಗುವುದಿಲ್ಲ. ಅವರು ವಿಶ್ವವಿದ್ಯಾಲಯವನ್ನು ತಮ್ಮದೆಂದು ಅಂದುಕೊಳ್ಳುವುದಿಲ್ಲ. ಆದ್ದರಿಂದ ಅಂತಹ ವಿಶ್ವವಿದ್ಯಾಲಯಗಳಿಗೆ ಖಾಯಂ ಶಿಕ್ಷಕ ಮತ್ತು ಆಡಳಿತಾತ್ಮಕ ಸಿಬ್ಬಂದಿಯನ್ನು ತುರ್ತಾಗಿ ನೇಮಿಸಬೇಕು.

ಅದರ ಜೊತೆಗೆ ಸರಕಾರಿ, ಡೀಮ್ಡ್ ಮತ್ತು ಖಾಸಗಿ ವಿಶ್ವವಿದ್ಯಾಲಯಗಳಿಗೆಲ್ಲ ಏಕರೂಪ ಶಾಸನ ತರುವುದು ಒಳಿತು. ಅವುಗಳ ವಿಶೇಷಗಳನ್ನು ಕಾಯ್ದುಕೊಳ್ಳುವ ಜೊತೆಗೆ ಸಾಮಾನ್ಯವಾದ ಕಾರ್ಯ, ಸ್ವರೂಪ, ಶೈಕ್ಷಣಿಕ ಗುಣಮಟ್ಟ, ಮೌಲ್ಯಮಾಪನ, ಅರ್ಹತಾ ಪರೀಕ್ಷೆ ಇತ್ಯಾದಿಗಳು ಒಂದೇ ತೆರದಾಗಿರುವುದು ಒಳ್ಳೆಯದು. "ಖಾಸಗಿ ವಿಶ್ವವಿದ್ಯಾಲಯಗಳು ದುಡ್ಡಿದ್ದವರಿಗೆ, ಸರಕಾರಿ ವಿಶ್ವವಿದ್ಯಾಲಯಗಳು ಬಡವರಿಗೆ, ಅಶಕ್ತರಿಗೆ" ಅನ್ನುವ ಹಾಗಿರಬಾರದು. ಡೀಮ್ಡ್ ಮತ್ತು ಖಾಸಗಿ ವಿಶ್ವವಿದ್ಯಾಲಯಗಳಲ್ಲೂ ಬಡ ಪ್ರತಿಭಾವಂತರಿಗೆ ಕನಿಷ್ಠ ಅರ್ಧದಷ್ಟು ಸರಕಾರಿ ಕೋಟಾದ ಸೀಟುಗಳಿರಬೇಕು. ಶುಲ್ಕವು ಹೆಚ್ಚಿನ ವಿದ್ಯಾರ್ಥಿಗಳ ಕೈಗೆಟಕುವಂತಿರಬೇಕು.

ಹಳೆಯ ವಿಶ್ವವಿದ್ಯಾಲಯಗಳಿಗೆ ಸಾವಿರಾರು/ನೂರಾರು ಎಕರೆ ಭೂಮಿ ಇದ್ದರೆ ಹೊಸ ವಿಶ್ವವಿದ್ಯಾಲಯಗಳಿಗೆ ಹತ್ತಾರು ಎಕರೆ ಜಾಗವಿಲ್ಲ. ಒಂದು ವಿಶ್ವವಿದ್ಯಾಲಯಕ್ಕೆ ಕನಿಷ್ಠ ೨೫ ಎಕರೆ ಭೂಮಿಯನ್ನು ಸರಕಾರ ಒದಗಿಸಬೇಕು. ಅವಶ್ಯಕ ಕನಿಷ್ಠ ಮೂಲಭೂತ ಸೌಕರ್ಯಗಳನ್ನು ಸೃಜಿಸಿಯೇ ಹೊಸ ವಿಶ್ವವಿದ್ಯಾಲಯಗಳನ್ನು ಪ್ರಾರಂಭಿಸಬೇಕು. ಪ್ರತಿ ಸರಕಾರಿ ವಿಶ್ವವಿದ್ಯಾಲಯಗಳಿಗೂ ಕನಿಷ್ಠ ಭೂಮಿ, ಕಟ್ಟಡ, ಪ್ರಯೋಗಾಲಯ, ಸಂಶೋಧನ ಕೇಂದ್ರ, ಕ್ರೀಡಾ ಸೌಲಭ್ಯಗಳ ಖಾತ್ರಿಯನ್ನು ಸರಕಾರ ಕೊಡಬೇಕು. ಹೊಸ ವಿಶ್ವವಿದ್ಯಾಲಯಗಳ ಸ್ಥಾಪನೆ ಸ್ಥಂದರ್ಭದಲ್ಲಿ ಅಥವಾ ಸರಕಾರಿ ಕಾಲೇಜುಗಳನ್ನು ವಿಶ್ವವಿದ್ಯಾಲಯಗಳಾಗಿ ಮೇಲ್ದರ್ಜೆಗೆ ಏರಿಸುವಾಗ Opt in/Opt out ಪ್ರಕ್ರಿಯೆಯನ್ನು ಬೇಗನೇ ಮುಗಿಸಬೇಕು. ಇಲ್ಲವಾದರೆ ಅದು ಒಂದು ಅತಂತ್ರ ಪರಿಸ್ಥಿತಿ

ನಿರ್ಮಾಣವಾಗುತ್ತದೆ. ಇದು ಹೆಚ್ಚು ದಿನ ಮುಂದುವರೆದಷ್ಟು ಅರಾಜಕತೆ ಉಂಟಾಗುತ್ತದೆ. ಪಾಠ ಪ್ರವಚನ ಮತ್ತು ಇತರ ವಿದ್ಯಾರ್ಥಿ ಚಟುವಟಿಕೆಗಳಿಗೆ ತೊಂದರೆಯಾಗುತ್ತದೆ. ಶಿಕ್ಷಕರು ಇತ್ತ ವಿಶ್ವವಿದ್ಯಾಲಯ ಸಪರ್ದಿಗೂ ಬರದೇ ಅತ್ತ ಕಾಲೇಜು ಶಿಕ್ಷಣ ನಿರ್ದೇಶನಾಲಯದ ನಿಯಂತ್ರಣಕ್ಕೂ ಒಳಪಡದೇ ಅತಂತ್ರ ಪರಿಸ್ಥಿತಿ ನಿರ್ಮಾಣವಾಗಿ ಶಿಕ್ಷಕರು ಮುಂದೇನು ಅನ್ನುವ ಯೋಚನೆಯಲ್ಲೇ ಮುಳುಗಿ ಬಿಡುತ್ತಾರೆ.

ವಿಶ್ವವಿದ್ಯಾಲಯಗಳಲ್ಲಿ, ಸರ್ಕಾರಿ ಕಾಲೇಜುಗಳಲ್ಲಿ ಖಾಲಿ ಇರುವ ಹುದ್ದೆಗಳಿಗೆ ಶಿಕ್ಷಕ ಮತ್ತು ಶಿಕ್ಷಕೇತರ ಸಿಬ್ಬಂದಿಯ ನೇಮಕವಾಗಬೇಕು. ನಿವೃತ್ತಿ, ಆಕಸ್ಮಿಕ ನಿಧನಗಳಿಂದ ಖಾಲಿ ಆಗುವ ಹುದ್ದೆಗಳನ್ನು ತಕ್ಷಣವೇ ತುಂಬುವಂತಹ ಒಂದು ಸ್ವಯಂ ಚಾಲಿತ ವ್ಯವಸ್ಥೆ ಜಾರಿಯಾಗಬೇಕು. ಅನವಶ್ಯಕ ವಿಳಂಬದಿಂದಾಗಿ ವಿದ್ಯಾರ್ಥಿಗಳ ಪಾಠ ಪ್ರವಚನಗಳಿಗೆ ತೊಂದರೆ ಆಗಬಾರದು. ಶಿಕ್ಷಣ ಒಂದು ತುರ್ತು ಆದ್ಯತೆಯುಳ್ಳ ಸೇವೆಯೆಂದು ಪರಿಗಣಿಸಬೇಕು. ಇದಕ್ಕೆ ಅನವಶ್ಯಕ ಆರ್ಥಿಕ ನಿರ್ಬಂಧವಿರಬಾರದು.

ನೌಕರರ ವರ್ಗಾವಣೆ ಓಪಿಎಸ್ ಮತ್ತು ಎನ್ಪಿಎಸ್ ದಂತಹ ಸೇವಾ ಸಮಸ್ಯೆಗಳನ್ನು ನೆನೆಗುದಿಗೆ ಬಿಡದೇ ವಿಶ್ವವಿದ್ಯಾಲಯ ಮತ್ತು ನೌಕರರ ಹಿತರಕ್ಷಣೆಯಾಗುವಂತೆ ಪರಿಹಾರ ಕಂಡುಕೊಳ್ಳಬೇಕು. ಅಫಿಲಿಯೇಷನ್ ಇಲ್ಲದ ವಿಶ್ವವಿದ್ಯಾಲಯಗಳು ನೌಕರರಿಗೆ NPSನ ಭಾಗವನ್ನು ಭರಿಸಲು ಸರಕಾರ ಸೂಕ್ತವಾದ ಅನುದಾನ ಕೊಡಬೇಕು. Opt in ಮಾಡುವುದರಿಂದ ಅವರಿಗೆ ಸೇವಾ ಸೌಲಭ್ಯಗಳಲ್ಲಿ ಅನ್ಯಾಯವಾಗದಂತೆ ನಿಯಮಗಳನ್ನು ರೂಪಿಸಬೇಕು. ಕಲಿಕಾ ಆಸಕ್ತರು, ಸಂಶೋಧಕರು, ಹೊಸ ಹೊಸ ಪ್ರಯೋಗ, ಸೃಜನಶೀಲ ಚಟುವಟಿಕೆ, ಪ್ರೊಜೆಕ್ಟಗಳನ್ನು ಮಾಡುವವರಿಗೆ ವಿಶ್ವವಿದ್ಯಾಲಯ ಸೇವೆ ಆಕರ್ಷಣೀಯವಾಗುವಂತಿರಬೇಕು. ಸೇವಾ ಭದ್ರತೆಯನ್ನು ಒದಗಿಸುವಂತಿರಬೇಕು.

ಉನ್ನತ ಶಿಕ್ಷಣದಲ್ಲಿ ಸುಶಾಸನ ಜಾರಿಗೊಳಿಸಲು ಇಲಾಖೆಯು UUCMS, HRMS, LMS, NAD ಮುಂತಾದವುಗಳ ಪ್ರಯೋಗ ಮಾಡುತ್ತಿದೆ. ಅವುಗಳಲ್ಲಿಯ ಪ್ರಾರಂಭಿಕ ತೊಂದರೆಗಳನ್ನು ನಿವಾರಿಸಲಾಗುತ್ತಿದೆ. ಇವು ಪೂರ್ಣ ಪ್ರಮಾಣದಲ್ಲಿ ಜಾರಿ ಆದಾಗ ಆಡಳಿತದಲ್ಲಿ ವೇಗ, ದಕ್ಷತೆ, ಪಾರದರ್ಶಕತೆ ಬರುವ ಆಶಯವಿದೆ. ಆದರೆ ಆಡಳಿತಯಂತ್ರ ಮಾತ್ರ ಎಂದಿನಂತೆ ಆಮೆ ಗತಿಯಲ್ಲಿದೆ. ಆನೆಗಾತ್ರದ ವ್ಯವಸ್ಥೆಗೆ ಆಮೆಗತಿ ಇರಬಾರದು. ಕಾಲಕ್ಕೆ ತಕ್ಕಂತೆ ಚುರುಕುತನವನ್ನು ತೋರಿಸಬೇಕೆಂದು ವಿದ್ಯಾರ್ಥಿಗಳು, ಪಾಲಕರು ಬಯಸುತ್ತಾರೆ. ಅಧಿಕಾರಿಗಳು ಕಾನೂನುಗಳನ್ನು ಸಮಸ್ಯಾ ಪರಿಹಾರಕ್ಕೆ ಬಳಸಿಕೊಳ್ಳಬೇಕೇ ಹೊರತು ಅಭಿವೃದ್ಧಿಗೆ ಅವು ಅಡೆತಡೆಗಳಾಗಬಾರದು ಮತ್ತು ಕ್ಲಿಷ್ಟಕರವಾಗಿರಬಾರದು. ಶಿಕ್ಷಣವು ಲಾಭ ಮಾಡಿಕೊಳ್ಳುವ ಕ್ಷೇತ್ರವಲ್ಲವಾದ್ದರಿಂದ ಕಟ್ಟಡ ರಚನೆ, ಖರೀದಿ ಇತ್ಯಾದಿ ಚಟುವಟಿಕೆಗಳಿಗೆ GSTಯನ್ನು ವಿಧಿಸಬಾರದು.

ಒಂದು ವೈಜ್ಞಾನಿಕವಾದ ವಿದ್ಯಾರ್ಥಿ-ಅಧ್ಯಾಪಕರ ಅನುಪಾತವಿರಬೇಕು. ಅದಕ್ಕೆ ತಕ್ಕಂತೆ ಹುದ್ದೆಗಳು ಸೃಜನೆಯಾಗಬೇಕು. ಆಗ ಮಾತ್ರ ಅಧ್ಯಾಪಕರಿಗೆ ಪ್ರತಿ ವಿದ್ಯಾರ್ಥಿಯ ಮೇಲೆ ಗಮನವನ್ನು ಕೇಂದ್ರೀಕರಿಸಲು ಮತ್ತು ಅವನ ನಿರಂತರ ಬೆಳವಣಿಗೆಯ ನಿಗಾವಹಿಸಲು ಸಾಧ್ಯವಾಗುತ್ತದೆ. ಅವರ ಅನಿಸಿಕೆಯನ್ನು ಪಡೆಯಲು, ಅದರಂತೆ ಕಲಿಕಾ ಕ್ರಿಯೆಯಲ್ಲಿ ಬದಲಾವಣೆ ಮಾಡಲು ಅನುಕೂಲವಾಗುತ್ತದೆ. ಇಲ್ಲವಾದರೆ ಗುಣವತ್ತಾದ ಫಲಿತಾಂಶವನ್ನು ನಿರೀಕ್ಷಿಸಲಾಗುವುದಿಲ್ಲ. ಅದು ಸಂಖ್ಯಾತ್ಮಕ ಬೆಳವಣಿಗೆ ಆಗುತ್ತದೆ. ೪೫೦ಕ್ಕೂ ಹೆಚ್ಚು ಸರಕಾರಿ ಕಾಲೇಜುಗಳಿಗೆ ಹತ್ತಾರು ವರ್ಷಗಳಿಂದ ಬರೀ ಪ್ರಭಾರಿ ಪ್ರಿನ್ಸಿಪಾಲರೇ ಇದ್ದಾರೆ. ನಿವೃತ್ತಿಯ ಅಂಚಿನಲ್ಲಿರುವ ಪ್ರಿನ್ಸಿಪಾಲರು "ಇದ್ದುದ್ದನ್ನೇ ಸಾಗಿಸಿಕೊಂಡು ಹೋದರಾಯಿತು, ನಿವೃತ್ತಿ ಹತ್ತಿರವಿರುವಾಗ ಏನಾದರೂ ಮಾಡಲು ಹೋಗಿ ಆಪಾಯಕ್ಕೆ ಸಿಕ್ಕು ಹಾಕಿಕೊಳ್ಳುವುದು ಏಕೆ?" ಎಂದು ಅವರು ಯೋಚಿಸುತ್ತಾರೆ. ಹೀಗಾಗಿ ಅವುಗಳ ಕೆಲಸದಲ್ಲಿ ಒಂದು ಶಿಸ್ತು, ನಿರಂತರತೆ, ಗುಣಮಟ್ಟ ಕಾಣುತ್ತಿಲ್ಲ. ಆದ್ದರಿಂದ ಖಾಯಂ ಪ್ರಿನ್ಸಿಪಾಲರನ್ನು ನೇಮಿಸಬೇಕು.

ರಾಷ್ಟ್ರೀಯ ಶಿಕ್ಷಣ ನೀತಿಗೆ ಅನುಗುಣವಾಗಿ ವಿದ್ಯಾರ್ಥಿಗಳಿಗೆ ಬಹುಶಿಸ್ತೀಯ ಶಿಕ್ಷಣವನ್ನು ಕೊಡಬೇಕಾಗಿದೆ. ಹೀಗಾಗಿ ಇಂಜಿನಿಯರಿಂಗ್, ವೈದ್ಯಕೀಯ, ಔಷಧೀಯ, ಕಲಾ, ಕ್ರೀಡೆ, ಸಂಗೀತ, ವಾಣಿಜ್ಯ, ವಿಜ್ಞಾನ ಹೀಗೆ ಎಲ್ಲ ರೀತಿಯ ಶಿಕ್ಷಣವನ್ನೂ ವಿಶ್ವವಿದ್ಯಾಲಯಗಳು ಕೊಡಬೇಕಾಗುತ್ತದೆ. ಹೀಗಾಗಿ ಈಗಿರುವ ವಿಶೇಷ ವಿಶ್ವವಿದ್ಯಾಲಯಗಳ ಪಾತ್ರ ಕುರಿತು ಪುನರ್ಯೋಚಿಸಬೇಕಾಗುತ್ತದೆ. ಒಂದೇ ಛತ್ರದಡಿ ಅಂದರೆ ಪ್ರತಿ ವಿಶ್ವವಿದ್ಯಾಲಯದಲ್ಲಿಯೂ ಈ ಮೊದಲಿದ್ದಂತೆ ಬಹುಶಿಸ್ತೀಯ ಶಿಕ್ಷಣ ಕೊಡಬೇಕಾಗುತ್ತದೆ. ಇತಿಹಾಸದ ಪುನರಾವರ್ತನೆ ಆಗುತ್ತಿದೆ! ಇದು ವಿದ್ಯಾರ್ಥಿಗಳ ಸಮಗ್ರ ವ್ಯಕ್ತಿತ್ವ ವಿಕಾಸಕ್ಕೆ ಪೂರಕವಾಗಿದೆ ಮತ್ತು ಅವಶ್ಯಕವಾಗಿದೆ.

ಸರ್ಕಾರಿ ಕಾಲೇಜುಗಳು, ವಿಶ್ವವಿದ್ಯಾಲಯಗಳ ಆಸ್ತಿಗಳ ಸರಿಯಾದ ದಾಖಲಾತಿ, ರಕ್ಷಣೆ ಆಗಬೇಕು. ಭೂಮಿ, ಕಟ್ಟಡ, ಫರ್ನಿಚರ್ಸ್, ಸಲಕರಣೆಗಳ, ಉಪಕರಣಗಳ ದಾಸ್ತಾನು ಪರಿಶೀಲನೆಯು ನಿಯಮಿತವಾಗಿ, ಪ್ರಾಮಾಣಿಕವಾಗಿ ಆಗಬೇಕು. ಬುಕ್ಕಿನಿಂದ ಬುಕ್ಕಿಗೆ ಬದಲಾಯಿಸುವ, ಕಾಗದಗಳ ಮೇಲೆ ಮಾತ್ರ ಚಾರ್ಜ್ ತೆಗೆದುಕೊಳ್ಳುವ ಪರಿಪಾಠ ಬೆಳೆದುಕೊಂಡು ಬಂದಿದೆ. ಬೀಸುವ ದೊಣ್ಣೆ ತಪ್ಪಿದರೆ ಸಾಕೆನ್ನುವ ವಿಚಾರ ಅವರದು. ಪೇಪರಿನಲ್ಲಿ ಇರುವ ಎಲ್ಲ ಸಂಗತಿಗಳು ಪ್ರತ್ಯಕ್ಷವಾಗಿ ಇರುವುದಿಲ್ಲ. ಅಥವಾ ಮತ್ತೆಲ್ಲೋ ಇರುತ್ತವೆ. ಹೀಗಾಗಿ ಆಗಾಗ ಸರಿಯಾದ, ಪ್ರಾಮಾಣಿಕವಾದ ದಾಸ್ತಾನು ಪರಿಶೀಲನೆ ಆಗಿ ಗಣಕೀಕೃತ ದಾಖಲೆ ಆಗಬೇಕು. ಇದಕ್ಕೆ ವಿಭಾಗೀಯ ಮುಖ್ಯಸ್ಥರನ್ನು ಬಾಧ್ಯಸ್ಥರನ್ನಾಗಿ ಮಾಡಬೇಕು. ಕಂಪ್ಯೂಟರ್, ಲ್ಯಾಪ್ಟಾಪ್, ಎಲ್.ಸಿ.ಡಿ, ಕ್ಯಾಮೆರಾ

ಇತ್ಯಾದಿ ಪ್ರತಿಯೊಂದಕ್ಕೂ ಹೊಣೆಗಾರಿಕೆ ಇರಬೇಕು. ವಿದ್ಯಾರ್ಥಿ ಅಧ್ಯಾಪಕರು ಮತ್ತು ಇತರ ಸಿಬ್ಬಂಧಿಯೂ "ವಿಶ್ವವಿದ್ಯಾಲಯ/ಕಾಲೇಜುಗಳ ಪ್ರತಿ ಆಸ್ತಿಯೂ ನನ್ನದೆನ್ನುವ" ಭಾವದಿಂದ ಬಳಸುವ ಪರಿಪಾಠ ಮೈಗೂಡಬೇಕು.

ಇವೆಲ್ಲ ಸುಶಾಸನದ ವಿವಿಧ ರೂಪಗಳು. ಕಾಲೇಜು ಮತ್ತು ವಿಶ್ವವಿದ್ಯಾಲಯಗಳಲ್ಲಿ ಇದು ಸರಿಯಾಗಿ ಜಾರಿಗೊಂಡರೆ ಅಲ್ಲಿ ಕಲಿತು ಹೋಗುವ ಪ್ರಜೆಗಳು ತಾವು ಮುಂದೆ ಕೆಲಸ ಮಾಡುವ ಇಲಾಖೆ/ಕ್ಷೇತ್ರಗಳಲ್ಲೂ ಇದೇ ತೆರನಾದ ಸುಶಾಸನದ ಸುಪರಿಸರವನ್ನು ನಿರ್ಮಿಸುತ್ತಾರೆ. ಹೀಗಾಗಿ ಶಿಕ್ಷಣದಲ್ಲಿ ಸುಶಾಸ ಜಾರಿಯಾದರೆ ಇಡೀ ದೇಶದಲ್ಲಿ ಸುಶಾನ ಬಂದಂತೆ!

೫. ರಾಷ್ಟ್ರ ಭಾಷೆ ಭಾವೈಕ್ಯದ ಭಾಷ್ಯ

ಭಾಷೆಯು ಮನುಷ್ಯ-ಮನುಷ್ಯರನ್ನು ಜೋಡಿಸುವ ಕೊಂಡಿಯು. ತಮ್ಮ ಭಾವನೆಗಳನ್ನು ವ್ಯಕ್ತಪಡಿಸಲು ಮತ್ತು ಪರಸ್ಪರರನ್ನು ಅರಿತುಕೊಳ್ಳಲು ಇರುವ ಒಂದು ಸಂವಹನ ಮಾಧ್ಯಮ. ಅದುವೇ ಮನುಷ್ಯನನ್ನು ಮಾತುಬಾರದ ಇತರ ಅಸಂಖ್ಯಾತ ಜೀವಿಗಳಿಂದ ಬೇರ್ಪಡಿಸಿ ಮೇಲ್ ಸ್ಥರದಲ್ಲಿ ಇರಿಸಿರುವ ಸಂಗತಿ. ಆಯಾ ಪ್ರದೇಶಗಳಲ್ಲಿ ಆಗಿರುವ ಜೀವಿಯ ನಿರಂತರ ವಿಕಸನ, ಆ ವಿಕಸನದ ಅವಧಿ, ಅರಳಿದ ಸಂಸ್ಕೃತಿಗಳಿಗೆ ಅನುಗುಣವಾಗಿ ಬೇರೆ ಬೇರೆ ಭಾಷೆಗಳು ಮೈದೆಳೆದಿವೆ. ಆದರೂ ಈ ಎಲ್ಲ ಭಾಷೆಗಳನ್ನು ಸೇರಿಸುವ ಒಂದು ಸಾಮಾನ್ಯ ಕೊಂಡಿಯು ಎಲ್ಲಿಯೋ ಇದೆ. ಏಕೆಂದರೆ ಎಲ್ಲಕ್ಕೂ ಮೊದಲು ಯಾವುದೋ ಒಂದು ಸ್ಥಳದಲ್ಲಿ ಅಲ್ಲಿಯ ಜನರೆಲ್ಲ ಈ 'ಶಬ್ದಪ್ರಯೋಗ' ಪ್ರಾರಂಭಿಸಿರಬೇಕು. ಕ್ರಮೇಣ ಪ್ರಪಂಚದ ಬೇರೆಬೇರೆ ಸ್ಥಳಗಳಿಗೂ ಪಸರಿಸಿ, ದಿನಗಳೆದಂತೆ ಬೆಳೆದು, ರೂಪಾಂತರಹೊಂದಿ ಆಯಾ ಸ್ಥಳದ/ಜನಾಂಗದ ಅನನ್ಯತೆಯನ್ನು ಪಡೆದುಕೊಂಡಿರಲೂ ಸಾಕು. ಬಾಯಿ ಉಚ್ಚಾರದಿಂದ ಹೊರಟ ವಿವಿಧ ತರಹದ ಶಬ್ದಗಳಿಗೆ ಸಂಜ್ಞೆಯನ್ನು ಗೊತ್ತು ಮಾಡಿಕೊಂಡಿರಬಹುದು. ಅರ್ಥವನ್ನು ಕಲ್ಪಿಸಿರಬಹುದು. ಹೀಗೆ ವಿಕಸಿತಗೊಂಡ ಭಾಷೆಯಲ್ಲಿ ತಮ್ಮ ವಿಚಾರ, ಆಚಾರ, ಭಾವನೆಗಳನ್ನು ದಾಖಲಿಸಲು ಲಿಪಿಯ ಜನ್ಮವಾಗಿರಲೂ ಸಾಕು. ಮೂಲ ಎಲ್ಲಿಯೋ ಒಂದೇ ಇರುವುದರಿಂದ ಅವುಗಳ ಮಧ್ಯ ಸಾಮ್ಯತೆಗಳೂ ಇವೆ. ಉದಾಹರಣೆಗೆ ದಕ್ಷಿಣ ಭಾರತದ ಕನ್ನಡ-ತೆಲುಗು, ತಮಿಳು-ಮಲೆಯಾಳಂ ಭಾಷೆಗಳು. ಮಧ್ಯ ಮತ್ತು ಉತ್ತರ ಭಾರತದ ಮರಾಠಿ, ಹಿಂದಿ, ಭೋಜಪುರಿ, ಒಡಿಸಿ, ಬೆಂಗಾಲಿ ಹೀಗೆ ಅನೇಕ ಭಾಷೆಗಳಲ್ಲಿ ಒಂದೇ ಅರ್ಥವನ್ನು ಕೊಡುವ ಹಲವಾರು ಶಬ್ಧಗಳಿವೆ. ಹಾಗೆಯೇ ಯುರೋಪಿನ ಇಂಗ್ಲಿಷ್, ಗ್ರೀಕ್, ಲ್ಯಾಟಿನ್ ಭಾಷೆಗಳು. ಈ ಎಲ್ಲ ಭಾಷೆಗಳಿಗೂ ತಮ್ಮದೇ ಆದ ಹುಟ್ಟು, ಇತಿಹಾಸ, ಬೆಳವಣಿಗೆ, ಲಿಪಿ, ಉಚ್ಚಾರ ಮತ್ತು ಅನನ್ಯತೆ ಇವೆ.

ಮನುಷ್ಯನ ಬಾಯಿ ರಚನೆ, ಗಂಟಲು, ಮೂಗು ಮತ್ತು ನಾಭಿ ಶಬ್ಧೋತ್ಪತ್ತಿಯ ಆಧಾರ ಸ್ಥಂಭಗಳಾಗಿವೆ. ಅಂದರೆ ಬಾಯಿಯೊಳಗೆ ನಾಲಿಗೆ ಮತ್ತು ಗಾಳಿಯ ಚಲನೆಯಿಂದಾಗಿ ಶಬ್ಧೋತ್ಪತ್ತಿ ಆಗುತ್ತದೆ. ಚಲನೆಯ ವೈವಿದ್ಯತೆಗೆ ಅನುಗುಣವಾಗಿ ವಿವಿಧ ಶಬ್ದಗಳು ಹುಟ್ಟಿಕೊಳ್ಳುತ್ತವೆ. ಈ ಶಬ್ಧ(ಸದ್ದು/ ಧ್ವನಿ)ದಿಂದ ಶಬ್ದ(ಸ್ವರ, ವ್ಯಂಜನ)ಗಳು ಉಂಟಾಗುತ್ತವೆ. ಇದೊಂದು ರೀತಿ ಶಬ್ಧೇ ಶಬ್ಧೋತ್ಪತ್ತಿ! ಹೀಗೆ ಹೊರಹೊಮ್ಮುವ ಪ್ರತಿ ಶಬ್ಧವೂ ಅನನ್ಯತೆಯನ್ನು ಹೊಂದಿದೆ.

ಆದರೆ ದೇಶದಲ್ಲಿ ವಿಶೇಷವಾಗಿ ದಕ್ಷಿಣ ಭಾರತದಲ್ಲಿ ಇತ್ತೀಚೆಗೆ ಭಾಷಾ ಭಾವೋದ್ವೇಗ ಜಾಸ್ತಿಯಾಗುತ್ತಿದೆ. ತಮ್ಮ ಪ್ರತ್ಯೇಕ ಅಸ್ತಿತ್ವಕ್ಕಾಗಿ, ಸ್ವಾಭಿಮಾನದ ಹೆಸರಿನಲ್ಲಿ ಹೋರಾಟಗಳು ನಡೆಯುತ್ತಿವೆ. ಇದು ವ್ಯಕ್ತಿಗಳು, ಸಂಘಟನೆಗಳು ಮತ್ತು ರಾಜ್ಯಗಳ ಮಧ್ಯೆ ವಿರಸವನ್ನು ಬಿತ್ತುತ್ತಿದೆ. ದೇಶದ ಹಿತಕ್ಕೆ ಧಕ್ಕೆ ತರುತ್ತದೆ. ದೇಶದ ಭಾವೈಕ್ಯತೆಗೆ ಕಂಟಕವಾಗುತ್ತದೆ. ಭಾಷೆ–ಭಾಷೆಗಳ ಮಧ್ಯೆ ಗೋಡೆ ಕಟ್ಟಬಾರದು. ಅವರವರಿಗೆ ಅವರವರ ಭಾಷೆಯೇ ಶ್ರೇಷ್ಠ. ಹುಟ್ಟಿನಿಂದ ಬಂದ ಈ ಅಭಿವ್ಯಕ್ತಿ ಮಾಧ್ಯಮಕ್ಕಿಂತ ಉತ್ತಮವಾದುದು ಯಾವುದೂ ಇಲ್ಲ. ನಮಗೆ ಅತ್ಯಂತ ಖುಷಿಯಾದಾಗ ನಮ್ಮ ಬಾಯಿಂದ ಉದ್ಗಾರ ಹೊರಡುವುದು ನಮ್ಮ ಮಾತೃಭಾಷೆಯಲ್ಲೇ! ಹಾಗೆಯೇ ಅತ್ಯಂತ ದುಃಖದಲ್ಲಿದ್ದಾಗಲೂ ಉಮ್ಮಳಿಸಿ ಬರುವ ಮಾತು ಕೂಡ ನಮ್ಮ ತಾಯಿ ಭಾಷೆಯಲ್ಲೇ ಇರುತ್ತದೆ. ಹೀಗಾಗಿ ಮಾತೃಭಾಷೆಗಿಂತ ನಮ್ಮ ಹೃದಯಕ್ಕೆ ಹತ್ತಿರವಾದ ಇನ್ನೊಂದು ಭಾಷೆಯಿಲ್ಲ. ಭಾರತದ ಎಲ್ಲ ಭಾಷೆಗಳೂ ರಾಷ್ಟ್ರ ಭಾಷೆಗಳೇ. ಒಂದು ಭಾಷೆ ಇನ್ನೊಂದು ಭಾಷೆಗಿಂತ ಹೆಚ್ಚು ಅಥವಾ ಕಡಿಮೆ ಎನ್ನುವ ಮಾತೇ ಅಪ್ರಸ್ತುತ.

ಭಾಷೆಯ ಬಗೆಗೆ ಸದಭಿಮಾನ ಇರಬೇಕು. ದುರಭಿಮಾನವಿರಬಾರದು. ನಮ್ಮ ಭಾಷೆಯಷ್ಟೇ ಉಳಿದ ಭಾಷೆಗಳನ್ನೂ ಗೌರವಿಸುವ ಸಹಿಷ್ಣುತೆ ಇರಬೇಕು. ರೂಢಿಗತವಾಗಿ ಬರುವ ಕೆಲ ಪರಭಾಷಾ ಶಬ್ದಗಳನ್ನು ಅಪ್ಪಿಕೊಳ್ಳುವ ಹೃದಯ ವೈಶಾಲ್ಯತೆ ಇರಬೇಕು. ಆಗ ನಮ್ಮ ಭಾಷೆಯ ಶಬ್ದ ಸಂಪತ್ತೂ ವೃದ್ಧಿಸುತ್ತದೆ. ಇಂಗ್ಲೀಷ್ ಇಂದು ಇಷ್ಟೊಂದು ಸಂಪದ್ಭರಿತವಾಗಲು ಇದುವೇ ಕಾರಣ. ಲ್ಯಾಟಿನ್, ಗ್ರೀಕ್ ಭಾಷೆಗಳನ್ನೂ ಮೊದಲೊಂಡು ಪ್ರಪಂಚದ ಎಲ್ಲ ಭಾಷೆಗಳಿಂದಲೂ ನಿತ್ಯ ರೂಢಿಯಲ್ಲಿರುವ ಹಲವಾರು ಶಬ್ದಗಳನ್ನು ಇಂಗ್ಲೀಷ್ ಎರವಲು ಪಡೆದುಕೊಂಡಿದೆ. ಹೀಗೆ ಒಂದು ಅಂದಾಜಿನ ಪ್ರಕಾರ ಪ್ರತಿವರ್ಷ ಅದು ೨೦೦೦ ಹೊಸಶಬ್ದಗಳನ್ನು ತನ್ನ ಮಡಿಲಿಗೆ ಹಾಕಿಕೊಳ್ಳುತ್ತಿದೆ ಮತ್ತು ತನ್ನ ಶಬ್ದ ಭಂಡಾರವನ್ನು ಅಪಾರವಾಗಿ ಹಿಗ್ಗಿಸಿಕೊಳ್ಳುತ್ತಿದೆ.

ಯುನೈಟೆಡ್ ಕಿಂಗ್ಡಂನಲ್ಲಿ ಶೇ. ೯೮ ಜನ ಇಂಗ್ಲೀಷನ್ನು ಮಾತನಾಡುತ್ತಾರೆ. ಸ್ಕಾಟ್ಸ್, ಸಿಖ್, ಐರಿಷ್, ಕಾರ್ನಿಕ್ ಭಾಷೆ ಮಾತನಾಡುವವರೂ ಇದ್ದಾರೆ. ಸಹಜವಾಗಿಯೇ

ಆಂಗ್ಲ ಭಾಷೆ ಅಲ್ಲಿಯ ಅಧಿಕೃತ ಭಾಷೆಯಾಗಿದೆ. ಇದರಿಂದಾಗಿ ಉಳಿದ ಭಾಷೆಗಳಿಗೆ ಧಕ್ಕೆ ಏನೂ ಆಗಿಲ್ಲ. ಅವು ತಮ್ಮ ಅಸ್ತಿತ್ವವನ್ನು ಉಳಿಸಿಕೊಂಡಿವೆ. ಜರ್ಮನ್ ಭಾಷೆಯು ಜರ್ಮನಿಯಲ್ಲಿ ಮಾತ್ರವಲ್ಲದೇ ಆಸ್ಟ್ರಿಯಾ, ಬೆಲ್ಜಿಯಂ, ಲಕ್ಸಂಬರರ್ಗ್, ಸ್ವಿಝರಲ್ಯಾಂಡ್ ಮತ್ತು ಲೀಚ್ಟೆಂಟ್ಸ್ಟಯನ್‌ಗಳಲ್ಲಿ ಅಧಿಕೃತ ಭಾಷೆಯಾಗಿದೆ. ಜಪಾನಿನಲ್ಲಿ ಜಪನೀಜ್ ಅಧಿಕೃತ ಭಾಷೆ. ಶೇ.೨ ರಷ್ಟು ಜನ ಮಾತ್ರ ಇಂಗ್ಲೀಷನ್ನು ನಿರರ್ಗಳವಾಗಿ ಮಾತನಾಡಬಲ್ಲರು. ಅಮೇರಿಕ ಫೆಡರಲ್ ಸರಕಾರದಲ್ಲಿ ಅಮೇರಿಕನ್ ಇಂಗ್ಲೀಷ್ ಅಧಿಕೃತ ಭಾಷೆ ಅಲ್ಲದಿದ್ದರೂ, ಸಾಮಾನ್ಯವಾಗಿ ಎಲ್ಲರೂ ಮಾತನಾಡುವ ಭಾಷೆ. ಜಗತ್ತಿನಲ್ಲೇ ಅತಿ ಹೆಚ್ಚು ಭಾಷಾ ವೈವಿಧ್ಯತೆ ಇರುವ ಚೀನಾದಲ್ಲಿ ೩೦೨ ಭಾಷೆಗಳನ್ನು ಮಾತನಾಡಲಾಗುತ್ತದೆ. ಆದರೆ ಚೈನೀಜ್(ಮಂದಾಲನ್) ಭಾಷೆ ಅಧಿಕೃತ ರಾಷ್ಟ್ರೀಯ ಭಾಷೆ ಆಗಿದೆ. ೧೪೦ಕೋಟಿ ಚೀನಿಯರಲ್ಲಿ ೧ ಕೋಟಿ (ಶೇ.೦.೭೧೪) ಜನ ಮಾತ್ರ ಇಂಗ್ಲೀಷ್ ಮಾತನಾಡುತ್ತಾರೆ! ದಕ್ಷಿಣ ಆಫ್ರಿಕಾದಲ್ಲಿ ೧೧ ಭಾಷೆಗಳು ಅಧಿಕೃತ ಭಾಷೆಗಳಾಗಿದ್ದರೂ ಶತಮಾನಗಳಿಂದ ಡಚ್, ಇಂಗ್ಲೀಷ್, ಆಫ್ರಿಕಾನ್ ಭಾಷೆಗಳನ್ನು ಬಳಸಲಾಗುತ್ತದೆ. ರಶಿಯಾದಲ್ಲಿ ರಶಿಯನ್ ಪ್ರಮುಖ ಸಾಂಸ್ಕೃತಿಕ ಭಾಷೆಯಾಗಿದೆ. ೫ ಬೇರೆ ಭಾಷೆಗಳು ಪ್ರಮುಖವಾಗಿರುವ ಸೋವಿಯತ್ ರಿಪಬ್ಲಿಕ್ನ ಉಳಿದಡೆ ರಶಿಯನ್ ಭಾಷೆ ದ್ವಿತೀಯ ಭಾಷೆಯಾಗಿದೆ. ಕೇವಲ ಶೇಕಡ ೫ ರಷ್ಟು ಜನ ಮಾತ್ರ ಅಷ್ಟೇನೂ ಪ್ರವೀಣ್ಯತೆ ಅಲ್ಲದ ಇಂಗ್ಲೀಷನ್ನು ಮಾತನಾಡುತ್ತಾರೆ.

ಹೀಗೆ ಹಲವಾರು ಭಾಷೆಗಳನ್ನು ಆಡುವ ಜನ ವಿಶ್ವದ ಹಲವಾರು ದೇಶಗಳಲ್ಲಿ ಇದ್ದಾರೆ. ತಮ್ಮ ತಮ್ಮ ಭಾಷೆಯನ್ನೇ ಮಾತನಾಡುತ್ತಾರೆ, ಅದರಲ್ಲೇ ವ್ಯವಹರಿಸುತ್ತಾರೆ. ಆದರೂ ಒಂದು ರಾಷ್ಟ್ರಭಾಷೆಯಾಗಿ ಅಲ್ಲಿಯ ಪ್ರಮುಖ ಅಂದರೆ ಹೆಚ್ಚು ಜನ ಮಾತನಾಡುವ ಭಾಷೆಯನ್ನು ಒಪ್ಪಿಕೊಂಡಿದ್ದಾರೆ, ಸಂಪರ್ಕ ಭಾಷೆಯಾಗಿ ರಾಷ್ಟ್ರಭಾಷೆಯನ್ನು ಮಾತನಾಡುತ್ತಾರೆ. ಇದರಿಂದ ಅಲ್ಲಿಯ ಭಾಷಾ ಅಲ್ಪಸಂಖ್ಯಾತರಿಗೆ ಯಾವ ತೊಂದರೆಯೂ ಆಗಿಲ್ಲ. ಅಸ್ಥಿತ್ವದ ಭಯವೂ ಕಾಡಿಲ್ಲ.

ಕನ್ನಡಕ್ಕೆ ಮೊದಲ ಪ್ರಾಶಸ್ತ್ಯದ ಹಕ್ಕಿಗಾಗಿ ವರದಿ ಕೊಟ್ಟ ಕವಿ ವಿ. ಕೃ. ಗೋಕಾಕರು ಒಬ್ಬ ಒಳ್ಳೆಯ ಇಂಗ್ಲಿಷ್ ಪ್ರಾಧ್ಯಾಪಕರಾಗಿದ್ದರು. ಕನ್ನಡದ ಹೆಸರಾಂತ ಕವಿ ಬಿ. ಎಂ. ಶ್ರೀಕಂಠಯ್ಯ ಒಬ್ಬ ಆಂಗ್ಲ ಪ್ರಾಧ್ಯಾಪಕರಾಗಿದ್ದರು. ಸಂಕ್ರಮಣದ 'ಚಂಪಾ'ರು ಇಂಗ್ಲೀಷ್ ಅಧ್ಯಾಪಕರಾಗಿದ್ದರು. ರಸಋಷಿ ದ. ರಾ. ಬೇಂದ್ರೆ ಅವರ ಮಾತೃಭಾಷೆ ಮರಾಠಿ ಆಗಿತ್ತು. ಅವರೆಲ್ಲ ಕನ್ನಡವನ್ನು ಪ್ರೀತಿಸಿದರು, ಕನ್ನಡದಲ್ಲೇ ಸಾಹಿತ್ಯ ಕೃಷಿ ಮಾಡಿದರು, ಕನ್ನಡವನ್ನು ಬೆಳೆಸಿದರು ಮತ್ತು ಬೆಳಗಿಸಿದರು. ಆದರೆ ಬೇರೆ ಭಾಷೆಗಳನ್ನು ದ್ವೇಷಿಸಲಿಲ್ಲ. ಎರಡೂ ಭಾಷೆಗಳ ಸಂಪರ್ಕದಿಂದ ಅವರು ಕನ್ನಡ ಸಾಹಿತ್ಯವನ್ನು ಸಂಪದ್ಭರಿತವನ್ನಾಗಿ

ಮಾಡಿದರು. ಆದ್ದರಿಂದ ತಮ್ಮ ಸ್ವಾರ್ಥಕ್ಕಾಗಿ ಅಥವಾ ಇನ್ನೊಂದು ಭಾಷೆಯನ್ನು ಕಲಿಯಲಾಗದ ಅಸಾಮರ್ಥ್ಯಕ್ಕಾಗಿ ಬೇರೆ ಭಾಷೆಗಳನ್ನು ವಿರೋಧಿಸುವುದು ಸಂಕುಚಿತ ನಡತೆಯಾಗುತ್ತದೆ. ಭಾಷೆಯು ಜನರನ್ನು ಒಗ್ಗೂಡಿಸುವ ಬಂಧವಾಗಬೇಕೇ ಹೊರತು ಬೇರ್ಪಡಿಸುವ ಕಂದಕವಾಗಬಾರದು. ಅದು ವ್ಯಕ್ತಿ ಪ್ರತಿಷ್ಠೆಯನ್ನು ಮೆರೆಯುವ, ರಾಜಕೀಯ ಅಸ್ತಿತ್ವದ ಆಧಾರವಾಗುವ, ಅನಾವಶ್ಯಕವಾಗಿ ತುಚ್ಛೀಕರಿಸುವ ಮತ್ತು ಹೊಟ್ಟೆ ಹೊರೆಯುವ ಸಾಧನವಾಗಬಾರದು. ಗಡಿಭಾಗದಲ್ಲಿರುವವರ ದೃಷ್ಟಿಯಿಂದ, ವ್ಯವಹಾರದ ದೃಷ್ಟಿಯಿಂದ, ರಾಷ್ಟ್ರೀಯ ಭಾವೈಕ್ಯತೆಯ ಕಾರಣದಿಂದ ನಾವು ಭಾಷಾ ಸಹಿಷ್ಣುತೆಯನ್ನು ಮೆರೆಯಬೇಕು. ಪ್ರಾಯೋಗಿಕವಾಗಿ, ವಾಸ್ತವವಾಗಿ ಚಿಂತಿಸಬೇಕು. ಭಾಷೆಯ ವಿಷಯ ಬಂದಾಗ ಭಾವಪರವಶರಾಗದೇ ಸಮಾಧಾನದಿಂದ ಕೂಲಂಕಷವಾಗಿ, ಸಾರಸಗಟಾಗಿ ಯೋಚಿಸಬೇಕು. ಜಾಗ್ರತೆಯಿಂದ ಅಭಿಪ್ರಾಯವನ್ನು ವ್ಯಕ್ತಪಡಿಸಬೇಕು. ಕನ್ನಡದ ಹಿತಕ್ಕೆ ಧಕ್ಕೆ ಬಂದಾಗ ಧ್ವನಿ ಎತ್ತುವುದು ಸರಿ. ಆದರೆ ಕನ್ನಡವಲ್ಲದ ಎಲ್ಲವನ್ನೂ ವಿರೋಧಿಸಿದರೆ ಅದು ಅಂಧ ಪ್ರೇಮವಾಗುತ್ತದೆ. ನಮ್ಮ ಅಕ್ಕಪಕ್ಕದ ರಾಜ್ಯದವರೂ ಹಾಗೇ ಮಾಡಿದರೆ ಏನಾಗುತ್ತದೆ ಎಂದು ನಾವು ಒಂದು ಕ್ಷಣ ಯೋಚಿಸಬೇಕು. ರಾಷ್ಟ್ರ ಹಿತಚಿಂತನೆ ನಮ್ಮ ವಿಚಾರದ ಆಧಾರವಾಗಿರಬೇಕು. ಭಾಷಾ ಬಾಂಧವ್ಯಕ್ಕೆ ಅನುಗುಣವಾಗಿರಬೇಕು. ಭಾಷಾ ಸಮರಸತೆಯನ್ನು ಹೆಚ್ಚಿಸುವಂತಿರಬೇಕು. ಭಾಷಾ ಸಹಿಷ್ಣುತೆಯನ್ನು ಸಾರುವಂತೆ ಇರಬೇಕು.

ಭಾರತವು ಸಾವಿರಾರು ಭಾಷೆಗಳ ತವರೂರು. ಈ ಭಾಷಾ ವೈವಿಧ್ಯದ ನಡುವೆ ಮಿಂದೆದ್ದೂ ಸಾವಿರಾರು ವರ್ಷಗಳಿಂದ ಈ ದೇಶ ಮುನ್ನಡೆದಿದೆ. ವಿವಿಧತೆಯಲ್ಲಿ ಏಕತೆಯ ತನ್ನತನವನ್ನು ಉಳಿಸಿಕೊಂಡು ಬಂದಿದೆ. ಪರಿಸ್ಥಿತಿ ಹೀಗಿರುವಾಗ ನಮ್ಮನ್ನೆಲ್ಲ ಜೋಡಿಸುವ ಒಂದು ರಾಷ್ಟ್ರ ಭಾಷೆಯನ್ನು ಘೋಷಿಸಲು ಏಕೆ ಇಷ್ಟು ತಡ? ಏಕೆ ಇಷ್ಟು ವಿರೋಧ? ಬಹುಜನರು ಆಡುವ ಭಾಷೆಯೊಂದು ರಾಷ್ಟ್ರ ಭಾಷೆಯಾಗಬಾರದೇಕೆ? ಅವರವರ ಪ್ರದೇಶಗಳಲ್ಲಿ ಅವರವರ ಪ್ರಾದೇಶಿಕ ಭಾಷೆಯೇ ಅಗ್ರಗಣ್ಯ. ಇದರಲ್ಲಿ ಯಾವುದೇ ಎರಡು ಮಾತಿಲ್ಲ. ಆದರೆ ತಮ್ಮ ಪ್ರದೇಶ ಬಿಟ್ಟು ಹೊರಗಡೆ ಬಂದಾಗ ಸಂಪರ್ಕ ಭಾಷೆಯಾಗಿ ರಾಷ್ಟ್ರ ಭಾಷೆ ಇದ್ದರೆ ಎಷ್ಟು ಚೆನ್ನ! ಅದೂ ನಮ್ಮ ದೇಶದ್ದೇ ಭಾಷೆಯಾಗಿದ್ದರೆ ಇನ್ನೂ ಚೆನ್ನ. ಆದ್ದರಿಂದ ಎಲ್ಲ ಭಾಷಿಕರು ಪರಸ್ಪರ ಕೆಸರು ಎರಚದೇ, ತಾಳ್ಮೆಯಿಂದ ವಾಸ್ತವಿಕ ತಳಹದಿ ಮೇಲೆ ಪ್ರಾಯೋಗಿಕವಾಗಿ ಯೋಚಿಸಿ ಒಂದು ಭಾರತೀಯ ಭಾಷೆಯನ್ನು ರಾಷ್ಟ್ರ ಭಾಷೆಯಾಗಿ ಒಪ್ಪಿಕೊಳ್ಳಬೇಕು. ಇದು ಆತ್ಮನಿರ್ಭರ ಭಾರತದ ಒಂದು ಲಕ್ಷಣ. ಹೃದಯದ ಭಾಷೆಯಾಗಿ ಮಾತೃಭಾಷೆ ಇರಲಿ ಮತ್ತು ನಮ್ಮೆಲ್ಲರನ್ನು ಒಂದು ಗೂಡಿಸುವ ಭಾವೈಕ್ಯದ ಕೊಂಡಿಯಾಗಿ ರಾಷ್ಟ್ರ ಭಾಷೆ ಇರಲಿ. ಇದುವೇ ನಮ್ಮ ಘೋಷಣೆಯಾಗಲಿ.

ವ್ಯಕ್ತಿ ವಿಕಸನಕ್ಕಾಗಿ, ನಿತ್ಯ ಜೀವನಕ್ಕಾಗಿ ಮಾತೃ ಭಾಷೆ, ಅನ್ಯ ಭಾಷಿಕರ ಸಂಪರ್ಕಕ್ಕಾಗಿ, ಭಾವೈಕ್ಯತೆಗಾಗಿ ಒಂದು ರಾಷ್ಟ್ರ ಭಾಷೆ ಮತ್ತು ಜಾಗತಿಕ ಸಂಪರ್ಕ ಹಾಗೂ ಅಸ್ತಿತ್ವಕ್ಕಾಗಿ ಜಾಗತಿಕ ಭಾಷೆಯನ್ನು ಅಳವಡಿಸಿಕೊಳ್ಳಬೇಕು. ಈ ತ್ರಿಭಾಷಾ ಸೂತ್ರವೇ ಸೂಕ್ತವೆನಿಸುತ್ತದೆ. ನಮ್ಮ ಅನನ್ಯತೆಯನ್ನೂ ಬಿಟ್ಟುಕೊಡದೇ ರಾಷ್ಟ್ರೀಯತೆಗೂ ಧಕ್ಕೆತಾರದೇ ಜಾಗತಿಕವಾಗಿಯೂ ನಮ್ಮ ಅಸ್ತಿತ್ವವನ್ನು ಮನಗಾಣಿಸಲು ಇದು ಸಹಕಾರಿಯಾಗುತ್ತದೆ.

೬. ಭಾಷೆಗಿಂತ ಜ್ಞಾನ ಮುಖ್ಯ

ಶಿಕ್ಷಣದ ಮೂಲ ಉದ್ದೇಶ ಜ್ಞಾನಾರ್ಜನೆ. ಇದಕ್ಕೊಂದು ಭಾಷಾ ಮಾಧ್ಯಮದ ಅವಶ್ಯಕತೆ ಇದೆ. ಈ ಭಾಷೆ ಯಾವುದಾಗಿರಬೇಕು? ಭಾಷೆ ಅಂದ ತಕ್ಷಣ ಅದು ಮಾತೃ ಭಾಷೆಯಾಗಿರಬೇಕೆ? ಪ್ರಾದೇಶಿಕ ಭಾಷೆಯಾಗಿರಬೇಕೆ? ಅಂತರಾಷ್ಟ್ರೀಯ ಭಾಷೆಯಾಗಿರಬೇಕೆ? ಎನ್ನುವ ಜಿಜ್ಞಾಸೆ ಪ್ರಾರಂಭವಾಗುವುದು ಸಹಜ. ಇವುಗಳ ಮಧ್ಯ ಅನ್ನದ ಭಾಷೆ ಮತ್ತು ಸಂಪರ್ಕ ಭಾಷೆಗಳ ಪದ ಪ್ರಯೋಗವೂ ಆಗಾಗ ಕೇಳಿ ಬರುತ್ತದೆ. ಹಾಗೆ ನೋಡಿದರೆ ಜ್ಞಾನಗಳಿಕೆಗೂ ಭಾಷಾ ಪ್ರಯೋಗಕ್ಕೂ ಎಷ್ಟರ ಮಟ್ಟಿಗೆ ಸಂಬಂದವಿದೆ? ಮನುಷ್ಯನು ಮಾತು ಕಲಿತು ಭಾಷೆಯ ಪ್ರಯೋಗ ಮಾಡುವ ಮೊದಲು ಜ್ಞಾನಾರ್ಜನೆ ಆಗುತ್ತಿರಲಿಲ್ಲವೋ? ಖಂಡಿತವಾಗಿಯೂ ಜ್ಞಾನಾರ್ಜನೆ ಮನುಷ್ಯನ, ಅಷ್ಟೇ ಏಕೆ ಯಾವುದೊಂದು ಜೀವಿಯ ವಿಕಾಸದ ಜೊತೆ ಜೊತೆಗೆ ಬೆಳೆದುಕೊಂಡು ಬಂದಿದೆ. ಜೀವಿಯ ಸೂಕ್ಷ್ಮ ಸಂವೇದನೆ ಮತ್ತು ಪಂಚ ಜ್ಞಾನೇಂದ್ರಿಯಗಳ ವಿಕಾಸದ ಜೊತೆಯಲ್ಲೇ ಜೀವಿಯ ಜ್ಞಾನ ಭಂಡಾರದ ಬೆಳವಣಿಗೆಯೂ ಆಗಿದೆ ಎನ್ನಬಹುದು.

ಮನುಷ್ಯನ ಅಭಿವ್ಯಕ್ತಿಯು ಸನ್ನೆ (ಸಂಜ್ಞೆ), ಚಿತ್ರ, ಅಭಿನಯಗಳೊಂದಿಗೆ ಪ್ರಾರಂಭವಾಗಿ ಕ್ರಮೇಣ ಶಬ್ದ ರೂಪ ಪಡೆದಿರಬೇಕು. ಕಾಲಕ್ರಮೇಣ ಆ ಶಬ್ದಗಳಿಗೆ ನಿರ್ಧಿಷ್ಟ ರೂಪ, ಅರ್ಥ ಬಂದು ಭಾಷೆಯ ಉಗಮವಾಗಿರಬೇಕು. ಭಾಷೆಯ ಉಗಮಕ್ಕಿಂತ ಮೊದಲು ಶಿಲಾಯುಗದ ಮಾನವ ತನ್ನ ಭಾವನೆಗಳನ್ನು ಶಿಲೆಗಳ ಮೇಲೆ ಕೆತ್ತನೆ ಮತ್ತು ಚಿತ್ರ ರೂಪದಲ್ಲಿ ವ್ಯಕ್ತಪಡಿಸಿರುವುದು ಕಂಡುಬರುತ್ತದೆ. 'ಶಬ್ದ'ಗಳು ಅಕ್ಷರಗಳಿಂದ ಪ್ರಾರಂಭವಾಗಿ, ಶಬ್ದವಾಗಿ, ಪದಪುಂಜವಾಗಿ, ವಾಕ್ಯಗಳಾಗಿ, ವಾಕ್ಯವೃಂದಗಳಾಗಿರಬೇಕು. ಕ್ರಮೇಣ ಒಂದು ಶಿಸ್ತುಬದ್ಧ ಭಾಷೆಯಾಗಿ ಪೂರ್ಣವಾಗಿ ವಿಕಸಿತಗೊಂಡು ಅಭಿವ್ಯಕ್ತಿಯ ಒಂದು ಮಾಧ್ಯಮವಾಗಿರಬಹುದು. ಪೀಳಿಗೆಯಿಂದ

ಪೀಳಿಗೆಗೆ ಗೊತ್ತಿರುವ ಜ್ಞಾನವನ್ನು ಜೋಪಾನವಾಗಿ ವರ್ಗಾಯಿಸಲು ಅದನ್ನು ದಾಖಲಿಸುವುದು ಅವಶ್ಯವೆನಿಸಿದಾಗ ಲಿಪಿಯ ಉಗಮವಾಗಿರಲು ಸಾಕು. ಹೀಗಾಗಿ ಭಾಷೆ ಮೊದಲೋ ಜ್ಞಾನ ಮೊದಲೋ ಎನ್ನುವ ಪ್ರಶ್ನೆಗೆ ಜ್ಞಾನವೇ ಮೊದಲೆನ್ನಬೇಕಾಗುತ್ತದೆ. ಭಾಷೆಯೂ ಜ್ಞಾನದ ಒಂದು ರೂಪವೆನ್ನಬೇಕಾಗುತ್ತದೆ. ಇದರಿಂದ ಶಿಕ್ಷಣದ ಮೂಲ ಉದ್ಧೇಶ ಜ್ಞಾನವೇ ಹೊರತು ಭಾಷಾ ಪ್ರಾವೀಣ್ಯತೆ ಅಲ್ಲ. ವಿವಿಧ ರಂಗಗಳಲ್ಲಿ ವಿಶೇಷ ಪರಿಣಿತಿಯನ್ನು ಹೊಂದಿದವರು ಭಾಷಾ ಪಂಡಿತರೇ ಆಗಿರಬೇಕಿಲ್ಲ. ಸಂವಹನಕ್ಕೆ ಬೇಕಾದಷ್ಟು ಭಾಷಾಜ್ಞಾನವನ್ನು ಪಡೆದಿದ್ದರೆ ಸಾಕು. ಜ್ಞಾನವನ್ನು ಯಾವ ಭಾಷೆಯಲ್ಲಾದರೂ ವ್ಯಕ್ತಪಡಿಸಬಹುದು. ಭಾಷಾಜ್ಞಾನವು ಇತರ ರಂಗಗಳ ಜ್ಞಾನವನ್ನು ಪ್ರಸ್ತುತ ಪಡಿಸುವ, ಅಭಿವ್ಯಕ್ತ ಪಡಿಸುವ ಒಂದು ಪ್ರಮುಖ ಸಾಧನವಾಗಿ, ಮಾಧ್ಯಮವಾಗಿರುವುದೂ ಅಷ್ಟೇ ಸತ್ಯ. ಹೀಗಾಗಿ ಜ್ಞಾನ ಮತ್ತು ಭಾಷೆ ಒಂದಕ್ಕೊಂದು ಪೂರಕವಾಗಿವೆ. ಭಾಷೆಗಳು ಬೇರೆ ಬೇರೆ ಆದರೂ ಜ್ಞಾನ ಒಂದೇ ಆಗಿರಬಹುದು. ಜ್ಞಾನಾಭಿವೃದ್ಧಿಗೆ ಭಾಷೆಯನ್ನು ಹೇಗೆ ಸಮರ್ಥವಾಗಿ ಬಳಸಿಕೊಳ್ಳಬೇಕೆನ್ನುವುದು ಅವರವರ ವಿವೇಚನೆಗೆ ಬಿಟ್ಟಿದ್ದು. ಹಾಗಂತ ಮತ್ತೊಬ್ಬರಿಗೆ ತಿಳಿಯದಂತೆ ಬರೆಯು(ಗೀಚು)ವುದಾಗಲಿ, ಅನವಶ್ಯಕವಾಗಿ ಶಬ್ಧ ಪ್ರಯೋಗ ಮಾಡುವುದಾಗಲಿ ಮತ್ತು ಗೊತ್ತಿದೆ ಎಂದ ಮಾತ್ರಕ್ಕೆ ಸೂಕ್ತವಲ್ಲದ ಶಬ್ದಗಳನ್ನು ಎಲ್ಲಿ ಬೇಕಾದಲ್ಲಿ ಉಪಯೋಗಿಸುವುದಾಗಲಿ ಆ ಭಾಷೆಯ ಸೊಗಡಿಗೆ ಧಕ್ಕೆ ತರುತ್ತವೆ.

ಜಗದ ಇತಿಹಾಸದ ಕಡೆಗೆ ಹಿಂದಿರುಗಿ ನೋಡಿದಾಗ ಅಚ್ಚರಿಯಾಗುತ್ತದೆ. ಸಹಸ್ರ ಸಹಸ್ರ ವರ್ಷಗಳ ಹಿಂದೆಯೇ ಬೇರೆ ಬೇರೆ ಭಾಷೆಯಾಡುವ ಪ್ರದೇಶಗಳ ನಡುವೆ ಸಂಪರ್ಕವಿರುವುದು ಕಂಡುಬರುತ್ತದೆ. ವ್ಯಾಪಾರ, ವ್ಯವಹಾರ, ಸಂಬಂಧಗಳು ನಿರಾಯಾಸವಾಗಿ ನಡೆದಿರುವುದು ತಿಳಿದು ಬರುತ್ತದೆ. ಆವಾಗ ಸಾಂಸ್ಕೃತಿಕ, ಧಾರ್ಮಿಕ, ವಿನಿಮಯಗಳು ಯಾವ ಭಾಷಾ ಮಾಧ್ಯಮದ ಮೂಲಕ ನಡೆಯುತ್ತಿದ್ದವೆನ್ನುವುದು ತುಂಬಾ ಸೋಜಿಗದ ಸಂಗತಿಯಾಗಿದೆ.

ಆಧುನಿಕ ಕಾಲದ ಇಂದಿನ ದಿನಗಳಲ್ಲಿ ಒಂದಕ್ಕಿಂತ ಹೆಚ್ಚು ಭಾಷೆಗಳನ್ನು ಕಲಿಯುವ ಅವಶ್ಯಕತೆ, ಅನಿವಾರ್ಯತೆ ಎದುರಾಗಿದೆ. ಮನೆಯಲ್ಲಿ ಮಾತೃಭಾಷೆ, ಹೊರಗಡೆ ಪ್ರಾದೇಶಿಕ ಭಾಷೆ, ಅನ್ನಕ್ಕಾಗಿ (ಉಪಜೀವನಕ್ಕಾಗಿ) ಒಂದು ಭಾಷೆ, ಪ್ರಾಂತದಾಚೆ ಹೋದರೆ ಅಲ್ಲಿಯ ಭಾಷೆ ಮತ್ತು ವಿದೇಶಗಳಲ್ಲಿ ವ್ಯವಹರಿಸಲು ಒಂದು ಅಂತರಾಷ್ಟೀಯ ಭಾಷೆ ಹೀಗೆ ಹಲವು ಭಾಷೆ ಬಲ್ಲವರಾಗಬೇಕಾಗುತ್ತದೆ. ಇಲ್ಲವೋ ಆಯಾ ಭಾಷೆಗಳನ್ನು ತುರ್ಜುಮೆ ಮಾಡಿ ಹೇಳಲು ಭಾಷಾಂತರಿಗಳನ್ನಿಟ್ಟುಕೊಳ್ಳಬೇಕಾಗುತ್ತದೆ. ಇದು ಸರಕಾರಿ ಅಧಿಕಾರಿಗಳು, ಸಿರಿವಂತರಿಗೆ ಮಾತ್ರ ಸಾಧ್ಯ. ಇದು ಸಾಮಾನ್ಯ ಜನತೆಯ ಕೈಗೆಟುಕದ

ಮಾತು. ಹೀಗಾಗಿ ಅವನು ಬಹುಭಾಷಾ ವಿಶಾರದನಾಗ ಬೇಕಾದುದು ಅನಿವಾರ್ಯವಾಗುತ್ತದೆ.

ಭಾಷೆ ಅಭಿವ್ಯಕ್ತಿಯ ಒಂದು ಮಾಧ್ಯಮ. ಆದರೆ ಜ್ಞಾನ ಮನುಷ್ಯನ ಸಮಗ್ರ ವ್ಯಕ್ತಿತ್ವ ವಿಕಾಸದ ಒಂದು ಪ್ರಮುಖ ಭಾಗವಾಗಿರುವ ಬೌದ್ಧಿಕ ಬೆಳವಣಿಗೆಯ ಸಂಕೇತ. ಬೌದ್ಧಿಕ ವಿಕಾಸಕ್ಕೆ ಭಾಷೆ ಪೂರಕವಾದ ಮಾಧ್ಯಮವಾಗಿ ಸಹಕರಿಸುತ್ತದೆ. ಒಂದು ಭಾಷೆ ಅಂದರೆ ಮಾತೃಭಾಷೆಯ ಮೇಲೆ ಒಬ್ಬ ವ್ಯಕ್ತಿ ಪ್ರಭುತ್ವವನ್ನು ಸಾಧಿಸಿದರೆ ಅದು ಅವನಿಗೆ ಉಳಿದ ಭಾಷೆಗಳನ್ನು ಕಲಿಯಲು ಸುಲಭವಾಗುತ್ತದೆ. ಏಕೆಂದರೆ ಎಲ್ಲಾ ಭಾಷೆಗಳ ಮೂಲ ಶಬ್ದೋತ್ಪತ್ತಿಯೇ ಆಗಿರುತ್ತದೆ. ಹೀಗಾಗಿ ಮಾತೃ ಭಾಷೆಯು ಉಳಿದ ಭಾಷೆಗಳನ್ನು ಮತ್ತು ವಿಷಯಗಳನ್ನು ಕಲಿಯಲು ತಕ್ಕುದಾದ ಬುನಾದಿಯನ್ನು ಒದಗಿಸುತ್ತದೆ. ಹೀಗಾಗಿ ಭಾಷೆಗಳ ಆಯ್ಕೆಯ ವಿಷಯ ಬಂದಾಗ ಸಹಜವಾಗಿಯೇ ಹೆಚ್ಚಿನವರು ತಮ್ಮ ಮಾತೃಭಾಷೆಯನ್ನೇ ಆಯ್ಕೆ ಮಾಡಿಕೊಳ್ಳುತ್ತಾರೆ. ಕಾರಣ ಭಾವನೆಗಳನ್ನು ಸಹಜವಾಗಿ ತತಕ್ಷಣಕ್ಕೆ ವ್ಯಕ್ತಪಡಿಸಲು ತಾಯಿಭಾಷೆಯಷ್ಟು ಸುಲಭವಾಗಿ ಬೇರಾವ ಭಾಷೆಯಲ್ಲೂ ಸಾಧ್ಯವಿಲ್ಲ. ಅಕಸ್ಮಾತ್ ಇದು ಕೆಲವರಿಗೆ ಸಾಧ್ಯವಾದರೂ ಅದು ಅವರ ಪ್ರಯತ್ನಪೂರ್ವಕವಾದ ಅಥವಾ ಅಭ್ಯಾಸ ಬಲದಿಂದ ಮಾತ್ರ ಆಗುತ್ತದೆ.

ದೇಶದ ಅಧಿಕೃತ ಭಾಷೆಗಳಾಗಿ ಎಲ್ಲ ಪ್ರಾದೇಶಿಕ ಭಾಷೆಗಳಿಗೆ ಮನ್ನಣೆ ಇದೆ. ಎಲ್ಲ ಭಾಷೆಗಳನ್ನು ರಾಷ್ಟ್ರಭಾಷೆಗಳೆಂದು ಮಾನ್ಯ ಗೃಹ ಸಚಿವರಾದ ಅಮಿತ್ ಶಾ ಹೇಳಿದ್ದಾರೆ. ಅದಾಗ್ಯೂ ಐತಿಹಾಸಿಕ/ಪುರಾತನ ಮೂಲ ಭಾಷೆಯಾಗಿ ಸಂಸ್ಕೃತ, ಮನೆಯ ಭಾಷೆಯಾಗಿ ಮಾತೃಭಾಷೆ (ಕನ್ನಡ/ತುಳು/ ಕೊಡವ), ಪ್ರಾದೇಶಿಕ ಭಾಷೆಯಾಗಿ ಕನ್ನಡ, ಅಂತರ್‌ರಾಜ್ಯ ಸಂಪರ್ಕ ಭಾಷೆಯಾಗಿ ಹಿಂದಿ ಭಾಷೆ, ಅಂತರಾಷ್ಟ್ರೀಯ ಬೆಸುಗೆಯ ಕೊಂಡಿಯಾಗಿ ಇಂಗ್ಲೀಷ ಭಾಷೆಗಳಾಗಿ ಆಯ್ಕೆ ಮಾಡಿಕೊಳ್ಳಬಹುದು. ಅನೇಕ ರಾಜ್ಯಗಳು ತಮ್ಮ ತಮ್ಮ ರಾಜ್ಯದ ಅಧಿಕೃತ ಭಾಷೆಯಾಗಿ ಅಥವಾ ಆಡಳಿತ ಭಾಷೆಯಾಗಿ ಪ್ರಾದೇಶಿಕ ಭಾಷೆಗಳನ್ನು ಆಯ್ಕೆ ಮಾಡಿಕೊಂಡಿವೆ. ಅವರವರ ಹೃದಯಕ್ಕೆ ಹತ್ತಿರದ, ಭಾವನೆ ವ್ಯಕ್ತಪಡಿಸಲು ಸೂಕ್ತವಾದ ಮಾಧ್ಯಮವಾಗಿ ಮಾತೃ ಭಾಷೆಯಂತೂ ಇದ್ದೇ ಇದೆ.

ಜನರ ಅನುಕೂಲಕ್ಕೆ, ಸಂಪರ್ಕಕ್ಕೆ, ವ್ಯಾಪಾರ-ವಹಿವಾಟಿಗೆ ಅನುಕೂಲವಾಗಲೆಂದೇ ಸ್ವಾತಂತ್ರ್ಯಾನಂತರ ಭಾಷಾವಾರು ಪ್ರಾಂತಗಳ ರಚನೆಯಾಗಿದೆ ಪ್ರಾಂತ ರಚನೆಗೆ ಒಂದು ಭಾಷೆ ಆಧಾರವಾಗಿದ್ದು ಸೂಕ್ತವೇ ಆಗಿತ್ತು. ಆಯಾ ಪ್ರದೇಶಗಳಲ್ಲಿ ಸರಕಾರಿ, ಅರೆ ಸರಕಾರಿ ಮತ್ತು ಖಾಸಗಿ ಉದ್ದಿಮೆ, ಕಚೇರಿಗಳಲ್ಲಿ ಕೆಲಸ ಮಾಡುವ/ಸೇವೆ ಸಲ್ಲಿಸುವ ಇತರ ಭಾಷಿಕರು ಆ ಪ್ರದೇಶದ ಅಧಿಕೃತ ಭಾಷೆಯನ್ನು ಮಾತನಾಡಲು, ಓದಲು ಮತ್ತು ಬರೆಯಲು ಕಲಿತಿರಬೇಕು ಎನ್ನುವುದು ಸಹಜವಾದ ಅಪೇಕ್ಷೆ. ಏಕೆಂದರೆ ಆ

ಪ್ರದೇಶದ ಜನರ ಜೊತೆ ಸಂವಹನ ನಡೆಸಲು, ವ್ಯವಹರಿಸಲು, ಅವರ ಕುಂದು-ಕೊರತೆ ತಿಳಿದುಕೊಳ್ಳಲು ಮತ್ತು ಪರಿಹರಿಸಲು ಅವರ ಭಾಷೆಯನ್ನೇ ಉಪಯೋಗಿಸುವುದು ಸೂಕ್ತ. ಈ ಹಿನ್ನಲೆಯಲ್ಲಿ ಕರ್ನಾಟಕ ಲೋಕ ಸೇವಾ ಆಯೋಗ ಎಲ್ಲ ಕನ್ನಡೇತರ ಸರಕಾರಿ ನೌಕರರಿಗೆ ಕನ್ನಡ ಭಾಷೆಯನ್ನು ಪಾಸು ಮಾಡುವುದನ್ನು ಕಡ್ಡಾಯ ಮಾಡಿರುವುದರಲ್ಲಿ ತಪ್ಪೇನಿಲ್ಲ.

ಯುಪಿಎಸ್‌ಸಿ ಪರೀಕ್ಷೆಯಂತಹ ರಾಷ್ಟ್ರಮಟ್ಟದ ಸ್ಪರ್ಧಾತ್ಮಕ ಪರೀಕ್ಷೆಯನ್ನು ಮೊದಮೊದಲು ಇಂಗ್ಲೀಷ್ ಮತ್ತು ಹಿಂದಿಯಲ್ಲಿ ಮಾತ್ರ ನಡೆಸಲಾಗುತ್ತಿತ್ತು. ಪ್ರಾದೇಶಿಕ ಭಾಷೆಯಲ್ಲಿ ಮಾತ್ರ ಪರಿಣಿತರಾದವರು ಇದರಿಂದ ಅವಕಾಶ ವಂಚಿತರಾಗುತ್ತಿದ್ದರು. ಪ್ರತಿಭೆ ಇದ್ದರೂ ಬೇರೆ ಭಾಷೆಯ ಪರಿಚಯವಿರದ ಕಾರಣ ಸ್ಪರ್ಧಿಸಲಾಗುತ್ತಿರಲಿಲ್ಲ. ಹೀಗಾಗಿ ಅವರ ಮುನ್ನಡೆಗೆ ಬಾರದ ಪರಭಾಷೆಯೇ ಕಂಟಕವಾಗಿತ್ತು. ಇದರಿಂದ ಯುವಸಮುದಾಯಕ್ಕೆ ಆಗುತ್ತಿದ್ದ ಅನ್ಯಾಯವನ್ನು ಮನಗಂಡ ಭಾರತ ಸರಕಾರ ಈ ಪರೀಕ್ಷೆಗಳನ್ನು ಸಂವಿಧಾನದಲ್ಲಿ ಉಲ್ಲೇಖಿತವಾದ ಹಲವಾರು ಅಧಿಕೃತ ಭಾಷೆಗಳಲ್ಲಿ ನಡೆಸಲು ಪ್ರಾರಂಭಿಸಿತು. ಅವರವರ ಭಾಷೆಯಲ್ಲೇ ಪ್ರಶ್ನೋತ್ತರಕ್ಕೆ ಅವಕಾಶ ಮಾಡಿಕೊಟ್ಟಿತು. ಇದರಿಂದ ಹಿಂದಿ ಮತ್ತು ಇಂಗ್ಲೀಷ್ ಬಾರದ ಇತರ ಪ್ರಾದೇಶಿಕ ಭಾಷೆಗಳ ಪ್ರತಿಭೆಗಳಿಗೂ ಸಮಾನ ಅವಕಾಶ ದೊರೆತಿದೆ.

ಇತ್ತೀಚೆಗೆ ಕರ್ನಾಟಕ ರಾಜ್ಯ ಉನ್ನತ ಶಿಕ್ಷಣ ಮಂಡಲಿಯ ಸಭೆ ಜರುಗಿತು. ರಾಜ್ಯದ ಮಾನ್ಯ ಉನ್ನತ ಶಿಕ್ಷಣ ಸಚಿವರು ಅಧ್ಯಕ್ಷರಾಗಿರುವ ಈ ಮಂಡಳಿಯ ಉನ್ನತ ಶಿಕ್ಷಣದ ಪ್ರಮುಖ ನಿರ್ಧಾರಗಳನ್ನು ತಗೆದುಕೊಳ್ಳಲು ಸರಕಾರಕ್ಕೆ ಸಲಹೆಗಳನ್ನು ಕೊಡುತ್ತದೆ. ಉನ್ನತ ಶಿಕ್ಷಣದ ಸ್ನಾತಕ ಮತ್ತು ಸ್ನಾತಕೋತ್ತರ ಪರೀಕ್ಷೆಗಳನ್ನು ಬರೆಯುವ ವಿದ್ಯಾರ್ಥಿಗಳಿಗೆ ಉತ್ತರವನ್ನು ಬರೆಯಲು ಅವರ ಆಯ್ಕೆಯ ಭಾಷಾಮಾಧ್ಯಮಕ್ಕೆ ಅವಕಾಶ ಮಾಡಿಕೊಡಬೇಕೆಂದು ಚರ್ಚೆಯಾಯಿತು. ಭಾಷಾ ಮಾಧ್ಯಮಕ್ಕಿಂತ ಅವರು ಪಡೆದುಕೊಳ್ಳುವ ಜ್ಞಾನವು ಮುಖ್ಯವಾದುದರಿಂದ ಭಾಷೆಗಿಂತ, ವ್ಯಾಕರಣಕ್ಕಿಂತ, ಭಾಷಾಪಾಂಡಿತ್ಯಕ್ಕಿಂತ ವಿಷಯಕ್ಕೆ ಹೆಚ್ಚಿನ ಮಹತ್ವ ಕೊಡಬೇಕೆಂಬ ಅಭಿಪ್ರಾಯ ವ್ಯಕ್ತವಾಯಿತು. ಮಾನ್ಯ ಶಿಕ್ಷಣ ಸಚಿವರಾದ ಡಾ. ಸಿ.ಎನ್. ಅಶ್ವತ್ಥನಾರಾಯಣ ಅವರಂತೂ ಒಂದು ಹೆಜ್ಜೆ ಮುಂದೆ ಹೋಗಿ ಪದವಿಯಲ್ಲಿ ಆಯ್ದುಕೊಂಡ ಮಾಧ್ಯಮ (Medium of instructions) ಯಾವುದೇ ಆಗಿರಲಿ ಮಕ್ಕಳಿಗೆ ಪರೀಕ್ಷೆಯಲ್ಲಿ ತಮ್ಮ ಆಯ್ಕೆಯ ಭಾಷೆಯಲ್ಲಿ ಅಥವಾ ಮಿಶ್ರ ಭಾಷೆಯಲ್ಲಿ ಉತ್ತರಿಸಲು ಅವಕಾಶವಿರಬೇಕೆಂದರು. ಉದಾಹರಣೆಗೆ ಒಬ್ಬ ವಿದ್ಯಾರ್ಥಿ ಪ್ರಶ್ನೆಯೊಂದಕ್ಕೆ ತನ್ನ ಪ್ರಾದೇಶಿಕ ಭಾಷೆಯಾದ ಕನ್ನಡ ಮತ್ತು ಇಂಗ್ಲೀಷ್ ಎರಡರಲ್ಲಿಯೂ ಉತ್ತರಿಸಬಹುದು. ಒಂದೇ ಪತ್ರಿಕೆಯಲ್ಲಿ

ಎರಡೂ ಭಾಷೆಗಳನ್ನು ಉಪಯೋಗಿಸಿ ಉತ್ತರಿಸಬಹುದು. ಆದಾಗ್ಯೂ ಅದನ್ನು ಪರಿಗಣಿಸಬೇಕೆಂದರು. ಇದರ ಇನ್ನೊಂದು ಆಯಾಮವೆಂದರೆ ಒಂದೇ ಪ್ರಶ್ನೆಗೆ ಇರುವ ಉತ್ತರದಲ್ಲಿಯೂ ಸಹ ಕನ್ನಡ ಮತ್ತು ಇಂಗ್ಲಿಷ್ ಪದಗಳನ್ನು (Key Word) ಉಪಯೋಗಿಸಿ "ಕಂಗ್ಲಿಷ"ನ್ನು ಬಳಸಬಹುದೆಂಬುದು. ಇದರಿಂದ ವಿದ್ಯಾರ್ಥಿಗಳ ಭಾಷಾ ಜ್ಞಾನಕ್ಕಿಂತ ಅವರಿಗಿರುವ ವಿಷಯ ಜ್ಞಾನಕ್ಕೆ ಹೆಚ್ಚು ಒತ್ತು, ಮಹತ್ವವನ್ನು ಕೊಟ್ಟಂತಾಗುತ್ತದೆ. ನಿಜಕ್ಕೂ ಇದು ಸ್ವಾಗತಾರ್ಹ.

ಪ್ರಾಣಿ–ಪಕ್ಷಿಗಳಿಗೆಲ್ಲಿದೆ ಭಾಷೆ ಎಂದೆನ್ನಲಾಗದು. ಅವುಗಳಿಗೂ ಅವುಗಳದೇ ಆದ ಭಾಷೆ ಇದೆ. ಲಿಪಿ ಮಾತ್ರ ಇಲ್ಲ! ಅವುಗಳಿಗೂ ಭಾವನೆ, ಸೂಕ್ಷ್ಮ ಸಂವೇದನೆ ಇರುತ್ತದೆ. ಬೆಕ್ಕು, ನಾಯಿ, ಹಸು, ಗಿಳಿ ಸಾಕು ಪ್ರಾಣಿಗಳ ಜೊತೆ ಅವುಗಳ ಪಾಲಕರು ವ್ಯವಹರಿಸುವ ರೀತಿಯೇ ಚೆನ್ನ! ಅವರು ಆಡುವ ಮಾತುಗಳೆಲ್ಲ ಆ ಮೂಕ ಪ್ರಾಣಿಗಳಿಗೆ ಅರ್ಥವಾಗುತ್ತದೆ. ಅಂದರೆ ಇಲ್ಲಿ ವರ್ಕ್‌ಔಟ್ ಆಗುತ್ತಿರುವುದು ಅವರ ಭಾಷೆಗಿಂತ ಬಾವನೆ, ಸಂಬಂದ, ಪ್ರೀತಿ ಮತ್ತು ಆರೈಕೆ. ಅವರ ಮಾತಿನಲ್ಲಿ ಹುದುಗಿರುವ ಸಿಟ್ಟು ಸಿಡುಕು, ಪ್ರೀತಿ, ಆದರ, ಆಜ್ಞೆ ಮತ್ತು ಎಚ್ಚರಿಕೆಗಳನ್ನು ಅರ್ಥೈಸಿಕೊಳ್ಳುವುದು ಪ್ರಾಣಿಗಳ ಜ್ಞಾನ! ಅದಕ್ಕೆ ತಕ್ಕಂತೆ ಸ್ಪಂದಿಸುವ ಪ್ರಾಣಿಗಳ ಪ್ರತಿಸ್ಪಂದಿಸುವ ಜೀವಂತಿಕೆ! ಹೀಗಾಗಿ ಎಷ್ಟೋ ಸಲ ಅನಿಸುವುದು ಭಾಷೆಗಿಂತ ಭಾವನೆ/ಜ್ಞಾನ ಮುಖ್ಯ ಎಂದು.

೭. ಆತ್ಮನಿರ್ಭರ ಶಿಕ್ಷಣದ ಮಾಧ್ಯಮವಾಗಿ ಮಾತೃಭಾಷೆ

ಮಾತೃ ಭಾಷೆ ಅಥವಾ ಪ್ರಾದೇಶಿಕ ಭಾಷೆಯಲ್ಲಿ ಶಿಕ್ಷಣ - ಇದು ಪ್ರಸ್ತುತ ಬಹುಚರ್ಚಿತ ವಿಷಯ. ಬೇರೆ ಭಾಷೆಯಲ್ಲಿ ಅದೆಷ್ಟೇ ಪಾಂಡಿತ್ಯವನ್ನು ಹೊಂದಿದ್ದರೂ ಹೃದಯಕ್ಕೆ ಹತ್ತಿರವಾದದ್ದು ಮಾತೃಭಾಷೆಯೇ ಮನಸ್ಸಿಗೆ ಮುದ ಕೊಡುವುದು ತಾಯಿನುಡಿಯೇ! ಏಕೆಂದರೆ ಅದು ಹುಟ್ಟಿನಿಂದ ನಮ್ಮ ಜೊತೆಗೇ ಬಂದುದು. ನಮ್ಮ ಉಸಿರಿನೊಂದಿಗೆ ಉಸಿರಾದುದು. ಹೀಗಾಗಿಯೇ ಮನುಷ್ಯನ ಅತ್ಯಾನಂದದ ಮತ್ತು ಉಮ್ಮಳಿಸಿ ಬರುವ ದುಃಖದ ಸಂದರ್ಭದಲ್ಲೆಲ್ಲ ಸಹಜವಾಗಿಯೇ ಭಾವನೆಗಳು ವ್ಯಕ್ತಿಯ ಮಾತೃಭಾಷೆಯಲ್ಲಿ ಹೊರಹೊಮ್ಮುತ್ತವೆ. ಇತ್ತೀಚೆಗೆ ಜರುಗಿದ ಕರ್ನಾಟಕ ರಾಜ್ಯ ವಿಶ್ವವಿದ್ಯಾಲಯಗಳ ಕುಲಪತಿಗಳ ಸಮ್ಮೇಳನದಲ್ಲಿ ಶಿಕ್ಷಣವನ್ನೂ ಒಳಗೊಂಡಂತೆ ದೇಶದ ವಿವಿಧ ಕ್ಷೇತ್ರಗಳಲ್ಲಿ ಭಾರತೀಯ ಭಾಷೆಗಳ ಪಾತ್ರವನ್ನು ಕುರಿತಂತೆ ವಿಸ್ತೃತವಾಗಿ ಚರ್ಚಿಸಲಾಯಿತು. ರಾಜ್ಯದ ವಿಶ್ವವಿದ್ಯಾಲಯಗಳ ಕುಲಾಧಿಪತಿಗಳೂ ಆದ ಶ್ರೀ ಥಾವರ್ ಚಂದ ಗೆಹಲೋಟ್ ಅವರ ಅಧ್ಯಕ್ಷತೆಯಲ್ಲಿ ದಿನವಿಡೀ ಸಮ್ಮೇಳನ ನಡೆಯಿತು. ಯುಜಿಸಿಯ ಚೇರ್ಮೆನ್, ಇಗ್ನೋ ಕುಲಪತಿಗಳು, ಭಾರತೀಯ ಭಾಷಾ ಸಮಿತಿ, ಎಐಸಿಟಿಇ ಅವರಲ್ಲದೇ ರಾಜ್ಯದ ಎಲ್ಲ ಸರಕಾರಿ ವಿಶ್ವವಿದ್ಯಾಲಗಳ ಕುಲಪತಿಗಳು ಮತ್ತು ಉನ್ನತ ಶಿಕ್ಷಣ ಇಲಾಖಾ ಅಧಿಕಾರಿಗಳು ಭಾಗವಹಿಸಿದ್ದರು.

ಇಂದು ದೇಶದಾದ್ಯಂತ ವಿವಿಧ ರಾಜ್ಯಗಳಲ್ಲಿ ಸಂಪರ್ಕ, ವ್ಯವಹಾರ, ಮನರಂಜನೆ (ಟಿವಿ ಚಾನಲ್ಗಳು, ಸಿನೇಮಾ, ಸೋಸಿಯಲ್ ಮಿಡಿಯಾ) ಗಾಗಿ ಆಯಾ ರಾಜ್ಯಗಳ ಮಾತೃಭಾಷೆ/ಪ್ರಾದೇಶಿಕ ಭಾಷೆಗಳನ್ನು ವಿಪುಲವಾಗಿ ಬಳಸಲಾಗುತ್ತಿದೆ. ಎರಡು ಶತಮಾನಗಳ ಸತತ ಇಂಗ್ಲೀಷರ ಆಳ್ವಿಕೆಯ ಹೊರತಾಗಿಯೂ ಮತ್ತು ಅನ್ನ ಕೊಡುವ ಭಾಷೆಯೆಂದು ಭ್ರಮೆ ಇರುವಾಗಲೂ ಆಂಗ್ಲ ಭಾಷೆಯನ್ನು ಬಳಸುವವರ ಸಂಖ್ಯೆ ಶೇ. ೧೦.೬೨ ರಷ್ಟು ಮಾತ್ರ. ಹಾಗೆ ನೋಡಿದರೆ ಮನುಷ್ಯನ ಸಹಜವಾದ ಶಿಕ್ಷಣ-

ಸಂಸ್ಕಾರ ಪ್ರಾರಂಭವಾಗುವುದೇ ತಾಯಿ ಭಾಷೆಯಲ್ಲಿ. ಆಂಗ್ಲರು ಆಳಿದ ಭಾರತ, ಪಾಕಿಸ್ತಾನ, ಆಸ್ಟ್ರೇಲಿಯಾ, ದಕ್ಷಿಣ ಆಫ್ರಿಕ, ನ್ಯೂಜಿಲೆಂಡ್ಗಳಂತಹ ಕೆಲವೇ ಕೆಲವು ದೇಶಗಳನ್ನು ಬಿಟ್ಟರೆ ಜಗತ್ತಿನ ಎಲ್ಲ ದೇಶಗಳಲ್ಲಿ ಶಿಕ್ಷಣ–ಸಂಶೋಧನೆ, ವ್ಯವಹಾರ–ವ್ಯಾಪಾರ ಮತ್ತು ಆಡಳಿತಗಳು ಅವರವರ ಭಾಷೆಗಳಲ್ಲೇ ನಡೆಯುತ್ತಿವೆ. ಅನೇಕ ನೋಬಲ್ ಪ್ರಶಸ್ತಿ ವಿಜೇತ ವಿಜ್ಞಾನಿಗಳು, ಭಾಷಾ ತಜ್ಞರು, ಸಾಹಿತಿಗಳು, ಸಮಾಜ ಸೇವಕರೂ ಕೂಡ ಇಂಗ್ಲಿಷೇತರ ಭಾಷೆ ಆಡುವವರೇ! ಅವರ ಅಧ್ಯಯನ–ಸಂಶೋಧನೆಗಳು ನಡೆದದ್ದು ಅವರವರ ಮಾತೃ/ಆಡು ಭಾಷೆಯಲ್ಲೇ! ಭಾರತದಲ್ಲಿ ಉನ್ನತ ಶಿಕ್ಷಣದಲ್ಲಿ ಅದರಲ್ಲೂ ವಿಜ್ಞಾನ, ಇಂಜಿನಿಯರಿಂಗ್ ಮತ್ತು ಮೆಡಿಕಲ್ ಶಿಕ್ಷಣವನ್ನು ಆಂಗ್ಲ ಮಾಧ್ಯಮದಲ್ಲಿ ಕೊಡಲಾಗುತ್ತಿದೆ. ಇಂತಹ ಕೆಲವು ಕೋರ್ಸ್‌ಗಳ ಪಠ್ಯಪುಸ್ತಕಗಳು ಮತ್ತು ಅಧ್ಯಯನ ಸಾಮಗ್ರಿಗಳು ಮಾತೃ/ಸ್ಥಳೀಯ ಭಾಷೆಗಳಲ್ಲಿ ಸಿಗುತ್ತಿಲ್ಲ. ಪಠ್ಯಪುಸ್ತಕಗಳು ಇರದ ಕಾರಣ ವಿದ್ಯಾರ್ಥಿಗಳು ಮಾತೃಭಾಷೆಯಲ್ಲಿ ಶಿಕ್ಷಣ ಪಡೆಯುವ ತಮ್ಮ ಹಕ್ಕಿನಿಂದ ವಂಚಿತರಾಗಬಾರದು. ಮಾತೃಭಾಷೆ/ಪ್ರಾದೇಶಿಕ ಭಾಷೆಯಲ್ಲಿ ಗುಣಮಟ್ಟದ ಶಿಕ್ಷಣವನ್ನು ಕೊಡಲು ಆ ಭಾಷೆಗಳಲ್ಲಿ ಲಭ್ಯವಿರದ ಪಠ್ಯಪುಸ್ತಕಗಳನ್ನು ಅನುವಾದಿಸಲು ಒಂದು ಕ್ರಿಯಾ ಯೋಜನೆಯನ್ನು ತಯಾರಿಸುವಂತೆ ಕುಲಾಧಿಪತಿಗಳೂ ಆದ ರಾಜ್ಯಪಾಲರು ಸೂಚಿಸಿದ್ದಾರೆ.

ಕರ್ನಾಟಕದ ಮಟ್ಟಿಗೆ ಹೇಳುವುದಾದರೆ ರಾಜ್ಯದ ೫೦ಕ್ಕೂ ಹೆಚ್ಚು ವಿಶ್ವವಿದ್ಯಾಲಯಗಳಲ್ಲಿ ಲಕ್ಷಾಂತರ ಪದವಿ ವಿದ್ಯಾರ್ಥಿಗಳು ಓದುತ್ತಿದ್ದಾರೆ. ಅವರಲ್ಲಿ ಸಮಾಜ ವಿಜ್ಞಾನದ ಶೇ. ೯೦ ವಿದ್ಯಾರ್ಥಿಗಳು, ವಾಣಿಜ್ಯ ಶಾಸ್ತ್ರದ ಶೇ.೫೦ ವಿದ್ಯಾರ್ಥಿಗಳು ಮತ್ತು ವಿಜ್ಞಾನದ ಶೇ. ೨೦ ವಿದ್ಯಾರ್ಥಿಗಳು ಕನ್ನಡ ಮಾಧ್ಯಮವನ್ನೇ ಆಯ್ಕೆ ಮಾಡಿಕೊಂಡಿದ್ದಾರೆ. ಶಿಕ್ಷಣ ಶಾಸ್ತ್ರ, ಇತಿಹಾಸ, ರಾಜಕೀಯ ಶಾಸ್ತ್ರ, ಸಮಾಜಶಾಸ್ತ್ರ, ವಾಣಿಜ್ಯಶಾಸ್ತ್ರ ಮತ್ತು ಭೂಗರ್ಭ ಶಾಸ್ತ್ರ, ವಿಷಯಗಳಲ್ಲಿ ೨೮೦ ಕ್ಕಿಂತ ಹೆಚ್ಚು ಪಠ್ಯ ಪುಸ್ತಕಗಳು ಕನ್ನಡದಲ್ಲಿ ಲಭ್ಯವಿದ್ದು ಸರಕಾರಿ, ಸರಕಾರಿ ಅನುದಾನಿತ ಶಾಲಾ– ಕಾಲೇಜು ವಿದ್ಯಾರ್ಥಿಗಳು ವಿಪುಲವಾಗಿ ಇವುಗಳನ್ನು ಉಪಯೋಗಿಸುತ್ತಿದ್ದಾರೆ. ಇತರ ಭಾರತೀಯ ಭಾಷೆಗಳ ಬಗ್ಗೆ ಹೇಳುವುದಾದರೆ ಮರಾಠಿ ಭಾಷೆಯಲ್ಲಿ ಅತಿ ಹೆಚ್ಚು ಅಂದರೆ ೬೩೨, ಗುಜರಾತಿಯಲ್ಲಿ ೨೦೯, ತಮಿಳಿನಲ್ಲಿ ೧೭೭, ಹಿಂದಿಯಲ್ಲಿ ೧೫೨, ಬೆಂಗಾಲಿ ೧೫೦, ತೆಲಗು ೧೩೩, ಮಲೆಯಾಳಂನಲ್ಲಿ ೧೨೨, ಒಡಿಯಾ ೧೧೨, ಉರ್ದುವಿನಲ್ಲಿ ೧೦೯ ಮತ್ತು ಅಸ್ಸಾಮಿಯಯಲ್ಲಿ ೧೦೨ ಪುಸ್ತಕಗಳು ಬರೆಯಲ್ಪಟ್ಟಿವೆ. ಒಟ್ಟು ೧೨ ಭಾರತೀಯ ಭಾಷೆಗಳಲ್ಲಿ ೨೨ ವಿವಿಧ ವಿಷಯಗಳ ಮೇಲೆ ೨೨೨೮ ಪಠ್ಯ ಪುಸ್ತಕಗಳು ಲಭ್ಯವಿವೆ. ಇದರ ಅರ್ಥ ಇಡೀ ದೇಶದಲ್ಲಿ ಮಾತೃ/ಪ್ರಾದೇಶಿಕ ಭಾಷೆಯಲ್ಲಿ ಓದಲು

ಹೆಚ್ಚಿನ ವಿದ್ಯಾರ್ಥಿಗಳ ಒಲವು ಇದೆ ಎಂದಾಯಿತು. ಈ ಆಶಯವೇ ರಾಷ್ಟ್ರೀಯ ಶಿಕ್ಷಣ ನೀತಿ-೨೦೨೦ರಲ್ಲಿಯೂ ಪ್ರತಿಧ್ವನಿಸಿದೆ. ಹೀಗಾಗಿ ಇದು ಜನಮಾನಸಕ್ಕೆ ಹತ್ತಿರವಾದ ವಿಚಾರವಾಗಿದೆ. ಇದಾವುದೂ ಕಡ್ಡಾಯ ಮಾಡಿದ್ದರಿಂದ ಆಗಿರದೇ ಸ್ವಯಂ ಪ್ರೇರಿತರಾಗಿ ವಿದ್ಯಾರ್ಥಿಗಳೇ ಆಯ್ಕೆ ಮಾಡಿಕೊಂಡ ಮಾಧ್ಯಮವಾಗಿದೆ ಎನ್ನುವುದು ಗಮನಾರ್ಹವಾದುದು. ಆಂಗ್ಲ ಮಾಧ್ಯಮವಾದರೂ ಹೆಚ್ಚಾನು ಹೆಚ್ಚು ಅಧ್ಯಾಪಕರೂ ಸಹ ಅವರವರ ಮಾತೃ ಭಾಷೆಯಲ್ಲೇ ಪಾಠ ಪ್ರವಚನ ಮಾಡುತ್ತಿರುವುದು ಕಂಡುಬಂದಿದೆ. ಪರೀಕ್ಷಾ ಪ್ರಶ್ನೆ ಪತ್ರಿಕೆಗಳೂ ಕೂಡ ಇಂಗ್ಲೀಷ ಮತ್ತು ಪ್ರಾದೇಶಿಕ ಭಾಷೆಗಳಲ್ಲಿ ಇರುತ್ತವೆ. ಗ್ರಾಮೀಣ, ಸಾಮಾಜಿಕ/ಆರ್ಥಿಕವಾಗಿ ಹಿಂದುಳಿದ, ಒಳ ನಾಡಿನ ವಿದ್ಯಾರ್ಥಿಗಳಂತೂ ಪ್ರಶ್ನಾತೀತವಾಗಿ ಮಾತೃಭಾಷೆಯನ್ನೇ ಆಯ್ಕೆ ಮಾಡಿಕೊಳ್ಳುತ್ತಾರೆ. ಅಖಿಲ ಭಾರತೀಯ ಸ್ಪರ್ಧಾತ್ಮಕ ಪರೀಕ್ಷೆಗಳು ೧೨ ಭಾರತೀಯ ಭಾಷೆಗಳಲ್ಲಿ ನಡೆಯುತ್ತಿವೆ.

ಎಐಸಿಟಿಇ ಸಂಸ್ಥೆಯು ಎಂಬಿಎ ಮತ್ತು ಇಂಜಿನಿಯರಿಂಗ್ ವಿಷಯಗಳನ್ನು ಆಂಗ್ಲ ಭಾಷೆಯಿಂದ ೧೨ ಭಾರತೀಯ ಭಾಷೆಗಳಿಗೆ ತುರ್ಜುಮೆ ಮಾಡುವ ಮಹತ್ತರವಾದ ಕೆಲಸಕ್ಕೆ ಕೈಹಾಕಿದೆ. ಮಧ್ಯಪ್ರದೇಶದಲ್ಲಿ ವೈದ್ಯಕೀಯ ವಿಷಯಗಳನ್ನೂ ಸಹ ಮಾತೃಭಾಷೆಯಾದ ಹಿಂದಿಯಲ್ಲಿ ಬೋಧಿಸಲಾಗುತ್ತಿದೆ. ಕೆಲವು ಉನ್ನತ ಶಿಕ್ಷಣದ ಪದವಿಗಳನ್ನು ಆಂಗ್ಲ ಭಾಷೆಯಲ್ಲೇ ಬರೆಯಬೇಕಾದ್ದರಿಂದ ಇಂಗ್ಲೀಷಿನ ಬಗ್ಗೆ ಒಲವಿರದ ಲಕ್ಷಾಂತರ ವಿದ್ಯಾರ್ಥಿಗಳು ಉನ್ನತ ಶಿಕ್ಷಣದಿಂದ ವಂಚಿತರಾಗುತ್ತಿದ್ದಾರೆ. ಹೀಗಾಗಿ dropout ಜಾಸ್ತಿ ಆಗುತ್ತಿದೆ. ಶಿಕ್ಷಣದಲ್ಲಿ ಗರಿಷ್ಠ ದಾಖಲಾತಿ ಅನುಪಾತವನ್ನು (ಜಿ.ಇ.ಆರ್) ಶೇ. ೨೮ ರಿಂದ ಶೇ. ೫೦ಕ್ಕೆ ಹೆಚ್ಚಿಸಬೇಕೆಂದರೆ ಅದು ಶಿಕ್ಷಣವನ್ನು ಮಾತೃಭಾಷೆ/ಪ್ರಾದೇಶಿಕ ಭಾಷೆಯಲ್ಲಿ ಕೊಟ್ಟರೆ ಮಾತ್ರ ಸಾಧ್ಯವಾಗುತ್ತದೆ. ಕೆಲವು ಭಾಷೆಗಳಲ್ಲಿ ಗುಣಮಟ್ಟದ ಪುಸ್ತಕಗಳು ಲಭ್ಯವಿರದಿರುವುದರಿಂದ ಇತರ ಭಾಷೆಯಲ್ಲಿರುವ ಗುಣಮುಟ್ಟದ ಪುಸ್ತಕಗಳ ಭಾಷಾಂತರಕ್ಕೆ ಮೊರೆ ಹೋಗಬೇಕಿದೆ. ತಾಂತ್ರಿಕ, ವಿಜ್ಞಾನದ ಮತ್ತು ವೈದ್ಯಕೀಯ ವಿಷಯಗಳ ಆಂಗ್ಲ ಶಬ್ದಗಳಿಗೆ ಮಾತೃ ಭಾಷೆಯಲ್ಲಿ ಪರ್ಯಾಯವಾದ/ಸಮಾನಾರ್ಥಕ ಪದಗಳನ್ನು ಕಂಡುಕೊಳ್ಳಬೇಕಿದೆ. ಕನ್ನಡ ಭಾಷಾ ತಜ್ಞರು ಜನಸ್ನೇಹಿಯಾದ ಪರ್ಯಾಯ ಶಬ್ದ ಕೋಶವನ್ನು ಸೃಜಿಸಬೇಕು. ೨೦೦೦ ವರ್ಷಗಳಿಗಿಂತಲೂ ಪುರಾತನವಾದ ಮತ್ತು ಶಾಸ್ತ್ರೀಯ ಭಾಷೆಯ ಸ್ಥಾನ ಪಡೆದಿರುವ ಕನ್ನಡಕ್ಕೇನು ಇದು ಕಷ್ಟದ ಕೆಲಸವಲ್ಲ. ಪರ್ಯಾಯ ಶಬ್ದವೇ ಇಲ್ಲವೆಂದಾದರೆ ಸಂಸ್ಕೃತ, ಹಿಂದಿ, ತೆಲಗು, ತಮಿಳುಗಳಿಂದ ಶಬ್ದಗಳನ್ನು ಆಮದು ಮಾಡಿಕೊಂಡರೂ ತಪ್ಪೇನಿಲ್ಲ. ಆಂಗ್ಲ ಭಾಷೆಯು ಬೆಳೆದಿದ್ದು ಹೀಗೆ ತಾನೇ? ಏಕೆಂದರೆ ಕನ್ನಡ ಖಂಡಿತವಾಗಿಯೂ ಸಂಪದ್ಭರಿತ ಭಾಷೆಯಾಗಿದೆ.

ರಾಷ್ಟ್ರೀಯ ಶಿಕ್ಷಣ ನೀತಿ-೨೦೨೦ ರ ಮೂಲ ಉದ್ದೇಶಗಳಲ್ಲಿ ಸೃಜನಾತ್ಮಕ ಮತ್ತು ನಾವಿನ್ಯತಾ ಶಿಕ್ಷಣವನ್ನು ಕೊಡುವುದು ಒಂದಾಗಿದೆ. ಅವು ಕಲಿಕಾರ್ಥಿ

ಕೇಂದ್ರೀತವಾಗಿರಬೇಕು ಎಂದೂ ಇದೆ. ಇದು ಸಾಧ್ಯವಾಗಬೇಕಾದರೆ ಕಲಿಕೆಯು ಮಾತೃಭಾಷೆಯಲ್ಲಾಗಬೇಕು. ಚಿಂತನೆ ಮತ್ತು ಸಂವಹನಗಳು ಮಾತೃಭಾಷೆಯಲ್ಲೇ ಆಗಬೇಕು. ಇಷ್ಟು ದಿನಗಳ ಪರಕೀಯ ಭಾಷಾ ಮಾಧ್ಯಮದಿಂದ ವಿದ್ಯಾರ್ಥಿಗಳು ಭಾರತೀಯ ಭಾಷೆ, ಸಂಸ್ಕೃತಿ ಮತ್ತು ಪರಂಪರೆಗಳಿಂದ ದೂರವಾಗುತ್ತಿದ್ದಾರೆ. ಉನ್ನತ ಶಿಕ್ಷಣ ಪಡೆಯುತ್ತಿರುವ ೪.೧ ಕೋಟಿ ವಿದ್ಯಾರ್ಥಿಗಳಲ್ಲಿ ಅಂದಾಜು ೩ ಕೋಟಿ ವಿದ್ಯಾರ್ಥಿಗಳು ಬಿಎ, ಬಿಎಸ್ಸಿ, ಬಿಕಾಂ ಮತ್ತು ಮಾನವಿಕ ಶಾಸ್ತ್ರದ ಪದವಿಗಳನ್ನು ತಮ್ಮ ಭಾಷೆಯಲ್ಲೇ ಕಲಿಯಬಯಸುತ್ತಾರೆ. ಆದ್ದರಿಂದ ಎಲ್ಲ ಪದವಿಗಳ ಎಲ್ಲ ವಿಷಯಗಳನ್ನು ಎಲ್ಲ ಭಾರತೀಯ ಭಾಷೆಗಳಿಗೆ ಭಾವಂತರಿಸಬೇಕಿದೆ. ಯುಜಿಸಿಯ ಪರಿಣಿತರ ಸಮಿತಿಯೂ ಇದಕ್ಕೆ ಧನಾತ್ಮಕವಾಗಿ ಸ್ಪಂಧಿಸಿದೆ. ಅತ್ಯಾಧುನಿಕ ಕಂಪ್ಯೂಟರ್/ಕೃತಕ ಬುದ್ಧಿಮತ್ತೆ ತಂತ್ರಜ್ಞಾನ ಉಪಯೋಗಿಸಿಕೊಂಡು ರಾಜ್ಯದ ಒಂದು ಪರಿಣಿತರ ತಂಡ ರಚಿಸಬೇಕು. ಎಲ್ಲರೂ ಒಂದಾಗಿ ಸೇರಿ ಯುಜಿಸಿ ಸಹಾಯ, ಬೆಂಬಲದಿಂದ ಭಾಷಾಂತರ ಕಾರ್ಯ ತ್ವರಿತವಾಗಿ ಆಗಬೇಕು. ಅದಕ್ಕಾಗಿ ಭಾಷಾಂತರ ಪ್ರವೀಣರು, ನಿವೃತ್ತ ಅಧ್ಯಾಪಕರು, ವಿಷಯ ಪರಿಣಿತರು, ಸಾಹಿತಿಗಳನ್ನು ತೊಡಗಿಸಬೇಕು. ಆಸಕ್ತಿಯಿಂದ ಮಾತೃಭಾಷಾ ಸೇವೆಯಲ್ಲಿ ತೊಡಗಿರುವವರಿಗೆ ಪ್ರೋತ್ಸಾಹಕರ ಯೋಜನೆಗಳನ್ನು ರೂಪಿಸಬೇಕು. ಇದರಿಂದ ಶಿಕ್ಷಣ ನೀತಿಯ ಆಶಯದಂತೆ ಎಲ್ಲರಿಗೂ ಸಮಾನ ಅವಕಾಶಗಳು ದೊರೆಯುತ್ತವೆ.

೨೦೦ ವರ್ಷಗಳಿಂದ ಚಾಲ್ತೀ ಇರುವ ಆಂಗ್ಲ ಭಾಷಾ ಮಾಧ್ಯಮಕೇಂದ್ರಿತ ಶಿಕ್ಷಣದಿಂದ ನಾವು ವಿಮುಖರಾಗಿ ಭಾರತೀಯ ಭಾಷಾ ಕೇಂದ್ರಿತ ಶಿಕ್ಷಣದತ್ತ ಮುಖ ಮಾಡಬೇಕು. ಇಂಗ್ಲೀಷಿಗೆ ಸಮನಾಗಿ ಅಲ್ಲ, ಅದಕ್ಕಿಂತಲೂ ಹೆಚ್ಚಿನ ಗುಣಮಟ್ಟದಲ್ಲಿ ಭಾರತೀಯ ಭಾಷಾ ಮಾಧ್ಯಮಗಳಲ್ಲಿ ಶಿಕ್ಷಣ ದೊರಕುವಂತಾಗಬೇಕು. ಭಾಷಾಂತರ ಮಾಡುವ ಸಾಮರ್ಥ್ಯ, ಅನುಭವ, ಪಾಂಡಿತ್ಯವಿದ್ದರೂ ಕೆಲವರು ಈ ಕೆಲಸದಲ್ಲಿ ತೊಡಗಿಸಿಕೊಳ್ಳಲು ಬಯಸುವುದಿಲ್ಲ. ಅವರು ತಮ್ಮ ಸಂತೃಪ್ತ ವಲಯದಿಂದ ಹೊರಬೀಳಲು ಇಚ್ಛಿಸುವುದಿಲ್ಲ. ಇದು ಸರಿ ಅಲ್ಲ. ಅವರು ಅಷ್ಟೊಂದು ಸ್ವಾರ್ಥಿಗಳಾಗಬಾರದು. ತಮಗೆ ಬದುಕು ಕಟ್ಟಿ ಕೊಟ್ಟ ಶಿಕ್ಷಣ ಕ್ಷೇತ್ರಕ್ಕೆ ಸೇವೆ ಸಲ್ಲಿಸಲು ಇದೊಂದು ಅವಕಾಶ. ಇಂತಹ ಕೆಲಸಗಳು ಯುದ್ಧೋಪಾದಿಯಲ್ಲಿ ನಡೆಯಬೇಕು. ಅದೊಂದು ಆಂದೋಳನವಾಗಬೇಕು.

ಈ ಸವಾಲನ್ನು ಸಮರ್ಥವಾಗಿ ಎದುರಿಸಲು "ಅನುವಾದಿನಿ" ಎಂಬ ತಂತ್ರಜ್ಞಾನವನ್ನು ಸಿದ್ಧಪಡಿಸಲಾಗಿದೆ. ಇದು ಶೇ. ೮೦ ರಷ್ಟು ನಿಖರವಾಗಿದೆ. ಇದನ್ನು ಈಗಾಗಲೇ ಸುದ್ದಿ ಮಾಧ್ಯಮಗಳು ಉಪಯೋಗಿಸುತ್ತಿವೆ. ಭಾಷಾಂತರದ ವೇಗ ವರ್ಧಿನಿ

ಆಗಿ "ಅನುವಾದಿನಿ" ಜನ್ಮತಳೆದಿದೆ. ಅದು ಒಂದು ಅದ್ಭುತ ಸಾಧನವಾಗಿದೆ. ಎಐಸಿಟಿಇಯ ಶ್ರೀ ಬುದ್ಧ ಚಂದ್ರಶೇಖರ ಅವರು ೩ ಇಂಟರ್ನಿಗಳ ಜೊತೆಗೂಡಿ ೯ ತಿಂಗಳುಗಳಲ್ಲಿ ವಿನ್ಯಾಸ ಮಾಡಿದ್ದಾರೆ. ಈ ಸಾಫ್ಟ್‌ವೇರ್ ನೂರಾರು ಪುಟಗಳನ್ನು ಒಂದು ನಿಮಿಷದಲ್ಲಿ ಏಕಕಾಲಕ್ಕೆ ೧೨ ಭಾರತೀಯ ಭಾಷೆಗಳಿಗೆ ಭಾಷಾಂತರಿಸುವ ಸಾಮರ್ಥ್ಯ ಹೊಂದಿದೆ. ಇದು ವಿದ್ಯಾರ್ಥಿಗಳಿಗೆ ಉಚಿತವಾಗಿ ಸಿಗುತ್ತದೆ. ವಿದೇಶಿ ಭಾಷೆಗಳ ಅನುವಾದಕ್ಕೂ ಇದನ್ನು ಬಳಸಬಹುದು. ನಿಜವಾದ ಅರ್ಥದಲ್ಲಿ ಭಾರತವನ್ನು ಜಾಗತಿಕ ಜ್ಞಾನದ ಮತ್ತು ಕೌಶಲದ ರಾಜಧಾನಿಯನ್ನಾಗಿ ಮಾಡುವ ಮಹತ್ವಕಾಂಕ್ಷೆ ಅವರದು. ಧ್ವನಿ ಆಧಾರಿತ, ಬಹುಭಾಷೆಯ ಧ್ವನಿಯಿಂದ-ಧ್ವನಿಗೆ, ವೆಬ್ ಆಧಾರಿತ ಅನುವಾದ, ಧ್ವನಿಯಿಂದ ವಿಡಿಯೋ ಹೀಗೆ ಹಲವಾರು ಸೌಲಭ್ಯಗಳು ಇದರಲ್ಲಿವೆ.

ಈಗಾಗಲೇ "ಅನುವಾದಿನಿ"ಯನ್ನು ಎಐಸಿಟಿಇ, ಭಾರತೀಯ ರೈಲ್ವೆ, ಶಿಕ್ಷಣ, ನಾಸ್ಕಾಮ್, ಸ್ವಚ್ಛ ಭಾರತ ಮಿಶನ್, ಸ್ವಯಂದಂತಹ ಪೋರ್ಟಲ್ಗಳು, ಸಂಸ್ಕೃತಿ ಮಂತ್ರಾಲಯ, ಗ್ರಂಥಾಲಯ, ಮುಕ್ತ ವಿಶ್ವವಿದ್ಯಾಲಯಗಳು ಉಪಯೋಗಿಸುತ್ತಿವೆ. ಆಡಿಯೋ ವರ್ಷನ್‌ಕೂಡ ಲಭ್ಯವಿದೆ. ಗಣಿತ, ಸೂತ್ರಗಳು, ಎಡಿಟಿಂಗ್ ಸೌಲಭ್ಯ, ಪ್ರತಿ ತಯಾರಿಕೆ, ಸ್ವಯಂ ಕಾಯ್ದಿಡುವಿಕೆ ಇತ್ಯಾದಿ ಸೌಲಭ್ಯಗಳಿವೆ. ಅನಕ್ಷರಸ್ಥರೂ ಕೂಡ ಸುಲಭವಾಗಿ ಉಪಯೋಗಿಸುವಂತೆ ವಿನ್ಯಾಸಗೊಳಿಸಲಾಗಿದೆ. ಅವರು ಬರೆಯಬೇಕಾಗಿಲ್ಲ ತಮ್ಮ ಭಾಷೆಯಲ್ಲಿ ಮಾತನಾಡಿದರೂ ಸಾಕು ಆ ಧ್ವನಿಯನ್ನು ಗುರುತಿಸಿ ಪ್ರತಿಕ್ರಿಯಿಸುವ ಧ್ವನಿ ಸಂವೇದಿನಿ ತಂತ್ರಜ್ಞಾನವನ್ನು ಅಳವಡಿಸಲಾಗಿದೆ. ಟೆಬಲ್, ಚಾಟ್, ಚಿತ್ರಗಳನ್ನು ಒಳಗೊಂಡಿದೆ. ಬೇರೆ ಬೇರೆ ಸಂದರ್ಭಗಳಲ್ಲಿ ಬೇರೆ ಬೇರೆ ಅರ್ಥ ಕೊಡುವ ಶಬ್ದಗಳನ್ನು ಗುರುತಿಸಲಾಗಿದೆ. ಸಾರ್ವಜನಿಕ ಉಪಯೋಗಕ್ಕಾಗಿ "ಅನುವಾದಿನಿ" ತೆರೆದುಕೊಂಡಿದೆ. ಇದರಿಂದ ಶಿಕ್ಷಣದಲ್ಲಿ ಒಂದು ಹೊಸ ಮನ್ವಂತರ ಪ್ರಾರಂಭವಾಗಲಿದೆ.

ಇಂಗ್ಲೀಷನ್ನು ಕಲಿಯದೇ ಭವಿಷ್ಯವಿಲ್ಲ, ಬದುಕಲು ಉದ್ಯೋಗವಿಲ್ಲ. ಸಮಾಜದಲ್ಲಿ ಪ್ರತಿಷ್ಠೆ ಇಲ್ಲ ಎನ್ನುವ ವಾತಾವರಣ ಬದಲಾಗುವಂತೆ ಮಾಡಬೇಕು. ಮಾತೃಭಾಷೆ ಬಗೆಗೆ ಇರುವ ಕೀಳರಿಮೆ ತೊಲಗಬೇಕು. ಇಂಗ್ಲೀಷರು ಆಳಿದ ಕಲೋನಿಯಲ್ ದೇಶಗಳನ್ನು ಬಿಟ್ಟರೆ ಜಗತ್ತಿನ ಎಲ್ಲ ದೇಶಗಳು ಉದಾ. ಜರ್ಮನಿ, ಜಪಾನ್, ಫ್ರಾನ್ಸ್, ಚೀನಾ, ರಶಿಯಾ ಮುಂತಾದ ದೇಶಗಳು ಮಾತೃಭಾಷೆಯಲ್ಲೇ ವ್ಯವಹರಿಸುತ್ತ ಎಲ್ಲ ಕ್ಷೇತ್ರಗಳಲ್ಲಿ ಅಪಾರವಾದ ಪ್ರಗತಿ ಸಾಧಿಸಿವೆ. ಅದೇ ಪರಿಸ್ಥಿತಿ ಭಾರತದಲ್ಲೂ ಮರುಕಳಿಸಬೇಕು. ಆತ್ಮನಿರ್ಭರ ಭಾರತಕ್ಕೆ ಆತ್ಮನಿರ್ಭರ ಮಾತೃ ಭಾಷೆ ಬೇಕು.

೮. ಪ್ರತಿಭಾ ಪಲಾಯನದ ಬೆನ್ನು ಹತ್ತಿ

ಭಾರತ ಜಗತ್ತಿನ ಅತ್ಯಂತ ಯೌವ್ವನ ಭರಿತ ರಾಷ್ಟ್ರ ಶೇ.೪೦ರಷ್ಟು ಜನ ಸಂಖ್ಯೆಯು ಯುವರಕ್ತದಿಂದ ಕೂಡಿದೆ. ಯೌವ್ವನದ ಜೊತೆಗೆ ಸೃಜನಶೀಲತೆ, ನಾವಿನ್ಯತೆಯ ನಂಟಿರುತ್ತದೆ. ಹೀಗಾಗಿ ಅದು ಸಾಫ್ಟವೇರ್‌ಗಳ, ಸ್ಟಾರ್ಟ್‌ಅಪ್‌ಗಳ ರಾಜಧಾನಿ. ಇದುವೇ ದೇಶದ ಬಹು ದೊಡ್ಡ ಭಂಡವಾಳ ಕೂಡ. ಇದೆಲ್ಲ ಹೆಮ್ಮೆ-ಹಿರಿಮೆಗಳ ಮಧ್ಯೆಯೂ ಒಂದು ಅಳಕು ಇದ್ದೇ ಇದೆ. ಅದೆಂದರೆ ಭಾರತ ಜಗತ್ತಿನ ವಿವಿಧ ದೇಶಗಳಿಗೆ ಗಟ್ಟಿ ಆಳುಗಳನ್ನು ಪೂರೈಸುವ ಗುತ್ತಿಗೆದಾರನಾಯಿತೆ? ಅಂತ! ಅಮೇರಿಕಕ್ಕೆ ಅತ್ಯಧಿಕ ಜನಸಂಪನ್ಮೂಲವನ್ನು ಭಾರತ ಒದಗಿಸುತ್ತಿದೆ. ವರುಷ ವರುಷವೂ ಹೆಚ್ಚುತ್ತಿರುವ ವಲಸಿಗರ ಈ ಸಂಖ್ಯೆ ೨ ಲಕ್ಷದ ಹತ್ತಿರ ಬಂದಿದೆ. ಅಮೇರಿಕದ ವೈದ್ಯರು, ವಿಜ್ಞಾನಿಗಳು, ತಂತ್ರಜ್ಞರಲ್ಲಿ ಶೇ. ೩೬ರಷ್ಟು ಭಾರತೀಯ ಮೂಲದವರೇ ಆಗಿದ್ದಾರೆ. ಅದರ ನಂತರ ಇಂಗ್ಲೆಂಡ್, ಆಸ್ಟ್ರೇಲಿಯಾ, ನ್ಯೂಜಿಲ್ಯಾಂಡ್, ಕೆನಡ, ಜರ್ಮನ್, ಪ್ಯಾರಿಸ್ಗಳ ಸರದಿ ಇದೆ. ಇವಲ್ಲದೇ ಇಟಲಿ, ಅರಬ್ ದೇಶಗಳು, ದಕ್ಷಿಣ ಆಫ್ರಿಕಾ, ಜಪಾನ್, ಚೀನಾದಂತಹ ದೇಶಗಳೂ ಸೇರಿವೆ. ಕಳೆದ ಒಂದು ದಶಕದಲ್ಲಿ ೧.೫ ಮಿಲಿಯನ್ ಭಾರತೀಯರು ವಿದೇಶಿ ಪೌರತ್ವವನ್ನು ಪಡೆದುಕೊಂಡಿದ್ದಾರೆ. ವಿದೇಶಗಳಿಗೆ ಹೋಗುವುದು ಕೆಲವರಿಗೆ passion ಆದರೆ ಇನ್ನೂ ಕೆಲವರಿಗೆ fashion ಆಗಿದೆ.

ಈ ವಲಸಿಗರು ದಿನಗೂಲಿ ಆಳುಗಳಲ್ಲ. ಸುಶಿಕ್ಷಿತರು. ಸಾಫ್ಟೇರ್/ಹಾರ್ಡ್ವೇರ್, ಇಂಜಿನಿಯರುಗಳು, ವೈದ್ಯರುಗಳು, ಆಧ್ಯಾಪಕರು, ಉದ್ಯಮಿಗಳು, ವ್ಯಾಪಾರಿಗಳು, ಆಡಳಿತಗಾರರು. ಅವರೆಲ್ಲ ದೇಶದ ಆರ್ಥಿಕ ವ್ಯವಸ್ಥೆಯನ್ನು ನಿರ್ಧರಿಸುವವರು ಮತ್ತು ಬಲಪಡಿಸುವವರು. ಸಂಪತ್ತನ್ನು ಕೂಡಿ ಹಾಕುವವರು. ಅಭಿವೃದ್ಧಿ ಪಥದತ್ತ ಕರೆದೊಯ್ಯುವವರು. ಹ್ಞಾ, ಇನ್ನೊಂದು ವಾದವಿದೆ ಇವರೆಲ್ಲ ತಮ್ಮ ಕುಟುಂಬದವರಿಗಾಗಿ ನಿಯಮಿತವಾಗಿ ಭಾರತಕ್ಕೆ ಹಣ ಕಳಿಸುತ್ತಿದ್ದಾರೆ. ಬೇರಾವ ದೇಶಕ್ಕೂ ಆ ದೇಶಗಳ

ಜನ ಇಷ್ಟು ಹಣ ಕಳಿಸುವುದಿಲ್ಲ. ಇದರಿಂದ ಭಾರತದ ವಿದೇಶಿ ವಿನಿಮಯ ಹೆಚ್ಚುತ್ತದೆ ಎನ್ನುತ್ತಾರೆ. ಆದರೆ ಒಮ್ಮೆ ಯೋಚಿಸಿ ವಿದೇಶದಲ್ಲಿ ನೆಲೆಸಿ, ಗಳಿಸಿ, ಸ್ವದೇಶಕ್ಕೆ ಕಳಿಸುವುದಕ್ಕಿಂತ ಸ್ವದೇಶದಲ್ಲೇ ಅದೆಲ್ಲವನ್ನು ಮಾಡುವುದರಿಂದ ಗಳಿಸುವ ವಿದೇಶಿ ವಿನಿಮಯ ಹೆಚ್ಚಲ್ಲವೆ? ಇದರಿಂದ ವಸ್ತುಗಳನ್ನು ಆಮದು ಮಾಡಿಕೊಳ್ಳಲು ಆಗುವ ಖರ್ಚು, ವಿದೇಶಿ ಸರಕಾರಗಳಿಗೆ ತುಂಬುವ ತೆರಿಗೆ ಸುಂಕ ಇಲ್ಲವಾಗುತ್ತದೆ. ಅಲ್ಲದೇ ಅದೇ ವಸ್ತುಗಳನ್ನು ಬೇರೆ ಬೇರೆ ದೇಶಗಳಿಗೆ ರಫ್ತು ಮಾಡುವುದರಿಂದ ಸಿಗುವ ವಿದೇಶಿ ವಿನಿಮಯದ ಗಳಿಕೆಯಿಂದ ದೇಶದ ಆರ್ಥಿಕತೆ ಬಲಿಷ್ಠವಾಗುತ್ತದೆ. ಹಾಗಿರುವಾಗ ಪ್ರತಿಭಾ ಪಲಾಯನದಿಂದ ಭಾರತಕ್ಕೆ ಲಾಭಕ್ಕಿಂತ ಹಾನಿಯೇ ಜಾಸ್ತಿಯೆನಿಸುತ್ತದೆ.

ಕಲಿಯಲೆಂದು, ಗಳಿಸಲೆಂದು, ಉದ್ಯೋಗ–ವ್ಯಾಪಾರಕ್ಕೆಂದು ವಿದೇಶಿಗಳಿಗೆ ಹೋಗುವ ಭಾರತೀಯರು ಕ್ರಮೇಣ ಆ ದೇಶಗಳ ಪೌರತ್ವ ಪಡೆದುಕೊಂಡು, ಅಲ್ಲಿಯೇ ಖಾಯಂ ಆಗಿ ನೆಲೆಸಲು ನಿರ್ಧರಿಸುವುದರ ಲಾಭ ಆ ದೇಶಗಳಿಗೆ ಸಿಗುತ್ತದೆ. ಭಾರತದ ಪ್ರತಿಷ್ಠಿತ ಐಐಟಿ, ಐಐಐಟಿ, ಐಐಎಂ, ಎನ್‌ಐಟಿ ಇಂಜನೀಯರಿಂಗ್ ಮತ್ತು ವೈದ್ಯಕೀಯ ಕಾಲೇಜುಗಳಲ್ಲಿ ಜಗತ್ತಿನ ಯಾವುದೇ ಪ್ರತಿಷ್ಠಿತ ಶಿಕ್ಷಣ ಸಂಸ್ಥೆಗಳಲ್ಲಿರುವುದಕ್ಕಿಂತ ಅತ್ಯಂತ ಕಡಿಮೆ ಶುಲ್ಕ ಕೊಟ್ಟು, ಸರಕಾರದ ಎಲ್ಲ ಸೌಲಭ್ಯ ಪಡೆದು ಉತ್ಕೃಷ್ಟ ಶಿಕ್ಷಣ ಪಡೆದವರು ವಿದೇಶಗಳ ಸೇವೆಯಲ್ಲಿ ತೊಡಗಿಸಿಕೊಳ್ಳುವುದೆಂದರೆ ಹೇಗೆ? ಇಂತಹ ಪ್ರತಿಷ್ಠಿತ ಸಂಸ್ಥೆಗಳಿಗೆ ಪ್ರತಿ ವರ್ಷ ಸರಕಾರ ಮಾಡುವ ಕೋಟ್ಯಾಂತರ ರೂಪಾಯಿ ಖರ್ಚು, ಭಾರತೀಯ ಪ್ರಜೆಗಳ ತೆರಿಗೆಯಿಂದ ನಡೆಯುವ ಜ್ಞಾನಾನ್ನದಾಸೋಹದ ಪ್ರಯೋಜನ ಮೊದಲು ಭಾರತಕ್ಕೆ ಆಗಬೇಕಲ್ಲವೇ? ಪ್ರತಿಭಾವಂತರ ಶ್ರಮ, ದಕ್ಷತೆ, ಧನ, ತನು, ಮನ ವಿದೇಶಿ ಸೇವೆಗೆ ಮಾತ್ರ ವಿನಿಯೋಗವಾದರೆ ಹೇಗೆ?

'ಇಡೀ ಜಗತ್ತೇ ಒಂದು ಕುಟುಂಬ' ಎಂಬುದು ಭಾರತೀಯ ವಿಚಾರವಾದ್ದರಿಂದ ಈ ಸಮಸ್ಯೆಯನ್ನು ಮಾನವೀಯತೆಯ ಹಿನ್ನೆಲೆಯಲ್ಲಿ ನೋಡಬೇಕೆಂದು ಹೇಳಲಾಗುತ್ತದೆ. ಆದರೆ ಮನೆಗೆದ್ದು ಮಾ(ಊ)ರು ಗೆಲ್ಲಬೇಕಲ್ಲವೇ? ನಮ್ಮ ದೇಶದ ಆರ್ಥಿಕ, ಔದ್ಯೋಗಿಕ, ಸಾಮಾಜಿಕ ಸ್ಥಿತಿ ಒಂದು ಒಳ್ಳೆಯ ಸುಸ್ಥಿರ ಅವಸ್ಥೆಗೆ ಬಂದ ಮೇಲೆ ಉಳಿದವರ ಚಿಂತೆ ಮಾಡಬಹುದಲ್ಲವೇ? ಆದರೆ ಹಾಗೆ ವಿದೇಶಿಗಳಲ್ಲಿ ನೆಲೆಸಿ, ಆಯಾ ದೇಶಗಳ ಸುಸ್ಥಿರ ಅಭಿವೃದ್ಧಿಗೆ ಪ್ರಾಮಾಣಿಕವಾಗಿ ಶ್ರಮಿಸುತ್ತಿರುವ ಭಾರತೀಯರು ಆ ದೇಶಗಳ ರಾಜಕೀಯ, ಆರ್ಥಿಕ, ಸಾಮಾಜಿಕ ರಂಗಗಳ ಮೇಲೆ ಪ್ರಭಾವ ಬೀರುತ್ತಾರೆ. ಇದು ಕ್ರಮೇಣ ಆ ದೇಶಗಳ ವಿದೇಶಾಂಗ ನೀತಿ, ನಿರೂಪಣೆಗಳ ಮೇಲೆಯೂ ಆಗಿ ಅದು ಭಾರತಕ್ಕೆ ಅನುಕೂಲಕರವಾಗಿ ಪರಿವರ್ತಿತವಾಗಬಹುದು. ಜಾಗತಿಕ ವೇದಿಕೆಗಳಲ್ಲಿ, ಅಂತರಾಷ್ಟ್ರೀಯ ಪ್ರಯತ್ನಗಳಲ್ಲಿ ಭಾರತದ ಪಾತ್ರ ಪ್ರಮುಖವಾಗಬಹುದು. ಭಾರತದ

ಪ್ರತಿಮೆಯೂ ಜಾಗತಿಕವಾಗಿ ಹೆಚ್ಚುತ್ತದೆ ಎನ್ನುವ ವಾದ ಎಷ್ಟರ ಮಟ್ಟಿಗೆ ದೇಶಕ್ಕೆ ಅನುಕೂಲ ಎನ್ನುವುದರ ಚರ್ಚೆ ಆಗಬೇಕು.

ಭಾರತದ ಪೌರತ್ವ ತೊರೆದು, ವಿದೇಶದ ಪೌರತ್ವ ಪಡೆದು ಅಲ್ಲೇ ನಲೆಸುವವರ ಸಂಖ್ಯೆ ವರ್ಷ ವರ್ಷ ಹೆಚ್ಚುತ್ತಿದೆ. ವಿದೇಶಕ್ಕೆ ಹೋಗಿ–ಬರುತ್ತಿರುವವರ ಸಂಖ್ಯೆ ಇನ್ನೂ ಹೆಚ್ಚಿಗೆ ಇರಬಹುದು. ಆದರೆ ಭಾರತದ ಪೌರತ್ವ ಪಡೆದುಕೊಳ್ಳುವವರ ಸಂಖ್ಯೆ ತೀರ ನಗಣ್ಯವಾಗಿದೆ. ಪ್ರತಿವರ್ಷ ನೂರರ ಆಚೆ–ಈಚೆ ಅಷ್ಟೇ. ಆದರೆ ಪಾಕಿಸ್ತಾನ, ಅಫ್ಘಾನಿಸ್ತಾನ, ಬಾಂಗ್ಲಾದೇಶಗಳಿಂದ ಕೂಲಿ–ನಾಲಿಗಾಗಿ ಬರುವವರ ಸಂಖ್ಯೆ ಗಣನೀಯವಾಗಿದೆ. ಇಂತವರು ದೇಶದ ಆರ್ಥಿಕತೆಯನ್ನು ಬಲಗೊಳಿಸುವ ಬದಲು ಅನೇಕ ಕಾನೂನು ಬಾಹಿರ ಚಟುವಟಿಕೆಗಳಲ್ಲಿ ತೊಡಗಿ ಅರಾಜಕತೆಯನ್ನು ಸೃಷ್ಟಿಸುತ್ತಿದ್ದಾರೆ. ಭಾರತೀಯರು ಹೋದ ದೇಶಗಳ ಆರ್ಥಿಕ/ಸಾಮಾಜಿಕ ಸ್ಥಿತಿಗತಿಗಳನ್ನು ಬಲಿಷ್ಠಗೊಳಿಸುತ್ತಿದ್ದಾರೆ. ಆದರೆ ಭಾರತಕ್ಕೆ ಬಂದ ವಿದೇಶಿಗರು ದೇಶವನ್ನು ಛಿದ್ರಗೊಳಿಸುತ್ತಿದ್ದಾರೆ. ಕಾನೂನು ಸುವ್ಯವಸ್ಥೆಗೆ ಧಕ್ಕೆ ತರುತ್ತಿದ್ದಾರೆ. ಇಂತಹ ವಿದೇಶಿಗರು ಬರುವುದರಿಂದ ಲಾಭಕ್ಕಿಂತ ಹಾನಿಯೇ ಹೆಚ್ಚು.

ವಿದೇಶಗಳಲ್ಲಿರುವುದಕ್ಕಿಂತ ಭಾರತದಲ್ಲಿ ಅವಕಾಶಗಳು ಕಡಿಮೆ ಇರುವುದು, ಆರ್ಥಿಕ ಮುಗ್ಗಟ್ಟು, ಭಾರತದ ಪೌರತ್ವ ತ್ಯಜಿಸಿದರೂ ತಾಯ್ನಾಡಿನ ಜೊತೆಗೆ ಸಂಬಂಧವನ್ನು ಉಳಿಸಿಕೊಳ್ಳಬಹುದಾದ ಅವಕಾಶ, ದ್ವಿಪೌರತ್ವಕ್ಕೆ ಅವಕಾಶ ಇಲ್ಲದಿರುವುದು, ದುರ್ಬಲ ಪಾಸ್ಪೋರ್ಟ್ ನೀತಿ, ಕಡಿಮೆ ತಲಾ ಆದಾಯ, ಕಡಿಮೆ ಶಿಕ್ಷಣ, ವೃತ್ತಿಗಳಿಕೆ, ಆರೋಗ್ಯ ಸೌಲಭ್ಯ, ಪರಿಸರ ಮಾಲಿನ್ಯ, ಬಂಡವಾಳ ಹೂಡಿಕೆದಾರರ ಅನುಕೂಲಕರ/ಆಕರ್ಷಕ ಪರಿಸ್ಥಿತಿ ಇರದಿರುವುದು, ಅಧಿಕಾರಿ ವರ್ಗದ ಲಂಚಗುಳಿತನ, ಕಾನೂನುಗಳನ್ನು ಕಟ್ಟುನಿಟ್ಟಾಗಿ ಪಾಲಿಸದಿರುವುದು ಮತ್ತು ಸರಳವಲ್ಲದ ಹೆಚ್ಚಿನ ತೆರಿಗೆ ಇವು ಭಾರತೀಯರ ವಿದೇಶಿ ವಲಸೆಗೆ ಪ್ರಮುಖ ಕಾರಣಗಳು. ಇದರಿಂದಾಗಿ ಪ್ರತಿಭಾ ಪಲಾಯನ ಅನಿವಾರ್ಯ ಪಿಡುಗಾಗಿ ಪರಿಣಮಿಸಿದೆ.

ಹಾಗೆಂದು ಭಾರತ ಸರಕಾರ ಸುಮ್ಮನೇ ಕುಳಿತುಕೊಂಡಿಲ್ಲ. ತೆರಿಗೆ ಕ್ರಮವನ್ನು ಸರಳೀಕರಿಸುವ ಪ್ರಯತ್ನ ನಡೆಯುತ್ತಿದೆ. 'ಒಂದು ದೇಶ ಒಂದು ತೆರಿಗೆ' ನೀತಿಯಂತೆ ಜಿಎಸ್ಟಿ ಜಾರಿಗೆ ತರಲಾಗಿದೆ. ಭಾರತದಲ್ಲೆ ಸಂಶೋಧನೆ ನಡೆಸುವವರಿಗೆ ತಿಂಗಳಿಗೆ ೧ ಲಕ್ಷ ರೂ ಪ್ರಧಾನಮಂತ್ರಿ ಶಿಷ್ಯವೇತನ ನೀಡಲಾಗುತ್ತಿದೆ. ಮೇಕ್ ಇನ್ ಇಂಡಿಯಾ, ಮೇಕ್ ಅಪ್ ಇಂಡಿಯಾ, ಸ್ಟಾರ್ಟ್ ಅಪ್ ಇಂಡಿಯಾ, ಮುದ್ರಾ ಯೋಜನೆ, ಸ್ಟಾರ್ಟ್ ಅಪ್ ಇಂಡಿಯಾದಂತಹ ಹತ್ತಾರು ಯೋಜನೆಗಳನ್ನು ಜಾರಿಗೆ ತರಲಾಗಿದೆ.

ತಮ್ಮ ಶಿಕ್ಷಣ ಪಡೆಯುವವರೆಗೆ, ವಿದೇಶಗಳಿಗೆ ಹೋಗುವ ಅವಕಾಶ ಸಿಗುವವರೆಗೆ ಸುಮ್ಮನಿದ್ದು ವಿದೇಶಕ್ಕೆ ಹೋದ ನಂತರ ಭಾರತದ ಶಿಕ್ಷಣ ವ್ಯವಸ್ಥೆ, ಆಡಳಿತ ವ್ಯವಸ್ಥೆ, ರಾಜಕಾರಣವನ್ನು ಟೀಕಿಸುವುದು ಸರಿಯಲ್ಲ. ಏರಿದ ಏಣಿಯನ್ನು ಒದೆಯುವುದು ಕೃತಘ್ನತೆ ಅಲ್ಲವೇ? ಇದು ತಿಳಿದೂ ತಿಳಿದೂ ಮಾಡುವ ಮೋಸವಲ್ಲವೇ? ನೆರೆಮನೆಯ ಆಂಟಿ ಅದೆಷ್ಟೇ ಸುಂದರವಾಗಿದ್ದರೂ ಹೆತ್ತ ತಾಯಿ ಆಗಲು ಸಾಧ್ಯವೇ? ಎಷ್ಟೇ ಕಷ್ಟ, ನೋವು, ಕೊರತೆ ಇದ್ದರೂ ತಾಯಿಯ ಪ್ರೀತಿಯ ಒರತೆ ಮತ್ತೆಲ್ಲಾದರೂ ಸಿಗಬಹುದೇ? ನಮ್ಮನ್ನು ಹೆತ್ತು, ಹೊತ್ತು ಬೆಳೆಸಿ, ಕಷ್ಟಪಟ್ಟು ಒಂದು ಹಂತಕ್ಕೆ ತಂದ ಮೇಲೆ ಕೈ ಕೊಟ್ಟು ಹೊರ ಹೋದರೆ ಅದು ಮಾನವೀಯತೆಯಾ? ಕಷ್ಟ ನಷ್ಟಗಳ ಹೊರತಾಗಿಯೂ ತಾಯ್ನಾಡಲ್ಲೇ ಸೇವೆ ಸಲ್ಲಿಸುವ ಮೌಲ್ಯಯುತ ದೃಷ್ಟಿಕೋನವನ್ನು ಯುವಕರು ತಾಳಬೇಕು. ಪ್ರತಿಭಾವಂತರು ಸಾಮಾಜಿಕ ಹೊಣೆಗಾರಿಕೆ, ಜವಾಬ್ದಾರಿಯನ್ನು ಪ್ರದರ್ಶಿಸಬೇಕು. ಕರ್ತವ್ಯವನ್ನು ನಿರ್ವಹಿಸಬೇಕು.

ದೇಶ-ಬಂಧುಗಳಿಗೆ ಉಪಯೋಗಕ್ಕೆಬಾರದ ಸಾಧನೆ, ಮಹಾತ್ವಾಕಾಂಕ್ಷೆಯಿಂದ ಏನು ಪ್ರಯೋಜನ? ನಮ್ಮ ಸಾಧನೆಯನ್ನು ಅಭಿನಂದಿಸಲು, ಹಂಚಿಕೊಳ್ಳಲು, ಖುಷಿಪಡಲು ನಮಗೆ ಹತ್ತಿರದವರು ಬೇಕು ತಾನೇ? "ನಾನಂತೂ ಈ ದೇಶದಲ್ಲಿ ಇರಲಾರೆ. ಇಲ್ಲಿ ನನ್ನ ಪ್ರತಿಭೆ, ಸಾಧನೆ, ಕೆಲಸಕ್ಕೆ ಬೆಲೆ ಸಿಗುವುದಿಲ್ಲ" ಎಂದು ಕರಬುವುದು ಕೇವಲ ನೆಪವಷ್ಟೇ. ಅಷ್ಟೊಂದು ಸ್ವಾರ್ಥಿಗಳು ನಾವಾಗಬಾರಾದು. ಬೆಂಕಿಯ ಚೆಲುವಿಗೆ ಬಲಿಯಾಗಿ ಸುಟ್ಟು ಹೋಗುವ ಕೀಟಗಳು ನಾವಾಗಬಾರದು. ಭಾರತದ ಭವಿಷ್ಯವನ್ನು ಬರೆಯ ಬೇಕಾದ ಯುವ ಸಮೂದಾಯ ಹೀಗೆ ಪಲಾಯನವಾದ ಮಂಡಿಸಿದರೆ ಹೇಗೆ? ತಾವು ಮಾಡಬೇಕಾದ ಕರ್ತವ್ಯವನ್ನು ಮರೆತು ಭಾರತದಲ್ಲಿರುವವರು ಏನೂ ಮಾಡುತ್ತಿಲ್ಲ ಎಂದು ಆಪಾದಿಸುವುದೂ ಇದೆ. ಅಭಿವೃದ್ಧಿಯ ಹರಿಕಾರರಾದ ಜೇಮಶೇಟ ಜೀ ಟಾಟಾ, ಎಂ.ವಿಶ್ವೇಶ್ವರಯ್ಯ, ಸುಧಾ-ನಾರಾಯಣ ಮೂರ್ತಿ, ಎಪಿಜೆ ಅಬ್ದುಲ್ ಕಲಾಂ, ಲಕ್ಷ್ಮಿ ಮಿಟ್ಟಲ್, ಜಗದೀಶ ಚಂದ್ರ ಭೋಸ್, ಸಿ. ವಿ. ರಾಮನ್, ಯು. ಆರ್. ರಾವ್, ಸಿ. ಎನ್. ಆರ್. ರಾವ್, ಲಕ್ಷ್ಮಣರಾವ್ ಕಿರ್ಲೋಸ್ಕರ ಅವರಂತವರು ಯುವಜನತೆಗೆ ಆದರ್ಶವಾಗಬೇಕು. ಅವರೆಲ್ಲ ಸೀಮಿತ ಅನುಕೂಲತೆಗಳ ನಡುವೆಯೂ ದೇಶದಲ್ಲೇ ನೆಲೆಸಿ ಅಭಿವೃದ್ಧಿಗೆ ಶ್ರಮಿಸಲಿಲ್ಲವೇ?. ತಮ್ಮ ಮುಪ್ಪಿನ ಜೀವನಕ್ಕಾಗದ ಮಗ/ಮಗಳು ವಿದೇಶದಲ್ಲಿದ್ದಾರೆ ಎಂದು ಹೇಳಿ ಸಂಭ್ರಮಿಸುವ ಪಾಲಕರೂ ಸರಿಯಾಗಿ ಯೋಚಿಸಬೇಕು. ಹತ್ತಿರದಲ್ಲಿದ್ದು ಹಗಲು ರಾತ್ರಿ ನೋಡಿಕೊಳ್ಳುವ ಮಕ್ಕಳಿಗಿಂತಲೂ ಅವರಿಗೆ ದೂರದಲ್ಲಿದ್ದು, ಮೋಬೈಲಿನಲ್ಲಿ ಮುಖ ತೋರಿಸಿ, ನಕ್ಕು ಹಣ ಕಳಿಸುವ ಮಕ್ಕಳೇ ಮೇಲಾಗುತ್ತಾರೆ. ಹಾಗೆಂದು ತಂದೆ-ತಾಯಿಗಳಿಗೋಸ್ಕರ ತನ್ನ ಮಹಾತ್ವಾಕಾಂಕ್ಷೆಯನ್ನು ಅದುಮಿಟ್ಟ ಮಕ್ಕಳು ಕೀಳಲ್ಲ.

ಒಂದು ಹೊಸ ಅನುಭವವನ್ನು ಪಡೆದುಕೊಳ್ಳಲು, ಹೊಸ ವಿಷಯ ಕಲಿಯಲು ಮತ್ತು ಒಂದಿಷ್ಟು ಹಣ ಗಳಿಸಲು ವಿದೇಶಕ್ಕೆ ಹೋಗಲಿ. ಕೆಲವು ವರ್ಷ ಅಲ್ಲಿದ್ದು, ಅಂದುಕೊಂಡಿದ್ದನ್ನು ಸಾಧಿಸಿದ ನಂತರ ಹಿಂತಿರುಗಿ ಸ್ವದೇಶಕ್ಕೆ ಬಂದು ಅದೇ ಕೆಲಸವನ್ನು ಮುಂದುವರೆಸುವುದರಲ್ಲಿ ವ್ಯವಹಾರಿಕ ಜಾಣ್ಮೆ ಇದೆ. ಆದರೆ ಬರೀ ದುಡ್ಡಿನ ಹಿಂದೆ ಬಿದ್ದು, ಹೆತ್ತು ಹೊತ್ತು ಸಾಕಿ ಬೆಳೆಸಿದ ಪಾಲಕರನ್ನು, ಸುಖ ದುಃಖಗಳಲ್ಲಿ ನಿಸ್ವಾರ್ಥದಿಂದ ಸ್ನೇಹ ಚಾಚಿದ ಗೆಳೆಯರನ್ನು, ಸಮಯಕ್ಕಾದ ಸಂಬಂಧಿಗಳನ್ನು, ಜೊತೆಯಾಗಿ ಬಾಳಿದ ನೆರೆಹೊರೆಯವರನ್ನು ತೊರೆದು ದೂರದ ದೇಶದ ದೊರೆಯಾದರೇನು ಸುಖ ಸಿಕ್ಕಿತೆ? ಆದ್ದರಿಂದ ಪ್ರತಿಭಾವಂತರು ಮೊದಲ ಆದ್ಯತೆ ತಾಯಿನಾಡಾಗಬೇಕು. ಹತ್ತಾರು ಕುಂದು ಕೊರತೆ, ಕಷ್ಟ–ನಷ್ಟಗಳ ಜೊತೆಗೆ ಜನ್ಮ ಭೂಮಿಯಲ್ಲೇ ಬದುಕು ಸವೆಸುವ ಮನಸು ಮಾಡಬೇಕು ಬದ್ಧತೆ ಇರಬೇಕು. ಈ ಹಿನ್ನೆಲೆಯಲ್ಲಿ "ತಾಯಿ ಮತ್ತು ತಾಯ್ನೆಲ ಸ್ವರ್ಗಕ್ಕಿಂತಲೂ ಮೇಲು" ಎಂದ ಶ್ರೀರಾಮಚಂದ್ರನ ವಾರಸುದಾರರಾದ ನಾವು ಯೋಚಿಸಬೇಕು.

ಪ್ರತಿಭಾವಂತರು ವಿದೇಶದಲ್ಲಿ ನೆಲೆಸಿ, ನಿರಂತರವಾಗಿ ಕೇವಲ ಹಣಗಳಿಸುವ ಮತ್ತು ಪಾಲಕರಿಗೆ ಬೇಕಾದಾಗಲೆಲ್ಲ ಹಣ ಕಳಿಸುವ ಯಂತ್ರಗಳಾಗಬಾರದು. ಹಣ, ಅಂತಸ್ತು, ವಿದೇಶವಾಸದ ಆಚೆಗೂ ಒಂದು ಜಗತ್ತಿದೆ ಎಂದು ಅರಿಯಬೇಕು. ಇಳಿವಯಸ್ಸಿನಲ್ಲಿ ಮಕ್ಕಳು ತಮ್ಮ ಜೊತೆಗೆ ಇರಬೇಕೆನ್ನುವುದೇ ಅವರ ಒತ್ತಾಸೆ. ಅವರಾಸೆಯನ್ನು ಪೂರೈಸಬೇಕಲ್ಲವೇ. ನಾಳೆ ಮುಪ್ಪಡರಿದಾಗ ನಾವೇ ಮಕ್ಕಳ ಆಸರೆ, ಸಾಮಿಪ್ಯ ಬಯಸುವುದಿಲ್ಲವೇ? ಸರಕಾರವೂ ಕೂಡ ಹೊಸ ಹೊಸ ಉದ್ಯೋಗದ ಅವಕಾಶಗಳನ್ನು ಸೃಷ್ಟಿಸಬೇಕು. ಬೇರೆ ದೇಶಗಳ ಐಷಾರಾಮಿ ಜೀವನದ ಆಕರ್ಷಣೆಗೆ ನಮ್ಮ ಪದವೀಧರ ಯುವಕರು, ಸಂಶೋಧಕರು, ಉದ್ಯಮಿಗಳು ಸಿಲುಕದಂತೆ ನೋಡಿಕೊಳ್ಳಬೇಕು. ಅಂತಹ ಪ್ರತಿಭಾವಂತರ ಹಿತವನ್ನು ಸಂರಕ್ಷಿಸಬೇಕು. ಅವರನ್ನು ಉಳಿಸಿಕೊಳ್ಳಬೇಕು. ಬೆಳೆಸಬೇಕು. ವಿದೇಶದಲ್ಲಿ ಶಿಕ್ಷಣ, ಉದ್ಯೋಗ, ಉದ್ಯಮಗಳಿಗೆ ಕೆಲವು ವರ್ಷಗಳ ಮಿತಿ ವಿಧಿಸಿ ಅವರು ತಿರುಗಿ ಬಂದು ಮಾತೃಭೂಮಿಯ ಸೇವೆಯಲ್ಲಿ ತೊಡಗುವಂತೆ ನಿಬಂಧನೆ ವಿಧಿಸಬೇಕು. ಯುವಕರ ಬದಲಾಗುತ್ತಿರುವ ಮನಸ್ಥಿತಿ, ದೃಷ್ಟಿಕೋನ, ಜೀವನ ಶೈಲಿಗಳನ್ನು ಸರಕಾರ/ಸಮಾಜ ಗಮನಿಸಿ ಸೂಕ್ತ ಕ್ರಮ ಕೈಗೊಳ್ಳಬೇಕು. ಮೌಲ್ಯಾಧಾರಿತ ಶಿಕ್ಷಣವನ್ನು ಕೊಡಬೇಕು. ದೇಶಭಕ್ತಿಯನ್ನು ಜಾಗೃತಗೊಳಿಸಬೇಕು. ಹಾಗೆಂದಾಗ ಮಾತ್ರ ಪ್ರತಿಭಾ ಪಲಾಯನಕ್ಕೆ ಕಡಿವಾಣವನ್ನು ಹಾಕಲು ಸಾಧ್ಯವಾಗುತ್ತದೆ.

೯. ಒಂದು ಬರಹದ ಕತೆ!

ನಾಡಿನ ನೆಚ್ಚಿನ ಕನ್ನಡ ದಿನ ಪತ್ರಿಕೆ ಸಂಯುಕ್ತ ಕರ್ನಾಟಕಕ್ಕೆ ಈ ಹೊತ್ತಿಗೆ ೯ ದಶಕಗಳ ಇತಿಹಾಸವಿದೆ. ಇದು ಕರುನಾಡಿನ ಅಸಂಖ್ಯಾತ ಮನೆ–ಮನಗಳ ಅವಿಭಾಜ್ಯ ಅಂಗವಾಗಿದೆ. ಇಂತಹ ಪತ್ರಿಕೆಯಲ್ಲಿ ಸಾಪ್ತಾಹಿಕ ಅಂಕಣವನ್ನು ಬರೆಯುವ ಸದವಕಾಶ ದೊರೆತದ್ದು ನನ್ನ ಸೌಭಾಗ್ಯವೇ ಸರಿ. ಪತ್ರಿಕೆಯ ರವಿವಾರದ "ಮುಖಾಮುಖಿ" ಅಂಕಣದಲ್ಲಿ ಇದು ನನ್ನ ನೂರೊಂದನೇ ಲೇಖನ. ರಾಜ್ಯದ ಪ್ರತಿಭಾವಂತ ಬರಹಗಾರರನ್ನು ಗುರುತಿಸಿ, ಪ್ರೋತ್ಸಾಹಿಸಿ ಪತ್ರಿಕೆಯು ಅವರಿಂದ ಅವರವರ ಆಸಕ್ತಿಯ ಲೇಖನಗಳನ್ನು ಬರೆಸುತ್ತಿದೆ. ಪತ್ರಿಕೆಯು ಪ್ರಾರಂಭವಾದಾಗಿನಿಂದ ಚಾಚೂ ತಪ್ಪದೇ ನಿರಂತರವಾಗಿ ನಡೆದುಕೊಂಡು ಬಂದ ಈ ಪರಂಪರೆಗೆ ಕಾರಣಕರ್ತರಾದ ಎಲ್ಲರೂ ಅಭಿನಂದನಾರ್ಹರು.

ವಿಶೇಷ ಸಂದರ್ಭಗಳಲ್ಲಿ ಯಾರಾದರೂ ಲೇಖನ ಬರೆದು ಕೊಡಿ ಎಂದು ಕೇಳಿದಾಗ ಮಾತ್ರ ನಾನು ಬರೆಯುತ್ತಿದ್ದೆ. ಎರಡು ವರ್ಷಗಳ ಹಿಂದೆ ಬಾಗಲಕೋಟೆಯ ಹಿರಿಯ ಪತ್ರಕರ್ತರಾದ ಶ್ರೀ ರಾಮ ಮನಗೂಳಿ ಅವರು ಸಂಯುಕ್ತ ಕರ್ನಾಟಕ ಪತ್ರಿಕೆಯ ಹಿರಿಯ ಸಂಪಾದಕರಾದ ಶ್ರೀ ಹುಣಸವಾಡಿ ರಾಜನ್ ಅವರಿಗೆ ನನ್ನ ಹೆಸರನ್ನು ಸೂಚಿಸಿದರು. ಅವರು ನನಗೆ ವಾರಕ್ಕೊಂದು ಅಂಕಣ ಬರೆಯಲು ಹೇಳಿದಾಗ ಉತ್ಸಾಹದಿಂದಲೇ ಒಪ್ಪಿಕೊಂಡೆ. ಆದರೆ ನನಗೆ ಒಂದು ಅಳಕಂತೂ ಇದ್ದೇ ಇತ್ತು. ವಾರ ವಾರ ನಿಯಮಿತವಾಗಿ ತಪ್ಪದೇ ಬರೆದು ಕೊಡಬಲ್ಲೆನೆ? ಅಷ್ಟೊಂದು ಸರಕು–ಸರಂಜಾಮು ನನ್ನಲ್ಲಿದೆಯಾ? ಇದ್ದರೂ ವಿಷಯಗಳ ವೈವಿಧ್ಯತೆ, ಪ್ರಸ್ತುತತೆ ಮತ್ತು ಗುಣಮಟ್ಟವನ್ನು ಕಾಯ್ದುಕೊಳ್ಳುವುದು ಹೇಗೆ? ನನ್ನ ಲೇಖನವನ್ನು ಎಷ್ಟು ಜನ ಓದುತ್ತಾರೆ? ಓದುಗರ ಮೇಲೆ ಲೇಖನದ ಪರಿಣಾಮವೇನಾದರೂ ಆಗುತ್ತದೆಯಾ? ಇತ್ಯಾದಿ ಪ್ರಶ್ನೆಗಳೂ ಆಗ ನನ್ನನ್ನು ಕಾಡಿದ್ದು ಸುಳ್ಳಲ್ಲ! ಶೈಕ್ಷಣಿಕ ವಿಷಯಗಳಿಂದ

ಪ್ರಾರಂಭಿಸಿ, ವ್ಯಕ್ತಿ ವಿಕಸನ, ವ್ಯಕ್ತಿ ಚಿತ್ರಣ, ರಾಷ್ಟ್ರೀಯ ಮತ್ತು ಸಾಮಾಜಿಕ ವಿಷಯಗಳನ್ನು ಕುರಿತು ಒಂದರ ಹಿಂದೊಂದು ಲೇಖನ ಬರೆಯಲು ತೊಡಗಿದೆ. ದೇವರ ದಯೆಯಿಂದ ಲೇಖನದ ಸರಪಳಿ ತುಂಡಾಗದಂತೆ ನಿರಂತರತೆಯನ್ನು ಕಾಯ್ದುಕೊಂಡೆ. "ಎಡಬಿಡದ ಕೆಲಸಗಳ ನಡುವೆಯೂ ಬಿಟ್ಟು ಬಿಡದೇ ಹೇಗೆ ಬರೆಯುತ್ತೀರಿ?", ಈಗ ಇದು ನನ್ನ ಸಹೋದ್ಯೋಗಿಗಳು, ಸ್ನೇಹಿತರು ಸಾಮಾನ್ಯವಾಗಿ ಕೇಳುವ ಪ್ರಶ್ನೆ. ನಿಜ ಬರೆಯುತ್ತ ಬರೆಯುತ್ತ ಇದು ರೂಢಿಯಾಗಿ ಹೋಯಿತು. ರವಿವಾರ ಹತ್ತಿರವಾಗುತ್ತಿದ್ದಂತೆ ಬರೆಯುವ ಒತ್ತಡ ಹೆಚ್ಚುತ್ತದೆ. ಅದೆಷ್ಟೇ ಒತ್ತಡವಿದ್ದರೂ ಬರೆದಾದ ನಂತರ ಅಪಾರವಾದ ತೃಪ್ತಿ, ಖುಷಿ ಸಿಗುತ್ತಿದೆ. ನಾನು ಹಾಸ್ಯಕ್ಕೆ ಹೇಳಿದೆ, "ಮಹಿಳೆಯರು ಮಕ್ಕಳಿಗೆ ಜನ್ಮ ನೀಡುವಾಗ ಪ್ರಸವವೇದನೆ ಅನುಭವಿಸುತ್ತಾರೆ. ನಂತರ ಮಗುವನ್ನು ಅಪ್ಪಿ ಮುದ್ದಾಡುತ್ತಾರೆ. ಅದರಂತೆ ನಾನು ಪ್ರತಿ ಲೇಖನವನ್ನು ಬರೆಯವಾಗಲೂ ಪ್ರಸವವೇದನೆ ಅನುಭವಿಸುತ್ತೇನೆ ಆಮೇಲೆ ಓದಿ ಆನಂದಿಸುತ್ತೇನೆ!"

ಇಷ್ಟು ದಿನಗಳಲ್ಲಿ ನನಗೆ ಅನುಭವದಿಂದ ಅನಿಸಿದ್ದು ಏನಂದರೆ, "ಬರೆಯಲು ಬೇಕು ಬರೆಯುವ ಮನಸು". ಏನೆಲ್ಲ ಒತ್ತಡ, ಕೆಲಸಗಳಿದ್ದರೂ ಬರೆಯುವ ಮೂಡ್ ಒಂದಿದ್ದರೆ ಸಾಕು. ಪ್ರಶಾಂತವಾದ ಮನಸಿನಲ್ಲೇ ಶಬ್ದಗಳನ್ನು ಪೋಣಿಸಿ ಲೇಖನವನ್ನು ಹೆಣೆಯಬಹುದು. ತುಂಬಿ ತುಳುಕುವ ಜನಸಂದಣಿಯಲ್ಲೂ ಗವರ್ನರ್ ಗಾಡಿ ಬಂದಾಗ ತಾನಾಗಿ ತಾನೇ ದಾರಿ ಆದ ಹಾಗೆ! ಎದುರಿಗಿರುವ ಹಲವಾರು ವಿಷಯಗಳಲ್ಲಿ ಒಂದನ್ನು ಗಟ್ಟಿಮಾಡುವುದೇ ಮೊಟ್ಟ ಮೊದಲ ಸವಾಲು. ಬರಹದ ವಸ್ತು ಯಾವುದೆಂದು ನಿರ್ಧಾರ ಆದರೆ ಅರ್ಧ ಕೆಲಸ ಆದಂತೆ. ಒಂದು ಸಲ ತಲೆ ಬರಹ ಗಟ್ಟಿಯಾಯಿತೋ ಯೋಚನೆ-ವಿಚಾರವೆಲ್ಲ ಅದರ ಸುತ್ತ-ಮುತ್ತ ಗಿರಕಿ ಹೊಡೆಯಲು ಪ್ರಾರಂಭಿಸುತ್ತದೆ. ಮೊದಲು ಪ್ರಮುಖ ಬಿಂದುಗಳಾಗಿ ನಂತರ ಶಬ್ದಗುಚ್ಛವಾಗಿ, ಆಮೇಲೆ ಸವಿಸ್ತಾರವಾದ ಸಾಲುಗಳು ಮೂಡಿ ಬರುತ್ತವೆ. ನಂತರ ಒಂದು ಕ್ರಮದಲ್ಲಿ ವಿಷಯಗಳು ಸಹಜವಾಗಿ ನೀರು ಹರಿಯುವ ಹಾಗೆ ಓದುಗರ ಮನಸನ್ನು ತಮ್ಮೊಂದಿಗೆ ಹೊತ್ತೊಯ್ಯುವಂತೆ ಹೊಂದಿಸಬೇಕಾಗುತ್ತದೆ. ಆಗ ವಿವಿಧ ವಾಕ್ಯ ವೃಂದಗಳಲ್ಲಿ ಲೇಖನ ಮೂಡಿ ಬರುತ್ತದೆ. ಪೀಠಿಕೆಯೊಂದಿಗೆ ಪ್ರಾರಂಭವಾಗಿ ಸವಿವರಗಳೊಂದಿಗೆ ಮುಂದುವರೆದು ವಿಷಯದ ಎಲ್ಲ ಮಗ್ಗಲುಗಳನ್ನು ಅನಾವರಣ ಮಾಡಿ ಒಂದು ನಿರ್ಣಾಯಕವಾದ ಸಮಾಪನೆಯೊಂದಿಗೆ ಲೇಖನ ಸಮಾಪ್ತಿಯಾಗುತ್ತದೆ.

ಈ ಎಲ್ಲ ಪ್ರಕ್ರಿಯೆಗಳಲ್ಲಿ ಬರವಣಿಗೆಯು ಹಾಯ್ದು ಬಂದರೆ ಅದೊಂದು ಅರ್ಥವತ್ತಾದ ಲೇಖನವಾಗಲು ಸಾಧ್ಯವಾಗುತ್ತದೆ. ಸತ್ಯ-ನ್ಯಾಯ ನಿಷ್ಠುರತೆಯಿಂದ ಕೂಡಿ, ಭೇದ-ಭಾವ ರಹಿತವಾಗಿ, ಪೂರ್ವಾಗ್ರಹ ಪೀಡಿತವಲ್ಲದ ಕುಲುಮೆಯಲ್ಲಿ

ಕಾಯ್ದು ಬಂದರೆ ಅದು ಅಪ್ಪಟ ಚಿನ್ನವಾಗುತ್ತದೆ. ಒಂದು ವಿಶ್ವಾಸಾರ್ಹವಾದ ಬರಹವಾಗುತ್ತದೆ. ಹೀಗಾದಾಗ ಬರಹಗಾರನ ಮತ್ತು ಓದುಗರ ತುಲನಾತ್ಮಕ ಚಿಂತನೆ, ಅಧ್ಯಯನ ಶೀಲತೆ, ವಿಮರ್ಷಾತ್ಮಕ ಬುದ್ಧಿ ಮತ್ತು ತಾರ್ತಿಕ ಕೌಶಲಗಳು ವಿಕಾಸವಾಗುತ್ತವೆ. ಗಟ್ಟಿಗೊಳ್ಳುತ್ತವೆ, ಸ್ಪಷ್ಟವಾಗುತ್ತವೆ. ವಿಷಯದ ಆಳ ಮತ್ತು ಹರಿವುಗಳ ಮಿತಿಯನ್ನು ಹೆಚ್ಚಿಸಲು ಸಂಶೋಧಕ ಪ್ರವೃತ್ತಿಯನ್ನು, ಹೆಕ್ಕಿ ತಗೆಯುವ ಹಟವನ್ನು ಉದ್ದೀಪನಗೊಳಿಸುತ್ತವೆ. ಅಂಕಿ–ಸಂಖ್ಯೆಗಳು ವಿಷಯದ ನಿಖರತೆಯನ್ನು ಹೆಚ್ಚಿಸಿದರೆ ವ್ಯಕ್ತಿಸಂಬಂಧಿತ ಮತ್ತು ಘಟನಾಧಾರಿತ ಉದಾಹರಣೆಗಳು ಬರಹದ ಸ್ಪಷ್ಟತೆಯನ್ನು ಹೆಚ್ಚಿಸುತ್ತವೆ. ಬರೀ ಸಮಸ್ಯೆಗಳನ್ನು ಚರ್ಚಿಸದೇ ಅವುಗಳಿಗೆ ಪರಿಹಾರಗಳನ್ನು ಸೂಚಿಸುವುದು ಲೇಖಕನ ಚಿಕಿತ್ಸಕ ಬುದ್ಧಿಯನ್ನು ತೋರಿಸುತ್ತದೆ. ವಿಷಯಗಳನ್ನು ಸಂಗ್ರಹಿಸಿ, ಓದಿ, ಅಧ್ಯಯನ ಮಾಡಿ, ತೂಗಿ–ತರ್ಕ ಮಾಡಿ, ನಿಷ್ಠೆಯಿಂದ ಸಮತೋಲನ ಕಾಯ್ದುಕೊಂಡು ಬರೆದಾಗ "ನನ್ನದು" ಎನ್ನುವ, ಒಂದು ಅನನ್ಯವಾದ ಸ್ವಂತ ಅಭಿಪ್ರಾಯ ರೂಪುಗೊಳ್ಳುತ್ತದೆ. ಅದು ಓದುಗರ ಹೃನ್ಮನಗಳ ಹತ್ತಿರಕ್ಕೆ ತಲುಪುತ್ತದೆ. ಪ್ರಾರಂಭದಲ್ಲಿ ಬಿಡಿ ಬಿಡಿಯಾಗಿದ್ದ ಸಂಗತಿಗಳು ಬರ ಬರುತ್ತ ಹರಳು ಗಟ್ಟಿ, ಮುತ್ತುಗಳಾಗಿ, ಮಾಲೆಯಲ್ಲಿ ಪೋಣಿಸಿದ ಮಣಿಗಳಾಗುತ್ತವೆ.

ಬರಹ/ಲೇಖನ ಅಂದರೆ ಅದೊಂದು ಮನುಷ್ಯನ ಭಾವನೆ, ವಿಚಾರಗಳಿಗೆ ಕೊಟ್ಟ ಲಿಖಿತ ಶಬ್ದರೂಪ. ಇತರರನ್ನು ತಲುಪಲು ಇರುವ ವಿಚಾರವಾಹಕ. ಮಾತನಾಡಿದ್ದು ಗಾಳಿಯಲ್ಲಿ ತೇಲಿ ಹೋಗಬಹುದು. ಮರೆತು ಬಿಡಬಹುದು. ಆದರೆ ಬರೆದದ್ದು ದಾಖಲೆಯಾಗಿ ಉಳಿಯುತ್ತದೆ. ಮುಂದಿನ ಪೀಳಿಗೆಗೆ ಸಾಗಿಸಲ್ಪಡುತ್ತದೆ. ಭಾಷೆಯ ಮೇಲಿನ ಹಿಡಿತ, ಹಾದು ಬಂದ ಅನುಭವದ ಮೂಸೆ, ವ್ಯಕ್ತಪಡಿಸುವ ಶೈಲಿ, ವಿಷಯ ಸಂಗ್ರಹ, ವಿಚಾರದ ಪ್ರಸ್ತುತತೆ, ವೈವಿಧ್ಯತೆಗಳು ಲೇಖನದಿಂದಾಗುವ ಪ್ರಭಾವ/ ಪರಿಣಾಮಗಳನ್ನು ನಿರ್ಧರಿಸುತ್ತವೆ. ಬರಹಗಾರ ಇತಿಹಾಸವನ್ನು ಅರಿತಿರಬೇಕು. ವರ್ತಮಾನಕ್ಕೆ ಸ್ಪಂದಿಸಬೇಕು. ಭವಿಷ್ಯದ ವಿಕಾಸದೆಡೆ ದೃಷ್ಟಿಯನ್ನು ನೆಟ್ಟಿರಬೇಕು. ವ್ಯಕ್ತಿ ಚಿತ್ರಣ ಮಾಡುವಾಗ ಸ್ವಂತದ ವಿಮರ್ಷೆ ಮತ್ತು ವೈಭವೀಕರಣಕ್ಕಿಂತ ವಸ್ತುನಿಷ್ಠ ಚಿತ್ರಣ ಮಾಡಬೇಕು. ಸಮಾಜದ ದೋಷಾನಿಷ್ಠಗಳನ್ನು ಎತ್ತಿ ತೋರಿಸಿ ಪರಿವರ್ತನೆಗೆ ಮನಸ್ಸನ್ನು ಹದಗೊಳಿಸಬೇಕು. ಸಮಾನ ಅವಕಾಶಗಳ ಪ್ರತಿಪಾದನೆಯಾಗಬೇಕು. ವಿಷಯದ ಪ್ರಸ್ತುತಿಯು ಇಂದಿನ ಪೀಳಿಗೆಯ ವಿಚಾರ ಲಹರಿಗೆ, ಇವತ್ತಿನ ಸಂದರ್ಭಕ್ಕೆ ತಕ್ಕಂತೆ, ಹೊಸ ಅಲೆಯ ಸೆಳವಿಗೆ ಸಿಕ್ಕಿರಬೇಕು. ಆದರೆ ಜನಹಿತಕ್ಕೆ ಪೂರಕವಾದ ತನ್ನ ಮೂಲ ಬೇರುಗಳನ್ನು ಉಳಿಸಿಕೊಂಡಿರಬೇಕು.

ಲೇಖನದ ಉದ್ದೇಶ ಯಾವುದೋ ಒಂದು ವಿಷಯದ ಬಗ್ಗೆ ಮಾಹಿತಿ ಕೊಡುವುದು, ಜಾಗೃತಿ ಮೂಡಿಸುವುದು, ವೈಚಾರಿಕ ಮಂಥನ ನಡೆಸುವುದು, ಸಂಶೋಧನೆಯ

ಫಲವನ್ನು ಹಂಚಿಕೊಳ್ಳುವುದು, ಸಂಶಯ–ಪ್ರಶ್ನೆಗಳಿಗೆ ಉತ್ತರಿಸುವುದು ಅಥವಾ ಪರಿಹಾರ ಸೂಚಿಸುವುದು ಆಗಿದ್ದಿರಬಹುದು. ಸಾಮಾಜಿಕ, ಆರ್ಥಿಕ, ರಾಷ್ಟ್ರೀಯ, ಶೈಕ್ಷಣಿಕ, ಸಾಂಸ್ಕೃತಿಕ, ಔದ್ಯೋಗಿಕ, ಧಾರ್ಮಿಕ ಇತ್ಯಾದಿ ಕ್ಷೇತ್ರಗಳಿಗೆ ಸಂಬಂಧಿಸಿದ್ದರಬಹುದು. ಒಂದು ವ್ಯವಸ್ಥೆಯ ಸ್ಥಿತಿಗತಿಗಳ ಕುರಿತು ಮಾಡುವ ಟೀಕೆ–ಟಿಪ್ಪಣೆಯಾಗಿರಬಹುದು. ವಿಷಯವು ಪ್ರಚಲಿತವಾದುದಾಗಿರಬೇಕು. ಸಂಗತಿಗಳನ್ನು ವಿಂಗಡಿಸಿ, ವ್ಯವಸ್ಥಿತವಾಗಿ ಜೋಡಿಸಿರಬೇಕು. ಒಂದೇ ತೆರನಾದ ಸಂಗತಿಗಳ ಸಾಮ್ಯತೆಗಳನ್ನು ಮತ್ತು ವ್ಯತ್ಯಾಸಗಳನ್ನು ಬಿಡಿಸಿ ಹೇಳಬೇಕು. ಅದಕ್ಕಾಗಿ ತುಲನಾತ್ಮಕ ಮತ್ತು ವಿಮರ್ಷಾತ್ಮಕ ಕಲೆಯನ್ನು ಬೆಳೆಸಿಕೊಳ್ಳಬೇಕು. ವಿಷಯದ ಸಮಗ್ರತೆಯನ್ನು ಬಿಂಬಿಸಬೇಕು. ಸೂಕ್ತವಾದ ಮಾಹಿತಿಯನ್ನು ಹೊಂದಿರಬೇಕು. ವಿರಾಧಾಭಾಸಗಳನ್ನು ಗಮನಿಸಬೇಕು. ಸಮಯ, ಸಂದರ್ಭ, ಸಾಮೂಹಿಕತೆ, ಸಾಮಾನ್ಯೀಕರಣಗಳ ಜೊತೆಗೆ ಶುದ್ಧಸತ್ಯದ ಪ್ರತಿಪಾದನೆ ಆಗಬೇಕು. ಏನೇ ಆದರೂ ಅದು ಮಾರ್ಮಿಕವಾಗಿರಬೇಕು. ವ್ಯವಸ್ಥಾ ಪರಿವರ್ತನೆಯ ಆಶಯವನ್ನು ಹೊಂದಿರಬೇಕು.

ಬರೆದ ಲೇಖನವನ್ನು ಇತರರು ಮೆಚ್ಚುತ್ತಾರೆಯೇ? ವಿಚಾರಗಳನ್ನು ಒಪ್ಪಿಕೊಳ್ಳುತ್ತಾರೆಯೆ? ಈ ಜಿಜ್ಞಾಸೆ ಪ್ರತಿಯೊಬ್ಬ ಲೇಖಕನಲ್ಲೂ ಉಂಟಾಗುತ್ತದೆ. ಎಲ್ಲರನ್ನು ಮೆಚ್ಚಿಸುವಂತಹ ಲೇಖನ ಬರೆಯುವುದು ಕಷ್ಟ ಸಾಧ್ಯ. ಅಷ್ಟಾಗಿಯೂ ಯಾರನ್ನೋ ಮೆಚ್ಚಿಸಲು ಲೇಖನವನ್ನು ಬರೆಯಬೇಕೆ? ಪ್ರತಿಯೊಬ್ಬರಿಗೂ ಪ್ರತಿಯೊಂದು ವಿಷಯದ ಬಗೆಗೂ ತಮ್ಮದೇ ಆದ ಅಭಿಪ್ರಾಯವಿದ್ದೇ ಇರುತ್ತದೆ. ವಿಚಾರ ಭಿನ್ನತಯೇ ವೈವಿಧ್ಯತೆಯ ಮೂಲವಲ್ಲವೇ? ಆದ್ದರಿಂದ ವಸ್ತುನಿಷ್ಠವಾಗಿ, ವಾಸ್ತವಿಕ ಹಿನ್ನೆಲೆಯಲ್ಲಿ, ನಿಷ್ಪಕ್ಷಪಾತವಾಗಿ ಬರೆಯುವುದೇ ಸೂಕ್ತವೆನಿಸುತ್ತದೆ. ನಮ್ಮ ಹೃದಯದ ಮಿಡಿತ, ಮನಸಿನ ತುಡಿತಗಳಿಗೆ ಅನುರೂಪವಾಗಿ ಬರೆಯವುದೇ ಒಳ್ಳೆಯದು. ಅದಕ್ಕೆ ವ್ಯತಿರಿಕ್ತವಾಗಿ ಬರೆದರೆ ಅದು ಆತ್ಮವಂಚನೆಯಾಗುತ್ತದೆ. ಹೀಗಾಗಿ ಬರಹ ಮೆದುಳಿಗಿಂತಲೂ ಹೃದಯದಿಂದ ಹೊರ ಹೊಮ್ಮುವುದು ಒಳ್ಳೆಯದು. ಲೇಖನ ಬರೆಯುವುದು ಪಾಂಡಿತ್ಯ ಪ್ರದರ್ಶನಕ್ಕಾಗಿ ಅಲ್ಲ, ಆತ್ಮ ಸಾಕ್ಷಾತ್ಕಾರಕ್ಕಾಗಿ. ಓದುಗರ ಮನದ, ಹೃದಯದ ಬಾಗಿಲನ್ನು ತಟ್ಟುವದಕ್ಕಾಗಿ.

ಲೇಖನ ಓದಿ ತಮ್ಮ ಪ್ರಾಮಾಣಿಕ ಅನಿಸಿಕೆ ವ್ಯಕ್ತಪಡಿಸುವ ಓದುಗರು ಇರುತ್ತಾರೆ. ಅಂತಹವರೇ ಬರಹಗಳು ಪಕ್ವಗೊಳ್ಳಲು ಕಾರಣರಾಗುತ್ತಾರೆ. ಅವರೇ ವಿಚಾರಗಳಿಗೆ ಸಾಣೆ ಹಿಡಿಯುತ್ತಾರೆ! ಆದರೆ ಅವರು ಕೊಟ್ಟ ಅಭಿಪ್ರಾಯವನ್ನು ಮುಕ್ತ ಮನಸ್ಸಿನಿಂದ ಸ್ವೀಕರಿಸುವ ಸ್ವಭಾವ, ತಾಳ್ಮೆ, ವಾಸ್ತವ ದೃಷ್ಟಿಕೋನ ಲೇಖಕರದಾಗಿರಬೇಕಷ್ಟೇ. ನನ್ನ ಪ್ರತಿ ಲೇಖನವನ್ನು ಓದಿ ಸಂತಸ ಹಂಚಿಕೊಂಡ ಶಿಕ್ಷಣ ತಜ್ಞರಾದ ವಿಜಯಪುರದ ಪ್ರೊ. ಎನ್. ಜಿ. ಕರೂರ, ತುಮಕೂರಿನ ನಿವೃತ್ತ ಪ್ರಿನ್ಸಿಪಾಲರಾದ ಪ್ರೊ. ವಾಯ್ ಎಂ.

ರೆಡ್ಡಿ, ಹುಬ್ಬಳ್ಳಿಯ ನಿವೃತ್ತ ಪ್ರಾಧ್ಯಾಪಕರಾದ ಪ್ರೊ. ಇ. ವಿ. ಬಿಳೇಕಲ್, ಧಾರವಾಡದ ಶ್ರೀ ರಾಮಚಂದ್ರ ಗೆದ್ದಣ್ಣವರ, ಮುನವಳ್ಳಿಯ ವಕೀಲರಾದ ಶ್ರೀ ವಿ. ಎಸ್. ಯಕ್ಕುಂಡಿ, ಕಿತ್ತೂರಿನ ಮಹೇಶ್ ಚೆನ್ನಂಗಿ, ನನ್ನ ಬಿವಿಬಿ ಮತ್ತು ಜಾಬಿನ್ ಕಾಲೇಜಿನ ಸಹಪಾಠಿಗಳು, ಬಾಗಲಕೋಟೆಯ ಸಹೋದ್ಯೋಗಿಗಳು, ಶ್ರೀ ಚವಡಾಪುರ ಮತ್ತು ಶಿವಶಂಕರ ಮುತ್ತಗಿ ಅವರು ನಾನು ಬರವಣಿಗೆಯನ್ನು ಇನ್ನೂ ಉತ್ಸಾಹದಿಂದ ಮುಂದುವರೆಸಲು ಪ್ರೋತ್ಸಾಹಿಸಿದವರು. ಇಂತಹ ಸ್ಪಂದನಶೀಲ ಓದುಗರೇ ಮತ್ತು ವಿಮರ್ಷಕರೇ ಲೇಖಕನನ್ನು ತಿದ್ದಿ ತೀಡಿ ಮೂರ್ತಿಯಾಗಿಸಲು ಅನುವಾಗುತ್ತಾರೆ. ತಮ್ಮ ತರ್ಕ–ವಿತರ್ಕಗಳಿಂದ ವೈಚಾರಿಕ ಮಂಥನಕ್ಕೆ ವೇಗ ವರ್ಧಕರಾಗುತ್ತಾರೆ. ಈ ಮಂಥನವು ಅಮೃತ ಸಿಂಚನದಲ್ಲಿ ಕೊನೆಗೊಳ್ಳಬೇಕಷ್ಟೇ!

ನಿಯಮಿತವಾಗಿ ಲೇಖನಗಳನ್ನು ಬರೆಯುವುದರಿಂದ ಬರಹಗಾರನು ಅಧ್ಯಯನಶೀಲನಾಗುತ್ತಾನೆ. ಅವನ ಬರವಣಿಗೆಯಲ್ಲಿ ಒಂದು ಸ್ಪಷ್ಟತೆ ಬರುತ್ತದೆ. ಅನುಕ್ರಮಣಿಕೆಯಿಂದ ಅದರಲ್ಲಿ ಒಂದು ಶಿಸ್ತು ಮೂಡುತ್ತದೆ. ಅದುವೇ ಕ್ರಮೇಣ ಅವನದೇ ಆದ ಒಂದು ಅಭಿಪ್ರಾಯವಾಗಿ ರೂಪುಗೊಳ್ಳುತ್ತದೆ. ಈ ಹರಳು ಗಟ್ಟಿದ ವಿಚಾರಧಾರೆಯು ಮುಂದುವರೆದಂತೆ ಸ್ವಭಾವವಾಗಿ ಪರಿಣಮಿಸುತ್ತದೆ. ವಿಚಾರವನ್ನು ಮಂಡಿಸಲು, ಚರ್ಚೆಗಳಲ್ಲಿ ಪಾಲ್ಗೊಳ್ಳಲು ಮತ್ತು ಹರಟೆ ಹೊಡೆಯಲು ಒಂದು ಸಿದ್ಧಸರಕಾಗುತ್ತದೆ. ಏನು, ಹೇಗೆ ಎನ್ನುವ ಭಯವನ್ನು ನಿವಾರಿಸಿ ಆತ್ಮ ವಿಶ್ವಾಸವನ್ನು ಹೆಚ್ಚಿಸುತ್ತದೆ. ಶಬ್ದ ಭಂಡಾರವನ್ನು ಹೆಚ್ಚಿಸಿ ಭಾಷಾ ಸಂಪತ್ತನ್ನು ಮತ್ತು ಸಾಮರ್ಥ್ಯವನ್ನು ಹೆಚ್ಚಿಸುತ್ತದೆ. ಜೀವನವನ್ನು ನೋಡುವ ಒಂದು ಸಮಗ್ರ ದೃಷ್ಟಿಯನ್ನು ಸೃಷ್ಟಿಸುತ್ತದೆ. ಅವನದೇ ಆದ ಒಂದು ಪ್ರತಿಮೆಯನ್ನು ನಿರ್ಮಿಸಿ ಸಮಾಜದಲ್ಲಿ ಅವನದೇ ಆದ ಒಂದು ಸ್ಥಾನವನ್ನು ಕಲ್ಪಿಸುತ್ತದೆ.

❍

೧೦. ಪಠ್ಯಪುಸ್ತಕ ಪರಿಷ್ಕರಣೆ : ಒಂದು ಜಿಜ್ಞಾಸೆ

ಕರ್ನಾಟಕದಲ್ಲಿ ಆಗಾಗ ಪಠ್ಯಪುಸ್ತಕ ಪರಿಷ್ಕರಣೆಯಂತಹ ಗಂಭೀರವಾದ ಶೈಕ್ಷಣಿಕ ವಿಷಯವೊಂದು ವಿವಾದದ ಸುಳಿಗೆ ಸಿಕ್ಕಿರುವುದು ವಿಷಾಧನೀಯ. ಭಾಷೆ, ಇತಿಹಾಸ, ವಿಚಾರಗಳು ನೇತಾರರ ಮತ್ತು ಸಾಹಿತಿಗಳ ಚದುರಂಗದಾಟದ ದಾಳಗಳಾಗಿರುವುದು ದುಃಖಕರ ಸಂಗತಿ. ರಾಜಕಾರಣಿಗಳು ಹೀಗಾಡಿದರೆ ಅದಕ್ಕೆ ಅವರದೇ ಆದ ಕಾರಣ ಇರುತ್ತದೆ. ಆದರೆ ತಥಾಕಥಿತ ಬುದ್ಧಿಜೀವಿಗಳೇಕೆ ಹೀಗಾಡುತ್ತಾರೆ? ಡಿಕ್ಕಿ ಹೊಡೆದು ಓಡಿ ಹೋಗುವ (Hit and Run)ಕೇಸ್ ನಂತೆ, ಕೆಸರು ಎರಚಿ ಹೆಸರು ಕೆಡಿಸಿಬಿಡುವುದು, ಸತ್ಯ ಏನೆಂದು ಗೊತ್ತಾಗುವುದರೊಳಗೆ ಕಾಲು ಕಿತ್ತು ಬಿಡುವುದು ಅವರ ಜಾಯಮಾನವಾಗಿದೆ. ಬೇರೆ ಬೇರೆ ಸಂದರ್ಭಗಳಲ್ಲಿ ಹೇಳಿರುವ ವಿಷಯಗಳನ್ನು ತಮ್ಮ ಅನುಕೂಲಕ್ಕೆ ತಕ್ಕಂತೆ ಅರ್ಥೈಸುವುದು, ಮರೆಮಾಚುವುದು ಅಥವಾ ಬಳಸಿಕೊಳ್ಳುವುದು ಅವರ ಉದ್ದೇಶ. ಇದೊಂದು ರೀತಿಯಲ್ಲಿ "ಅಶ್ವತ್ಥಾಮ ಹತಕುಂಜರಃ"ದಂತಹ ಅರ್ಧ ಸತ್ಯವಾಡುವ ಪರಿ!

ಕೆಲವರು ಮಾಡುವ ಟಿಪ್ಪಣಿಗಳನ್ನು ನೋಡಿದರೆ ಅವರು ನಿಜವಾಗಿ ಪಠ್ಯವನ್ನು ಓದಿದ್ದಾರೆಯೇ? ಅಥವಾ ಬರೀ ಬೇರೆಯವರ ಹೇಳಿಕೆಗಳ ಮೇಲೆ ಪ್ರತಿಕ್ರಿಯಿಸುತ್ತಿದ್ದಾರೆಯೇ ಎಂದು ಸಂಶಯ ಬರುತ್ತದೆ. ಇಲ್ಲಿ ವಾಸ್ತವಕ್ಕಿಂತಲೂ ಭಾವಾವೇಶಕ್ಕೇ ಹೆಚ್ಚಿನ ಪ್ರಾಧಾನ್ಯತೆ ಕೊಡಲಾಗುತ್ತಿದೆ. ಊಹಾಪೋಹಗಳ ಆಧಾರದ ಮೇಲೆಯೇ ಹುಯಿಲೆಬ್ಬಿಸಿ ಪರಿಷ್ಕರಣೆಯ ವಿರುದ್ಧ ಒಂದು ವ್ಯವಸ್ಥಿತವಾದ ನಕಾರಾತ್ಮಕ ವಾತಾವರಣವನ್ನು ಸೃಷ್ಟಿಸುವ ಪ್ರಯತ್ನ ನಡೆದಿದೆ ಎನಿಸುತ್ತದೆ.

ಈ ಹಿಂದೆಯೂ ಪಠ್ಯ ಪರಿಷ್ಕರಣೆ ನಡೆದಿತ್ತು. ಆವಾಗ ಬರಗೂರು ರಾಮಚಂದ್ರಪ್ಪ ನೇತೃತ್ವದ ಸಮಿತಿ ಅವರೇ ಹೇಳಿದಂತೆ ಈ ಮೊದಲೇ ಇದ್ದ ಕುವೆಂಪು ಕುರಿತಾದ

ಒಕ್ಕಣಿಕೆಯನ್ನು ಪರಿಷ್ಕರಿಸಲಿಲ್ಲ. ಅವರು ಉಳಿಸಿಕೊಂಡಿದ್ದ ಆ ಭಾಗವನ್ನು ಹಾಗೇ ಉಳಿಸಿರುವ ರೋಹಿತ್ ಚಕ್ರತೀರ್ಥರಿಗೆ ಏಕೆ ವಿರೋಧ? ಡಾ. ಮುಡಂಬಡಿತ್ತಾಯ ಸಮಿತಿ ಕುವೆಂಪು ಅವರ ೮ ಪಾಠಗಳನ್ನು ಸೇರಿಸಿತ್ತು. ಅದರಲ್ಲಿ ೧ನ್ನು ಕೈ ಬಿಟ್ಟ ಬರಗೂರು ಸಮಿತಿಗೆ ವಿರೋಧ ಬರಲಿಲ್ಲ, ಆದರೆ ರಾಷ್ಟ್ರಕವಿಯ ೧೦ ಪಾಠಗಳನ್ನು ಸೇರಿಸಿರುವುದಕ್ಕೆ ವಿರೋಧವೇಕೆ? ಹತ್ತನೇ ತರಗತಿಗೆ ಇದ್ದ ನಾರಾಯಣ ಗುರು ಪಾಠವನ್ನು ೬ನೇ ತರಗತಿಗೆ ಹಾಕಿದರೆ ಅದು ಅಪರಾಧವೇ? ಕಯ್ಯಾರ ಕಿಞ್ಞಣ್ಣ ರೈ ಬರೆದ ದೇಶದ ಬಾವುಟದ ಬಗೆಗಿನ ಪದ್ಯವನ್ನು ೧ನೇ ತರಗತಿಯಿಂದ ತೆಗೆದು ಹಾಕಿದ್ದು, ಸಿಂಧೂ ಸಂಸ್ಕೃತಿ ಪಾಠ, ಮೊಘಲ ಆಕ್ರಮಣಕಾರರ ಭಾಗವನ್ನು ಬಿಟ್ಟಿದ್ದೂ ಇದೇ ಸಮಿತಿ. ನಾಡಪ್ರಭು ಕೆಂಪೇಗೌಡರ ಬಗ್ಗೆ ಪಾಠ ಸೇರಿಸದ, ಬ್ರಾಹ್ಮಣರ ಬಗ್ಗೆ ಅವಹೇಳನಕಾರಿಯಾಗಿ ಬರೆದ, ಹೋಮ-ಹವನ ಮಾಡಿದ್ದರಿಂದ ದೇಶ ಬಡವಾಯಿತೆಂದು ಅತಾರ್ಕಿಕವಾಗಿ ಬರೆದ, ಬರಗೂರರ ಕೆಲಸದ ಬಗೆಗೆ ಯಾರೂ ಚಕಾರವೆತ್ತಲಿಲ್ಲ. ಇದೆಲ್ಲ ಏನನ್ನು ತೋರಿಸುತ್ತದೆ? ಸ್ಥಾಪಿತ ಮನಸ್ಥಿತಿವುಳ್ಳವರು ತಮಗೆ ಆಗದ ಆಯ್ದ ವಿಚಾರಗಳನ್ನು ಮತ್ತು ವ್ಯಕ್ತಿಗಳನ್ನು ಯಾವಾಗಲೂ ವಿರೋಧಿಸುತ್ತಾರೆ. ತಮ್ಮ ಪರತಪ್ಪುಗಳ ಬಗೆಗೆ ಜಾಣ ಕುರುಡರಾಗಿದ್ದಾರೆ ಎನ್ನಬಹುದು. ತಮ್ಮ ವಿಚಾರ/ಆಚಾರಗಳನ್ನು ಸಮಾಜದ ಮೇಲೆ ಹೇರುವ, ಪೂರ್ವಾಪರ ವಿಚಾರ ಮಾಡದೇ ಹೇಳಿಕೆ ಕೊಟ್ಟು ಪ್ರಸಿದ್ಧಿ ಪಡೆಯುವ ಧಾವಂತ ಅವರಿಗೆ. ಉದ್ದೇಶವು ತಿದ್ದುವುದೇ ಅಥವಾ ಯಾರನ್ನಾದರೂ ಗುರಿ ಮಾಡಿ ಬಲಿಪಶು ಕೊಡುವುದೇ? ಏನಕೇನ ಪ್ರಕಾರೇಣ ಪರಿಷ್ಕರಣೆ ತಡೆಯುವುದು ಇವರ ಉದ್ದೇಶವಾಗಿತ್ತೇ? ಎಂಬ ಸಂಶಯ ಯಾರಿಗಾದರೂ ಕಾಡುತ್ತದೆ.

ತಮಗೆ ವೈಚಾರಿಕವಾಗಿ ವಿರುದ್ಧವಾಗಿದ್ದರೂ ದೇಶದ ಹಿತದೃಷ್ಟಿಯಿಂದ ಒಳ್ಳೆಯದನ್ನು, ಇದ್ದುದನ್ನು ಇದ್ದಂತೆ ಒಪ್ಪಿಕೊಳ್ಳುವ ಮನೋಭಾವವಿರಬೇಕು. ಅಂತಹ ಸಹಿಷ್ಣುತೆಯನ್ನು ಮೇಧಾವಿಗಳೆನಿಸಿಕೊಂಡವರು ಬೆಳೆಸಿಕೊಳ್ಳಬೇಕು. ಕೇವಲ ಪ್ರಚಾರದ ಹಿಂದೆ ಬೀಳದೇ ವಾಸ್ತವಿಕತೆಯನ್ನು ಒಪ್ಪಬೇಕು. ಎಲ್ಲವನ್ನೂ ಕಾಮಲೆ ಕಣ್ಣುಗಳಿಂದ ನೋಡುವುದನ್ನು ಬಿಡಬೇಕು. ದೇಶ ಮತ್ತು ಸಮಾಜಕ್ಕೆ ಒಳ್ಳೆಯದನ್ನು ಬಯಸುವ ವಿಚಾರವನ್ನು ಒಪ್ಪಿಕೊಳ್ಳುವ ದೊಡ್ಡತನ ತೋರಬೇಕು. ತಮ್ಮ ಸ್ವಾರ್ಥಕ್ಕಾಗಿ, ಅಸ್ತಿತ್ವಕ್ಕಾಗಿ, ಭಯ ಹುಟ್ಟಿಸುವುದಕ್ಕಾಗಿ ಏನೇನೋ ಪುಕಾರುಗಳನ್ನು, ಸುಳ್ಳು ಸುದ್ದಿಗಳನ್ನು ಹುಟ್ಟಿಸಬಾರದು. ಪೂರ್ವಾಪರಗಳನ್ನು ವಿಚಾರಿಸದೇ, ವಿಮರ್ಶಿಸದೇ ಸಮಾಜದ ಶಾಂತಿ ಕದಡುವ ಹೇಳಿಕೆ ಕೊಡಬಾರದು. ತಪ್ಪು/ಅನ್ಯಾಯ ಯಾರೇ ಮಾಡಿದರೂ ಎತ್ತಿತೋರಿಸಬೇಕು. ಅದನ್ನು ಸರಿಪಡಿಸುವ ಚಿಕಿತ್ಸಕ ಬುದ್ಧಿ ಇರಬೇಕು. ಆದರೆ ತಮಗೆ

ಬೇಕಾದವರು ಏನು ಮಾಡಿದರೂ ಸರಿ, ಬೇರೆಯವರು ಏನು ಮಾಡಿದರೂ ತಪ್ಪು ಎನ್ನುವ ರೀತಿ ಸರಿಯಲ್ಲ. ಅಂತವರು ಬುದ್ಧಿಜೀವಿಗಳಲ್ಲ, ಅವಕಾಶವಾದಿಗಳು. ತಮ್ಮವರು ತಪ್ಪು, ಅನ್ಯಾಯ ಮಾಡಿದಾಗ ದಿವ್ಯಮೌನ ವಹಿಸುವುದು ಯಾವ ಬುದ್ಧಿವಂತಿಕೆ? ಬುದ್ಧಿಜೀವಿಗಳು ಸತ್ಯ ಮತ್ತು ನ್ಯಾಯದ ಪಕ್ಷಪಾತಿಗಳಾಗಬೇಕಲ್ಲವೇ?

ಬರಗೂರು ಅವರು ಕುವೆಂಪು ಅವರ ಬಗೆಗಿರುವ ಬರವಣಿಗೆಯನ್ನು ತಮಗಿಂತ ಮೊದಲಿನ ಸಮಿತಿಯವರು ಸೇರಿಸಿದ್ದು ಎಂದು ಅನ್ನುತ್ತಾರೆ. ಹಾಗಾದರೆ ಇವರು ಅದನ್ನು ಪರಿಷ್ಕರಣೆ ಮಾಡಬಹುದಾಗಿತ್ತಲ್ಲ. ತಾವು ಪರಿಷ್ಕರಣೆ ಮಾಡದಿರುವುದು ಪ್ರಮಾದವಲ್ಲವೇ? ತಾವು ಪರಿಷ್ಕರಿಸದೇ ಇನ್ನೊಬ್ಬರ ತಲೆಗೆ ತಪ್ಪನ್ನು ಕಟ್ಟುವುದು, ಉಳಿದವರು ಅವರನ್ನು ವಿರೋಧಿಸುವಂತೆ ಮಾಡುವುದು, ಕೂಡಲೇ ಸ್ಪಷ್ಟನೆ ಕೊಡದೇ ಸತ್ಯವನ್ನು ಮರೆಮಾಚಿ ಕುರುಡು ಜಾಣತನ ಮೆರೆಯುವುದು ಇವೆಲ್ಲ ಅದೆಂತಹ ಪ್ರಬುದ್ಧತೆಯನ್ನು ತೋರಿಸುತ್ತವೆ? ಚಕ್ರತೀರ್ಥ ಅವರು ತಪ್ಪು ಮಾಡಿದ್ದಾದರೆ ಅವರಿಗೆ ಶಿಕ್ಷೆ ಆಗುವುದಾದರೆ ಅದಕ್ಕಿಂತ ಅಕ್ಷಮ್ಯವಾದ ತಪ್ಪನ್ನು ಮಾಡಿದವರಿಗೂ ಮತ್ತು ರಾಷ್ಟ್ರಗೀತೆಯನ್ನು ಅರುಚಿ ಅಪಹಾಸ್ಯ ಮಾಡಿದವರಿಗೂ ಶಿಕ್ಷೆಯಾಗಬೇಕಲ್ಲವೇ?

ರೋಹಿತ್ ಚಕ್ರತೀರ್ಥ ಅಲ್ಲದೇ ಸರಕಾರ ಕೂಡ ಮೂರೂ ಸಮಿತಿಗಳು ಮಾಡಿದ ಪರಿಷ್ಕರಣೆಗಳನ್ನು ಅಕ್ಕಪಕ್ಕದಲ್ಲೇ ಹೋಲಿಕೆ ರೂಪದಲ್ಲಿ ಪ್ರಕಟಿಸಿ ಸ್ಪಷ್ಟೀಕರಣ ಕೊಟ್ಟಿದೆ. ಇದರಿಂದ ಪ್ರಮಾದಗಳು ಯಾರ ಕಾಲದಲ್ಲಿ ಆಗಿದ್ದು ಅನ್ನುವುದು ಸ್ಪಷ್ಟವಾಗಿದೆ. ಭಗತ್ ಸಿಂಗ್, ನಾರಾಯಣ ಗುರು ವಿಚಾರಗಳನ್ನು ಪಠ್ಯದಿಂದ ಕೈ ಬಿಟ್ಟಿಲ್ಲ. ಆರ್.ಎಸ್.ಎಸ್ ವಿಚಾರ ಹಾಕಿಲ್ಲ. ಆದರೆ ಹೆಡಗೆವಾರ್ ಅವರು ರಾಷ್ಟ್ರಭಕ್ತಿ ಬಗ್ಗೆ ಮತ್ತು ಚಕ್ರವರ್ತಿ ಸೂಲಿಬೆಲೆ ಕ್ರಾಂತಿಕಾರಿಗಳ ಬಗ್ಗೆ ಬರೆದ ಬರಹಗಳನ್ನು ಸೇರಿಸಲಾಗಿದೆ ಎಂದು ಸ್ವತಃ ಆಗಾಗ ಶಿಕ್ಷಣ ಮಂತ್ರಿಗಳಾದ ಶ್ರೀ ನಾಗೇಶ ಅವರು ದಾಖಲೆ ಸಮೇತವಾಗಿ ಸ್ಪಷ್ಟಪಡಿಸಿದ್ದಾರೆ. ಆದಾಗ್ಯೂ ಅವರ ಮನೆಯ ಮೇಲೆ ದಾಳಿ ಮಾಡಲಾಯಿತು. ವಿವಾದವನ್ನು ಬೆಳೆಸಿಕೊಂಡು ಹೋಗುವುದರ ಹಿಂದಿರುವ ಉದ್ದೇಶವೇನು? ಈ ಪ್ರತಿಭಟನೆಗಳ ವಿನ್ಯಾಸಕರು ಯಾರು? ಪ್ರತಿಭಟನೆ ನಡೆಸುವವರ ಹಿಂದಿರುವ ಸಂಘಟನೆಗಳಾವುವು? ಸುಳ್ಳನ್ನು ನೂರು ಸಲ ನೂರು ಜನ ಹೇಳಿದರೆ ಅದು ಸತ್ಯವಾಗುವುದೇ? ರಾಷ್ಟ್ರವಾದಿಗಳ ಪಾಠಕ್ಕೆ ಅವಕಾಶವಿರಬಾರದೆ? ಹಳೆಯ ಪಠ್ಯವನ್ನೇ ಮುಂದುವರಿಸಬೇಕೆನ್ನುವ ವಾದದಲ್ಲಿ ಹುರುಳಿಲ್ಲ. ಶಿಕ್ಷಣ ನಿಂತ ನೀರಾಗಬಾರದು, ಹಾಗಂತೆ ಸುಮಸಮ್ನೆ ವಿಷಯಗಳನ್ನು ತಿರುಚಬಾರದು. ತಮ್ಮ ಲೇಖನ/ಪದ್ಯಗಳನ್ನು ಹಿಂಪಡೆಯುವುದಾಗಿ ಹೇಳಿರುವವರ ಬೆರಳೆಣಿಕೆ ಸಂಖ್ಯೆಯೇ ಸರಕಾರ ಮತ್ತು ಪರಿಸ್ಕರಣೆ ಸಮಿತಿ ನಿಸ್ಪಕ್ಷಪಾತವಾಗಿ ಕೆಲಸ ಮಾಡಿರುವುದಕ್ಕೆ ಪ್ರತ್ಯಕ್ಷ ಸಾಕ್ಷಿಯಾಗಿದೆ.

ರೋಹಿತ್ ಚಕ್ರವರ್ತಿ ಒಬ್ಬ ಪ್ರಾಧ್ಯಾಪಕ, ಕನ್ನಡ ಕಾವ್ಯವನ್ನು ಓದಿಕೊಂಡವರು. ವಾಟ್ಸಾಪ್ ಮೂಲಕ ಬಂದ ವಿರೂಪಗೊಂಡ ಕುವೆಂಪು ಅವರ ನಾಡಗೀತೆಯನ್ನು ತಾವು ಬರೀ ಶೇರ್ ಮಾಡಿದ್ದು ಹೊರತು ಅದನ್ನು ವಿಕಾರಗೊಳಿಸಿದ್ದಲ್ಲವೆಂದು ಹೇಳಿದ್ದಾರೆ. ಆ ಕುರಿತು ಪೋಲಿಸ್ ತನಿಖೆ ಕೂಡ ನಡೆದು ಆರೋಪದಲ್ಲಿ ಸತ್ಯಾಂಶವಿಲ್ಲವೆಂದು ತಿಳಿಸಿದ್ದಾರೆ. ಈಗ ಅದನ್ನೇ ಪುನಃ ಕೆದಕಿ ತಗೆದು ವಿವಾದವನ್ನು ಸೃಷ್ಟಿಸಲಾಗುತ್ತಿದೆ. ಪಠ್ಯದಲ್ಲಿ ತಮ್ಮ ಬರಹಗಳನ್ನು ಸೇರಿಸಲು ದುಂಬಾಲು ಬೀಳುವವರು ಈಗ ಬೇಡವೆಂದು ಹಿಂದೆಗೆಯುತ್ತಿದ್ದಾರೆ. ತಮಗೆ ಬೇಕಾದಾಗ ಸೇರಿಸಿ ಎಂದು ಈಗ ಯಾರದೋ ಒತ್ತಾಸೆಗೆ ಕಟ್ಟುಬಿದ್ದು ಬೇಡವೆಂದರೆ ಹೇಗೆ? ಪುಸ್ತಕ ಮುದ್ರಿಸಿ ಮಕ್ಕಳಿಗೆ ಹಂಚುವ ಹೊತ್ತಿನಲ್ಲೇಕೆ ತಗಾದ? ಪುನಃ ಮುದ್ರಿಸುವುದರಿಂದ ತೆರಿಗೆದಾರರ ಹಣ ಪೋಲಾಗುವುದಿಲ್ಲವೇ?

ಖ್ಯಾತ ಸಾಹಿತಿ, ಸಂಶೋಧಕರಾದ ಶ್ರೀ ಎಸ್. ಎಲ್. ಭೈರಪ್ಪ ಅವರು ಹೇಳಿದಂತೆ "ಸತ್ಯಬೇಕು, ಸಿದ್ಧಾಂತವಲ್ಲ" ಅನ್ನುವುದನ್ನಾದರೂ ಪಾಲಿಸಬೇಕು. ಪಠ್ಯದ ಮೂಲಕ ನೈಜ ಇತಿಹಾಸದ ಅನಾವರಣವಾಗಬೇಕು. ಸ್ವಾತಂತ್ರ್ಯದ ನಂತರ ಸುಳ್ಳು ಇತಿಹಾಸವನ್ನು ಬೋಧಿಸಲಾಗಿದೆ. ಸತ್ಯದ ಪ್ರತಿಪಾದಕರನ್ನು ಪರಿಷ್ಕರಣೆಯಿಂದ ದೂರವಿಡಲಾಗಿದೆ. ಆಯ್ದ ಭಾಗಗಳನ್ನು ಮಾತ್ರ ವೈಭವೀಕರಿಸಲಾಗಿದೆ. ಪರಿಷ್ಕರಣೆಯನ್ನು ವಿರೋಧಿಸಿ ಪ್ರಶಸ್ತಿಗಳನ್ನು ಹಿಂತಿರುಗಿಸುವವರು ತಮ್ಮ ವಾದವನ್ನೇ ಒಪ್ಪಿಕೊಳ್ಳಬೇಕೆನ್ನುವ ಒತ್ತಡ ಹೇರುತ್ತಿದ್ದಾರೆ. ಪಠ್ಯ ಪರಿಷ್ಕರಣೆಯನ್ನು ಕೇಸರೀಕರಣವೆಂದು ಜರಿಯುತ್ತಾರೆ. ಇದು ಕೇಸರಿಕರಣವಾದರೆ ಈ ಮೊದಲಾದದ್ದು ಕೆಂಪೀಕರಣವೇ? ವಿಚಾರವಾದಿಗಳು, ಬುದ್ಧಿಜೀವಿಗಳು ಮುಕ್ತ ಮನಸಿನವರಾಗಿರಬೇಕು. ತಮಗೆ ಪ್ರಿಯವಾಗಿರದಿದ್ದರೂ ಸತ್ಯವನ್ನು ಒಪ್ಪಿಕೊಳ್ಳುವ ಧೈರ್ಯವಿರಬೇಕು. ದೇಶ, ಸತ್ಯ, ನ್ಯಾಯಗಳು ಮುಖ್ಯವೇ ಹೊರತು, ವ್ಯಕ್ತಿ, ಸಂಘಟನೆಗಳಲ್ಲ. ಇಂತಹ ನಡವಳಿಕೆ, ಸ್ವಭಾವಗಳಿಗೆ ಕಾರಣ ಮತ್ತು ಪರಿಹಾರಗಳನ್ನು ಈ ರೀತಿ ಪಟ್ಟಿ ಮಾಡಬಹುದು:

ಕಾರಣಗಳು:

- ಯಾವುದೇ ಒಂದು ನಿರ್ದಿಷ್ಟ ಧರ್ಮ, ಸಿದ್ಧಾಂತ ಅಥವಾ ಜನಾಂಗವನ್ನು ಸಂತುಷ್ಟಗೊಳಿಸುವ ಕಾರ್ಯದಲ್ಲಿ ತೊಡಗಿರುವುದು.
- ಏನಕೇನ ಕಾರಣೇನ ತಮ್ಮನ್ನು ತಾವು ಸಮರ್ಥಿಸಿಕೊಳ್ಳುವುದು.
- ಇತಿಹಾಸವನ್ನು ತಮ್ಮ ಅನುಕೂಲಕ್ಕೆ ತಕ್ಕಂತೆ ತಿರುಚುವುದು, ಬಳಸಿಕೊಳ್ಳುವುದು.

- ತಮಗೆ ಬೇಕಾದವರ ಮನಸ್ಸಿಗೆ ನೋವಾಗಬಾರದೆಂದು ಸತ್ಯವನ್ನು ಮಾರೆಮಾಚುವುದು.
- ಇನ್ಯಾರಿಗೋ ಖುಷಿಯಾಗಲೆಂದು ಸುಳ್ಳನ್ನು ಪದೇ ಪದೇ ಹೇಳುವುದು.

ಪರಿಹಾರ:

- ಎಲ್ಲರೂ ತಮ್ಮ ಸಿದ್ಧಾಂತ, ಪಕ್ಷ, ಧರ್ಮಕ್ಕಿಂತ ರಾಷ್ಟ್ರ ಮಿಗಿಲಾದುದೆಂದು ನಂಬುವುದು.
- ಕಹಿಯಾಗಿದ್ದರೂ ನೈಜ ಇತಿಹಾಸವನ್ನು ಮರೆಮಾಚದೇ ಸತ್ಯವನ್ನೇ ಹೇಳುವುದು. ಅದರಿಂದ ಪಾಠ ಕಲಿಯುವುದು. ತಮ್ಮದೇ ಸರಿಯೆಂದು ಹಟಮಾಡದೇ ತಮ್ಮ ಮನಸ್ಸಿಗೆ, ವಿಚಾರಕ್ಕೆ ವಿರುದ್ಧವಾಗಿದ್ದರೂ ಸತ್ಯವನ್ನು ಒಪ್ಪುವುದು.
- ವಿದೇಶಿಯರು ತಮ್ಮ ದೃಷ್ಟಿಯಿಂದ ನೋಡಿ ಬರೆದ ಇತಿಹಾಸವನ್ನು ತಿರಸ್ಕರಿಸುವುದು. ಏಕೆಂದರೆ ವಿದೇಶಿಯರು ಈ ದೇಶದ ಧಾರ್ಮಿಕ, ಸಾಮಾಜಿಕ ಮತ್ತು ಪಾರಂಪರಿಕ ಸಂಕೀರ್ಣತೆಯನ್ನು ಅರ್ಥಮಾಡಿಕೊಳ್ಳುವುದು ಕಷ್ಟ ಸಾಧ್ಯ. ಹೀಗಾಗಿ ಭಾರತೀಯರು ತಲೆತಲಾಂತರಗಳಿಂದ ನಂಬಿಕೊಂಡು ಬಂದ ವಿಚಾರ, ನ್ಯಾಯ ನಿಷ್ಠುರತೆ, ಧರ್ಮಾಚರಣೆಗಳು ಅವರಿಗೆ ಹಾಸ್ಯಾಸ್ಪದವೆನಿಸಬಹುದು. ಏಕೆಂದರೆ ಅವರಿಗೆ ಯುದ್ಧ ಮತ್ತು ಪ್ರೇಮದಲ್ಲಿ ಏನು ಮಾಡಿದರೂ ಸರಿಯೇ! ವಿದೇಶಿಯರು ತಾವೆಂದರೆ ಶ್ರೇಷ್ಠ, ಭಾರತೀಯರೆಂದರೆ ಕನಿಷ್ಠರೆನ್ನುವ ಪೂರ್ವಾಗ್ರಹ ಪೀಡಿತರಾಗಿ ಭಾರತದ ಇತಿಹಾಸವನ್ನು ಬರೆದಿರುವುದನ್ನು ಅರಿತುಕೊಳ್ಳಬೇಕು. ಇತಿಹಾಸವನ್ನು ಇತಿಹಾಸವಾಗಿಯೇ ಓದಬೇಕು.
- ಸ್ವದೇಶಿಯರು ಈ ಭೂಮಿಯ ಸೊಗಡಿನಿಂದ ಕೂಡಿದ, ಭಾರತೀಯ ದೃಷ್ಟಿಕೋನದಿಂದ ಬರೆದ ಇತಿಹಾಸವನ್ನು ಒಪ್ಪಿಕೊಳ್ಳಬೇಕು.
- ತಾನಾಡುವ ಮಾತು, ಬರೆಯುವ ಬರಹ, ನಡೆಯುವ ದಾರಿ ವಿಶ್ವಾಸಾರ್ಹವಾಗಿರಬೇಕು. ವಾಸ್ತವಿಕತೆಯ ನೆಲಗಟ್ಟಿನ ಮೇಲೆ ನಿಂತಿರಬೇಕು. ಪಕ್ಷಪಾತದಿಂದ ಕೂಡಿರಬಾರದು. ಯಾವುದೇ ತರಹದ ಪೂರ್ವಾಗ್ರಹ ಪೀಡಿತವಾಗದೇ ವಿರೋಧಿಗಳು ಕೂಡ ಒಪ್ಪುವಂತೆ ಹಾಗೂ ಮೆಚ್ಚುವಂತೆ ವಾಸ್ತವಿಕವಾಗಿ ಇರಬೇಕು.
- ವ್ಯಕ್ತಿ, ಸಂಘಟನೆ, ಘಟನೆ ಮತ್ತು ವ್ಯವಹಾರಗಳನ್ನು ಪ್ರತ್ಯಕ್ಷ ಕಂಡರೂ ಪರೀಕ್ಷಿಸಿ ನೋಡಬೇಕು. ಸಮಯ, ಸಂದರ್ಭಗಳ ಹಿನ್ನಲೆಯಲ್ಲಿ ವಿಶ್ಲೇಷಿಸಬೇಕು.

- ಪಠ್ಯರಚನೆ, ಪರಿಷ್ಕರಣೆ ಮತ್ತು ಮರು ಪರಿಷ್ಕರಣೆಯಲ್ಲಿ ಶಿಕ್ಷಣ ತಜ್ಞರು, ಭಾಷಾ ಮತ್ತು ಇತಿಹಾಸಜ್ಞರು, ಸಾಮಾಜಿಕ ಪ್ರಾಜ್ಞರು ಮತ್ತು ಮನೋವಿಜ್ಞಾನಿಗಳು, ಚಿಂತಕರು ಪಾಲ್ಗೊಳ್ಳಬೇಕು. ಪಾಠವನ್ನು ಮಾಡುವ ಪರಿಣಾಮಕಾರಿ ವಿಧಾನಗಳನ್ನೂ ಸೂಚಿಸಬೇಕು.

ಬರೀ ವಿರೋಧಕ್ಕಾಗಿಯೇ ವಿರೋಧ ಮಾಡುವುದರಿಂದ ವ್ಯಕ್ತಿಯ ವಿಶ್ವಾಸಾರ್ಹತೆ ಕಡಿಮೆಯಾಗುತ್ತದೆ. ವಿರೋಧಿಗಳೂ ಮಾಡುವ ಸರಿಯಾದ ಕೆಲಸವನ್ನು ಒಪ್ಪಿಕೊಳ್ಳುವ, ಮೆಚ್ಚಿಗೆ ಸೂಸುವ ಔದಾರ್ಯವನ್ನು ಬೆಳೆಸಿಕೊಳ್ಳಬೇಕು. ಜಾತಿ-ಮತ, ಸಿದ್ಧಾಂತಗಳಾಚೆ ನಿಂತು ದೇಶದ ನೈಜ ಇತಿಹಾಸ, ಪರಂಪರೆ, ಸಂಸ್ಕೃತಿಯನ್ನು ನೋಡುವಂತಾಗಬೇಕು. ಕೆಟ್ಟದ್ದನ್ನು, ಯಾರೇ ಹೇಳಿದರೂ ತಿರಸ್ಕರಿಸುವ ಒಳ್ಳೆಯದನ್ನು ವಿರೋಧಿಗಳೇ ಹೇಳಿದರೂ ಒಪ್ಪುವ ವಿಶಾಲ ಹೃದಯ, ವಸ್ತುನಿಷ್ಠ ಸ್ವಭಾವವನ್ನು ಬೆಳೆಸಿಕೊಳ್ಳಬೇಕು ಸಮಾಜ, ದೇಶ ಮತ್ತು ಮಾನವೀಯತೆಗೆ ಮೊದಲ ಪ್ರಾಶಸ್ತ್ಯವಿರಬೇಕು. ಈ ನೈತಿಕತೆಯನ್ನು ನಾಯಕರಾದವರು, ಮೇಧಾವಿಗಳು ಮತ್ತು ಬುದ್ಧಿವಂತರೆನಿಸಿ ಕೊಂಡವರು ಪ್ರದರ್ಶಿಸಬೇಕು. ಆಗ ಮಾತ್ರ ಅವರ ವಾದಕ್ಕೆ, ಮಾತಿಗೆ ಎಲ್ಲರೂ ಒಪ್ಪಿಕೊಳ್ಳುವ ಬೆಲೆ ಬರುತ್ತದೆ.

ಮತ್ತೊಬ್ಬರ ವಾದವನ್ನು ಸಹನೆಯಿಂದ ಪೂರ್ಣವಾಗಿ ಕೇಳಿಸಿಕೊಳ್ಳಬೇಕು. ಮಧ್ಯದಲ್ಲಿ ಪ್ರವೇಶಿಸಿ ಅವರ ಮಾತನ್ನು ತುಂಡರಿಸುವ, ಅವರ ಮಾತು ಇತರರಿಗೆ ಕೇಳದಂತೆ ಧ್ವನಿ ಏರಿಸಿ ಮಾತನಾಡುವ ವಾಮಮಾರ್ಗಗಳನ್ನು ಬಿಡಬೇಕು. ಚರ್ಚೆ ಏಕಮುಖವಾಗಬಾರದು. ಮುಕ್ತ ಮನಸ್ಸಿನಿಂದ ಪ್ರತಿಯೊಬ್ಬರ ವಾದಕ್ಕೂ ಪ್ರಾಂಜಲ ಮನಸ್ಸಿನಿಂದ ಸ್ಪಂದಿಸುವ ಆರೋಗ್ಯಕರ ಚರ್ಚಾ ವಾತಾವರಣವನ್ನು ನಿರ್ಮಿಸಬೇಕು, ಆವಾಗ ಮಾತ್ರ ಎಲ್ಲ ವಾದಗಳ ಸುಳಿಯಲ್ಲಿ ಪ್ರಾಮಾಣಿಕವಾದ ಮತ್ತು ವಸ್ತು ನಿಷ್ಠವಾದ ವೈಚಾರಿಕ ಮಂಥನ ನಡೆಯುತ್ತದೆ. ಪ್ರಾರಂಭದಲ್ಲಿ ವಿಷ ಉದ್ಭವಿಸಿದರೂ ಸ್ವಲ್ಪ ತಡವಾಗಿಯಾದರೂ ಅಮೃತ ಹೊರಹೊಮ್ಮುತ್ತದೆ. ಅಲ್ಲಿಯವರೆಗೆ ಕಾಯುವ ತಾಳ್ಮೆ ಎಲ್ಲರಿಗೂ ಇರಬೇಕು. ಅಷ್ಟಾಗ್ಯೂ ಎಲ್ಲ ಸಿದ್ಧಾಂತಗಳ, ಧರ್ಮಗಳ, ಚಿಂತಕರ ಅಂತಿಮಗುರಿ ಆತ್ಮಸಾಕ್ಷಾತ್ಕಾರ ಮತ್ತು ಎಲ್ಲ ಬಂಧನಗಳಿಂದ ಮುಕ್ತಿ ಪಡೆಯುವುದೇ ಅಲ್ಲವೇ?

೧೧. ಸಾಹಿತಿಗಳೆಲ್ಲ ಶಿಕ್ಷಣ ತಜ್ಞರಲ್ಲ ಶಿಕ್ಷಣ ತಜ್ಞರೆಲ್ಲ ಸಾಹಿತಿಗಳಲ್ಲ

ಕರ್ನಾಟಕ ರಾಜ್ಯದ ಪ್ರಾಥಮಿಕ ಶಿಕ್ಷಣದ ಪಠ್ಯಪುಸ್ತಕಗಳ ಪರ-ವಿರೋಧ ವಾದಗಳ ಮಧ್ಯೆ ವಿದ್ಯಾರ್ಥಿ ಬಡವಾಗಿದ್ದಾನೆ.

ಶಿಕ್ಷಣದ ಮೂಲ ಆಶಯವೇನು? ಸರ್ವಾಂಗೀಣ ವ್ಯಕ್ತಿ ವಿಕಾಸ, ಜ್ಞಾನಾರ್ಜನೆ, ಜೀವನ ಕೌಶಲಗಳನ್ನು ಕಲಿಯುವುದು. ವೈಯಕ್ತಿಕ ಮತ್ತು ಸಾಮೂಹಿಕ ಜೀವನ, ವೃತ್ತಿ ಜೀವನ ಸಂಬಂಧಿಸಿದಂತೆ ವಿದ್ಯಾರ್ಥಿಗಳಿಗೆ ಸ್ಫೂರ್ತಿದಾಯಕ ಪಠ್ಯಕ್ರಮವನ್ನು ರೂಪಿಸಬೇಕಾದುದು ಪ್ರತಿಯೊಂದು ಸರ್ಕಾರದ ಆದ್ಯ ಕರ್ತವ್ಯವಾಗಿರುತ್ತದೆ. ಒಂದು ದೇಶದ ಭವಿತವ್ಯ ಆ ದೇಶದ ಯುವಕರು ವಿದ್ಯಾರ್ಥಿಗಳ ಮೇಲೆ ಅವಲಂಭಿಸಿರುತ್ತದೆ. ಈ ದಿಶೆಯಲ್ಲೇ ಪ್ರತಿಯೊಬ್ಬ ವ್ಯಕ್ತಿಯ ಭವಿಷ್ಯ ನಿರೂಪಿಸಲ್ಪಡುತ್ತದೆ. ಆದ್ದರಿಂದ ಒಂದು ದೇಶದ ಅಭಿವೃದ್ಧಿ, ಪ್ರತಿಮೆ, ಪ್ರಸ್ತುತತೆ ಮತ್ತು ಜಾಗತಿಕ ನಾಯಕತ್ವಗಳಿಗೆ ಸುಶಿಕ್ಷಣವೇ ಭದ್ರ ಬುನಾದಿಯಾಗಿರುತ್ತದೆ.

ಪಠ್ಯವಸ್ತು, ವಿಷಯ, ಪುಸ್ತಕ ರಚನೆ ಮತ್ತು ಪರಿಷ್ಕರಣೆಗಳು ಅಷ್ಟು ಸುಲಭವಲ್ಲ. ರಾಷ್ಟ್ರ ನಿರ್ಮಾಣ/ಪುನರ್ ನಿರ್ಮಾಣದ ಕಾರ್ಯಕ್ಕೆ ಭದ್ರ ಬುನಾದಿಯಾಗಬಲ್ಲ ಮಹಾ ಕೈಂಕರ್ಯವದು. ಆದ್ದರಿಂದ ಪಠ್ಯ ರಚನಾ ಸಮಿತಿಯ ಸದಸ್ಯರನ್ನು ನೇಮಿಸುವಾಗ ಪಾರದರ್ಶಕವಾಗಿರಬೇಕು. ಅವರಿಗೆ ಇರಬೇಕಾದ ಗುಣ ವಿಶಿಷ್ಟಗಳು ಸ್ಪಷ್ಟವಾಗಿ ಎಲ್ಲರೂ ಒಪ್ಪಿಕೊಳ್ಳುವಂತಿರಬೇಕು. ಅವರುಗಳು ಎಲ್ಲ ಧರ್ಮ, ಮತ, ಸಂಪ್ರದಾಯಗಳನ್ನು ಸಮಾನ ಗೌರವದಿಂದ ಕಾಣುತ್ತಿರಬೇಕು. ಸ್ವಧರ್ಮ, ನಿಷ್ಠೆ ಇದ್ದರೂ ಪರಧರ್ಮ ಸಹಿಷ್ಣುತೆ ಇರಬೇಕು. ಪ್ರಾದೇಶಿಕ, ಆರ್ಥಿಕ, ಲಿಂಗ ಮತ್ತು ಭಾಷಾ ಸಮಾನತೆಗಳನ್ನು ಪಾಲಿಸಬೇಕು. ಸಮಿತಿಯಲ್ಲಿ ಸಮಾಜದ ಎಲ್ಲ ಧರ್ಮ, ಪ್ರದೇಶ, ಲಿಂಗ ಮತ್ತು ಸ್ಥರಗಳ ಪ್ರಾತಿನಿಧ್ಯವಿರಬೇಕು. ಆಯಾ ವಿಷಯ, ಕ್ಷೇತ್ರಗಳಲ್ಲಿ ನುರಿತ, ಅನುಭವವಿಗಳು ಇರಬೇಕು. ಸದಸ್ಯರು ಮೆಚ್ಚಿಕೊಂಡಿರುವ ಮತ್ತು ನೆಚ್ಚಿಕೊಂಡಿರುವ ವ್ಯಕ್ತಿ, ವಿಚಾರ,

ವಿಷಯಗಳು ಹೆಚ್ಚು ವೈಭವೀಕರಿಸಲ್ಪಡುವ ಸಂಭವವಿರುತ್ತದೆ. ಇದರಿಂದ ಉಳಿದವರಿಗೆ ಇರಿಸು-ಮುರುಸು ಆಗುತ್ತದೆ. ಆದ್ದರಿಂದ ಸಮತೋಲನದಿಂದ ಯೋಚಿಸುವವರು ಇರಬೇಕಾಗುತ್ತದೆ.

ಎಷ್ಟೆಲ್ಲ ಜಾಗರೂಕರಾಗಿದ್ದರೂ ಕೆಲವು ತಪ್ಪುಗಳು ನುಸುಳುವ ಸಾಧ್ಯತೆ ಇರುತ್ತದೆ. ಅವು ಸ್ವಾಭಾವಿಕವಾಗಿಯೂ ಇರಬಹುದು ಅಥವಾ ಉದ್ದೇಶ ಪೂರಿತವೂ ಇರಬಹುದು. ಕಣ್ ತಪ್ಪಿನಿಂದಾದ ದೋಷಗಳನ್ನು ಕ್ಷಮಿಸಬಹುದಾದರೂ ದುರುದ್ದೇಶ ಪೂರಿತವಾದವುಗಳು ಅಕ್ಷಮ್ಯವಾದವುಗಳು. ಅಂತಹ ಸಂದರ್ಭಗಳಲ್ಲಿ ಸಮಾಜದಲ್ಲಿ ಅಸಂತುಷ್ಟಿ ಉಂಟಾಗುತ್ತದೆ. ಅಸಮಾನತೆ ಕಾಡುತ್ತದೆ. ಆಕ್ಷೇಪಣೆ, ವಿಶ್ಲೇಷಣೆ, ಟೀಕೆ, ಟಿಪ್ಪಣೆಗಳು ವ್ಯಕ್ತವಾಗುತ್ತವೆ. ಅಂತಹ ಸಂದರ್ಭಗಳಲ್ಲಿ ಸಾವಧಾನದಿಂದ ಪರಿಷ್ಕರಣೆ ಮಾಡಲು ಅವಕಾಶವಿರಬೇಕು. ಈ ಪರಿಷ್ಕರಣೆ ಮಾಡಲು ಅರ್ಹರಾದ ಅನುಭವಿ ವಿಷಯ ಪರಿಣಿತರು ಬೇಕು.

ನಮ್ಮ ದೇಶದಲ್ಲಿ ಸಾವಿರಾರು ದಾರ್ಶನಿಕರು, ಸಮಾಜ ಸುಧಾರಕರು, ರಾಜಕೀಯ ಮೇಧಾವಿಗಳು, ವಿಜ್ಞಾನಿಗಳು ಆಗಿ ಹೋಗಿದ್ದಾರೆ. ಎಲ್ಲರ ಚರಿತ್ರೆಯನ್ನು ಪಠ್ಯದಲ್ಲಿ ಹಾಕಲು ಸ್ಥಳಾವಕಾಶ ಆಗುವುದಿಲ್ಲ. ಕೆಲವೊಂದನ್ನು ಸಾಂಕೇತಿಕವಾಗಿ, ಕೆಲವೊಂದನ್ನು ಪ್ರಾತಿನಿಧಿಕವಾಗಿ ಹಾಕಬಹುದಷ್ಟೇ. ಉಳಿದವರನ್ನು ಉದಾಹರಿಸಬಹುದು. ಈ ಇತಿಮಿತಿಯನ್ನು ಪ್ರತಿಭಟನೆಕಾರರು ತಿಳಿದಿರಬೇಕು. ಈ ವಿಷಯವನ್ನು ವೈಯಕ್ತಿಕವಾಗಿ, ಧಾರ್ಮಿಕವಾಗಿ ಮತ್ತು ಪ್ರಾದೇಶಿಕವಾಗಿ ತಗೆದುಕೊಳ್ಳದೇ ರಾಷ್ಟ್ರ ಹಿತದ ಹಿನ್ನಲೆಯಲ್ಲಿ ಪರಿಗಣಿಸಬೇಕು. ವಿದ್ಯಾರ್ಥಿಗಳಿಗೆ ತಮ್ಮ ಆಯ್ಕೆಯ, ಆಸಕ್ತಿಯ ಯಾವುದನ್ನೂ ಓದುವ ಅವಕಾಶವಿರಬೇಕು. ವೈವಿಧ್ಯತೆಗೂ ಪ್ರಾಧಾನ್ಯತೆ ಸಿಗಬೇಕು.

ಶಿಕ್ಷಣದ ಮೂಲ ಉದ್ದೇಶವೇ ಹೃದಯ ವೈಶಾಲ್ಯತೆಯನ್ನು ಮತ್ತು ಮಾನವೀಯತೆಯನ್ನು ಬೆಳೆಸುವುದು, ಸರ್ವತೋಮುಖ ವಿಕಾಸವನ್ನು ಹೊಂದುವುದು ಆಗಿದೆ. ಯಾವುದೇ ಕಟ್ಟಳೆಗಳಿಲ್ಲದೇ ಮುಕ್ತವಾಗಿ ಮಂಥನ ನಡೆಸುವುದು. ಎಲ್ಲ ತರಹದ ಬಂಧನಗಳಿಂದ ಮುಕ್ತವಾಗಿಸುವುದು, ಜೀವನ ಕಲೆಯನ್ನು ಕಲಿಸುವುದು, ಜೀವನ ನಡೆಸಲು ಬೇಕಾಗುವ 'ಗಳಿಕೆ' ವಿಧಾನವನ್ನು ಕಂಡುಕೊಳ್ಳುವುದು, ಎಲ್ಲರಿಗೂಸಮಾನ ಅವಕಾಶಗಳನ್ನು ಸೃಷ್ಟಿಸುವುದು, ಜೀವನದ ಇಂದಿನ, ಮುಂದಿನ ಬೇಕು-ಬೇಡಗಳನ್ನು ತಿಳಿಯಲು ದಿಕ್ಕು ತೋರುವುದು, ನೈತಿಕ ಮೌಲ್ಯಗಳನ್ನು ಎತ್ತಿಹಿಡಿಯುವುದು, ಜ್ಞಾನಾಭಿವೃದ್ಧಿಯ ಜೊತೆಗೆ ಕಲಿಕಾನುಭವ ನೀಡುವುದು ಇವು ಆರೋಗ್ಯಕರ ಪಠ್ಯದ ಪರಿಣಾಮಗಳಾಗಿರಬೇಕು. ಕಲಿಯುವ ಪ್ರತಿ ವಿಷಯಗಳೂ ಒಂದೊಕ್ಕೊಂದು ಪೂರಕವಾಗಿರಬೇಕು. ವಿವಿಧ ವಿಷಯಗಳನ್ನು ಬಿಡಿಬಿಡಿಯಾಗಿ

ನೋಡದೇ ಅವುಗಳ ಪರಸ್ಪರಾವಲಂಬನೆಯ ಜೊತೆಗೆ ಒಂದು ಸಮಗ್ರ ದೃಷ್ಟಿಕೋನವನ್ನು ಕಟ್ಟಿಕೊಡಬೇಕು. ಬರೀ ಪುಸ್ತಕದ ಬದನೆಕಾಯಿ ಆಗದೆ ಲೋಕಜ್ಞಾನ, ಲೋಕಾನುಭವ ಕೊಡುವಂತಿರಬೇಕು. ನಿತ್ಯಜೀವನದ ಸಮಸ್ಯೆಗಳಿಗೆ ತಾವೇ ಪರಿಹಾರವನ್ನು ಕಂಡುಕೊಳ್ಳುವ ತಾರ್ಕಿಕ, ವಿಶ್ಲೇಷಣಾತ್ಮಕ ಮತ್ತು ವಿಮರ್ಶಾತ್ಮಕ ಸ್ವಭಾವವನ್ನು ಬೆಳೆಸುವಂತಿರಬೇಕು. ಸ್ವಾಧ್ಯಾಯ ಮತ್ತು ಸ್ವಂತ ಅನುಭವಗಳ ಮೂಸೆಯಿಂದ ಹೊರಬರುವ ರಚಾನಾತ್ಮಕ ಯೋಚನೆ, ಕಾರ್ಯಗಳನ್ನು ಸೃಷ್ಟಿಸುವ ಕಲೆ ಮಕ್ಕಳಿಗೆ ಕರಗತವಾಗಿರಬೇಕು. ಕಲಿಕಾರ್ಥಿಗಳ ವ್ಯಕ್ತಿತ್ವ ಶಂಕಾಕಾರದಂತೆ ಅರಳಬೇಕು. ಮೌಲ್ಯಮಾಪನವೂ ಕೂಡ ಬರೀ, ಪರೀಕ್ಷಾ ಕೇಂದ್ರಿತ, ಅಂಕ ಕೇಂದ್ರಿತವಾಗದೇ, ಜ್ಞಾನ ಕೇಂದ್ರಿತ ಮತ್ತು ಸರ್ವಾನುಭವ ಕೇಂದ್ರಿತ ಆಗಿರಬೇಕು.

ಪಠ್ಯವು ಸಿದ್ಧಾಂತಗಳ ಪ್ರಚಾರಕ್ಕಲ್ಲ, ತಮ್ಮ ಸ್ವಂತ ವಿಚಾರಗಳನ್ನು ಎಳೆಯ ಮನಸ್ಸುಗಳ ಮೇಲೆ ಹೇರಲು ಅಲ್ಲ. ಪಠ್ಯವಸ್ತು, ಪಠ್ಯವಿಷಯ, ಪುಸ್ತಕ ವಿಮರ್ಶೆಗಳು ಒಂದು ಸೌಹಾರ್ದಯುತ ವಾತಾವರಣದಲ್ಲಿ ಪೂರ್ವಾಗ್ರಹ ಪೀಡಿತವಿಲ್ಲದೇ ವಸ್ತುನಿಷ್ಟವಾಗಿ ವ್ಯಕ್ತವಾಗಬೇಕು. ಅಂತಹ ರಚನಾತ್ಮಕ ಚರ್ಚೆಗಳು ಪ್ರಜಾಸತ್ತೆಯ ಒಳ್ಳೆಯ ಲಕ್ಷಣಗಳು. ಯಾವುದೇ ಒಂದು ನಿರ್ಧಿಷ್ಟ ಧರ್ಮ, ಸಿದ್ಧಾಂತ ಅಥವಾ ಜನಾಂಗವನ್ನು ಸಂತುಷ್ಟಗೊಳಿಸುವ ಕಾರ್ಯದಲ್ಲಿ ತೊಡಗಿರುವುದು, ಇತಿಹಾಸವನ್ನು ತಿರುಚಿ ತಮ್ಮ ಅನುಕೂಲಕ್ಕೆ ತಕ್ಕಂತೆ ಬಳಸಿಕೊಳ್ಳುವುದು, ತಮಗೆ ಬೇಕಾದವರ ಮನಸ್ಸಿಗೆ ನೋವಾಗಬಾರದೆಂದು ಸತ್ಯವನ್ನು ಮಾರೆಮಾಚುವುದು, ಇನ್ಯಾರಿಗೋ ಖುಷಿಯಾಗಲೆಂದು ಸುಳ್ಳನ್ನು ಪದೇ ಪದೇ ಹೇಳುವುದು ಇತ್ಯಾದಿ ನಡವಳಿಕೆಗಳು ಅನಪೇಕ್ಷಣಿಯ.

ಎಲ್ಲರೂ ತಮ್ಮ ಸಿದ್ಧಾಂತ, ಪಕ್ಷ, ಧರ್ಮಕ್ಕಿಂತ ರಾಷ್ಟ್ರ ಮಿಗಿಲಾದುದೆಂದು ನಂಬಬೇಕು. ಕಹಿಯಾಗಿದ್ದರೂ ನೈಜ ಇತಿಹಾಸವನ್ನು ಮರೆಮಾಚದೇ ಸತ್ಯವನ್ನೇ ಹೇಳಬೇಕು. ಅದರಿಂದ ಪಾಠ ಕಲಿಯಬೇಕು. ತಮ್ಮದೇ ಸರಿಯೆಂದು ಹಟಮಾಡದೇ ತಮ್ಮ ಮನಸ್ಸಿಗೆ, ವಿಚಾರಕ್ಕೆ ವಿರುದ್ಧವಾಗಿದ್ದರೂ ಸತ್ಯವನ್ನು ಒಪ್ಪುವ ಧೈರ್ಯ ಮಾಡಬೇಕು. ದೇಶ, ಸತ್ಯ, ನ್ಯಾಯಗಳು ಮುಖ್ಯವೇ ಹೊರತು, ವ್ಯಕ್ತಿ, ಸಂಘಟನೆಗಳಲ್ಲ. ವಿದೇಶಿಯರು ತಮ್ಮ ದೃಷ್ಟಿಯಿಂದ ನೋಡಿ ಬರೆದ ಇತಿಹಾಸವನ್ನು ತಿರಸ್ಕರಿಸಬೇಕು. ಏಕೆಂದರೆ ವಿದೇಶಿಯರು ಈ ದೇಶದ ಧಾರ್ಮಿಕ, ಸಾಮಾಜಿಕ ಮತ್ತು ಪಾರಂಪರಿಕ ಸಂಕೀರ್ಣತೆಯನ್ನು ಅರ್ಥಮಾಡಿಕೊಳ್ಳುವುದು ಕಷ್ಟ ಸಾಧ್ಯ. ಹೀಗಾಗಿ ಭಾರತೀಯರು ತಲೆತಲಾಂತರಗಳಿಂದ ನಂಬಿಕೊಂಡು ಬಂದ ವಿಚಾರ, ನ್ಯಾಯ ನಿಷ್ಟುರತೆ, ಧರ್ಮಾಚರಣೆಗಳು ಅವರಿಗೆ ಹಾಸ್ಯಾಸ್ಪದವೆನಿಸಬಹುದು. ಅವರಿಗೆ ಯುದ್ಧ ಮತ್ತು

ಪ್ರೇಮದಲ್ಲಿ ಏನು ಮಾಡಿದರೂ ಸರಿಯೇ! ಏಕೆಂದರೆ ಅವರಿಗೆ ಗೆಲ್ಲುವುದೊಂದೇ ಮುಖ್ಯ. ಅದಕ್ಕೆ ಅನುಸರಿಸುವ ಮಾರ್ಗ ಯಾವುದಾದರೂ ಸರಿ. ಆದರೆ ಭಾರತೀಯ ವಿಚಾರಧಾರೆ ಹಾಗಲ್ಲ. ಗುರಿ, ಗುರು, ಮಾರ್ಗ, ವಿಚಾರ, ನಡತೆ ಎಲ್ಲವೂ ಅಷ್ಟೇ ಮುಖ್ಯ. ವಿದೇಶಿಯರು ತಾವೆಂದರೆ ಶ್ರೇಷ್ಠ, ಭಾರತೀಯರೆಂದರೆ ಕನಿಷ್ಠರೆನ್ನುವ ಪೂರ್ವಾಗ್ರಹ ಪೀಡಿತರಾಗಿ ಭಾರತದ ಇತಿಹಾಸವನ್ನು ಬರೆದಿರುವುದನ್ನು ಅರಿತುಕೊಳ್ಳಬೇಕು. ಇತಿಹಾಸವನ್ನು ಇತಿಹಾಸವಾಗೇ ಓದಬೇಕು. ಸ್ವದೇಶಿಯರು ಈ ಭೂಮಿಯ ಸೊಗಡಿನಿಂದ ಕೂಡಿದ, ಭಾರತೀಯ ದೃಷ್ಟಿಕೋನದಿಂದ ಬರೆದ ಇತಿಹಾಸವನ್ನು ಒಪ್ಪಿಕೊಳ್ಳಬೇಕು. ಐತಿಹಾಸಿಕ ಸತ್ಯಗಳನ್ನು ತಿರುಚಬಾರದು ಕಹಿಯಾಗಿದ್ದರೆ ಅದರಿಂದ ಪಾಠ ಕಲಿಯಬೇಕು. ಸಿಹಿಯಾಗಿದ್ದರೆ ಅದರಿಂದ ಸ್ಫೂರ್ತಿಯನ್ನು ಪಡೆಯಬೇಕು.

ವಿಮರ್ಶಕರು ಆಡುವ ಮಾತು, ಬರೆಯುವ ಬರಹ, ನಡೆಯುವ ದಾರಿ ವಿಶ್ವಾಸಾರ್ಹವಾಗಿರಬೇಕು. ವಾಸ್ತವಿಕತೆಯ ನೆಲಗಟ್ಟಿನ ಮೇಲೆ ನಿಂತಿರಬೇಕು. ಪಕ್ಷಪಾತದಿಂದ ಕೂಡಿರಬಾರದು. ಯಾವುದೇ ತರಹದ ಪೂರ್ವಾಗ್ರಹ ಪೀಡಿತವಾಗದೇ ವಿರೋಧಿಗಳು ಕೂಡ ಒಪ್ಪುವಂತೆ ಹಾಗೂ ಮೆಚ್ಚುವಂತೆ ವಾಸ್ತವಿಕವಾಗಿ ಇರಬೇಕು. ವ್ಯಕ್ತಿ, ಸಂಘಟನೆ, ಘಟನೆ ಮತ್ತು ವ್ಯವಹಾರಗಳನ್ನು ಪ್ರತ್ಯಕ್ಷ ಕಂಡರೂ ಪರೀಕ್ಷಿಸಿ ನೋಡಬೇಕು. ಸಮಯ, ಸಂದರ್ಭಗಳ ಹಿನ್ನಲೆಯಲ್ಲಿ ವಿಶ್ಲೇಷಿಸಬೇಕು. ಪಠ್ಯರಚನೆ, ಪರಿಷ್ಕರಣೆ ಮತ್ತು ಮರು ಪರಿಷ್ಕರಣೆಯಲ್ಲಿ ಚಿಂತಕರು, ಶಿಕ್ಷಣ ತಜ್ಞರು, ಭಾಷಾತಜ್ಞರು, ಇತಿಹಾಸಜ್ಞರು, ಸಾಮಾಜಿಕ ಪ್ರಾಜ್ಞರು ಮತ್ತು ಮನೋವಿಜ್ಞಾನಿಗಳು ಮತ್ತು ಅಂತರ್ ಶಾಸ್ತ್ರೀಯ ವಿದ್ವಾಂಸರು ಪಾಲ್ಗೊಳ್ಳಬೇಕು. ಪಾಠವನ್ನು ಮಾಡುವ ಪರಿಣಾಮಕಾರಿ ವಿಧಾನಗಳನ್ನೂ ಸೂಚಿಸಬೇಕು. ಆದರೆ ಒಂದು ಮಾತಂತು ನಿಜ. ಎಲ್ಲ ಶಿಕ್ಷಣ ತಜ್ಞರು ಸಾಹಿತಿಗಳಾಗಲು ಸಾಧ್ಯವಿಲ್ಲ ಹಾಗೆಯೇ ಎಲ್ಲಾ ಸಾಹಿತಿಗಳು ಶಿಕ್ಷಣ ತಜ್ಞರಾಗಲು ಸಾಧ್ಯವಿಲ್ಲ. ಎರಡನ್ನೂ ಮೇಳವಿಸಿದವರು ಅಪರೂಪಕೊಬ್ಬರು ಅಂತಹವರು ಕಾಣಸಿಗುತ್ತಾರೆ.

ಒಂದು ದೇಶದ ಉತ್ತಮ ಪ್ರಜೆಯಾಗಲು ಬೇಕಾಗುವ ಜೀವನಮೌಲ್ಯಗಳು, ಪರಪ್ರಶಂಸಾ ಕಲೆ, ವೈಜ್ಞಾನಿಕ ಮನೋಭಾವ, ಸೌಂದರ್ಯಾರಾಧನೆ, ರಾಷ್ಟ್ರ ಭಕ್ತಿ, ಮೌಲ್ಯ ಸಂವರ್ದನೆ, ಸಾಮರ್ಥ್ಯ ಸಂವರ್ದನೆಗಳನ್ನು ಬೆಳೆಸುವಂತಹ ಪಠ್ಯ ನಮ್ಮ ಶಿಕ್ಷಣದಲ್ಲಿ ಮೂಡಿ ಬರಬೇಕು.

○

೧೨. ಎನ್ಇಪಿ ಅನುಷ್ಠಾನ–ಕೇಂದ್ರದ ಆದ್ಯತೆ

೨೦೨೨ ರಲ್ಲಿ ದೇಶದ ಅತ್ಯಂತ ಪ್ರಾಚೀನ ನಗರಿ ವಾರಣಾಸಿಯಲ್ಲಿ ಅಖಿಲ ಭಾರತೀಯ ಶೈಕ್ಷಿಕ ಸಮಾಗಮವೊಂದು ನಡೆಯಿತು. ದೇಶದ ಎಲ್ಲ ವಿಶ್ವವಿದ್ಯಾಲಯಗಳ ಕುಲಪತಿಗಳು, ರಾಷ್ಟ್ರೀಯ ಮಹತ್ವದ ಶಿಕ್ಷಣ ಸಂಸ್ಥೆಗಳ ನಿರ್ದೇಶಕರು ಮತ್ತು ಶಿಕ್ಷಣ ತಜ್ಞರುಗಳು ಅದರಲ್ಲಿ ಪಾಲ್ಗೊಂಡಿದ್ದರು. ಈ ಸಮಾವೇಶ ಅರ್ಥಪೂರ್ಣವಾಗಿ ನಡೆದು ಶಿಕ್ಷಣ ಕ್ಷೇತ್ರದಲ್ಲಿ ಒಂದು ಆಶಾಕಿರಣ ಮೂಡಿತು. ಒಂದು ವಿಶ್ವವಿದ್ಯಾಲಯದ ಕುಲಪತಿಯಾಗಿ ನನಗೂ ಅದರಲ್ಲಿ ಪಾಲ್ಗೊಳ್ಳುವ ಅವಕಾಶ ದೊರಕಿತ್ತು. ಕೇಂದ್ರ ಸರಕಾರದ ಶಿಕ್ಷಣ ಮಂತ್ರಾಲಯ, ವಿಶ್ವವಿದ್ಯಾಲಯ ಧನಸಹಾಯ ಆಯೋಗ ಮತ್ತು ಬನಾರಸ್ ಹಿಂದೂ ವಿಶ್ವವಿದ್ಯಾಲಯಗಳು ಜಂಟಿಯಾಗಿ ಈ ಶೈಕ್ಷಣಿಕ ಹಬ್ಬವನ್ನು ಆಯೋಜಿಸಿದ್ದವು. ಕಳೆದ ಶೈಕ್ಷಣಿಕ ವರ್ಷದಿಂದ ಜಾರಿಗೊಂಡಿರುವ ರಾಷ್ಟ್ರೀಯ ಶಿಕ್ಷಣ ನೀತಿ – ೨೦೨೦ರ ಕ್ರಿಯಾನ್ವಯದ ವಿಮರ್ಶೆ ಮಾಡುವುದು ಈ ಸಮಾಗಮದ ಉದ್ದೇಶವಾಗಿತ್ತು. ಸ್ವತಃ ದೇಶದ ಪ್ರಧಾನಿಯವರೇ ಪ್ರತಿನಿಧಿಸುವ ವಾರಾಣಾಸಿಯು ಶ್ರೀ ನರೇಂದ್ರ ಮೋದಿಯವರ ಸ್ವಾಗತಕ್ಕಾಗಿ ಸಿದ್ಧವಾಗಿತ್ತು. ಆದರೆ ಆ ಭಾಗದ ಜನಪ್ರತಿನಿಧಿಯಾಗಿ ದೇಶದ ಎಲ್ಲ ದಿಕ್ಕುಗಳಿಂದ ಸಾವಿರಾರು ಸಂಖ್ಯೆಯಲ್ಲಿ ಬಂದ ಪ್ರತಿನಿಧಿಗಳನ್ನು ಅವರೇ ಆದರ ಪೂರ್ವಕವಾಗಿ ಮತ್ತು ಆತ್ಮೀಯವಾಗಿ ಸ್ವಾಗತಿಸಿದರು. ಆತಿಥ್ಯದಲ್ಲಿ ಏನಾದರೂ ವ್ಯತ್ಯಾಸವಾದರೆ ಹೊಣೆ ತಮ್ಮದೆಂದು ಹೇಳಿ ಅಲ್ಲಿರುವ ಎಲ್ಲರ ಮನಗೆದ್ದರು.

ದೇಶದ ಶಿಕ್ಷಣವೇತ್ತರನ್ನು ಉದ್ದೇಶಿಸಿ ಪ್ರಧಾನಿಯವರು ಮಾಡಿದ ಭಾಷಣವಂತೂ ಅತ್ಯದ್ಭುತವಾಗಿತ್ತು. ಶಿಕ್ಷಣದ ದೂರದೃಷ್ಟಿ ಏನಾಗಿರಬೇಕು? ಹೇಗಿರಬೇಕು? ಭಾರತೀಯ ಶಿಕ್ಷಣ ಪದ್ಧತಿ ಹೇಗಿತ್ತು? ಇತ್ಯಾದಿಗಳನ್ನು ಅವರು ಪ್ರಸ್ತಾಪಿಸಿದರು. ಇವತ್ತಿನ ಮಟ್ಟಿಗೆ ಮಾತ್ರ ಯೋಜಿಸದೇ, ೨೦–೨೫ ವರ್ಷಗಳಾಚೆಯೂ ಪ್ರಸ್ತುತವಾಗುವ ದೂರದೃಷ್ಟಿಯ

ಶಿಕ್ಷಣವನ್ನು ನಾವು ಮಕ್ಕಳಿಗೆ ಕೊಡಬೇಕು. ಅದು ಬರೀ ಸರ್ಟಿಫಿಕೇಟ್ಗಾಗಿ ಅಥವಾ ಉದ್ಯೋಗಕ್ಕಾಗಿ ಕೊಡುವ ಶಿಕ್ಷಣವಾಗಬಾರದು. ಅವರಲ್ಲಿ ಇತರರಿಗೂ ಉದ್ಯೋಗ ಕೊಡುವಂತಹ ಉದ್ಯಮಶೀಲತೆಯನ್ನು ಬೆಳೆಸಬೇಕು. ವೈಶ್ವಿಕ ಕುಟುಂಬದ ಕಲ್ಪನೆ ಕೊಡುವ, ಮಾನವೀಯತೆಯನ್ನು ಬೆಳೆಸುವ, ಉದಾರ ಹೃದಯದ ಮತ್ತು ಸೇವಾಭಾವದ ಶಿಕ್ಷಣವನ್ನು ಕೊಡಬೇಕು. ಇಂತಹ ಶಿಕ್ಷಣವನ್ನು ಪಡೆದ ಮಕ್ಕಳು ಜಾಗತಿಕ ನಾಗರಿಕರಾಗಬೇಕು. ಈ ಹಿನ್ನಲೆಯಲ್ಲಿ NEPಯ ರಚನೆಯಾಗಿದೆ. ಆದ್ದರಿಂದ ಎನ್‌ಪಿಯನ್ನು letter & spirit ನಲ್ಲಿ ಜಾರಿಗೊಳಿಸಲು ಶಿಕ್ಷಕರು ತಮ್ಮನ್ನು ಸಂಪೂರ್ಣವಾಗಿ ತೊಡಗಿಸಿಕೊಳ್ಳಬೇಕು. ಶಿಕ್ಷಣವೊಂದು ಅನಿವಾರ್ಯವಾದ ಹೊರೆಯಾಗದೇ ವ್ಯಕ್ತಿಯ ಸರ್ವಾಂಗೀಣ ಬೆಳವಣಿಗೆಗೆ ಮುದ ನೀಡುವ ಅವರ ಸಹಜ ಆಯ್ಕೆಯ ಆನಂದದಾಯಕ ಪ್ರಕ್ರಿಯೆಯಾಗಬೇಕು ಎಂದು ನುಡಿದರು.

ಉದ್ಘಾಟನೆಗೆ ಆಗಮಿಸುವ ಮೊದಲು ಪ್ರಧಾನಿ ಪುಟ್ಟ ಮಕ್ಕಳ ಕಾರ್ಯಕ್ರಮ ವೊಂದರಲ್ಲಿ ಪಾಲ್ಗೊಂಡಿದ್ದರು. ಮಕ್ಕಳ ಜೊತೆ ಬೆರೆತ ಪ್ರಧಾನಿಗಳು ಅವರೊಂದಿಗೆ ಸಂವಾದವನ್ನು ಮಾಡಿದರು. ಆಗ ಮಕ್ಕಳ ಮಧ್ಯದಿಂದ ಪ್ರಶ್ನೆಯೊಂದು ತೂರಿ ಬಂದಿತ್ತು. “ಜೀ, ಮೇರಾ ಏಕ ಪ್ರಶ್ನ ಹೈ, ಜಬ್ ಸಬ ಕುಚ್ ಗೂಗಲ್ ಮೇ ಮಿಲತಾ ಹೈ, ಹಮ್ ಕ್ಯೊಂವ್ ಸ್ಕೂಲ್ ಜಾನಾ ಚಾಹಿಯೇ? ಸ್ಕೂಲ್ ಮೇ ಕೌನ್ ಸಾ ಅಲಗ್ ವಿಷಯ ಪಡಾತೆ ಹೈ ಜೋ ನೆಟ್ ಮೆ ನಹಿ ಮಿಲತಾ ಹೈ” ಎಂಬ ಪ್ರಶ್ನೆ ಮೋದೀಜಿಯನ್ನು ತಬ್ಬಿಬ್ಬಾಗಿಸಿತ್ತು. ಅದನ್ನೇ ತಮ್ಮ ಭಾಷಣದಲ್ಲಿ ಪ್ರಸ್ತಾಪಿಸಿದ ಪ್ರಧಾನಿಗಳು ಈ ಪ್ರಶ್ನೆಗೆ ಸಮಾಗಮದಿಂದ ಉತ್ತರ ಬಯಸಿದರು. ಶಿಕ್ಷಕರಿಗೆ ಇರಬೇಕಾದ ದೂರದೃಷ್ಟಿ, ನಮ್ಮ ಕಲಿಕಾ ವಿಧಾನದಲ್ಲಿ ತರಬೇಕಾದ ಬದಲಾವಣೆ, ಕಾಲಕಾಲಕ್ಕೆ ಮಾಡಬೇಕಾದ ಪಠ್ಯದ ವಿಮರ್ಶೆ ಮತ್ತು ನವೀಕರಿಸಬೇಕಾದ ನಮ್ಮ ಜ್ಞಾನಗಳನ್ನು ಕುರಿತಂತೆ ಗಹನವಾಗಿ ಯೋಚಿಸಲು ಹಚ್ಚುವ ಪ್ರಶ್ನೆ ಇದೆಂದು ನುಡಿದರು. ಉದ್ಘಾಟನಾ ಕಾರ್ಯಕ್ರಮ ಸಂಪನ್ನಗೊಂಡ ನಂತರ ಅಲ್ಲಿಂದ ತೆರಳುವ ಮುನ್ನ ಮೋದಿಜೀ ವೇದಿಕೆಯಿಂದಿಳಿದು ನೇರವಾಗಿ ಪ್ರತಿನಿಧಿಗಳತ್ತ ನಡೆದರು. ೨-೩ ಕಡೆಯಿಂದ ಸಭಾಂಗಣದ ಮಧ್ಯದವರೆಗೂ ತೆರಳಿ ಪ್ರತಿನಿಧಿಗಳಿಗೆ ಶುಭಕೋರಿದರು. ಹಾಸ್ಯ ಚಟಾಕಿ ಹಾರಿಸಿದರು. ವಾರಣಾಸಿಯ ನಿಮ್ಮ ವಾಸ್ತವ್ಯ ಸುಖಕರವಾಗಲಿ ಮತ್ತು ಫಲಪ್ರದವಾಗಿರಲಿ ಎಂದು ಹಾರೈಸಿದರು. ಆಗಂತೂ ಪ್ರತಿನಿಧಿಗಳೆಲ್ಲ ಭಾವಪರವಶರಾದರು. ಉತ್ಸಾಹವನ್ನು ತಡೆಯಲಾಗದೇ “ಹರಹರ ಮಹಾದೇವ”, “ಭಾರತ ಮಾತ ಕೀ ಜೈ” ಘೋಷಣೆ ಮೊಳಗಿಸಿದರು.

ಕೇಂದ್ರದ ಶಿಕ್ಷಣ ಮಂತ್ರಿಗಳಾದ ಶ್ರೀ ಧರ್ಮೇಂದ್ರ ಪ್ರಧಾನ, ಉತ್ತರ ಪ್ರದೇಶದ ರಾಜ್ಯಪಾಲರಾದ ಶ್ರೀಮತಿ ಆನಂದಿ ಬೆನ್ ಪಟೇಲ, ಮುಖ್ಯಮಂತ್ರಿಗಳಾದ ಶ್ರೀ ಯೋಗಿ

ಆದಿತ್ಯನಾಥ, ರಾಜ್ಯ ಮಂತ್ರಿಗಳಾದ ಶ್ರೀಮತಿ ಅನ್ನಪೂರ್ಣದೇವಿ, ಮತ್ತು ಎನ್. ಇ. ಪಿ. ಕರಡು ಸಮಿತಿ ಅಧ್ಯಕ್ಷರಾಗಿದ್ದ ಖ್ಯಾತ ವಿಜ್ಞಾನಿ ಡಾ. ಕಸ್ತೂರಿರಂಗನ್ ಇವರೆಲ್ಲ ಭಾಗವಹಿಸಿದ್ದು ಸಮ್ಮೇಳನದ ಮಹತ್ವವನ್ನು ಹೆಚ್ಚಿಸಿತ್ತು. ಕೇಂದ್ರ ಶಿಕ್ಷಣ ಮಂತ್ರಿಗಳು ಮತ್ತು ರಾಜ್ಯಪಾಲರಂತೂ ಮೂರೂ ದಿನದ ಎಲ್ಲ ಅವಧಿಗಳಲ್ಲಿ ಪೂರ್ಣವಾಗಿ ಹಾಜರಿದ್ದರು. ಅವರು ವೇದಿಕೆ ಅಥವಾ ಮುಂದಿನ ಸಾಲಿನಲ್ಲಿ ಕುಳಿತುಕೊಳ್ಳದೇ ಪ್ರತಿನಿಧಿಗಳ ಮಧ್ಯದಲ್ಲಿ ಕುಳಿತು ಚರ್ಚೆಯ ಮುಖ್ಯಾಂಶಗಳನ್ನು ನೋಟ್ ಮಾಡಿಕೊಳ್ಳುತ್ತಿದ್ದುದು ಹಾಗೂ ಯುಜಿಸಿ ಮತ್ತು ಎಐಸಿಟಿಇ ಚೇರ್ಮನ್ರು ಸ್ವಯಂಸೇವಕರಂತೆ ಓಡಾಡಿದ್ದು ಸಮಾವೇಶಕ್ಕೆ ಗಂಭೀರತೆಯನ್ನು ತಂದಿತ್ತು. ಪ್ರಾರಂಭದಲ್ಲಿ ಉತ್ತರ ಪ್ರದೇಶದ ಮುಖ್ಯಮಂತ್ರಿ ಶ್ರೀ ಯೋಗಿ ಆದಿತ್ಯನಾಥ ಅವರ ಉದ್ಬೋಧಕ ಭಾಷಣ ಮಾಡಿದರು. ಸಮಾವೇಶದ ಕೊನೆಯಲ್ಲಿ ಸಮಾರೋಪ ಭಾಷಣ ಮಾಡಿದ ರಾಜ್ಯಪಾಲರಾದ ಶ್ರೀಮತಿ ಆನಂದಿ ಬೆನ್ ಪಟೇಲ ಅವರಂತೂ ಶಿಕ್ಷಣ ನೀತಿ, ಶಿಕ್ಷಕರ ಪಾತ್ರ, ವಿಶ್ವವಿದ್ಯಾಲಯಗಳ ಹೊಣೆ, ಪಾಲಕರ ಬೆಂಬಲ, ಸರಕಾರದ ನಿಲುವುಗಳನ್ನು ಕುರಿತು ನಿರರ್ಗಳವಾಗಿ ಉದಾಹರಣೆ ಸಮೇತ ಮಾತನಾಡಿ ಸಮಾಗಮಕ್ಕೆ ಅರ್ಥಪೂರ್ಣವಾಗಿ ಮಂಗಳ ಹೇಳಿದರು. ಕುಲಪತಿಗಳು ಪರಸ್ಪರ ಚರ್ಚಿಸಿ NEP ಯನ್ನು ಇನ್ನೂ ಹೆಚ್ಚು ಅಚ್ಚುಕಟ್ಟಾಗಿ ಜಾರಿಗೆ ತರಲು ಕರೆ ಕೊಟ್ಟರು.

ಮೂರು ದಿನಗಳವರೆಗೆ ವಿವಿಧ ಗೋಷ್ಠಿಗಳಲ್ಲಿ ಬಹುಶಿಸ್ತೀಯ ಮತ್ತು ಸಮಗ್ರ ಶಿಕ್ಷಣ; ಸಂಶೋಧನೆ, ನಾವಿನ್ಯತೆ ಮತ್ತು ಉದ್ಯಮಶೀಲತೆ; ಗುಣಮಟ್ಟದ ಶಿಕ್ಷಣಕ್ಕಾಗಿ ಆಡಳಿತ ನಿರ್ವಹಣೆ ಮತ್ತು ಶಿಕ್ಷಕರ ಸಾಮರ್ಥ್ಯವರ್ಧನೆ; ಸಮಾನತೆ ಮತ್ತು ಸರ್ವರನ್ನು ಒಳಗೊಂಡ ಶಿಕ್ಷಣ; ಭಾರತೀಯ ಭಾಷೆಗಳ ಪ್ರಸಾರ ಮತ್ತು ಭಾರತೀಯ ಜ್ಞಾನ ಪರಂಪರೆ; NEP-೨೦೨೦ ಅನುಷ್ಠಾನದ ಯಶೋಗಾಥೆಗಳು ಮತ್ತು ಉತ್ತಮ ಪ್ರಯತ್ನಗಳು; ಕೌಶಲ ಅಭಿವೃದ್ಧಿ ಮತ್ತು ಉದ್ಯೋಗಾರ್ಹತೆ; ಹಾಗೂ ಭಾರತೀಯ ಶಿಕ್ಷಣದ ವೈಶ್ವೀಕರಣ ಇವುಗಳ ಬಗೆಗೆ ಶಿಕ್ಷಣ ತಜ್ಞರ ತಂಡಗಳು ಪ್ಯಾನೆಲ್ ಚರ್ಚೆಗಳನ್ನು ನಡೆಸಿದರು.

ಸಮಾಗಮದ ಕೊನೆಯಲ್ಲಿ ಎಲ್ಲ ಉನ್ನತ ಶಿಕ್ಷಣ ಸಂಸ್ಥೆಗಳು ಭಾರತದ ಪ್ರತಿಯೊಬ್ಬ ವಿದ್ಯಾರ್ಥಿಗೂ ಗುಣಮಟ್ಟದ ಉನ್ನತ ಶಿಕ್ಷಣವನ್ನು ನೀಡುವ ತಮ್ಮ ಕಟಿಬದ್ಧತೆಯನ್ನು ಪುನರುಚ್ಚರಿಸಿದವು. ರಾಷ್ಟ್ರೀಯ ಶಿಕ್ಷಣ ನೀತಿ–೨೦೨೦ ನ್ನು ಅನುಷ್ಠಾನಕ್ಕೆ ತರುತ್ತಿರುವ ಈ ಸಂದರ್ಭದಲ್ಲಿ ತಮ್ಮ ಸಾಧನೆಗಳನ್ನು ಪಟ್ಟಿ ಮಾಡುತ್ತ ಸವಾಲುಗಳನ್ನು ಗಮನಿಸಿ ಅವುಗಳ ಪರಿಹಾರಕ್ಕೆ ಚಿಂತಿಸಿದವು. ಪ್ರತಿಯೊಬ್ಬರಿಗೂ ಶಿಕ್ಷಣ ನೀಡುವ ತಮ್ಮ ಕಾರ್ಯದ ಪ್ರಗತಿಯನ್ನು ಅವಲೋಕಿಸಿದವು. ಇನ್ನು ಮುಂದೆಯೂ ನೀತಿಯಲ್ಲಿ ಹೇಳಲಾದ

ತತ್ವಗಳ ಕುರಿತು ತಮ್ಮ ದೂರದೃಷ್ಟಿಯನ್ನು ಹಂಚಿಕೊಳ್ಳಲಿವೆ. ಬಹುಶಿಸ್ತೀಯ ಶಿಕ್ಷಣ, ಭಾರತೀಯ ಪಾರಂಪರಿಕ ಶಿಕ್ಷಣದ ಅನಾವರಣ. ಆಧುನಿಕ ತಂತ್ರಜ್ಞಾನ, ಶೈಕ್ಷಣಿಕ ಪ್ರವೇಶದ ಹರಿವನ್ನು ಹೆಚ್ಚಿಸುವುದು, ಪರಿಣಾಮಕಾರಿ ಸಂಶೋಧನೆಯನ್ನು ವೃದ್ಧಿಸುವುದು ಇತ್ಯಾದಿ ಕುರಿತಂತೆ "ಉನ್ನತ ಶಿಕ್ಷಣ ಕುರಿತ ವಾರಾಣಾಸಿ ಘೋಷಣೆ"ಯನ್ನು ಮಾಡಲಾಯಿತು. ಈ ಘೋಷಣೆಯು ಭಾರತದ ಶಿಕ್ಷಣ ನೀತಿ–೨೦೨೦ರ ಗುರಿಯನ್ನು ಸಾಧಿಸಲು ಸಹಾಯವಾಗುವ ವಿಸ್ತೃತ ದೂರದೃಷ್ಟಿ ಮತ್ತು ಪರಿಷ್ಕೃತ ಕಟಿಬದ್ಧತೆಯನ್ನು ಎತ್ತಿ ತೋರಿಸುತ್ತದೆ. ಆ ಮೂಲಕ ಜಗತ್ತಿನಲ್ಲಿ ಭಾರತದ ಶೈಕ್ಷಣಿಕ ಹೆಗ್ಗುರುತನ್ನು ಮೂಡಿಸುತ್ತದೆ.

ದೇಶಕ್ಕೆ ಸ್ವಾತಂತ್ರ್ಯ ಬಂದಾಗಿನಿಂದ ಇಲ್ಲಿಯವರೆಗಿನ ಎಲ್ಲ ಪ್ರಧಾನಿಗಳ ಕಾರ್ಯವೈಖರಿಯನ್ನು ಜನತೆ ನೋಡಿದೆ. ಬಹುಶಃ ಸ್ವಾತಂತ್ರ್ಯಾನಂತರ ಶಿಕ್ಷಣದ ಬಗೆಗೆ ಇಷ್ಟೊಂದು ಗಂಭೀರವಾಗಿ ಮತ್ತು ವಿಸ್ತೃತವಾಗಿ ಯಾರೂ ಗಮನವನ್ನು ಹರಿಸಿರಲಿಲ್ಲವೆನಿಸುತ್ತದೆ. ದೇಶದ ಅಭಿವೃದ್ಧಿಯ ಕಾರ್ಯದ ಪಟ್ಟಿಯಲ್ಲಿ ಶಿಕ್ಷಣಕ್ಕೆ ಇಷ್ಟೊಂದು ಪ್ರಾಶಸ್ತ್ಯ ಸಿಕ್ಕಿದ್ದೂ ಇದೇ ಮೊದಲು. ನೀತಿಯನ್ನು ಘೋಷಿಸಿ, ಸ್ವೀಕರಿಸಿ, ಅದರ ಅನುವರ್ತನವನ್ನು ನಿರಂತರವಾಗಿ ಆಸಕ್ತಿಯಿಂದ ಮಾಡುತ್ತಿರುವುದು ಕೇಂದ್ರ ಸರಕಾರವು ಶಿಕ್ಷಣಕ್ಕೆ ಕೊಡುತ್ತಿರುವ ಆದ್ಯತೆಗೆ ನಿದರ್ಶನವಾಗಿದೆ. ನೀತಿ ನಿರೂಪಣೆಯನ್ನಷ್ಟೇ ಮಾಡದೇ ಅನುಷ್ಠಾನ, ಅನುವರ್ತನ ಮತ್ತು ವಿಮರ್ಶೆ ಹೀಗೆ ಪ್ರತಿಹಂತದಲ್ಲಿಯೂ ಅಷ್ಟೇ ಜವಾಬ್ದಾರಿಯೊಂದಿಗೆ ಪ್ರಧಾನಿ, ಕೇಂದ್ರದ ಶಿಕ್ಷಣ ಮಂತ್ರಿಗಳು, ಅಧಿಕಾರಿಗಳು ಪಾಲ್ಗೊಳ್ಳುತ್ತಿರುವುದು ನಿಜಕ್ಕೂ ದೇಶಕ್ಕೊಂದು ಆಶಾಕಿರಣ. ಎಲ್ಲ ಕ್ಷೇತ್ರಗಳ ಸಾಧಕರಿಗೆ ಪ್ರೇರಣಾದಾಯಿ ತರಬೇತಿಯ ತಾಣವಾದ ಶಿಕ್ಷಣ ಕ್ಷೇತ್ರದಲ್ಲಿ ಆಗುತ್ತಿರುವ ಈ ಪರಿವರ್ತನೆ ದೇಶಕ್ಕೆ ಒಂದು ಆಶಾದಾಯಕ ಮತ್ತು ಭರವಸೆದಾಯಕ ಬೆಳವಣಿಗೆಯಾಗಿದೆ.

○

www.ingramcontent.com/pod-product-compliance
Lightning Source LLC
LaVergne TN
LVHW100310051026
849517LV00006B/2249

* 9 7 8 9 3 9 4 7 7 1 7 8 9 *